INSIGHT PUBLICA

INSIGHT PUBLICA®
Nadakkavu, Kozhikode, Kerala
Tel:0495–4020666
www.insightpublica.com
e-mail: insightpublica@gmail.com
Vellachemmeen
Sini Shyam
(Malayalam Stories)
First Edition: September 2020

ISBN 978-93-90404-14-8

വെള്ളച്ചെമ്മീൻ

സിനി ശ്യാം

INSIGHT PUBLICA ®

എന്റെ പ്രഥമ കഥാസമാഹാരമായ
വെള്ളച്ചെമ്മീൻ ഞാനെന്നും മാനസപൂജ ചെയ്യുന്ന
എന്റെ പുണ്യ കണ്ണന്റെ തൃപ്പാദങ്ങളിൽ
സമർപ്പിച്ചു കൊള്ളുന്നു.

"നമസ്തേ ! ജഗന്നാഥ വിഷ്ണോ നമസ്തേ!
നമസ്തേ! ഗദാചക്രപാണേ നമസ്തേ!
നമസ്തേ! പ്രപന്നാർത്തിഹാരിൻ നമസ്തേ.!
സമസ്താപരാധം ക്ഷമസ്വാഖിലേശ!"

സിനി ശ്യാം

ആലപ്പുഴ കറുകയിൽ കെ.ബി. ദാസപ്പന്റേയും ചെമ്മു കത്ത് യശോധരാ ദേവി(ഐഷ)യുടേയും മകൾ. സ്വാതന്ത്ര്യ സമര സേനാനിയും, സഖാവ് T.V തോമസിന്റെ ജീവചരിത്ര രചയിതാവുമായ സഖാവ്. കെ.കെ. കുഞ്ഞന്റെ പൗത്രിയുമാണ്. അലപ്പുഴ സെന്റ് ജോസഫ്സ് സ്കൂളിലും, എസ്.ഡി. കോളേജിലും പഠനം. ഇപ്പോൾ ദ്രാദ്ര ആൻഡ് നഗർ ഹവേലിയിലെ സിൽവാസ്സയിൽ താമസം. ഭർത്താവ്: ഘനശ്യാം വി. കെ. (ആലപ്പുഴ വെളിയിൽ കരുണാക രന്റെയും, വനജാക്ഷിയുടേയും മകൻ) മകൻ: കരുൺ ശ്യാം.

കടപ്പാട്

ഒരു സാധാരണ വീട്ടമ്മയായ എനിയ്ക്ക് പ്രചോദനവും ധൈര്യവും നൽകിയ എന്റെ പ്രിയ സുഹൃത്ത് ആലപ്പുഴ സുകുമാര മന്ദിരത്തിൽ സുനിൽ കുമാറിനോടും ഭാര്യ ബിന്ദുവിനോടും.

ഈ കഥാസമാഹാരത്തിലെ 'എന്റെ ദേവി കുട്ടി' എന്ന കഥ, ലോകത്തിലേയ്ക്ക് വച്ച് യാതൊരു കളങ്കവും കലർപ്പുമില്ലാതെ എന്നെ സ്നേഹിച്ച, ഒരമ്മയുടെ വയറ്റിൽ പിറന്നില്ലെങ്കിലും കൂടപ്പിറപ്പാവാൻ സാധിക്കും എന്ന് തെളിയിച്ച, എന്റെ സങ്കടങ്ങളിലും സന്തോഷങ്ങളിലും എന്റെയൊപ്പം ഉണ്ടായിരുന്ന, എന്റെ ജീവിതബിന്ദു ആയിരുന്ന പ്രിയപ്പെട്ട ചേച്ചിയ്ക്ക് സമർപ്പിക്കുന്നു.

കഥകൾ വായിച്ചപ്പോൾ മുതൽ ഇത് പബ്ലിഷ് ചെയ്യണം എന്ന് പറഞ്ഞ് എന്നെ പോത്സാഹിപ്പിച്ച എന്റെ സഹപാഠിയും സഹോദരതുല്യനുമായ ബൈജുവും, ഭാര്യ ജിജിയും ഉൾപ്പെടെയുള്ള എല്ലാ നല്ലവരായ സുഹൃത്തുക്കൾക്കും, ബന്ധുക്കൾക്കും, എന്റെ മക്കളായ പ്രിയ ശിഷ്യർക്കും സ്നേഹപൂർവ്വം അകമഴിഞ്ഞ നന്ദി.

കഥകൾ

സമസ്യ

പൂങ്കാവനം, പൂങ്കാവനം എന്നുള്ള വിളി കേട്ടാണ് ഞാൻ ഉമ്മറത്തേയ്ക്ക് വന്നത്. ഇതാരാണ് പൂങ്കാവനം എന്ന് വിളിക്കുന്നത്?. പോസ്റ്റമാൻ രസികനും ചിരപരിചിതനും ആയതുകൊണ്ടാണ് വീട്ടുപേര് വിളിച്ചത്. എന്റെ പേരിലാണ് കത്ത്. ഇതാരാണപ്പാ ഈ മൊബൈൽ യുഗത്തിൽ എനിയ്ക്ക് കത്തെഴുതാൻ. പിൻകോഡ് നോക്കിയപ്പോൾ തലസ്ഥാന നഗരിയുടേത്. എന്റെ ചിറ്റയുടെ കത്തോ? വല്ലാത്ത സന്തോഷം തോന്നി. ഇന്നലെ സന്ധ്യയ്ക്ക് വിളിച്ചപ്പോൾ പോലും ചിറ്റ ഒന്നും പറഞ്ഞില്ലല്ലോ? ഞാൻ മുറിയിൽ വന്ന് കത്ത് പൊട്ടിച്ചു.

"മോനേ നീ അതിശയിക്കുന്നുണ്ടാവും ല്ലേ എന്റെ കത്ത് കണ്ടപ്പോൾ. നിന്നോട് നേരിട്ട് പറയാൻ എനിക്കാവില്ല. അത് നിനക്കിത് വായിക്കുമ്പോൾ മനസ്സിലാവും. നമ്മൾ തമ്മിൽ എട്ട് വയസ്സിന്റെ വ്യത്യാസം ഉണ്ടെങ്കിലും ഞാൻ നിനക്ക് കൂട്ടുകാരിയെപ്പോലെ അല്ലായിരുന്നോ?." ഇത്രയും വായിച്ചപ്പോൾ തന്നെ ഞാനോർത്തു. ശരിയാണ് എന്റെ അമ്മയുടെ കല്യാണത്തിന് ചിറ്റയ്ക്ക് മൂന്നു വയസ്സായിരുന്നു എന്ന് കേട്ടിട്ടുണ്ട്. എന്റെ അമ്മയുടെ അച്ഛൻ കറതീണ്ടാത്ത സത്യസന്ധനായ ഒരു സ്വാതന്ത്ര്യസമരസേനാനിയായിരുന്നു. അമ്മുമ്മ വളരെ സാത്വികയായ ഭക്തയും. അവരുടെ നാല് മക്കളിൽ

ഏറ്റവും ഇളയവളായിരുന്ന എന്റെ ചിറ്റ. പത്താംതരം കഴിഞ്ഞ ഉടനെയായിരുന്ന എന്റെ അമ്മയുടെ വിവാഹം. വിവാഹം കഴിഞ്ഞ് വിരുന്നിന് തിരിച്ചുവന്ന അമ്മയോട് തന്നെ കൊണ്ടു പോകാത്തതിൽ മിണ്ടാതെ പിണങ്ങി നിന്നത്രേ ചിറ്റ.

പിന്നീട് എന്റെ അച്ഛന്റെ വീട്ടിലേയ്ക്ക് പോയപ്പോൾ അച്ഛൻ എടുത്തുകൊണ്ടാണത്രേ ചിറ്റയെ കൂടെ കൊണ്ടുപോയത്. എന്റെ അമ്മേയ്ക്ക് മകൾ തന്നെ ആയിരുന്ന ചിറ്റ. അവർക്ക് അഞ്ചു വർഷം കഴിഞ്ഞാണത്രേ ഞാൻ ജനിച്ചത്. അതാണ് ഞാനും ചിറ്റയും തമ്മിൽ പ്രായത്തിൽ ഇത്ര അന്തരം ഉണ്ടായത്.

ചിറ്റയുടെ വിവാഹം ഞാൻ ഒൻപതാം തരത്തിൽ പഠിക്കുമ്പോൾ ആയിരുന്ന. തലസ്ഥാന നഗരിയിലെ സമ്പന്ന കുടുംബത്തിലെ ദുബായ് കാരനമായിട്ടായിരുന്ന വിവാഹം. വരൻ എഞ്ചിനീയർ ആണെന്നാണ് പറഞ്ഞിരുന്നത്. എന്റെ ചിറ്റയെ അവർ പെണ്ണുകാണാൻ വന്ന ദിവസം എന്റെ ഓർമ്മയിലുണ്ട്. അവര് ഒരു നാലുമണിയായപ്പോൾ പറയാതെയാണ് വന്നത്. ചെറുക്കനും, അമ്മയും, പെങ്ങളും ചേട്ടനും, ചേട്ടത്തിയും . ചിറ്റയെ കണ്ടപ്പോൾ തന്നെ അവർക്കിഷ്ടമായി. നല്ല സുന്ദരിയായിരുന്ന ചിറ്റ. നല്ല വിളഞ്ഞ ഗോതമ്പിന്റെ നിറവും, ഐശ്വര്യം നിറഞ്ഞ വട്ട മുഖവും നിതംബം വരെയുള്ള ഭംഗിയുള്ള മുടിയും. പൊക്കം അൽപ്പം കുറവായിരുന്ന. അമ്മയുടെ അച്ഛൻ അവരുടെ ആലോചന വന്നപ്പോൾ എതിർത്തു. ഇത്രയധികം സമ്പന്നരുമായി നമുക്ക് ബന്ധം സ്ഥാപിക്കണ്ട. എപ്പോഴും നല്ലത് നമുക്ക് സമൻമാരുമായിട്ടുള്ള ബന്ധുതയായിരിക്കും. അത് വേണ്ട എന്ന് പറഞ്ഞു.

രണ്ട് ദിവസം കഴിഞ്ഞപ്പോൾ അവർ വീണ്ടും വന്ന. അവർക്കീ കുട്ടിയെ തന്നെ മതിയത്രേ. ഒന്നും വേണ്ട. പെൺകുട്ടിയെ മാത്രം മതി. മാമനും വളരെ താൽപ്പര്യമായിരുന്ന. ചിറ്റയ്ക്കും എതിരില്ലായിരുന്ന. പണ്ടേ ചിറ്റയ്ക്ക് വില കൂടിയ സാരികളോടും, ആഭരണങ്ങളോടും നല്ല ഭ്രമമായിരുന്ന. ഇളയ കുട്ടി ആയതുകൊണ്ട് അമ്മൂമ്മ എല്ലാം സാധിച്ചുകൊടുക്കുമായിരുന്ന.

ഞങ്ങൾ ഒരു ദിവസം അടുത്തുള്ള ഹോമിയോ ഡോക്ടറുടെ അടുത്ത് പോയി. ആ ഡോക്ടർക്ക് വേണ്ടി ചിറ്റയെ ആലോചിച്ചതാണ്. ഒരു സാധാരണ കുടുംബത്തിലെ അംഗമായിരുന്ന ഡോക്ടർ. അന്നവിടെയിരുന്നപ്പോൾ ചിറ്റ എന്നോട് പറഞ്ഞു ഈ ഡോക്ടർടെ രാജാവാണ് നിന്റെ കൊച്ചച്ഛൻ എന്ന്. ഞാനന്ന് അമ്മയോട് വന്നിട്ട് പറഞ്ഞു ഞാനായിരുന്നെങ്കിൽ ആ ഡോക്ടറയേ വിവാഹം കഴിക്കു എന്ന്. എന്റെ അമ്മ ചിരിച്ചു.

ചിറ്റയുടെ വിവാഹം നടന്നു. വളരെ വലിയ വീട്ടും, കാറുകളും, ലോറികളും മറ്റൊരുപാട് സൗകര്യങ്ങളും. ചിറ്റയുടെ ആഗ്രഹം പോലെ തന്നെയുള്ള ജീവിതം. വിലകൂടിയ പട്ടുസാരികളും, വിവിധ ഫാഷനിലുള്ള ആഭരണങ്ങളും, സന്തോഷകരമായ ജീവിതവും. ഒരു പെൺകുഞ്ഞ് ജനിച്ച് കഴിഞ്ഞപ്പോൾ അവർ നഗരത്തിലെ തന്നെ പ്രശസ്ത കോളേജിന്റെ എതിർവശത്തുള്ള അവരുടെ തന്നെ മറ്റൊരു വീട്ടിലേയ്ക്ക് മാറി. എപ്പോൾ ചെന്നാലും വീട്ടിലെ കതകും, ജന്നലുകളും ഒക്കെ അടച്ച് പൂട്ടിയിട്ടുമായിരുന്നു. കള്ളൻമാരുടെ ശല്യം ഉണ്ട് അതുകൊണ്ട് തുറക്കണ്ട എന്ന് കൊച്ചച്ഛൻ പറഞ്ഞതായി ചിറ്റ പറഞ്ഞു.

വിവാഹം കഴിഞ്ഞ് ആദ്യത്തെ കുട്ടി പിറന്നപ്പോൾ തന്നെ കൊച്ച ച്ഛൻ ദുബായിലെ ജോലി മതിയാക്കി പോന്നു. പിന്നെ അവരുടെ സർവ്വീസ് സ്റ്റേഷനും മറ്റും നോക്കി നടത്തി. പിന്നെന്തൊക്കെയോ ബിസിനസുകളും. രണ്ടാമതൊരു പെൺകുഞ്ഞുകൂടി പിറന്നവർക്ക് അത് ബുദ്ധിമാന്ദ്യം ഉള്ള കുട്ടി ആയിരുന്നു.

ഇനി കത്തു വായിക്കാം.

“നീ കരുതുന്നത് ചിറ്റ വലിയ സൗഭാഗ്യവതിയായി കഴിയുകയാ ണെന്നല്ലേ. എന്നാൽ അല്ല. ചിറ്റയുടെ ജീവിതം നരകതുല്യമാണ്. പുറമേ ആരും അറിയുന്നില്ല എന്ന് മാത്രം. നിന്റെ കൊച്ചച്ചൻ ഒരു സ്ത്രീലമ്പടനാണ്. ഇവിടെ ജോലിക്ക് കൊണ്ടുവന്ന അവളില്ലേ. അവൾടെ മകളെ കെട്ടിച്ച് ഒരു കുട്ടിയുണ്ട്. അവളോടൊത്താണ് ഈ വീട്ടിൽ എന്റെ മുന്നിൽ മറ്റൊരു മുറിയിൽ അയാളും അവളും തമ്മിൽ കഴിയുന്നത്. ലൈംഗികവൈകൃതങ്ങളുടെ മൂർത്തീമദ് ഭാവമാണ് അയാൾ. നിന്നോട് പറയാൻ പാടില്ല എന്നാലും പറഞ്ഞേ മതിയാവൂ. എന്റെ രഹസ്യ ഭാഗങ്ങളൊക്കെ സിഗററ്റുകൊണ്ട് കുത്തി പൊള്ളിച്ച് ഞാൻ വേദനിക്കുന്നത് കാണുമ്പോൾ അതിൽ ആഹ്ലാദം കണ്ടെത്തുന്ന ആളാണ് അയാൾ. മറ്റ് പല സ്ത്രീകളുമായും ബന്ധമു ണ്ട്. ഞാനാരോട് പറയാൻ. നിന്റെ മാമന് ഭാര്യയും മക്കളുമല്ലാതെ നമ്മളാരും ഒന്നുമല്ലല്ലോ? ജീവിക്കാൻ തന്നെ പാടുപെടുന്ന ചേച്ചി മാരോടോ?അതോ വയസ്സായ അമ്മച്ഛിയോടോ?. അവരെ ഈ വയസ്സുകാലത്ത് വേദനിപ്പിക്കുന്നതെന്തിന്?. ആത്മഹത്യ ചെയ്യാൻ എനിയ്ക്ക് ഭയമാണ്. പിന്നെ വയ്യാത്ത കുഞ്ഞിന്റെ കാര്യങ്ങൾ ഒക്കെ ഞാനല്ലേ ചെയ്തു കൊടുക്കുന്നത്. ഏഴും, മൂന്നും വയസ്സുള്ള ഈ കുഞ്ഞു ങ്ങളെ ഓർത്താൽ എല്ലാം സഹിച്ച് ജീവിക്കാൻ തോന്നും. നിനക്ക് ഒരു ജ്യൂവലറി ഉടമയുടെ വിവാഹാലോചന വന്നു എന്നു കേട്ടു. അത് വേണ്ട കുഞ്ഞേ.. നമ്മുടെ വീടിന്റെ അടുത്തുള്ള ടീച്ചറുടെ മകന്റെ

ആലോചന ഇല്ലേ ആ പയ്യന് നിന്നെ ഇഷ്ടമാണെന്നും കേട്ടു. അതായിരിക്കും നല്ലത്. പണത്തിലും, വലിയ വീടിലും, വാഹനങ്ങളിലും, സ്വത്തിലും, പൊന്നിലും, പട്ടിലും ഒന്നും വലിയ കാര്യമില്ല കുഞ്ഞേ.. ഒരു പൂവ് വിരിഞ്ഞു കഴിയുമ്പോൾ അതിന്റെ ഭംഗിയും സൗരഭ്യവും കണ്ട് മോഹിച്ചതിനെ സ്വന്തമാക്കാൻ ഒരുപാട് 'പേർ വരും'. പൂവ് വാടി കഴിയുമ്പോൾ അല്ലെങ്കിൽ സ്വന്തമാക്കി കഴിയുമ്പോൾ അതിന് ഒരു വിലയുമില്ലാതെ ചവുട്ടി അരയ്ക്കപ്പെടും.

ഒരു ചെടിയെ മറ്റൊരു മണ്ണിലേയ്ക്ക് പറിച്ചുനടുന്നതിലും ഭേദം അത് വളർന്ന മണ്ണിൽ തന്നെ നടുന്നതായിരിക്കും. ആ മണ്ണ് മാത്രമേ വാടിക്കൊഴിഞ്ഞപ്പൂവിനെ തന്റെ മാറോടു ചേർത്തു വയ്ക്കൂ. അതുകൊണ്ട് ആ മണ്ണിനെ തന്നെ പ്രണയിക്കുന്നതല്ലേ പൂവിന് നല്ലത്. എല്ലാവർക്കും മെട്രോ നഗരത്തിലെ സ്വർണ്ണക്കടക്കാരനെയാണ് താൽപ്പര്യം എന്നറിഞ്ഞു. നീ സമ്മതിക്കരുത്. ആ ടീച്ചറുടെ മകനെ വിവാഹം ചെയ്താൽ മതി. അതാകുമ്പോൾ നമുക്കറിയുന്നവരും, നമ്മുടെ നാട്ടും. നിന്നെ അവൻ പൊന്നുപോലെ നോക്കും. ഇഷ്ടമുള്ളപ്പോൾ വീട്ടിൽ വരാം. മരമറിഞ്ഞേ കൊടി ഇടാവൂ എന്ന് പറയുന്നത് വെറുതേ അല്ലെന്ന് എന്റെ ജീവിതം കൊണ്ടെനിയ്ക്കു മനസ്സിലായി. അതാ ചിറ്റ നിനക്കെല്ലാം തുറന്നെഴുതിയത്. നൻമകൾ നേർന്നുകൊണ്ട്, സ്വന്തം ചിറ്റ..."

ഈ കത്ത് കിട്ടിയ പിറ്റേ ദിവസം എന്റെ ചിറ്റ മരിച്ചു എന്ന് ഫോൺ വന്നു. ലോറിക്ക് കെട്ടുന്ന വടത്തിൽ കുരുക്കിട്ട് ആത്മഹത്യ ആയിരുന്നത്രേ. ഇന്നലെ എന്റെ വിവാഹം ആയിരുന്നു. ചിറ്റ പറഞ്ഞ ടീച്ചറുടെ മകൻ തന്നെ വരൻ. എല്ലാവരും എന്നെ വഴക്കു പറഞ്ഞു. സ്വർണ്ണക്കടക്കാരനെ വിവാഹം ചെയ്യാത്തതിൽ 'മുഖത്തു വന്ന മഹാലക്ഷ്മിയെ തട്ടിക്കളഞ്ഞു' എന്ന് . ഒരു സാധാരണ കുടുംബത്തിലെ സർക്കാരുദ്യോഗസ്ഥനായ ടീച്ചറുടെ മകനില്ലേ അവിടെ ഞാൻ കണ്ടു 'അഷ്ടലക്ഷ്മിമാരെ'യും, വിഷ്ണുവിനേയും, കുബേരനേയും എല്ലാറ്റിനുമുപരിയായി ആ മനുഷ്യന്റെ നോട്ടത്തിലും പെരുമാറ്റത്തിലും കണ്ട സ്നേഹലക്ഷ്മിയേയും. അതാണെന്റെ കുടുംബം. അതുമാത്രം മതിയെനിയ്ക്ക്. എങ്കിലും എന്റെ മനസ്സിലുള്ള ഒരു ചോദ്യമാണ് എന്റെ ചിറ്റ ആത്മഹത്യ ചെയ്തതോ ? അതോ കൊന്നുകളഞ്ഞതോ? ഇന്നും ഉത്തരം കിട്ടാത്ത ഒരു സമസ്യയാണത്.

●

മതിഭ്രമം

വണ്ടി വളരെ ദൂരെയിട്ടിട്ട് വഴിവാണിഭക്കാരെയും കുതിരവണ്ടികളും അതിലെ യാത്രക്കാരെയും ഒക്കെ കണ്ടുള്ള നടപ്പ് വളരെ രസകരമായിരുന്നു. രാജ്യത്തിന്റെ തലസ്ഥാനത്ത് താമസിക്കുന്ന ഭർത്തൃ സഹോദരിയും കുടുംബവുമായി താജ് മഹൽ കാണാൻ വന്നതാണ് ഞങ്ങൾ. ഒരുപാട് സുരക്ഷാ പരിശോധനകൾക്ക് ശേഷം ഞങ്ങളെയും കടത്തിവിട്ടു വിശ്വപ്രസിദ്ധമായ പ്രണയത്തിന്റെ സ്മാരകം കാണാൻ. മുൻവശത്തുള്ള പൂന്തോട്ടത്തിനിരുവശവുമുള്ള നടപ്പാതയിലൂടെ നടന്ന് വെണ്ണക്കൽ കൊട്ടാരത്തിലെത്തി. അവിടവിടെയായി വെളുപ്പിൽ ചെറിയ കറുപ്പ് കുത്തുകൾ വീണിട്ടുണ്ട്. കാലപ്പഴക്കം ആകാം കാരണം. ചെറിയ വെളിച്ചം മാത്രം മുനിഞ്ഞു കത്തുന്ന വെളിച്ചത്തിന്റെ ശാന്തതയിൽ രണ്ട് ശവകുടീരങ്ങളും കണ്ടു. പിന്നീട് പിൻവശത്തേയ്ക്ക് വന്നപ്പോൾ യമുനാനദി ഒഴുകുന്നതും ദൂരെയായി ചുവപ്പു കോട്ടയും ദൃശ്യമായി. നദിയിൽ നിന്നും അധികം ശക്തമല്ലാത്ത രീതിയിൽ സുഖ ശീതളമായ കാറ്റു വീശുന്നുണ്ട്. അവരെല്ലാം ചുറ്റി നടന്ന് കാണാനായിപ്പോയപ്പോൾ ഞാനിവിടെ ഇരുന്നോളാം എന്നു പറഞ്ഞ് നദിയുടെ സുഖശീതള മാരുതനേറ്റ് നദി കാണത്തക്കവിധത്തിൽ ഞാനാ മഹലിന്റെ തറയിലിരുന്നു.

എന്റെ അടുത്തായി ഒരു സ്ത്രീയും പുരുഷനും വന്നിരുന്നു. ഞാൻ നോക്കിയപ്പോൾ അവരെന്നെ നോക്കി ചിരിച്ചു. അതീവ സുന്ദരിയായിരുന്നു ആ മുസ്ലീം വനിത. അവർ എന്നോടു ചോദിച്ചു.

"എന്നെ മനസ്സിലായില്ലേ"?.

"ഇല്ല, ആരാണ്?"

"ഞാനാണ് മുംതാസ്."

എനിക്കാകെ അത്ഭുതമായി. കൂടെയുള്ള ഇദ്ദേഹമാണോ ഷാജഹാൻ ചക്രവർത്തി എന്ന് മനസ്സിൽ കരുതിയപ്പോൾ തന്നെ അവർ പറഞ്ഞു. അല്ല ഇതെന്റെ പ്രണയിതാവാണ്. അദ്ഭുതം ആവുന്നുണ്ടോ? ഞാൻ പറയാം. ഞാനൊരു സാധാരണ പെൺകുട്ടിയായിരുന്നു. ഒരു പെൺകുട്ടിയുടെ മനസ്സിലേയ്ക്ക് ആദ്യമായി പ്രണയം കടന്നുവന്ന സമയത്ത് ഞാൻ പ്രണയിച്ച പുരുഷനാണിദ്ദേഹം. എന്റെ അയൽവാസി. അദ്ദേഹവും എന്നെ പ്രാണനെപ്പോലെ സ്നേഹിച്ചിരുന്നു. ആ സമയത്താണ് ലഹള ഉണ്ടായതും ഷാജഹാൻ ചക്രവർത്തി എന്നെ കാണുന്നതും എന്റെ സൗന്ദര്യത്തിലാകൃഷ്ടനായി എന്നെ നിക്കാഹ് ചെയ്യുന്നതും. പത്തൊൻപതാം വയസ്സിലായിരുന്നു എന്റെ നിക്കാഹ്. ആ ലഹളയിൽ എന്റെ പ്രണയിതാവ് വധിക്കപ്പെട്ടു. അന്തപ്പുരത്തിലെ മറ്റു സ്ത്രീകളേക്കാൾ പരിഗണന എനിക്കായിരുന്നു. എന്നാൽ ഔറംഗസീബിന്റെ ഉമ്മയ്ക്ക് ഒട്ടും ഇഷ്ടമല്ലായിരുന്നു എന്നെ, അതവരുടെ പെരുമാറ്റത്തിൽ വ്യക്തമായിരുന്നു. അവരെ തെറ്റുപറഞ്ഞിട്ട് കാര്യമില്ലല്ലോ? അവരുടെ സ്ഥാനം അപഹരിച്ചവളല്ലേ ഞാൻ. ഞാനൊരിക്കലും രാജപത്നിയാകാൻ മോഹിച്ചിട്ടില്ല. എന്റെ പ്രണയിതാവിന്റെ ബീവിയായി ഒരു സാധാരണ കുടുംബിനിയാകാനാണ് മോഹിച്ചത്. ചക്രവർത്തിക്ക് ഞാനൊരു ഭോഗവസ്തു ആയിരുന്നു. അദ്ദേഹത്തിന്റെ പ്രൗഢിയിലും, അധികാരത്തിലും ഭയന്നാണ് ഞാനദ്ദേഹത്തോടൊപ്പം ജീവിച്ചിരുന്നത്. മനസ്സാക്ഷിയുള്ള സമ്പത്തിൽ മതിമയങ്ങാത്ത ഒരു സ്ത്രീക്കും തന്റെ ആദ്യ പ്രണയത്തിലെ പുരുഷനെ മറക്കാനാവില്ല. യഥാർത്ഥ പ്രണയം എന്നത് ആദ്യം മുതൽ നമ്മുടെ അവസാനം വരെ ഒരാളോടു മാത്രമേ തോന്നൂ. ഞാനെന്നും എന്റെ പ്രണയിതാവിനെ പ്രണയിച്ചു കൊണ്ടിരുന്നു. എന്റെ പതിനാലാമത്തെ പ്രസവത്തിൽ രക്തം വാർന്നാണ് ഞാൻ മയ്യത്തായത്. മരണത്തിനുശേഷം ഞാനെത്തിച്ചേർന്നത് എന്റെ വരവും പ്രതീക്ഷിച്ചിരുന്ന എന്റെ പ്രണയിതാവിന്റെ അടുത്താണ്. ഇപ്പോൾ ഞങ്ങൾ ഒരിക്കലും നശിക്കാത്ത പ്രണയവുമായി ഒരുമിച്ച് ജീവിക്കുന്നു. അവർ ചിരിച്ചു.

അപ്പോൾ ഷാജഹാനോ? ഞാൻ ചോദിച്ചു. അദ്ദേഹം മറ്റൊരു

ലോകത്താണ്. കാരണം ഒരുപാട് സ്വാർത്ഥനായിരുന്നു അദ്ദേഹം. എന്റെ ഓർമ്മയ്ക്കായി പണിത ഈ ചാരുതയാർന്ന ശവകുടീരം പോലെ ഇനി മറ്റാരും പണിയിക്കരുത് എന്ന് കരുതി അതുണ്ടാക്കിയ വരുടെ ഒക്കെ കൈ ഛേദിച്ചു കളഞ്ഞു. അപ്പോൾ എനിയ്ക്കു കാണായി ഒരുപാട് കൈയ്യില്ലാത്ത മനുഷ്യർ മുംതാസിന് പുറകിലായി നിൽക്കുന്നു. സ്വന്തം സ്വാർത്ഥ താൽപ്പര്യങ്ങൾക്കും ഭാവിയിലെ നേട്ടങ്ങൾക്കു വേണ്ടിയും എന്തും ചെയ്യാൻ മടിയില്ലാത്ത ആളാ യിരുന്നു അദ്ദേഹം. ആരുടേയും പുറമേയുള്ള സ്നേഹപ്രകടനങ്ങളും, അവർക്കായി ഒരുക്കിയ സുഖസൗകര്യങ്ങളും കണ്ട് എല്ലാം അമിത സ്നേഹം ആണെന്ന് വിശ്വസിപ്പിക്കാം. അതിനുള്ളിലെ പിടയുന്ന മനസ്സ് മാത്രം ആരും കാണില്ല. പറഞ്ഞാലും മറ്റാരും വിശ്വസിക്കില്ല. അതാണ് സ്വാർത്ഥ താൽപ്പര്യങ്ങളിലും, അഭിനയത്തിലും പ്രാഗത്ഭ്യ മുള്ളവരുടെ ബുദ്ധി.

"ആഹാ! യമുനാനദി കാണാനെന്നും പറഞ്ഞിവിടിരുന്നിട്ട് ഉറങ്ങുകയാണോ? ഭർത്താവിന്റെ ശബ്ദം കേട്ടാണ് ഞാൻ ഞെട്ടിയു ണർന്നത്. "പോകാം" എന്നദ്ദേഹം പറഞ്ഞപ്പോൾ എന്റെ അടുത്തി രുന്നവരെ കാണിച്ചു കൊടുക്കാം എന്ന് കരുതി നോക്കിയപ്പോൾ അവരെ കണ്ടില്ല. അവരോടൊപ്പം നടക്കുമ്പോഴും ഞാൻ കണ്ണുകൾ കൊണ്ട് ചുറ്റുപാടും പരതി നോക്കുന്നുണ്ടായിരുന്നു.. വീണ്ടും നടപ്പാ തയിൽ എത്തി ഒന്നു തിരിഞ്ഞു നോക്കിയപ്പോൾ ഞാൻ കണ്ടു കൈയ്യില്ലാത്ത കുറേ മനുഷ്യർ എന്നെ നോക്കി തലയാട്ടി കൊണ്ട് എനിയ്ക്ക് യാത്രാനുമതി നൽകുന്നത്...

വണ്ടിയിൽ കയറി തിരികെപ്പോരുമ്പോഴും എന്റെ ചിന്തയിൽ ഞാൻ കണ്ട സ്ത്രീയും, പുരുഷനും, കൈയ്യില്ലാത്ത മനുഷ്യരും ആയിരുന്നു. എനിയ്ക്ക് മാത്രം അവരെ കാണാൻ സാധിച്ച തെങ്ങിനെ? ഒരുപക്ഷേ യാത്രാക്ഷീണം കൊണ്ടുറങ്ങിപ്പോയ എന്റെ മാത്രം മനസ്സിന്റെ മതിഭ്രമം ആയിരുന്നിരിക്കാം അത് അല്ലേ. അങ്ങനെ ഞാൻ ആശ്വസിച്ചു. ഞാനും ഇതുപോലൊരു നഷ്ടപ്രണയത്തിന്റെ പ്രതീകമല്ലേ. ചിലർക്ക് തന്റെ പ്രാണനേക്കാൾ അതീതമായി അകമഴിഞ്ഞ് സ്നേഹിക്കാൻ മാത്രമേ കഴിയൂ. അവരെ സ്വന്തമാക്കാൻ കഴിയില്ല. പക്ഷേ ഇപ്പോൾ എന്നിലും പ്രതീക്ഷയുണ്ട് എന്റെ പ്രണയി താവിനെ എന്റെ മരണശേഷവും സ്വന്തമാക്കാൻ പറ്റുമെന്ന്, പ്രണയം സത്യമാണെങ്കിൽമാത്രം. എന്റെ പ്രണയം സത്യമാണ്. ഇനിയെന്റെ പ്രാർത്ഥനകളിൽ ഒന്നു കൂടിയുണ്ടാവും അദ്ദേഹം വരുന്നതിനു മുൻപേ ഞാനദ്ദേഹത്തെ സ്വീകരിക്കാൻ അവിടെ ഉണ്ടാകണേ .

●

വാസ്തു ദോഷം

ഇന്നു രാവിലെ പതിവിലും നേരത്തെയുണർന്നു. ഓം നമസ്തുളസി സർവ്വജ്ഞേ ചൊല്ലി തുളസീവന്ദനം ചെയ്യുമ്പോഴും, ഓം സന്താപനാശകരായ എന്ന ആദിത്യഹൃദയം ചൊല്ലുമ്പോഴും മനസ്സ് അസ്വസ്ഥമായിരുന്നതു കൊണ്ട് ഏകാഗ്രത കിട്ടിയില്ല. ചായയിടുമ്പോഴും, ഓട്ടട ഉണ്ടാക്കിക്കൊണ്ടിരിക്കുമ്പോഴും ഒക്കെ ഏഴരവെളുപ്പിന് കണ്ട സ്വപ്നമായിരുന്നു മനസ്സിൽ.

ഇന്ന് ഡിസംബർ ആറ് എന്റെ മൂത്തച്ഛൻ മരിച്ച ദിവസം. ഇന്ന് വെളുപ്പിനേ ഞാൻ മൂത്തച്ഛനെ സ്വപനം കണ്ടു. "കുഞ്ഞേ നിന്നോടെനിക്കൊരു കാര്യം പറയാനുണ്ട്. നീ വിഷ്ണുവിനോട് പറയണം ആ നടുത്തളത്തിലെ ശുചിമുറി പൊളിച്ചു മാറ്റാൻ. അതവിടെ ഉണ്ടാക്കിയതിന് ശേഷമുണ്ടായ വാസ്തു ദോഷമാണ് പിന്നീടുണ്ടായ എല്ലാ അനർത്ഥങ്ങൾക്കും കാരണം." ഞെട്ടിയുണർന്ന ഞാൻ സമയം നോക്കിയപ്പോൾ മൂന്നര മണി. പിന്നീടെനിക്കുറങ്ങാൻ കഴിഞ്ഞില്ല. എന്റെ അച്ഛന്റെ മൂത്ത ജ്യേഷ്ഠനെയാണ് ഞാൻ മൂത്തച്ഛൻ എന്ന് വിളിക്കുന്നത്. പഴയ കാലത്ത് ജനങ്ങൾ 'കൊളംബ്' എന്ന് പറഞ്ഞിരുന്ന ശ്രീലങ്കയിൽ പോയാണത്രേ മൂത്തച്ഛൻ Bcom - ഉം, Mcom ഉം പഠിച്ചത്. പിന്നീട് നമ്മുടെ നാട്ടിലും commerce എന്ന വിഭാഗം വന്നപ്പോൾ നാട്ടിലെ തന്നെ പ്രശസ്ത കോളേജിലെ പ്രൊഫസറായി.

അതിന് ശേഷം കൊമേഴ്സ് വിഭാഗം തലവനായി സേവനമനുഷ്ഠിച്ചു. അന്നത്തെ ദേവീ ചന്ദ്ര എന്ന പ്രശസ്ത നടിയുടെ അച്ഛൻ തന്റെ പെങ്ങൾക്കു വേണ്ടി വിവാഹാലോചന നടത്തി. പെണ്ണുകാണാനായി ചെന്നപ്പോൾ ആ പെണ്ണിന് മുത്തച്ഛനെ ഇഷ്ടമായില്ലത്രേ. കാക്കക്കറുപ്പ് എന്ന് പറയുന്ന നിറമായിരുന്നു അദ്ദേഹത്തിന്. ഇത്രയും കുടുംബ മഹിമയും, വിദ്യാഭ്യാസവും, ജോലിയും ഉള്ള ചെറുക്കനെ വിട്ടുകളയാൻ മനസ്സില്ലാത്ത പെണ്ണിന്റെ അച്ഛൻ അവരുടെ അനിയത്തിയെ വിവാഹം ചെയ്തു കൊടുത്തു.

പവിഴം എന്ന് പേരുള്ള മുത്തമ്മപവിഴം പോലെ തന്നെ മനോഹരിയായിരുന്നു. സൗന്ദര്യത്തിന്റേയും, നിറത്തിന്റേയും കാര്യത്തിൽ അജഗജാന്തര വ്യത്യാസമായിരുന്നു രണ്ടാളും തമ്മിൽ. അവർക്കു മൂന്നു കുട്ടികൾ. വേണു, വിനീത, വിഷ്ണു. വിനീത ചേച്ചി ഡിഗ്രി കഴിഞ്ഞപ്പോൾത്തന്നെ കൃഷ്ണമംഗലം എന്ന പ്രശസ്ത തറവാട്ടംഗമായ ഷാർജയിൽ ജോലിയുള്ള ഗോപേട്ടന് വിവാഹം ചെയ്തു കൊടുത്തു.

വിനീത ചേച്ചി രണ്ടു മക്കളുമായി വിദേശത്തു തന്നെയാണ്. വേണു അണ്ണന് ബോംബെയിൽ ഒരു കമ്പനിയിൽ ആയിരുന്നു ജോലി. വിഷ്ണു അണ്ണൻ അച്ഛന്റെ കോളേജിൽ തന്നെ ഡിഗ്രിക്ക് പഠിക്കുന്നു. വലിയ ഒരു മതിൽക്കെട്ടിനകത്ത് അൽപ്പം ഉള്ളിലേയ്ക്ക് മാറി ആറ് പടികൾ ചവിട്ടിക്കയറി വരുന്ന വലിയ അരപ്ലേസും അവിടുന്ന് ഉള്ളിലോട്ട് വിശാലമായ തളവും അരപ്ലേസിന്റേയും തളത്തിന്റേയും പടിഞ്ഞാറേ ഭിത്തിയോട് ചേർന്നുള്ള മുത്തച്ഛന്റെ കിടപ്പുമുറിയും, ഓഫീസ് മുറിയും. തളത്തിന് പുറകിലായി ഊണുമുറിയും അടുക്കളയും അതിന്റെ തന്നെ നീളത്തിൽ ഒരു വരാന്തയും വരാന്തയുടെ പടിഞ്ഞാറേ അറ്റത്ത് കുളിമുറിയും ഉള്ള വളരെ ആഢ്യതയുള്ള ഗൃഹമായിരുന്നു മുത്തച്ഛന്റേത്. തളത്തിൽ റെഡ് ഓക്സൈഡും ഭിത്തിക്കരികിലായി കറുത്ത ബോർഡറും ആയിരുന്നു. അവിടെയാണ് വിളക്ക് കത്തിച്ചു വച്ചിരുന്നത്. വേണു അണ്ണന്റെ വിവാഹം വന്നപ്പോൾ തളത്തിൽ ഭിത്തികെട്ടിത്തിരിച്ച് രണ്ട് കിടപ്പുമുറികളും അതിനോട് ചേർന്ന് ശുചിമുറികളും പണിത് അരപ്ലേസിന്റെ വാതിലിന് നേരേയുള്ള ഭാഗം സ്വീകരണ മുറിയുമാക്കി.

വേണു അണ്ണന്റെ വിവാഹത്തിന് വിനീത ചേച്ചി വന്നിട്ടുണ്ടായിരുന്നു. നല്ല തടിച്ച് സുന്ദരിയായി എല്ലാവരും ശ്രീവിദ്യയെപ്പോലിരിക്കുന്നു എന്നാണ് പറഞ്ഞത്. വേണു അണ്ണന്റെ ഭാര്യ നീനാക്കാ. മുത്തച്ഛൻ കോളേജിൽ നിന്ന് വിരമിച്ച് നഗരത്തിലെ ഏറ്റവും പ്രശസ്തമായ പാരലൽ കോളേജിന്റെ പിൻസിപ്പലായി.

വേണു അണ്ണന് ഒരാൺകുട്ടി പിറന്നു. കുഞ്ഞിനെ കണ്ട് തിരിച്ച പോയ വേണു അണ്ണൻ ആറുമാസം കഴിഞ്ഞ് തിരിച്ച വന്നത് സുഖ മില്ലാതെയാണ്. മഞ്ഞപ്പിത്തം ആയിരുന്നു. അറിഞ്ഞില്ല. രണ്ടാഴ്ചയ്ക്ക ശേഷം വേണു അണ്ണൻമരിച്ചു. “ഒരുമിച്ച് ജീവിച്ച പോലും കൊതി തീർന്നില്ലല്ലോ വേണുവേട്ടാ...” എന്നുള്ള നീനാക്കയുടെ കരച്ചിൽ ഇന്നും ചെവിയിൽ മുഴങ്ങുന്നു. വേണു അണ്ണൻ മരിച്ചതറിഞ്ഞിട്ടും വിനീത ചേച്ചി വന്നില്ല. എല്ലാവരും ചേച്ചിയെ പഴി പറഞ്ഞു. പിന്നീടാണറിഞ്ഞത് വേണു അണ്ണൻമരിച്ച ദിവസം ചേച്ചിയുടെ ഒരു ബ്രസ്റ്റും, യൂട്രസും റീമൂവ് ചെയ്ത് ICU-വിൽ ആയിരുന്നത്രേ അർബുദം ആയിരുന്നു. ആരേയും വിഷമിപ്പിക്കേണ്ട എന്നു കരുതി പറഞ്ഞില്ല. പിന്നീട് വിനീത ചേച്ചിയും, രണ്ടു മക്കളും മൂത്തച്ഛന്റെ കൂടെയായി താമസം. ഗോപേട്ടൻ ഷാർജയിലും.

പഴയ വിനീത ചേച്ചിയുടെ പ്രേതരൂപമായിരുന്നു ഇപ്പോഴത്തെ വിനീത ചേച്ചി. നീനാക്ക അവരുടെ വീട്ടിലേയ്ക്ക് പോയി. രണ്ട് വർഷ ത്തിനു ശേഷം അവരെയും ഭാര്യ മരിച്ച രണ്ട് മക്കളുള്ള ഒരാൾ പുനർ വിവാഹം ചെയ്തു. മൂത്തച്ഛനും ഓരോരോ അസ്വസ്ഥതകളായി തുടങ്ങി യപ്പോൾ ജോലി വിട്ടു. വയറ്റിൽ എപ്പോഴും വേദന. ചില ഭക്ഷണം കഴിച്ചാൽ വേദന കൂടും. പിന്നീടാണറിഞ്ഞത് കുടലിൽ കാൻസർ. രോഗവിവരം അറിഞ്ഞ് അധിക നാൾ തികയും മുൻപേ മൂത്തച്ഛനും മരിച്ചു. വിനീത ചേച്ചിയുടെ മകന് പത്താം ക്ലാസിലെ പരീക്ഷ തുട ങ്ങുന്ന ദിവസം വിനീത ചേച്ചി വീണ്ടും ആശുപത്രിയിലായി.

പരീക്ഷ തീരുന്നതിന്റെ തലേ ദിവസം വൈകിട്ട് വിനീത ചേച്ചി മരിച്ചു. ബാക്കിയുള്ളവർ പ്രായോഗികമായി ചിന്തിച്ച് മോനോടും വീട്ടു കാരോടും വിവരം പറഞ്ഞില്ല. വിഷ്ണുവണ്ണനറിയാമായിരുന്നു. പിറ്റേ ദിവസം മോന്റെ പരീക്ഷ കഴിഞ്ഞ ശേഷമാണറിയിച്ചത്. അതിന്റെ പിറ്റേന്ന് രാവിലെ അടക്കം. മോളെയും മോനേയും ഗോപേട്ടൻ കൊണ്ടുപോയി. ഒരു പാടു ടെസ്റ്റുകളെഴുതിയെങ്കിലും വിഷ്ണു അണ്ണന് ജോലിയൊന്നുമായില്ല. മൂത്തച്ഛന്റെ പെൻഷനും പറമ്പിലെ ആദായവും ഉള്ളതു കൊണ്ട് കഴിയാൻ ബുദ്ധിമുട്ടില്ലായിരുന്നു. വിഷ്ണു അണ്ണനും വിവാഹം ചെയ്തു. പിന്നീട് മൂന്നു വർഷം കഴിഞ്ഞ് മൂത്തമ്മ യും മരിച്ചു. ഞാൻ ഭർത്താവിന് പ്രാതൽ വിളമ്പി കൊടുക്കുമ്പോൾ പറഞ്ഞു. മൂത്തച്ഛന്റെ ആണ്ടായിട്ട് ഞാനിന്നദ്ദേഹത്ത സ്വപ്നം കണ്ടു. എനിക്കൊന്നവിടം വരെ പോകണം. ഒരുപാട് വർഷങ്ങൾ ആയില്ലേ നമ്മൾ പോയിട്ട്. ഉത്തരേന്ത്യയിലാണ് ഞങ്ങൾ. അവിടെയാണ് ഭർത്താവിന് ജോലി. ഭർത്താവിന് കുടുംബത്തുനിന്നും ഭാഗമായി കിട്ടിയ സ്ഥലത്ത് വീടു വച്ചിട്ടുണ്ട് ഞങ്ങൾ. അതുകൊണ്ട് വരുന്ന

സമയത്ത് മറ്റുള്ളവരുടെ കുത്തുവാക്കുകൾ കേൾക്കാതെ ജീവിക്കാം. മിക്കവാറും ഒരാഴ്ചത്തേയ്ക്കുള്ള വരവായിരിക്കും. അത്യാവശ്യം വേണ്ട യിടത്തും പോയി വീടും വൃത്തിയാക്കി അവശ്യ കാര്യങ്ങളും ചെയ്തു കഴിയുമ്പോൾ ഒന്നിനും സമയമില്ലാതെ തിരികെപ്പോകുകയാണ് പതിവ്. ആദ്യം എതിർപ്പ് പറഞ്ഞെങ്കിലും ഞാനൊരു പാട് കരഞ്ഞ് നിർബന്ധിച്ചപ്പോൾ പോകാമെന്ന് സമ്മതിച്ചു.

മൂത്തച്ഛന്റെ വീട്ടിലെ വലിയ ഗെയ്റ്റു തുറന്ന് നടന്നപ്പോൾ ഞാൻ ഞെട്ടിപ്പോയി. എന്റെ വീട്ടിൽ നിന്നിരുന്ന മംഗൽ ഭായിക്ക് മകളുടെ കല്യാണത്തിനുടുക്കാൻ ഒരു ചുവന്ന സാരി വേണം എന്നു പറഞ്ഞപ്പോൾ എനിയ്ക്ക് ഏറ്റവും ഇഷ്ടമുണ്ടായിരുന്ന വൈൻ റെഡ്ഡിൽ നിറയെ കസവു പൂക്കൾ തുന്നിയ പട്ടുസാരി ഞാൻ കൊടുത്തു. മംഗൽ ഭായിക്ക് സുഖമില്ലാതെ അവരുടെ വീട്ടിൽ ഞാൻ ചെന്ന പ്പോൾ കസവു കറുത്ത് നിറം മങ്ങി പിഞ്ചിത്തുടങ്ങിയ ആ സാരി അവരുടെ അയയിൽ കണ്ട് ഞാനമ്പരന്നു. കഴുകാൻ പാടില്ലാത്ത ആ സാരി കഴുകി കഴുകിയാണങ്ങനെയായത് എന്ന് എനിക്കൂഹി ക്കാൻ സാധിച്ചു. അതുപോലെയാണിപ്പോൾ മൂത്തച്ഛന്റെ വീടും. പെയിന്റടിക്കാതെ പലയിടത്തും പൊട്ടിയടർന്നും പച്ചപിടിച്ചും പ്രാകൃതമായ വീട്. പടികൾ കയറി അരപ്ലേസിലെത്തിയപ്പോൾ തന്നെ അണ്ണനും അക്കയും ഇറങ്ങി വന്നു. മൂത്തമ്മയുടെ അതേ നിറവും ഭംഗിയും കിട്ടിയ അണ്ണന്റെ രൂപം കണ്ട് ഞാൻ വല്ലാതായി. ഏതോ മെഡിക്കൽ ഷോപ്പിൽ സെയിൽസ് മാനാണത്രേ അണ്ണൻ. കാലിൽ നീരു വന്നതു കൊണ്ട് അതിനും പോകാൻ പറ്റാതായി. എന്താ ഇവർക്ക് കൊടുക്കുന്നതെന്നർത്ഥത്തിൽ അണ്ണൻ അക്കയെ നോക്കിയതും അക്ക പരുങ്ങലോടെ പാലിന്ന് കിട്ടിയില്ല അണ്ണന് സുഖമില്ലാതിരുന്നതു കൊണ്ട് സാധനമൊന്നും വാങ്ങാനും പറ്റി യില്ല എന്ന് പറഞ്ഞപ്പോൾ ഞാൻ പറഞ്ഞു. "വേണ്ടക്കേ ഞങ്ങൾ കുടിച്ചിട്ടാണ് വന്നത്" പോരാൻ നേരത്ത് ചായയിടാൻ പോയ എന്നോട് ഭർത്താവ് പറഞ്ഞു. എന്തിനാ ചായയിടുന്നത് സാറിന്റെ വീട്ടിലേയ്ക്കല്ലേ നമ്മൾ പോകുന്നത്. (എന്റെ ഭർത്താവിനേയും മൂത്ത ച്ഛൻ പഠിപ്പിച്ചിട്ടുണ്ട്.) അവരാണെങ്കിൽ വലിയ സൽക്കാരപ്രിയരും. നമുക്കവിടെ ചെന്ന് കുടിക്കാം. ഭർത്താവ് അവിടെ കൊടുക്കാനായി തന്ന ആയിരം രൂപ അക്കയുടെ കൈയ്യിലേയ്ക്ക് വച്ചു കൊടുക്കുമ്പോൾ ഒരു മടിയും പറയാതെ അവരത് വാങ്ങി. തിരികെ പോകാനായി ചവിട്ടുപടികൾ ഇറങ്ങുമ്പോൾ ഞാനദ്ദേഹത്തോട് എല്ലാവരുടേയും ഫോട്ടോ കണ്ട് വണങ്ങിയിട്ടു വരാം എന്ന് പറഞ്ഞ് തളത്തിലെ സ്വീകരണ മുറിയിൽ കയറി നാലുപേരുടേയും ഫോട്ടോ കണ്ട്

തൊഴുതശേഷം എന്റെ ഹാൻഡ് ബാഗിന്റെ രഹസ്യ അറയിൽ വച്ചിരുന്ന പതിനായിരത്തിൽ കുറയാത്ത നോട്ടുകൾ അണ്ണന്റെ കൈയ്യിൽ കൊടുത്തു. മിണ്ടണ്ട എന്ന അർത്ഥത്തിൽ ആംഗ്യം കാണിച്ചു. അപ്പോൾ നിറയുന്ന അണ്ണന്റെ കണ്ണുകളിൽ നോക്കാൻ ശക്തിയില്ലാതെ ഞാൻ വേഗം പുറത്തേയ്ക്കിറങ്ങി.

ഭർത്താവറിയാതെ പൈസ സൂക്ഷിച്ചു വയ്ക്കുന്നത് മിക്ക സ്ത്രീകളുടേയും പൊതുസ്വഭാവമാണ്. എനിയ്ക്ക് മാസാമാസം ചിലവിന് തരുന്നതിൽ ചുരുക്കിയാണ് ഞാൻ പണം സൂക്ഷിക്കുന്നത്.. ഗെയിറ്റിലേയ്ക്ക് നടക്കുന്നതിനിടയിൽ ഞാൻ മൂത്തച്ഛനോട് പറഞ്ഞു ഇവരുടെ ഈ സ്ഥിതിയിൽ എങ്ങനെയാണ് മൂത്തച്ഛാ ബാത്ത്റൂം പൊളിച്ച് മാറ്റി വാസ്തു ദോഷം നീക്കാൻ പറയുക. എന്നോട് ക്ഷമിക്കു... ഭർത്താവിന്റെ ചിലവിൽ കഴിയുന്ന എനിയ്ക്കും പരിമിതികളുണ്ട്. ആ ദോഷം മാറ്റിക്കൊടുക്കാൻ ആഗ്രഹമുണ്ടെങ്കിലും ഞാനശക്തയാണ്. പെയിന്റ് പൊട്ടിയടർന്ന തുരുമ്പിച്ച ഇരുമ്പ് ഗേറ്റ് കരകര ശബ്ദത്തോടെ അടയ്ക്കുമ്പോൾ അതിലും വലിയ ശബ്ദത്തോടെ തേങ്ങുകയായിരുന്നു നിസ്സഹായയായ എന്റെ മനസ്സും.

അനുഭവമാണല്ലോ മനുഷ്യനെ വിശ്വാസത്തിനടിമയാക്കുന്നത്. ഈ വാസ്തു ദോഷം എന്നു പറയുന്നത് എത്ര വലിയ ദോഷമാണെന്ന് ഇനി വിശ്വസിക്കാതിരിക്കാനാവില്ലെനിയ്ക്ക്. വടക്കു ദിശയിൽ ദർശനമായിട്ടുള്ള വീട്ടിൽ താമസിക്കുന്നവർക്ക് തമ്മിൽ പരസ്പര വിശ്വാസം കാണില്ല. ധനപരമായ ഉയർച്ച ഉണ്ടാകുമെങ്കിലും സ്പർധയും, മനോവിഷമതകളും സന്തത സഹചാരിയായിരിക്കും. താമസിച്ച ഉടനേയല്ല മെല്ലെ മെല്ലെ അനിഷ്ടങ്ങൾ ഉണ്ടായിക്കൊണ്ടിരിക്കും എന്ന് അമ്മുമ്മ പറയുന്നത് ഓർമ്മയിലുള്ളതു കൊണ്ടാണ് റോഡിനഭിമുഖമായിട്ടല്ലാതെയും, മുൻവശത്ത് സ്ഥലം കുറവായിട്ടും പടിഞ്ഞാറോട്ട് ദർശനമായിമതി എന്ന് ഞാൻ നിർബന്ധം പിടിച്ച് വീട് വയ്പ്പിച്ചത് അങ്ങനെ എനിയ്ക്ക് തോന്നാനിടയാക്കിയ ദൈവങ്ങൾക്ക് ഞാനകമഴിഞ്ഞ നന്ദി പറഞ്ഞു.

●

മനസ്സിന്റെ ശരികൾ

സൂപ്പർ മാർക്കറ്റിലെ എണ്ണയുടെ റാക്കുകൾക്കിടയിൽ നിന്ന് Rice bran oil തിരഞ്ഞെടുക്കുന്നതിനിടയിലാണ് ആർക്കോ ഫോൺ ചെയ്യുന്ന ആ സ്വരം ഞാൻ കേട്ടത്. ഈശ്വരാ ഈ സ്വരം! അതല്ലേ! ആകാംക്ഷകൊണ്ട് ഞാൻ ആ സ്വരം കേട്ട ഭാഗത്തേയ്ക്ക് നടന്നു. എനിയ്ക്ക് പുറംതിരിഞ്ഞ് dry fruits ന്റെ പാക്കറ്റുകൾ തിരഞ്ഞു കൊണ്ട് ഫോൺ ചെയ്യുന്ന മനുഷ്യൻ. ആ മനുഷ്യനെ നേരേ കാണ ത്തക്കവിധം ഞാൻ നിന്നു. തിരിഞ്ഞു വന്ന അദ്ദേഹത്തിന്റെ മുഖം കണ്ടപ്പോൾ അതു തന്നെ ഇത്ര കാലവും ഞാൻ എവിടെപ്പോയാലും തിരഞ്ഞ മുഖം. മരിക്കുന്നതിന് മുൻപ് ഒരു പ്രാവശ്യമെങ്കിലും കാട്ടിത്തരണേ എന്ന് പ്രാർത്ഥിച്ചിരുന്ന ആ മുഖം, മുപ്പതു വർഷത്തെ കാത്തിരിപ്പിനൊടുവിൽ ഞാൻ കണ്ടെത്തിയിരിക്കുന്നു. കരയണോ ചിരിക്കണോ എന്നറിയാനാവാത്ത അവസ്ഥ. മനസ്സിൽ വിവിധ വികാരവിചാരങ്ങൾ അലയടിച്ചു.

ഞാൻ വേഗം തന്നെ അടുത്തേയ്ക്ക് ചെന്ന ശേഷം ചോദിച്ചു "എന്നെ മനസ്സിലായോ?" കുറച്ച് സമയം എന്റെ മുഖത്തേയ്ക്ക് നോക്കിയിട്ട് പറഞ്ഞു. എവിടെയോ കണ്ട പരിചയം തോന്നുന്നു. എവിടെയോ അല്ല നമ്മൾ ഒരു അഞ്ചു വർഷം ഒരു ക്ലാസ്സിൽ പഠിച്ചിട്ടുണ്ട്. ഞാൻ പേരു പറഞ്ഞു. അപ്പോൾ ഓർമ്മവന്ന് ആ കണ്ണുകൾ സന്തോഷം കൊണ്ട് വിടർന്നു. എന്നെ സാകൂതം നോക്കി.

പ്രീ ഡിഗ്രിയ്ക്ക് ക്ലാസ്സ് തുടങ്ങുന്ന ദിവസം എന്റെയടുത്ത് വന്ന് പേര് ചോദിച്ചു. ഞാൻ മറുപടി പറഞ്ഞു. അപ്പോൾ തന്നെ മറ്റാരോടും തോന്നാത്ത അതുവരെ തോന്നിയിട്ടില്ലാത്ത ഒരിഷ്ടം എന്നിൽ നരയിട്ടുണർന്നു. പിന്നീട് പലപ്പോഴും എന്നെ നോക്കി ചിരിക്കാറുണ്ടായിരുന്നു. തിരികെ ഞാനും. അങ്ങനെ പ്രീ ഡിഗ്രി കഴിഞ്ഞ് ഡിഗ്രി യ്ക്കും ഞങ്ങൾ ഒരുമിച്ചായിരുന്നു. അധികം സംസാരിച്ചിട്ടേ ഇല്ല രണ്ടാളും തമ്മിൽ. ആൾ വന്നിട്ടുണ്ടോ എന്ന് ഞാൻ നോക്കിയിരുന്നത് ഷർട്ട് നോക്കിയായിരുന്നു. മുഖത്തേയ്ക്ക് നോക്കാൻ എനിയ്ക്ക് ഭയമായിരുന്നു. ആളുടെ എല്ലാ ഷർട്ടും എനിക്കറിയാമായിരുന്നു. ഒരുപാടിഷ്ടമായിരുന്നു എനിക്കയാളെ.

ഡിഗ്രി ക്ലാസ് അവസാനിക്കുന്നതിന് മുൻപ് എനിക്കൊരു കത്തു കിട്ടി. Post-ലാണ് വന്നത്. ആളുടെ പേരുള്ള കത്ത്. ആൾക്ക് ആദ്യമായി പ്രണയം തോന്നിയ പെൺകുട്ടിയാണ് ഞാനെന്നും, സാധാരണ തോന്നാറുള്ള ആകർഷണമല്ല. ഒരിക്കലും പേരു ചീത്തയാക്കാൻ ആഗ്രഹമില്ല. ഒരു ദിവസമെങ്കിലും എന്നെ കണ്ടില്ലെങ്കിൽ വിഷമമാണ്, എന്നാലും ഇനിയുള്ള വിരഹം നമ്മൾ ഒരുമിക്കാൻ വേണ്ടിയുള്ളതായതുകൊണ്ട്, ജോലി കിട്ടി വീട്ടിൽ ആലോചനയുമായി വരുന്നതുവരെ കാത്തിരിക്കണം. ഒരു പേരുദോഷവും വരുത്താതെ തുളസിക്കതിരുപോലുള്ള തന്നെ സ്വന്തമാക്കണം. അതാണ് കോളേജിൽ വച്ച് കാണുമ്പോൾ അടുത്തുവരാനും സംസരിക്കാനും ആഗ്രഹമുണ്ടെങ്കിലും വരാത്തത്. എന്റെ ജീവിതത്തിൽ ഈ ഒരു പെണ്ണു മാത്രമേ ഉണ്ടാവൂ. മറ്റൊരു വിവാഹത്തിനും സമ്മതിക്കാതെ കാത്തിരിക്കണം. ഞാൻ വരും തീർച്ച. ഞാൻ വന്നില്ലെങ്കിൽ മരിച്ചു എന്ന് കരുതിയാൽ മതി. കാത്തിരിക്കണം. ഇതായിരുന്ന കത്തിന്റെ ഉള്ളടക്കം. ആ കത്ത് കിട്ടിയത് കൊണ്ടാണ് പരീക്ഷ തീരുന്ന ദിവസം ആളും, രണ്ട് കൂട്ടുകാരും വരുന്നതു കണ്ട ഉടനേ ഞാൻ വേഗം തിരിഞ്ഞു നടന്നത്.

ആൾ വരും എന്നു തന്നെ ഞാൻ വിശ്വസിച്ചു. രണ്ടാളുടേയും ജീവിതം സ്വപ്നം കണ്ട് ആ സ്വപ്നങ്ങളിൽ ഞാനും ജീവിച്ചു. അതിനിടയ്ക്ക് എനിക്കൊരുപാട് വിവാഹാലോചനകൾ വരുന്നുണ്ടായിരുന്നു. ഓരോ കാരണങ്ങൾ പറഞ്ഞ് അവയൊക്കെ വേണ്ടെന്ന് വച്ചു. ഒറ്റ മകളായതു കൊണ്ട് അച്ഛനും, അമ്മയും എതിർത്തില്ല. ഒരു ജോലി എന്റെ സ്വപ്നമായിരുന്നു. പരിചയത്തിലുള്ളതും, ഒരുപാട് നല്ലതുമായ ആലോചനകൾ വന്നപ്പോൾ ഞാനെതിർത്തപ്പോൾ വഴക്കു പറഞ്ഞു. പറഞ്ഞ സമയം കഴിഞ്ഞിട്ടും ആൾ വന്നില്ല...

പിന്നീട് സന്യാസത്തെ കുറിച്ച് ഞാൻ ചിന്തിക്കാൻ തുടങ്ങി. മറ്റൊരാളുടെ വധു ആകുന്നതിനെ കുറിച്ച് എനിയ്ക്ക് ചിന്തിക്കാനാകുമായിരുന്നില്ല. മകളുടെ ഒരിഷ്ടത്തിനും എതിരു നിന്നിട്ടില്ലാത്ത അച്ഛനും, അമ്മയും കരഞ്ഞു. മകൾ ഒരു കുടുംബമായി ജീവിക്കുന്നത് കാണാനാണ് ഞങ്ങളിരിക്കുന്നത് ഇനിയെങ്കിലും അവർ പറയുന്നതനുസരിക്കണം എന്ന് പറഞ്ഞ്. ആ കണ്ണീരിൽ ഞാൻ വീണു.

ഒരു വർഷത്തിനു ശേഷം വിവാഹം. നല്ല ഭർത്താവ്. രണ്ട് പെൺകുട്ടികൾ, സുഖപ്രദമായ ജീവിതം. വിവാഹശേഷം പലപ്പോഴും ആ ആളെ മനസ്സിൽ നിന്നും പിഴുതെറിയാൻ നോക്കിയപ്പോഴാണ് ഒരിക്കലും പിഴുതെറിയാൻ പറ്റാത്തവിധം ഒരു വടവൃക്ഷം പോലെ മനസ്സിൽ വേരുകളാഴ്ത്തിയിരിക്കുകയാണെന്ന സത്യം ഞാനറിയുന്നത്. എപ്പോഴും മനസ്സിൽ ചോദിക്കുന്ന ചോദ്യമുണ്ട്, എന്തേ വരാമെന്നു തീർച്ച പറഞ്ഞിട്ടും വന്നില്ലാ...? എന്റെ ഭർത്താവ് വളരെ സ്നേഹ സമ്പന്നനാണെങ്കിലും ഞാനദ്ദേഹത്തെ ഒരുപാട് സ്നേഹിക്കുന്നുണ്ടെങ്കിലും... ആദ്യം ക്ലാസിൽ വച്ച് കണ്ട നാൾ മുതൽ ഈ നാൽപ്പതുകളുടെ അവസാനത്തിലും ഞാൻ ഒരു ദിവസം പോലും ഓർക്കാതിരുന്നിട്ടില്ല. സ്നേഹിക്കാതിരുന്നിട്ടില്ല. ഭർത്താവിനോടും പറഞ്ഞിട്ടുണ്ട് ഈ കാര്യം. ഇപ്പോഴും സ്നേഹിക്കുന്നതല്ല ഇഷ്ടം തോന്നിയ കാര്യം.

ഞാൻ ആളോട് വിവരങ്ങൾ തിരക്കി. ഭാര്യയും മകളുമൊത്ത് ഫ്ലോറിഡയിൽ ആണ്. അമ്മയ്ക്ക് സുഖമില്ലാത്തതു കൊണ്ട് വന്നതാണ്. ഒറ്റയ്ക്കേ ഉള്ളു. എന്റെ വിവരങ്ങളും തിരക്കി. ഒടുവിൽ ഞാൻ ചോദിച്ചു. “ഒരു കാര്യം ചോദിച്ചോട്ടേ? അന്ന് ഡിഗ്രിക്ക് പഠിക്കുന്ന സമയത്ത് എനിക്കൊരു കത്തയച്ചിരുന്നോ?” അദ്ദേഹം ചിരിച്ചു. “ഞാനാർക്കും കത്തയച്ചിട്ടില്ല. പക്ഷേ ഒരു കാര്യം പറയട്ടേ തന്നെ എനിക്കിഷ്ടമായിരുന്നു താനെങ്ങനെ പ്രതികരിക്കും എന്ന് ഭയന്നാണ് പറയാതിരുന്നത്. താനന്ന് സമ്മതിച്ചിരുന്നെങ്കിൽ താനായിരുന്നേനേ എന്റെ ഭാര്യ”. എന്റെ കണ്ണ് നിറഞ്ഞു പോയി. ഈശ്വരാ യോഗമില്ലാതെ പോയി രണ്ടാൾക്കും എന്ന് ചിന്തിച്ചു. ഭർത്താവും, മക്കളും പുറത്തുണ്ട് അവരെ പരിചയപ്പെടാം എന്ന് പറഞ്ഞ് ഞാനാളിനെ അവരുടെ അടുത്തേയ്ക്ക് കൂട്ടിക്കൊണ്ടുപോയി. പരിചയപ്പെട്ട ശേഷം രണ്ടാളും വിസിറ്റിംഗ് കാർഡ് കൈമാറി... അവരോട് യാത്ര പറഞ്ഞ ശേഷം എന്റെ കൈകളിൽ മുറുകെപ്പിടിച്ച് കണ്ണുകളിലേയ്ക്ക് നോക്കി യാത്രാമൊഴി നൽകി നടന്നു പോയി. കണ്ണു നിറഞ്ഞിരുന്നത് കൊണ്ട് പോകുന്നത് വ്യക്തമായി ഞാൻ കണ്ടില്ല. ആൾ പോയി കഴിഞ്ഞപ്പോൾ അദ്ദേഹം എന്നോട് ചോദിച്ചു ഇതാണോ നിന്റെ ലറ്ററുകാരൻ? ഞാൻ അല്ല എന്ന് ചുമലിളക്കി. എന്തിന് പറയണം.

സ്വച്ഛന്ദമായി ഒഴുകി കൊണ്ടിരിക്കുന്ന അദ്ദേഹത്തിന്റെ മനസ്സാകുന്ന നദിയിലേയ്ക്ക് സംശയത്തിന്റെ കല്ലെറിയുന്നതെന്തിന്? ആളുകൊടുത്ത വിസിറ്റിംഗ് കാർഡ് എടുത്തു നോക്കുമ്പോഴാണറിയുന്നത് പേരൊന്നാണെങ്കിലും എനിയ്ക്ക് കത്തയച്ച ആ മനുഷ്യന്റേയും, എന്റെ ആളിന്റേയും ഇനിഷ്യൽ രണ്ടാണെന്ന്. എങ്കിലും ഞാനിനിയും ആ ആളിനെ സ്നേഹിച്ചുകൊണ്ടേയിരിക്കും. എന്നെ പട്ടടയിലേയ്ക്കെടുക്കും വരെ. മനസ്സിന്റെ ചില ഇഷ്ടങ്ങൾ നമ്മുടെ മാത്രം ശരികളാണ്. നമ്മളെ ജീവിപ്പിക്കുന്ന ശരികൾ. മറ്റുള്ളവരുടെ കണ്ണിൽ അത് തെറ്റായി തോന്നിയേക്കാം. പക്ഷേ ആർക്കും മനസ്സിലാവാത്ത ആ ശരികളാണ് നമ്മുടെ ജീവശ്വാസം എന്നതാണ് സത്യം. പ്രണയത്തിന് ഒരിക്കലും പ്രായമാവില്ല. ആത്മാർത്ഥ പ്രണയം ആണെങ്കിൽ മാത്രം.

●

സീതാശാപം

"കുഞ്ഞേ ആ കാവു വന്നിട്ടുണ്ട്. അധികം ശ്രദ്ധിക്കേണ്ട. അവർക്ക് വട്ടാണെന്നാണ് എല്ലാവരും പറയുന്നത്". വീട്ടിൽ നിൽക്കുന്നവരുടെ ആ പറച്ചിൽ കേട്ടാണ് ഞാൻ പിന്നാമ്പുറത്തേയ്ക്കിറങ്ങിയത്. അമ്മുമ്മയുടെ ഒപ്പം കുറച്ചു ദിവസം നിൽക്കാൻ ഞാൻ അമ്മ വീട്ടിൽ വന്നതാണ്. പാറിപ്പറന്ന ചപ്രത്തലമുടിയും, എല്ലും തോലുമായി മുണ്ടും, റൗക്കയുമിട്ട ഒരു രൂപം. ഒരു വശം അൽപ്പം ചരിഞ്ഞ് എളി അൽപ്പം പൊക്കിയുള്ള നിൽപ്പ മാത്രമാണ് കാവുവിന്റേതായി. കുനിഞ്ഞു നിൽക്കുകയാണ്. 'കാവൂ' എന്ന് സ്നേഹത്തോടെ ഞാൻ വിളിച്ചപ്പോൾ തലയുയർത്തി പീള കെട്ടിയ കണ്ണുകൾ കൊണ്ടെന്നെ നോക്കി. വല്യ കുഞ്ഞ് എന്ന് പറഞ്ഞു. തിണ്ണയിലിരുന്ന് കാവുവിനോടും ഇവിടെ ഇരിക്ക് എന്ന് പറഞ്ഞപ്പോൾ മടിച്ചു. പഴയ കാലം ഒക്കെ പ്പോയി കാവു എന്ന് പറഞ്ഞ് ഞാൻ ചെന്ന് കൈപിടിച്ച് എന്റെയടുത്ത് തിണ്ണയിലിരുത്തി.

പണ്ടത്തെ ഞങ്ങളുടെ അലക്കുകാരിയായിരുന്ന കാവു. പിന്നാമ്പുറത്തെ തിണ്ണയുടെ അരികിൽ വന്ന് നിൽക്കുമ്പോൾ അമ്മുമ്മയുടേയും, അപ്പപ്പന്റേയും സെറ്റുമുണ്ടും, മുണ്ടും, ജുബ്ബയും, ചിലപ്പോൾ എന്റെ പെറ്റിക്കോട്ടുകളും പുറത്തേയ്ക്കിട്ടുകൊടുക്കുമായിരുന്നു. കാവു അതൊരു ഭാണ്ഡമാക്കി കൊണ്ടുപോകും. സോപ്പും കാരവും മുക്കി അതലക്കി, ടീനോപാലും, നീലവും ഒരു തുണിയിൽ ചെറിയ കിഴിയാക്കി വെള്ളത്തിൽ

ഉലച്ച് ആ വെള്ളത്തിൽ തുണികളെല്ലാം മുക്കി ഉണക്കി തേച്ച് വീണ്ടും ഒരു ഭാണ്ഡമാക്കി രണ്ട് ദിവസം കഴിയുമ്പോൾ തിരികെത്തരും. അമ്മുമ്മ അതെണ്ണിത്തിട്ടപ്പെടുത്തി കാശ് കൊടുക്കുമായിരുന്നു.

ഞാൻ കാവ്വവിനോട് മകളെ കുറിച്ച് തിരക്കി. മകൾ സുഖമില്ലാതെ കിടപ്പിലാണത്രേ മകൾക്കൊരു കുട്ടിയുണ്ട്. ലക്ഷ്മി. പന്ത്രണ്ട് വയസ്സായി. പഠിക്കാൻ വിടുന്നില്ല. ഇപ്പോൾ തുണിയലക്കില്ല. എല്ലാ വീട്ടിലും തുണിയലക്കുന്ന യന്ത്രമുണ്ട്. അല്ലെങ്കിലും ഈ അലക്കുകാരാരും ചൊവ്വേ ജീവിച്ച ചരിത്രമില്ല കുഞ്ഞേ. സീതേടെ ശാപാ." ഞാൻ ചോദിച്ചു സീതേടേ ശാപോ അതെന്താ? അത് കുഞ്ഞിനറിയത്തില്ലേ? പണ്ട് രാമൻ സീതയെ രാവണന്റെ അടുക്കൽ നിന്ന് കൊണ്ടുന്നപ്പോൾ ഒരു അലക്കുകാരനല്ലേ പറഞ്ഞത് സീത കളങ്കിതയാണെന്ന്. അതു കേട്ടല്ലേ രാമൻ സീതയെ കാട്ടിൽ വിട്ടത്. അതും ഗർഭിണിയായിരുന്നപ്പോൾ. അതാ ഞങ്ങടെ കുലം ഗുണം പിടിക്കാത്തത്. ഞാൻ അകത്തു പോയി കുറച്ച് പൈസയെടുത്ത് കാവ്വവിന് കൊടുത്തു. കാവ്വ പറഞ്ഞു കുഞ്ഞേ ഈ പൈസ വേണ്ട. ഈ ആകാശത്തിന് പുറത്തു പോകുന്നവരില്ലേ (ഓ ബഹിരാകാശ സഞ്ചാരികൾ) അവര് ഒരു ഗുളിക തിന്നും അത് തിന്നാൽ വിശക്കില്ലത്രേ ഈ പൈസയ്ക്ക് ആ ഗുളിക കുറച്ച് വാങ്ങി തരുമോ? അതു മതി എനിയ്ക്ക്. പാവം കാവ്വ. ശൂന്യാകാശ വാഹകർ കൊണ്ടുപോകുന്ന Bis phosphate Tablets-നെ കുറിച്ചാണ് കാവ്വ പറയുന്നത്. എല്ലുകൾക്ക് ബലം കൂട്ടുന്ന ഗുളികയാണത്. ഞാനദ്ഭുതപ്പെട്ടു. കാവ്വവിനെങ്ങനെ അറിയാം? അത് കുഞ്ഞേ അഞ്ചാറ് വർഷം മുൻപ് തുണി പൊതിഞ്ഞു കൊണ്ടുവന്ന തുണ്ടു പേപ്പറിൽ നിന്നും ഞാൻ വായിച്ചതാ. കാവ്വ, കാവ്വ കരുതുന്നതുപോലെ നമുക്കാർക്കും ആ ഗുളിക കിട്ടില്ല. ഈ പൈസ വച്ചോളൂ. കാവ്വ അതു വാങ്ങി റവുക്കയുടെ ഇടയിൽ തിരുകി വച്ചു. വാഴയില വാട്ടി മൂന്നു പൊതിച്ചോറ് കാവ്വവിന് കൊടുത്തു. അതു വാങ്ങി കാവ്വ പ്രാഞ്ചി പ്രാഞ്ചി നടന്നു പോയി.

കാവ്വ പോയി കഴിഞ്ഞപ്പോൾ ഞാൻ ആലോചിച്ചു. ഈ കാവ്വവിനാണോ ഭ്രാന്ത്? ഞാനും ഇതേ വിളിപ്പേര് കേട്ടതാണല്ലോ. ഭ്രാന്തി. ഓർത്തപ്പോൾ തന്നെ തികട്ടി വന്ന തേങ്ങൽ അടക്കിയെങ്കിലും കണ്ണു നിറഞ്ഞൊഴുകാൻ തുടങ്ങി. ഭർത്താവിന്റെ വീട്ടിലെ കുടുംബ സംഗമത്തിന് (കുശുമ്പ് സംഗമമെന്നാ ഞാൻ മനസ്സിൽ പറയുന്നത്) ഊണ് കഴിഞ്ഞപ്പോൾ രാമായണത്തിലെ കഥാപാത്രത്തെ കുറിച്ചുള്ള ഓരോരുത്തരുടേയും അഭിപ്രായം പറയുക എന്നുള്ളതായിരുന്നു നേരമ്പോക്കിനുള്ള വിഷയം.

എന്റെ ഊഴം വന്നപ്പോൾ ഞാൻ പറഞ്ഞു രാമൻ ലോകം കണ്ടതിൽ വച്ച് പൂർണ്ണ പുണ്യപുരുഷനാണെന്ന് ഞാൻ യോജിക്കുന്നില്ല. വെറും ഒരലക്കുകാരന്റെ വാക്കുകേട്ട് ഗർഭിണിയായിരുന്ന ഭാര്യയെ കാട്ടിലുപേക്ഷിച്ച ശേഷം സീതയുടെ പ്രതിമ വച്ച് പൂജിച്ച് ഏകപത്നീവ്രതക്കാരൻ എന്ന് കൊട്ടിഘോഷിക്കുന്നുണ്ടല്ലോ!. ഭാര്യ വനത്തിൽ ഫലമൂലാദികളും ഭക്ഷിച്ച് പരിശുദ്ധയല്ല എന്ന കളങ്കവും പേറി ഗർഭാലസ്യവുമായി വാല്മീകിയുടെ ആശ്രമത്തിൽ കഴിയുമ്പോൾ രാമൻ രാജകീയ ഭക്ഷണവും കഴിച്ച് തന്റെ ബന്ധുമിത്രാദികളും, പ്രജകളുമായി കഴിയുന്നതിൽ എന്ത് ധർമ്മമാണ ഇത്? ഭർത്തൃധർമ്മം അല്ലേ ആദ്യം പാലിക്കേണ്ടത്? അല്ലാതെ പ്രജാ ധർമ്മം അല്ലല്ലോ! അപ്പോൾ രാമനും രാജാധികാരത്തിൽ മോഹമുണ്ടായിരുന്നു എന്നല്ലേ കരുതേണ്ടത്. രാജാവായതു കൊണ്ടല്ലേ പ്രജയുടെ വാക്ക് കേൾക്കേണ്ടി വന്നത്. പതിനാല് വർഷം വനവാസത്തിലായിരുന്നപ്പോൾ ഭരതനല്ലേ രാജ്യം ഭരിച്ചത്. ഭരതനോട് രാമൻ പറഞ്ഞാൽ അനുസരിക്കാതിരിക്കില്ലല്ലോ. ഭാര്യയ്ക്കൊപ്പം താനും കൂടിപ്പോകണമായിരുന്നു. അതായിരുന്നു ധർമ്മിഷ്ഠനായ ഭർത്താവിന്റേയും, അച്ഛന്റേയും കടമ. ഞാൻ രാമനേക്കാൾ ബഹുമാനിക്കുന്നത് രാവണനെയാണ്. ഇത്രയധികം ഇഷ്ടം തോന്നിയിട്ടും തന്റെ അധീനതയിലാക്കി വെച്ചിട്ടും സീതയുടെ ഇഷ്ടം കൂടാതെ ഒരിക്കലും തന്റെ ഇംഗിതത്തിന് വിധേയ ആക്കിയില്ല. എല്ലാവരും ചിരിച്ചു.

കല്യാണം കഴിഞ്ഞ് ഞാൻ ചെന്ന നാൾ മുതൽ എന്നോട് പോരു കാണിച്ചിട്ടുള്ള ഭർത്താവിന്റെ ചേട്ടന്റെ ഭാര്യ ചേട്ടന്റെ ചെവിയിൽ എന്താക്കെയോ പിറുപിറുക്കുന്നത്അപ്പോഴും ഞാൻ കണ്ടു. ബ്രിട്ടീഷുകാരുടെ നയമാണാ ചേട്ടനും ഭാര്യയ്ക്കും. ഭിന്നിപ്പിച്ച് ഭരിക്കുക. ഭർത്താവിന് അന്യനാട്ടിലാണ് ജോലി. വിവാഹം കഴിഞ്ഞ് പത്ത് ദിവസം പോലും ഞാനാ വീട്ടിൽ നിന്നിട്ടില്ല. എന്നാലും നിൽക്കുന്ന ദിവസമത്രയും അവരെന്നോട് ഭയങ്കര പോരായിരിക്കും. മുഴുവൻ പണിയും ചെയ്യിക്കും. നമ്മോട് പോരെടുക്കുമ്പോൾ തന്നെ പുറത്തു നിന്നാരെങ്കിലും വന്നാൽ വളരെ സ്നേഹമുള്ളവരെപ്പോലെ പെരുമാറും. അകത്തു കത്തിയും പുറത്തു ഭക്തിയുമുള്ള പത്തു മുഖങ്ങളുള്ള മനുഷ്യരാണവർ. ഞങ്ങൾ പുറത്തേയ്ക്കിറങ്ങിയാൽ പെട്ടിയും ബാഗും ഒക്കെ പരിശോധിക്കും. അമ്മായിയമ്മയോടും ആവശ്യമില്ലാത്ത നുണകൾ പറഞ്ഞു കൊടുത്ത് ശരിക്കും അമ്മായിയമ്മപ്പോര് എന്താണെന്ന് മനസ്സിലാക്കിത്തന്നവരാണവർ. പ്രാഥമിക കർമ്മങ്ങൾ നിർവ്വഹിക്കാൻ പോലും അനുവദിക്കാത്തവരായിരുന്നു അവർ. രാത്രി ഒൻപതര കഴിഞ്ഞാൽ പോകാൻ പറ്റില്ല എന്ന് പറഞ്ഞ് അങ്ങോട്ടുള്ള

കതക് പൂട്ടി വയ്ക്കുമായിരുന്നു അവർ. അവർക്ക് അവരുടെ കിടപ്പുമുറിയുടെ കതക് തുറന്ന് പോകാമായിരുന്നു. സമാധാനത്തിനു വേണ്ടി കുടുംബവീട് ഞങ്ങൾക്കായിട്ടും അവർക്കെഴുതിക്കൊടുത്ത് അതിനോടുചേർന്നുള്ള സ്ഥലത്ത് വീടുവച്ചു. അതും അവരാണുപയോഗിക്കുന്നത്. അവിടെയും ഞങ്ങൾ ചെന്ന് നിൽക്കാൻ പാടില്ല. അതും കൂടി കൈവശപ്പെടുത്തണമെന്ന അതിമോഹമാണവർക്ക്. അതിന് അവർ ഒരുപാട് കുതന്ത്രങ്ങൾ ഒരുക്കിക്കൊണ്ടിരുന്നു. എന്ത് പറഞ്ഞാലും കാണിച്ചാലും തിരിച്ചൊന്നും പറയരുത് എന്നാണ് ഭർത്താവിന്റെ ഉത്തരവ്. ബന്ധങ്ങളിൽ ഉലച്ചിൽ ഉണ്ടാവരുത്. അതുകൊണ്ട് ഞാനൊന്നും പറയാറില്ല. അദ്ദേഹത്തിനോടും മകനോടും ഒന്നും കാണിക്കില്ല. കാണിക്കുന്നത് മുഴുവൻ എന്നോട്. അതുകൊണ്ട് പുള്ളി ഞാനൊന്നു മറിഞ്ഞില്ലേ എന്ന ഭാവത്തിലാണ് നടപ്പ്. അവരുടെ ഒക്കെ വിചാരം അവരെ മാത്രമേ അമ്മ ഗർഭപാത്രത്തിൽ ചുമന്നിട്ടുള്ളൂ. എന്നെപ്പോലുള്ളവരൊക്കെ ഏതോ അലുമിനിയപ്പാത്രത്തിൽ നിന്നുണ്ടായതാണ്. അതുകൊണ്ട് വികാരവും വിചാരവും ഒന്നുമില്ലാതെ അവര് എന്ത് വിവരക്കേട് കാണിച്ചാലും ഒരു താലിയുടെ അവകാശത്തിൽ സഹിച്ചോളണം എന്നാണ്.

കുടുംബ സംഗമം കഴിഞ്ഞ അന്ന് ഭർത്താവ് അമ്മയുടെ അടുത്ത് നിന്ന് വന്നിട്ട് പറഞ്ഞു. നമുക്ക് നാളെ ഒരിടം വരെ പോകാം രാവിലെ ഒരുങ്ങിക്കോളൂ. എവിടെ എന്ന് ചോദിച്ചിട്ട് ഒന്നും മിണ്ടിയില്ല. തിരുവായ്ക്ക് എതിർവാ ഇല്ല എന്നതാണ് രീതി. രാവിലെ പുറപ്പെട്ട ഞങ്ങൾ പതിനൊന്നു മണിയോടുകൂടി പ്രശസ്തമായ ആശുപത്രിയിൽ എത്തി. ഡോക്ടറുടെ അടുത്തെത്തിയപ്പോഴാണ് എനിക്ക് മനസ്സിലായത് സൈക്യാട്രിസ്റ്റ്. വല്ലാത്ത സങ്കടം തോന്നി. എന്നോട് സംസാരിച്ച ശേഷം ഡോക്ടർ ഭർത്താവിനോട് പറഞ്ഞു അവർക്ക് യാതൊരു കുഴപ്പവുമില്ല. നിങ്ങളും നിങ്ങളുടെ ആളുകളും ചേർന്ന് കുഴപ്പമാക്കാതിരുന്നാൽ മതി. അവരെ ഇനിയെങ്കിലും നിങ്ങൾ ആരുടേയും foot carpet ആക്കരുത്.

ചമ്മിയ മുഖത്തോടെ പുറത്തേയ്ക്കിറങ്ങിയ ഭർത്താവ് ഒറ്റയ്ക്കായപ്പോൾതന്റെ സ്വതസിദ്ധമായ ധാർഷ്ട്യത്തോടെ ഇരുന്നു. തിരികെ വരുമ്പോൾ ഞാനോർത്തത് പണ്ട് ഞാൻ കുഞ്ഞുമായി അമ്പലത്തിൽ പോയപ്പോൾ അഭിഷേകം നടക്കുകയായിരുന്നു. അഞ്ച് വയസ്സുള്ള അവൻ എന്നോട് ചോദിച്ചു അമ്മേ ഈ ദൈവങ്ങള് ബ്രഷ് ചെയ്യില്ലേ കുളിക്കുക മാത്രേ ചെയ്യുള്ളോന്ന്. ചിരി വന്നെങ്കിലും ഞാൻ മിണ്ടരുത് എന്ന് കണ്ണുരുട്ടി. പുറത്തേയ്ക്കിറങ്ങി നടക്കുമ്പോൾ മാന്യനായ ഒരു വ്യക്തി വന്ന് എന്നോട് പറഞ്ഞു കുഞ്ഞിനെ വഴക്കു പറയണ്ട

അത് ബുദ്ധിയുടെ ലക്ഷണമാണെന്ന്. പിന്നീടാണ് ഞാനറിഞ്ഞത് അദ്ദേഹം ഒരു സൈക്യാട്രിസ്റ്റ് ആയിരുന്നു എന്ന്.

തിരികെ എത്തിയ ഞങ്ങളെ എതിരേറ്റത് നടവാതിൽക്കൽ ഒരു പ്ലാസ്റ്റിക് കവറിൽ മണ്ണു നിറച്ച് അതിൽ രണ്ട് ചുവന്ന ചെമ്പരത്തിപ്പൂക്കളുള്ള ഒരു ചെമ്പരത്തിക്കമ്പ്. ഭ്രാന്തിക്ക് ഭർത്താവിന്റെ വീട്ടുകാരിൽ നിന്നും കിട്ടിയ ചെമ്പരത്തിപ്പട്ടം. അത് കണ്ടിട്ടും എന്റെ ഭർത്താവിന് ഒരു ഭാവഭേദവുമില്ല. ബെഡ്റൂമിൽ കയറിയ ഞാൻ ഹൃദയം പൊട്ടിക്കരഞ്ഞു. നിനക്ക് വട്ടില്ലല്ലോ? എന്ന ചോദ്യം മാത്രം ഭർത്താവിന്. എനിയ്ക്ക് ഈ മനുഷ്യന്റെ ഭാര്യാപദം അലങ്കരിക്കേണ്ടി വന്നതിൽ എന്നോടു തന്നെ പുച്ഛം തോന്നി. ഭാര്യയെ തന്റെ ആൾക്കാർ ആരു വേദനിപ്പിച്ചാലും അതൊന്നും ഞാനറിഞ്ഞിട്ടില്ല എന്ന ഭാവം. എനിയ്ക്ക് നിങ്ങളാണ് വലുത് എന്നു കരുതി പ്രതികരിക്കാത്ത ജീവനുള്ള പാവ കണക്കെ ഒരാളെ ഇകഴ്ത്തി അപമാനിക്കുന്നതിനും ഇല്ലേ ഒരതിര്. കല്യാണം കഴിഞ്ഞപ്പോൾ മുതൽ ആത്മാഭിമാനത്തിന് മുറിവേറ്റ് ആരോടും ഒന്നും പറയാതെയും പ്രതികരിക്കാതെയും അടക്കി വച്ചതാവാം രാമനോടുള്ള ദേഷ്യമായി പുറത്ത് ചാടിയത്.

ഭ്രാന്തിയാക്കി മുദ്രകുത്തിയാൽ ഞാൻ പറയുന്നതൊന്നും ആരും വിശ്വസിക്കില്ലല്ലോ, സാഡിസ്റ്റുകളുടെ ഏറ്റവും പുതിയ കുതന്ത്രം. ആ സംഭവം എന്നെ വല്ലാതുലച്ചു. കേൾക്കുന്നവർക്ക് ചിരിക്കാൻ തോന്നും. ഇതിലെന്താ ഇത്ര കാര്യം വിട്ടുകള എന്ന് പറയും. അവരവർക്കിട്ട് കുത്തുകൊള്ളുമ്പോഴേ വേദനിക്കാറുള്ളല്ലോ. ഭ്രാന്തില്ലാത്ത ഒരാളെ അതും നമുക്ക് സുരക്ഷയും സംരക്ഷണവും നൽകേണ്ട ആളുകൾ തന്നെ പോരിന് വേണ്ടി ഭ്രാന്തിയാക്കി കളിയാക്കുന്ന അനുഭവത്തിന്റെ വേദന, അത് അനുഭവിച്ചവർക്ക് മാത്രമേ മനസ്സിലാവൂ.

ഉച്ച കഴിഞ്ഞപ്പോൾ ഞാൻ ടൗണിൽ പോയി കുറച്ച് തുണികളും, ഭക്ഷണസാധനങ്ങളും വാങ്ങി നേരേ കാവ്യവിന്റെ വീട്ടിൽ ചെന്നു. കാവ്യവിന്റെ മകൾ കിടപ്പിലായിരുന്നു. ചെറുപ്പത്തിന്റെ ചോരത്തിളപ്പിൽ അമ്മ പറയുന്നതനുസരിക്കാതെ വഴിവിട്ട രീതിയിൽ ജീവിച്ചതിന്റെ പരിണതഫലം ആയിരുന്നു ആ കിടപ്പ്. അവളുടെ മകൾ ലക്ഷ്മിയെ ഞാൻ കണ്ടു. അപ്പോൾ കാവ്യ എന്നോട് പറഞ്ഞു കുഞ്ഞേ എനിയ്ക്ക് ഭ്രാന്തില്ല. ഞാൻ അഭിനയിക്കുന്നതാ. അല്ലെങ്കിൽ പന്ത്രണ്ട് വയസ്സുള്ള ഈ കുഞ്ഞിനേയും മനസ്സാക്ഷിയില്ലാത്ത കാപാലികർ ജീവിക്കാനനുവദിക്കില്ല. തിരികെ വീട്ടിലേയ്ക്ക് പോരുമ്പോൾ ഞാനൊരു ഉറച്ച തീരുമാനമെടുത്തു. തിരികെ കൊണ്ടുപോകാനായി വിളിക്കാൻ വന്ന ഭർത്താവിനോട്ഞാൻ ധൈര്യസമേതം പറഞ്ഞു. ഇനി എന്നോട് ആര് സ്നേഹവും മര്യാദയും കാണിക്കുന്നോ

അവരാണെന്റെ അടുത്ത ബന്ധു. അല്ലാതെയുള്ളവർ അത് അമ്മയോ ഭർത്താവോ ആരാണെന്ന പറഞ്ഞാലും എനിക്കാരുമല്ല. മറ്റൊരു തീരുമാനം കൂടി ഉണ്ടായിരുന്നു എനിയ്ക്ക്. കാവ്യവിന്റെ പേരക്കുട്ടി ലക്ഷ്മിയെ ഞാൻ കൂട്ടിക്കൊണ്ടു പോന്നു... അതും ഭർത്താവിന് അംഗീകരിക്കേണ്ടി വന്നു. പഴയ ആളല്ല ഞാനെന്ന് പുള്ളിക്ക് തോന്നിക്കാണും. സമൂഹത്തിലെ മാന്യത നഷ്ടപ്പെടാൻ പാടില്ലല്ലോ.

ലക്ഷ്മിയെ ഞാൻ മലയാളവും, ഇംഗ്ലീഷും, ഹിന്ദിയും, എഴുതാനും വായിക്കാനും പഠിപ്പിച്ചു. കൂട്ടത്തിൽ കുറച്ച് കണക്കും. രണ്ട് വർഷം വേണ്ടി വന്നു അവൾക്ക് എല്ലാം ഒന്ന് സ്വായത്തമാക്കാൻ. കാവ്യവിനും, മകൾക്കും വേണ്ട പൈസ ഞാൻ എന്റെ ചേച്ചിയെ ഏൽപ്പിച്ചു. ചേച്ചി അവർക്ക് വേണ്ടതെല്ലാം ചെയ്തു കൊടുത്തു. പത്താം ക്ലാസ് പരീക്ഷ അവളെക്കൊണ്ട് ഞാൻ എഴുതിപ്പിച്ചു. ആദ്യം തോറ്റുപോയെങ്കിലും പിന്നെയും ഉത്സാഹിപ്പിച്ച് രണ്ടാമതും എഴുതിയപ്പോൾ ജയിച്ചു. കാവ്യവിന്റെ മകൾ മരിച്ചപ്പോൾ ഞാൻ ലക്ഷ്മിയേയും കൊണ്ട് പോയിരുന്നു പിന്നീട് രണ്ട് വർഷം കഴിഞ്ഞ് കാവ്യവും. ലക്ഷ്മിയെ ഞാൻ അമ്മയും മകനും മാത്രമുള്ള ഒരു വീട്ടിലേയ്ക്ക് വിവാഹം ചെയ്തയച്ചു. ഇന്ന് ഞാൻ അവളുടെ വീട്ടിലേയ്ക്ക് പോകുകയാണ്. എന്റെ പേരിലുണ്ടായിരുന്ന ഒരു ചെറിയ ഫ്ലാറ്റ് എന്റെ കാലശേഷം അവളുടെ പേരിലേയ്ക്ക് മാറ്റിയെഴുതിയ മുദ്രപ്പത്രം അവളെ ഏൽപ്പിക്കാൻ. എന്റെ മകനും വിവാഹാലോചന നടക്കുകയാണ്. ഇനി വരുന്ന കുട്ടി ഏത് സ്വഭാവക്കാരിയാണെന്നറിയില്ലല്ലോ? അവന് ജീവിക്കാനും കൂടുതലും ഉണ്ടെങ്കിലും ലക്ഷ്മിക്ക് ഒന്നും കൊടുക്കാൻ സമ്മതിച്ചില്ലെങ്കിലോ. ! ഭാവിയിലെ ഒരു വഴക്കൊഴിവാക്കാൻ അതാണിപ്പോൾ ഞാനിങ്ങനെ ചെയ്തത്. അത് ലക്ഷ്മിക്ക് കൊടുത്ത് തിരികെ വണ്ടിയിൽ കയറി ഗയിറ്റിങ്കൽ നിൽക്കുന്ന ലക്ഷ്മിയെ നോക്കിയപ്പോൾ അവളുടെ അടുത്ത് നിന്ന് സീതയുടെ ശാപം മാറി കുഞ്ഞേ എന്ന് പറഞ്ഞ് കാവ്യ എന്നെ നോക്കി കൈ വീശുന്നതായി തോന്നി. എങ്ങനെ തുടങ്ങി എന്നതിനേക്കാൾ എങ്ങനെ തുടരുന്നു എന്നതാണ് ബന്ധങ്ങളുടെ ആഴവും വ്യാപ്തിയും തീരുമാനിക്കുന്നത്. അതുകൊണ്ടാണ് രക്തബന്ധത്തേക്കാൾ ചിലപ്പോൾ ഹൃദയബന്ധങ്ങൾ പ്രസക്തമാവുന്നത്. എത്ര സമ്പാദിക്കുന്നു എന്നതിലല്ല എത്ര സന്തോഷിക്കുന്നു എന്നതിലാണ് ജീവിത വിജയം.

●

പേടി

ലാസ്റ്റ് അവർ ക്ലാസ് ഇല്ലാത്തതിനാൽ നഗരത്തിലെ പ്രമുഖ കോളേജിൽ നിന്നും പെൺകുട്ടി വേഗം ബസ്സ് സ്റ്റോപ്പിലേയ്ക്ക് നടന്നു. സാധാരണ കോളേജിനടുത്തുള്ള വീട്ടിൽ പോകുകയാണ് പതിവ്. ഇന്ന് വീട്ടിലാരുമില്ല. അമ്മ വീട്ടിൽ ആണെല്ലാവരും. അതുകൊണ്ട് നഗരമധ്യത്തിലുള്ള ട്യൂഷൻ ക്ലാസ്സിൽ പോയിട്ടു വേണം അമ്മ വീട്ടിലേയ്ക്ക് പോകാൻ. ആരോടും അധികം സംസാരിക്കാത്ത അധികം സുഹൃത്തുക്കളില്ലാത്ത എല്ലാത്തിനോടും ഭയമുള്ള ഒരു സ്വഭാവക്കാരിയായിരുന്ന കുട്ടി മൂന്നര ആയപ്പോൾ ട്യൂഷൻ ക്ലാസ്സിലെത്തി. നഗരത്തിലെ പ്രശസ്ത ജ്വലറിയുടെ തൊട്ടരികെ അൽപ്പം ഉള്ളിലേയ്ക്ക് നടന്ന് കഷ്ടിച്ച് രണ്ടാൾക്ക് കയറിപ്പോകാവുന്ന മര ഗോവണികടന്ന് ചെല്ലുന്ന നീളൻ വരാന്തയോടു ചേർന്നുള്ള ആദ്യത്തെ ക്ലാസിൽ കുട്ടി ഇരുന്നു.

അഞ്ച് മണിക്കാണ് ട്യൂഷൻ. ആരും എത്തിയിട്ടില്ല. പഠിച്ചുകൊണ്ടിരുന്ന പെൺകുട്ടി ഇടയ്ക്കു പുറത്തേക്കു നോക്കിയപ്പോൾ മര ഗോവണിയുടെ നേരെയുള്ള ക്ലാസ്സിലെ വാതിൽക്കൽ ഒരാൾ പെൺകുട്ടിയെ തന്നെ നോക്കി നിൽക്കുന്നത് കണ്ടു. ഭയം തോന്നിയ കുട്ടി വേഗമെണീറ്റ് ക്ലാസ്സിന്റെ മുൻ വാതിൽ വഴി വരാന്തയിലേക്കിറങ്ങി താഴേയ്ക്ക് പോകാൻ ഭാവിച്ചപ്പോൾ അയാൾ വേഗം ഗോവണിയുടെ

ഒരു പടിയിറങ്ങി കൈവരിയിൽ പിടിച്ച് കുട്ടിക്ക് തടസ്സമായി നിന്നു. വരാന്തയുടെ അറ്റത്ത് വന്ന് നിന്ന കുട്ടി ആകെ വിറച്ച് കൈയ്യും കാലും തണുത്തു പോയി. ധൈര്യം സംഭരിച്ച് കുട്ടി നേരേ റോഡ് കാണാത്ത ക്ക ഭാഗത്തേയ്ക്ക് വന്നു നിന്നും അയാൾ അടുത്തേയ്ക്ക് വന്നാൽ മുകളിൽ നിന്ന് താഴേയ്ക്ക് ചാടാം എന്നു കരുതി. അപ്പോഴാണ് നഗരത്തിലെ തന്നെ വിമൻസ് കോളേജിലെ തന്റെ കൂടെ പഠിക്കുന്ന നാലുപേർ വരുന്നത് കണ്ടത്. കുട്ടിക്കാശ്വാസമായി. വന്ന പെൺകുട്ടികൾ ആ മനുഷ്യനുമായി പരിചയമുള്ള ആളെപ്പോലെ സംസാരിക്കുന്നതു കണ്ട് പെൺകുട്ടി അത്ഭുതപ്പെട്ടു.

കുട്ടികൾ പെൺകുട്ടിയോട് എന്താ വല്ലതും കണ്ടു പേടിച്ചോ സുഖമില്ലേ എന്നൊക്കെ ചോദിച്ചപ്പോൾ അയാൾ പറയുകയാ ഞാനിയാളെ ഒന്നു പേടിപ്പിക്കാൻ നോക്കി.ക്ലാസ്സ് തുടങ്ങുമ്പോൾ വരും. തീരുമ്പോൾ വേഗം പോകും. നിങ്ങളൊക്കെ ചോദിക്കുമ്പോൾ മറുപടി പറയും. വേറെ ആരേയും നോക്കുകയും മിണ്ടുകയും ഇല്ല. എവിടെയോ ജോലിയും ചെയ്ത് പ്രൈവറ്റായി ഡിഗ്രിക്ക് പഠിക്കുകയും ചെയ്യുന്ന പെൺകുട്ടിയുടെ കൂടെത്തന്നെ പഠിക്കുന്ന അയാളെ ആ കുട്ടി ഒരിക്കലും കണ്ടിട്ടുണ്ടായിരുന്നില്ല.

●

വഴിവിളക്ക്

കാളിങ് ബെല്ലിന്റെ ശബ്ദം കേട്ടാണ് ഞാൻ വാതിലിൽ ഉള്ള ലെൻസിൽ കൂടി നോക്കിയത്. ചുരീദാറിട്ട ഒരു പെൺകുട്ടി. പ്രധാനവാതിൽ മാത്രം തുറന്ന് ഞാൻ നെറ്റിന്റെ വാതിൽ തുറക്കാതെ നിന്നു. ഇവിടുത്തെ ഒക്കെ രീതി അതാണ്. ഫ്ലാറ്റിലെ ജീവിതമല്ലേ. അടുത്ത ഫ്ലാറ്റിൽ ആരാണ് താമസിക്കുന്നത് എന്ന് പോലും അറിയാത്ത അവസ്ഥയാണ്. എല്ലാവർക്കും തിരക്കുപിടിച്ച ജീവിതമല്ലേ. കാണുമ്പോൾ ചിലർക്ക് ഹായ്, ഹലോ റിലേഷൻ മറ്റു ചിലർ കണ്ടാൽ പോലും കാണാറില്ല. തിരക്കല്ലേ എല്ലാവർക്കും അവനവന്റെ കാര്യം. അതു കൊണ്ട് സാമൂഹ്യ ദ്രോഹികൾ വന്ന് നമ്മെ അപകടപ്പെടുത്തിയാലും അതാരും അറിയാൻ പോകുന്നില്ല. അങ്ങനെ കുറേ സംഭവങ്ങളുണ്ടായിട്ടുണ്ട്. അതാണ് നോക്കിയിട്ട് കതക് തുറക്കുന്നത്.

"ആന്റി എന്നെ മനസ്സിലായില്ലേ? ഞാനാണ് മാല" കുട്ടിയുടെ മുഖം വ്യക്തമായി കണ്ടപ്പോഴാണെനിയ്ക്ക് മനസ്സിലായത്. ഞാൻ ജനലിലെ ഗ്രില്ലിൽ തുണിയിടുന്ന സമയത്ത് എന്നെ നോക്കി ചിരിച്ച് കൊണ്ട് പോകുന്ന വെളുത്ത് കൊലുന്നനെയുള്ള പെൺകുട്ടി. ഞാനും അവളെ നോക്കി ചിരിക്കാറുണ്ടായിരുന്നു. "ഞാൻ അകത്തേയ്ക്ക് വന്നോട്ടെ ആന്റി നിങ്ങൾ അനുവദിക്കുമെങ്കിൽ മാത്രം" ശ്രദ്ധ

ഹിന്ദിയിൽ വളരെ ബഹുമാനത്തോടെ അവളെന്നോട് ചോദിച്ചു. "തീർച്ചയായും" എന്ന് പറഞ്ഞ് ഞാനവൾക്കായി കതകു തുറന്നു കൊടുത്തു. വീണ്ടും രണ്ട് കതകുകളും പൂട്ടിയ ശേഷം മുറി മുഴുവൻ കണ്ണോടിച്ചു കൊണ്ടിരുന്ന അവളോട് ഞാനിരിക്കാൻ പറഞ്ഞു. ഉത്തരേന്ത്യക്കാരുടെ രീതിയാണ് ആരെങ്കിലും വീട്ടിൽ വന്നാലുടനേ ഒരു ഗ്ലാസ് പച്ചവെള്ളം കൊടുക്കുക എന്നത്. ഞാനവൾക്ക് വെള്ളം കൊടുത്തു. ഇവിടെ എവിടെയാണ് താമസിക്കുന്നത് എന്ന് ചോദിച്ചു. ഞങ്ങളുടെ ഫ്ലാറ്റുകൾക്കും ഒരുപാട് പുറകിലുള്ള ചേരിയിലാണെന്ന് പറഞ്ഞു. നാട് യു. പിയിലാണോ എന്ന് ചോദിച്ചപ്പോൾ "അതെ എങ്ങനെ മനസ്സിലായി" എന്നായി. യു. പിയിലുള്ളവരാണ് ഇത്ര ശുദ്ധ ഹിന്ദി പറയുന്നത് അതാണെന്ന് ഞാനും.

ഞാനവൾക്ക് കാപ്പി ഇടുമ്പോൾ ഓർത്തു ഭർത്താവിവിടെ ഇല്ലാത്തത് നന്നായി. മുൻപൊരിക്കൽ പുറത്തുപോവാനായി ഇറങ്ങിയപ്പോൾ അവളെ കണ്ടു. ഞാനും അവളും പരസ്പരം നോക്കി ഹൃദ്യമായി ചിരിച്ചു. അതു കഴിഞ്ഞ് അദ്ദേഹം എന്നോട് പറഞ്ഞു. അവളുമായി അത്ര ചങ്ങാത്തം ഒന്നും വേണ്ട. അവളെക്കുറിച്ച് അറിവുള്ളവർ പറയുന്നത് അവളത്ര ശരിയല്ല ദേവദാസികളുടെ രീതിയാണവൾക്കെന്ന്. ദൈവമേ പതിനെട്ട് പത്തൊൻപത് വയസ്സ് തോന്നിക്കുന്ന ഈ കുട്ടിയോ എന്നോർത്ത് ഞാനമ്പരന്നു.

കാപ്പിയിട്ട് അവൾക്ക് കൊടുത്ത് സംസാരിക്കാനായി ഇരുന്നപ്പോൾ അവൾ പറഞ്ഞു ഞാൻ നാട്ടിലേയ്ക്ക് പോകുകയാണാന്റി. എന്നെ കാണുമ്പോൾ ആന്റി മാത്രമേ ചിരിക്കാറുള്ളൂ. ആന്റിയെ കാണുമ്പോൾ എനിക്കെന്റെ അമ്മയെ കാണുന്നതു പോലെയാ തോന്നുന്നത്. അതാണ് ആന്റിയോട് പറഞ്ഞിട്ട് പോകാമെന്ന് കരുതിയത്. "നിനക്ക് വീട്ടിൽ ആരൊക്കെയുണ്ട് ?" എന്റെ അച്ഛൻ മാത്രം. അമ്മ എന്റെ പത്താം വയസ്സിലാണ് മരിക്കുന്നത്. അച്ഛൻ വേലയ്ക്കൊന്നും പോവാതെ മുഴുവൻ സമയവും മദ്യപാനമായിരുന്നു. അമ്മ പല വീടുകളിലും പണി ചെയ്താണ് ഞങ്ങൾ ജീവിച്ചത്. ആറു വയസ്സുള്ള ഒരനിയനും ഉണ്ടായിരുന്നു. ഒരു ദിവസം പണിക്കുപോയ അമ്മ മൂന്നാമത്തെ നിലയുടെ പടികൾ ഇറങ്ങുന്നതിനിടയ്ക്ക് വീണ് തല പൊട്ടി മരിച്ചു. പിന്നീട് ഞങ്ങളെ അച്ഛൻ റോഡിൽ കൊണ്ടുപോയി ഭിക്ഷ എടുപ്പിക്കുമായിരുന്നു. എന്തെങ്കിലും ആഹാരം വാങ്ങിത്തന്ന് ബാക്കി പൈസയ്ക്ക് മദ്യപിക്കുമായിരുന്നു. അങ്ങനെ ഒരു പ്രാവശ്യം ഹോളിയുടെ മേളയ്ക്ക് കൊണ്ടു പോയതാണ് ഞങ്ങളെ. ഞങ്ങളുടെ പാത്രത്തിൽ നിന്നും പൈസയെടുത്ത ഒരാളുടെ പുറകേ ഓടിയതാണനുജൻ. ആ തിക്കിലും തിരക്കിലും പെട്ട അവനെ പിന്നീട്

ഞാനൊരിക്കലും കണ്ടിട്ടില്ല. ഒരു ദിവസം ഒരു പൈസയും കിട്ടാതിരുന്ന എന്നെ അച്ഛൻ ഒരുപാട് തല്ലി. അത് കണ്ട് നിന്നിരുന്ന ഒരാൾ അച്ഛന്റെ അടുത്ത് വന്ന് അച്ഛനോടെന്തോ പറഞ്ഞു. അച്ഛന് പൈസ കൊടുത്തു. അച്ഛൻ അയാളുടെ കൈയ്യിൽ എന്നെ പിടിച്ചേൽപ്പിച്ച് നടന്നു മറഞ്ഞു. അയാൾ ആളൊഴിഞ്ഞ സ്ഥലത്തേയ്ക്കെന്നെ കൂട്ടിക്കൊണ്ടുപോയി എന്തൊക്കെയോ ചെയ്തു. ഞാൻ കരഞ്ഞപ്പോൾ വായ പൊത്തിപ്പിടിച്ചു. ശരീരമാസകലം വേദനയുമായി കരഞ്ഞുകൊണ്ട് വീട്ടിലെത്തിയ ഞാൻ കണ്ടത് ബോധമില്ലാതുറങ്ങുന്ന അച്ഛനെയാണ്.

പിന്നീട് അതൊരു നിത്യസംഭവമായി. അച്ഛൻ എനിയ്ക്ക് വയറുനിറയെ കഴിക്കാൻ വാങ്ങിത്തന്നു. ആ ഭക്ഷണത്തെക്കുറിച്ചോർക്കുമ്പോൾ ആരു വരുന്നതു കണ്ടാലും എനിയ്ക്കും സന്തോഷമായി. പതിനാറ് വയസ്സ് കഴിഞ്ഞപ്പോൾ മുതൽ ഞാൻ സ്വന്തമായിറങ്ങിത്തുടങ്ങി. ആരെങ്കിലും തരുന്നതു മാത്രമേ വാങ്ങൂ. ചിലർ കാര്യം കഴിയുമ്പോൾ ഒന്നും തരാതെയും പോകും. അതിനു ശേഷം കാശാദ്യം വാങ്ങിയിട്ടേ കൂടെപ്പോകാറുള്ളൂ. രാവും പകലും കുടിച്ച് കുടിച്ച് ബോധം കെട്ടുറക്കമാണച്ഛൻ. കടത്തിണ്ണയിൽ ഒരു വല്യമ്മയുണ്ട്. അവർക്ക് ഞാൻ ദിവസവും പൈസ കൊടുക്കും, ഭക്ഷണം വാങ്ങി കഴിക്കാൻ. കുടിച്ച് കുടിച്ച് അച്ഛന് കരൾ രോഗമാണ്. ഇനിയും കുടിച്ചാൽ മരിച്ചുപോകും എന്നാണ് ഡോക്ടർ പറഞ്ഞത്. കുടിച്ചില്ലെങ്കിൽ അച്ഛനു വിറയ്ക്കും. അച്ഛനുമില്ലാതായാൽ എനിക്കാരുമില്ലാതാവും. ഇവിടുത്തെ വലിയ ഒരു കമ്പനിയിലെ സാറ് ജോലിയിൽ നിന്ന് വിരമിച്ച് നാട്ടിൽ പോകുകയാണ്. ആ സാറിന്റെ ഫ്ലാറ്റിൽ ഞാൻ പോയിട്ടുണ്ട്. എന്നെ വലിയ ഇഷ്ടമാണദ്ദേഹത്തിന്. എന്നെപ്പോലുള്ള പ്രായം കുറഞ്ഞ കുട്ടികളുമായി ജീവിച്ചാൽ വയസ്സാവില്ലത്രേ. അൻപത്തഞ്ചു വയസ്സുള്ള അദ്ദേഹത്തിന്റെ ഭാര്യ പിണങ്ങിപ്പോയിട്ട് മൂന്നു വർഷമായി. യു.പിയിലെ സീതാപ്പൂരാണ് അദ്ദേഹത്തിന്റെ നാട്. അതിനടുത്തായുള്ള ജബൽപ്പൂരെന്ന ഗ്രാമമാണ് ഞങ്ങളുടേത്. അവിടെ എനിക്കൊരു ചെറിയ വീട് വാങ്ങിത്തന്നു അദ്ദേഹം. ഒരു ലക്ഷം രൂപയും തന്നു. ഇപ്പോൾ എനിയ്ക്ക് 20 വയസ്സായി. ഞാനച്ഛനേയും കൊണ്ട് അദ്ദേഹത്തോടൊപ്പം ജബൽപ്പൂരിലേയ്ക്ക് പോകുകയാണ്. എന്നെ അറിയാത്ത അവിടെച്ചെന്നെങ്കിലും ഒരു വഴിവിളക്കാവാതെ അമ്പലത്തിലെ നെയ്‌വിളക്കായി ജീവിക്കണം എനിയ്ക്ക്. നേരം ഇരുട്ടുമ്പോൾ മാത്രം ആവശ്യമുള്ള ഒന്നാണല്ലോ വഴിവിളക്ക്. പകൽ വെളിച്ചത്തിൽ അതവിടെ ഉണ്ടോ എന്നു പോലും ആരും നോക്കാറില്ല. കടന്നു പോകുന്ന കുറച്ചു സമയത്തേയ്ക്ക് ഇരുട്ടകറ്റാൻമാത്രം മതി അതിന്റെ

സേവനം. അമ്പലത്തിലെ നെയ് വിളക്കിനെ എല്ലാവരും വണങ്ങി പരിപാവനത്വം കൽപ്പിക്കുന്നു. ആന്റി അനുഗ്രഹിക്കണം എന്നു പറഞ്ഞ് എന്റെ കാലിൽ തൊട്ടു. ഞാനവളുടെ മൂർദ്ധാവിൽ ചുംബിച്ച് രണ്ടു കൈകളും കൂട്ടിപ്പിടിച്ചു കൊണ്ട് പറഞ്ഞു "നല്ലതേ വരൂ കുട്ടീ, ഞാൻ പ്രാർത്ഥിക്കാം". വേഗം തന്നെ ചെന്ന് മകന് ഹോസ്റ്റലിൽ കൊണ്ടു പോകാനായി ഉണ്ടാക്കി വച്ചിരുന്ന മൈസൂർ പാവ് ടിന്നോടു കൂടി എടുത്ത്, നൂറ്റൊന്നുരൂപയും അവളുടെ കൈയ്യിൽ വച്ചു കൊടുത്തു. കല്യാണം പറയുമ്പോൾ ഏറ്റവും അടുത്ത ബന്ധുക്കൾ ചെയ്യുന്ന ചടങ്ങാണവർക്കിത്. അവളുടെ കണ്ണു നിറഞ്ഞു. വീണ്ടും വീണ്ടും യാത്ര പറഞ്ഞ് എന്റെ കവിളിൽ ഉമ്മയും വച്ച് അവൾ പോയി.

കതകടച്ച ശേഷം വേഗം ഞാൻ കിടപ്പുമുറിയുടെ ജന്നലിൽ കൂടി അവൾ നടന്നു പോകുന്നത് നോക്കി നിന്നപ്പോൾ ഞാൻ മനസ്സിൽ പറഞ്ഞു "ആരും ആർക്കും പകരമാവില്ലെന്ന് പറയുന്നത് വെറുതെയാണ്. നമ്മൾ ഒരുപാട് സ്നേഹിക്കുന്നവർക്ക് ചിലപ്പോൾ നമ്മൾ പകരക്കാർ മാത്രമായിരിക്കും. പുതിയൊരാൾ വരുമ്പോഴോ, ഉപേക്ഷിച്ച് പോയത് തിരികെ ലഭിക്കുമ്പോഴോ ഒഴിഞ്ഞു പോകേണ്ട സ്ഥാനം മാത്രമായിരിക്കും അവരുടെ മനസ്സിൽ നമുക്കുണ്ടാവുക. അതെങ്ങിനെയാ കുട്ടീ ഞാൻ നിന്നോട് പറയുക. മറ്റുള്ളവർക്ക് നീ വഴി വിളക്കാണെങ്കിലും എന്റെ മനസ്സിൽ നീയെന്നുമൊരു നെയ്‌വിളക്കായിരിക്കും കുട്ടീ. ഇനി നീ സ്നേഹിക്കാൻ വന്നില്ലെങ്കിലും വേണ്ട. ഓർമ്മകളിൽ ഉണ്ടായാൽ മാത്രം മതി"... രാത്രി കിടക്കാൻ നേരം ഞാൻ ആത്മഗതം ചെയ്തു ആരും തെറ്റുകാരായി ജനിക്കുന്നില്ല. സാഹചര്യങ്ങൾ ആണവരെ തെറ്റുകാരാക്കുന്നത്. എല്ലാം നിയതിയുടെ നിയോഗം. എന്താ ഒറ്റയ്ക്കിരുന്ന് സംസാരിക്കുന്നത് ഉറങ്ങുന്നതിനു മുൻപേ സ്വപ്നം കണ്ടോ എന്നദ്ദേഹം ചോദിച്ചപ്പോൾ ഒന്നു ചിരിച്ച് പുതപ്പുതല വഴി മൂടി ഞാനുറങ്ങാൻ കിടന്നു.

●

ജീവിതച്ചുഴി

മുകളിലേയ്ക്കുള്ള പടിക്കെട്ടുകൾ ഓരോന്നായി പിന്നിടുമ്പോഴും ഹൃദയം വല്ലാതെ പ്രകമ്പനം കൊള്ളുകയായിരുന്നു. ഹൃദയം നമ്മുടെ ഉള്ളിലാണെങ്കിലും ചില സമയത്ത് അതിന്റെ മിടിപ്പ് നിയന്ത്രിക്കുന്നത് മറ്റു ചിലരായിരിക്കും, നമുക്ക് ഏറ്റവും വേണ്ടപ്പെട്ടവർ എന്ന് നാം കരുതിയിട്ടുള്ളവർ. മുകളിലെത്തി നീളൻ പാസ്സേജിൽ കൂടി നടന്ന് ഐ സി യൂ വിന്റെ മുന്നിലെത്തിയപ്പോൾ എല്ലാവരും അവിടെയുണ്ട്. മുകുന്ദേട്ടനും, സൗമിനി ചേച്ചിയും, ലളിതേച്ചിയും, അളിയൻമാരും എല്ലാം. ദേവൂട്ടി വന്ന് കൈയ്യിൽപ്പിടിച്ച് "ഏട്ടാ അമ്മയ്ക്ക് ഏട്ടനെ കാണണം എന്നു പറഞ്ഞു. ഏഴു മണിക്ക് ഒരാൾക്ക് കയറാം." ഇവൾക്കിതെന്തു പറ്റി എന്നോർത്ത് നിറഞ്ഞ കണ്ണുകളോടെ അവളെ ചേർത്തു പിടിച്ചു. മനു എന്നെ നോക്കി ചിരിച്ചു. ബാക്കി എല്ലാവരും എന്നെ കണ്ടിട്ടും കണ്ടില്ല എന്ന രീതിയിൽ ആണ് നിൽക്കുന്നത്. സാരമില്ല, എല്ലാം ശീലമായില്ലേ. ! ഒന്നും അവരുടെ ആരുടേയും തെറ്റല്ലല്ലോ. ഞാനല്ലേ തെറ്റുകാരൻ.

"മന്ദാകിനി അമ്മയുടെ മകൻ വന്നിട്ടുണ്ടോ? കേറി കണ്ടോളൂ." ദേവൂട്ടിയുടെ കൈയ്യിലെ പിടുത്തം വിടുവിച്ച്, ചെറുപുരിയിട്ട് വേഗം തന്നെ വാതിൽ തുറന്ന് അകത്തേയ്ക്ക് കയറി. ഹൃദയം വീണ്ടും പട കാഹളം മുഴക്കിത്തുടങ്ങി. അടുത്ത കതകും തുറന്ന് തണുപ്പ്

ഘനീഭവിച്ച മുറിയിലേയ്ക്ക് കയറി. അവിടവിടെയായി കർട്ടൻ കൊണ്ട് മറച്ച കട്ടിലുകൾ അതിലേതാണ് അമ്മ ? കണ്ണുകൾ പരതുകയായിരുന്നു. "മന്ദാകിനിയമ്മയെ കാണാനല്ലേ? ദാ അവിടേയ്ക്ക് ചെന്നോളൂ" നഴ്സിന്റെ ശബ്ദം കേട്ട ഭാഗത്തേയ്ക്ക് നോക്കി. അടുത്തേയ്ക്ക് ചെന്നപ്പോൾ ഞെട്ടിപ്പോയി! ദൈവമേ... അമ്മ ഇതെന്റെ അമ്മ തന്നെയോ? ശോഷിച്ചുണങ്ങിയ എല്ലും തോലുമായ രൂപം. വിറയലോടെ ശുഷ്കിച്ച ആ കൈകളിൽ പിടിച്ചു. 'അമ്മേ' എന്നു വിളിച്ചു. വീണ്ടും വിളിച്ചപ്പോൾ വളരെ പ്രയാസത്തോടെ അമ്മ കണ്ണുകൾ വലിച്ചു തുറന്നു. കുറച്ചു സമയം എന്നെ നോക്കിക്കിടന്നു. ഞാൻ വീണ്ടും അമ്മേ എന്നു വിളിച്ചപ്പോൾ മനസ്സിലായതുപോലെ അമ്മ വിരലുകൾ കൊണ്ടെന്റെ വിരലുകളിൽ മുറുക്കിപ്പിടിച്ചു.

മുഖത്തുണ്ടായിരുന്ന നിർജ്ജീവാവസ്ഥ മാറി ഒരു ചെറുപുഞ്ചിരി വിടർന്നു. എന്തോ പറയാനാഞ്ഞെങ്കിലും 'കണ്ണാ' എന്നുള്ള അവ്യക്തമായ വിളി മാത്രമേ പുറത്തുവന്നുള്ളൂ. അമ്മയ്ക്ക് എന്നോടെന്തൊക്കെയോ പറയണം എന്നുണ്ട്. പക്ഷേ പറയാനാവുന്നില്ല. ശുഷ്കിച്ചനെഞ്ചിൻ കൂട് വല്ലാതെ ഉയർന്നു താഴുന്നുണ്ടായിരുന്നു. രാത്രിയും പകലും തിരിച്ചറിയാൻ കഴിയാത്ത ആ മുറിയിലെ തണുപ്പ് എനിയ്ക്ക് മരണത്തിന്റെ തണുപ്പായാണനുഭവപ്പെട്ടത്. അമ്മയുടെ കൈകളിലെ പിടി വിടുവിക്കാതെ തന്നെ ആ കാൽക്കൽ ഞാൻ മുഖം ചേർത്തു വച്ച് മാപ്പു പറഞ്ഞു. പുറത്തേയ്ക്കിറങ്ങാൻ നഴ്സ് പറഞ്ഞപ്പോൾ ആ മുടിയിൽ തടവി നെറ്റിയിൽ ഉമ്മ വച്ചപ്പോൾ അമ്മയുടെ കണ്ണിൽ നിന്നും ഇരുവശത്തേയ്ക്കും കണ്ണുനീർ ചാലിട്ടൊഴുകുന്നുണ്ടായിരുന്നു. ഇനി നിന്നാൽ പൊട്ടിപ്പോകും എന്നറിയാവുന്നതുകൊണ്ട് വേഗം തന്നെ വാതിലിനെ ലക്ഷ്യമാക്കി നടന്നു. വാതിലിനടുത്തെത്തുന്നതിനു മുൻപേ നഴ്സ് വിളിച്ചു പറഞ്ഞു നിങ്ങളുടെ അമ്മയ്ക്ക് വെള്ളം വേണമത്രേ ഈ സ്പൂണിൽ കോരിക്കൊടുക്കു അധികം കൊടുക്കരുത്. രണ്ട് സ്പൂൺ മാത്രം. വേഗം തിരിഞ്ഞു നടന്ന് ഗ്ലാസും സ്പൂണും വാങ്ങിയപ്പോൾ തന്നെ അമ്മ ഒന്നനങ്ങി. "ആഹാ മോനേ കണ്ടപ്പോൾ അമ്മയ്ക്ക് സന്തോഷമായല്ലോ എന്ന് സിസ്റ്റർ പറഞ്ഞപ്പോൾ അമ്മ വിളറി ചിരിച്ചു. വെള്ളം കൊടുക്കുമ്പോഴും ഇമവെട്ടാതെ അമ്മ എന്റെ മുഖത്തേയ്ക്ക് തന്നെ നോക്കുകയായിരുന്നു. വീണ്ടും നെറ്റിയിൽ ഉമ്മ കൊടുത്ത് ആ കാലുകളിൽ ഒന്നു കൂടിതൊട്ടു വണങ്ങി തിരിഞ്ഞു നോക്കാൻ ധൈര്യമില്ലാതെ ഞാൻ വാതിൽ തുറന്ന് പുറത്തിറങ്ങി...

ദേവൂട്ടിയെ അവിടെ ഒന്നും കണ്ടില്ല. ബാക്കിയുള്ളവരൊക്കെ എന്നെ കാണാത്തതുപോലെ തന്നെയിരുന്നു. മുകുന്ദേട്ടൻ വന്നു ചോദിച്ചു.

"കണ്ടോടാ അമ്മയെ".

"കണ്ടു;". ഞാൻ പറഞ്ഞു.

കുറച്ചകലെയായി ഇട്ടിരിക്കുന്ന കസേരകളിൽ ഒന്നിൽ ഞാനും പോയിരുന്നു. മെല്ലെ കണ്ണുകളടച്ചു.

എത്ര സുന്ദരിയും സുശീലയും ആയിരുന്നു എന്റെ അമ്മ. അമ്മ അടുത്തു വരുമ്പോൾ ചന്ദനത്തിന്റെ ഗന്ധമായിരുന്നു എപ്പോഴും. ചന്ദനസോപ്പും, ചന്ദനതൈലവും മാത്രമേ അമ്മ ഉപയോഗിക്കാറുള്ളായിരുന്നു. എന്നെ അമ്മ "കണ്ണാ" എന്നേ വിളിച്ചിട്ടുള്ളൂ. ഏറ്റവും വാത്സല്യം എന്നോടും ദേവൂട്ടിയോടും ആയിരുന്നു. ഞങ്ങൾ ഏറ്റവും ഇളയതും ഇരട്ടക്കുട്ടികളും ആയതു കൊണ്ടാവാം ഇത്ര വാത്സല്യം. ദേവൂട്ടിയേക്കാൾ ഒന്നര മിനിട്ടിന് മൂത്തതായിരുന്നു ഞാൻ. ഞങ്ങളുടെ നേരേ മൂത്തത് ലളിതേച്ചി, പിന്നെ സൗമിനിചേച്ചി, ഏറ്റവും മൂത്തത് മുകുന്ദേട്ടൻ. അച്ഛൻ കാരോത്ത് ഗോവിന്ദൻ ട്രഷറിയിലെ സൂപ്രണ്ടായിരുന്നു. നല്ല അച്ചടക്കത്തിലും, അനുസരണയിലും മക്കൾ വളരണമെന്നത് അച്ഛന് നിർബന്ധമായിരുന്നു. എപ്പോഴും പറഞ്ഞു തരുന്ന ഒരു കാര്യമുണ്ട്. നമുക്കെന്തെങ്കിലും ചെയ്യാൻ പറ്റും എന്ന് ഉറപ്പുള്ള കാര്യത്തിനേ മറ്റുള്ളവരോട് വാക്ക് പറയാവൂ അല്ലാതെ വീൺവാക്ക് ഒരിക്കലും പറയരുത്... ആരോടും. ഇതായിരുന്നു അച്ഛൻ.

കുറച്ച് കുറുമ്പത്തരമൊക്കെ മുകുന്ദേട്ടൻ കാട്ടുമായിരുന്നു. ആരും കാണാതെ സിഗററ്റ് വലിക്കുകയും, അച്ഛനറിയാതെ കൂട്ടുകാരുമായി കറക്കവും, സിനിമ കാണലും ഒക്കെ. പഠിക്കാൻ മിടുക്കനായിരുന്നു മുകുന്ദേട്ടൻ. ഡിഗ്രി കഴിഞ്ഞ ഉടൻ തന്നെ മെഡിക്കൽ കോളേജിൽ UDC ആയി. ചേച്ചിമാരെ രണ്ടു പേരേയും നല്ല നിലയിൽ വിവാഹം ചെയ്തയച്ചു. ദേവൂട്ടിയെ അച്ഛന്റെ സുഹൃത്തായ ശങ്കരമ്മാമന്റെ മകൻ മനുവിന് വിവാഹം ചെയ്തു കൊടുത്തു. എനിയ്ക്ക് സൈഫർ ഓപ്പറേറ്ററായി മിലട്ടറിയിൽ ജോലി കിട്ടി ഞാൻ ആസ്സാമിലേയ്ക്കും പോയി. ഇതിനിടയിൽ മുകുന്ദേട്ടൻ ആശുപത്രിയിൽ നഴ്സായിരുന്ന രാഗിണി ചേച്ചിയുമായി പ്രണയത്തിലായി.

ഒരുതരത്തിലും ഞങ്ങളുടെ കുടുംബവുമായി യോജിക്കാൻ കഴിയാത്ത കുപ്രസിദ്ധിയാർജ്ജിച്ച കുടുംബം ആയിരുന്നു അവരുടേത്. അവരുടെ അച്ഛൻ കള്ളൻ ശിവൻ. ആങ്ങള അടിപിടി കേസുമായി നടക്കുന്നവൻ. പല പ്രാവശ്യം ജയിലിൽ കിടന്നിട്ടുണ്ട് രണ്ടാളും. അമ്മ കള്ളുദേവയാനി. ഇതെല്ലാമറിയാമായിരുന്നിട്ടും മുകുന്ദേട്ടൻ രാഗിണി ചേച്ചിയെ രജിസ്റ്റർ വിവാഹം ചെയ്തു. അതോടെ ഏട്ടൻ വീട്ടിൽ നിന്നും പുറത്താക്കപ്പെട്ടു. ഞാൻ ലീവിനു വരുന്ന സമയത്ത്

മുകുന്ദേട്ടനെ കാണാറുണ്ടായിരുന്നു. അവർക്കൊരു മോളുണ്ടായിരുന്നു ലാവണ്യ. മൂന്ന് വയസ്സായപ്പോൾ കുഞ്ഞ് കുളത്തിൽ വീണു മരിച്ചു. കുഞ്ഞിന്റെ മരണത്തിന് അച്ഛനും അമ്മയും പോയിരുന്നു.

കുഞ്ഞ് മരിച്ച് മൂന്ന്മാസം ആയപ്പോഴാണ് ഞാൻ വീണ്ടും ലീവിന് വരുന്നത്. ആ പ്രാവശ്യത്തെ വരവിന് ഒരു വിശേഷംകൂടി ഉണ്ടായിരുന്നു. അച്ഛന്റെ കൂട്ടുകാരൻ ശങ്കരമാമന് മനുവിനെ കൂടാതെ ഒരു മകൾ കൂടി ഉണ്ടായിരുന്നു മൃദുല. പേരിനെ അന്വർത്ഥമാക്കുന്ന രീതിയിൽ സ്വഭാവ നൈർമല്യവും, ശാലീനതയുമുള്ള കുട്ടിയായിരുന്നു മൃദുല. പ്രഥമദൃഷ്ട്യാആർക്കും ഒന്നും തോന്നില്ലെങ്കിലും ആ കുട്ടിയുടെ ഒരു കണ്ണിന് ജന്മനാൽ കാഴ്ചശക്തി ഇല്ലായിരുന്നു. അതു കൊണ്ട് വിവാഹം വേണ്ട എന്ന നിലപാടിലായിരുന്നു മൃദുല. എനിയ്ക്ക് ചെറുപ്പം മുതലേ മൃദുലയെ ഇഷ്ടമായിരുന്നെങ്കിലും ഞാൻ പറഞ്ഞില്ല. കാരണം മൃദുല എതിർത്താൽ, വീട്ടിൽ ചെന്നു പറഞ്ഞാൽ അച്ഛനും മറ്റുള്ളവരും അറിയും അതോർത്താണ് ഞാൻ പറയാതിരുന്നത്. പിന്നെ മുകുന്ദേട്ടന്റെ വിവാഹം കൂടി ആയപ്പോൾ എല്ലാം അച്ഛനും അമ്മയും തീരുമാനിക്കുന്നതു പോലെ ആകട്ടെ, ഞാൻ മൂലം അവരൊരിക്കലും വിഷമിക്കാൻ പാടില്ല എന്നു ചിന്തിച്ചു. അപ്പോഴാണ് രോഗി ഇച്ഛിച്ചതും വൈദ്യൻ കൽപ്പിച്ചതും പാലെന്നു പറഞ്ഞ പോലെ അച്ഛൻ ശങ്കരമാമന് വാക്കു കൊടുത്തത് മൃദുലയെ ഞാൻ വിവാഹം ചെയ്യും എന്ന്.

മൃദുലയും എതിർപ്പ് പ്രകടിപ്പിച്ചില്ല എന്നാണമ്മ പറഞ്ഞത്. ഇരട്ടകളായ ഞങ്ങൾക്ക് രണ്ടാൾക്കും ഒരു വീട്ടിൽ നിന്നും ബന്ധുത കിട്ടിയതിൽ ദേവൂട്ടിക്കും സന്തോഷമായി. ഞാൻ വന്നതിന്റെ പത്താമത്തെ ദിവസം ഞായറാഴ്ച ആയിരുന്നു നിശ്ചയം തീരുമാനിച്ചിരുന്നത്. മൃദുലയുടെ വീട്ടിൽ വച്ച് മോതിരം മാറ്റം, ആറു മാസം കഴിഞ്ഞ് ലീവിന് വരുമ്പോൾ വിവാഹം. അമ്മയുടെ ചെമ്മീൻ തീയലും, മീൻ വറുത്തതും, കക്കയിറച്ചിയും, മാങ്ങക്കറിയും, ചീരത്തോരനും കൂട്ടി സമൃദ്ധമായി ഊണു കഴിച്ച് മയങ്ങാൻ കിടന്നു. ചായ കുടിയും കഴിഞ്ഞ് പുറത്തേയ്ക്കിറങ്ങി. അപ്പോഴാണോർത്തത് ഇപ്പോൾ മുകുന്ദേട്ടനും രാഗിണി ചേച്ചിയും ജോലി കഴിഞ്ഞെത്തിക്കാണും. അവിടെക്കേറി ചെന്നപ്പോൾ തന്നെ രാഗിണി ചേച്ചി അലമുറയിട്ട് കരഞ്ഞു. ചേട്ടനും ഞാനും കരഞ്ഞു. പോരുന്നതിന് മുൻപായി ചേട്ടൻ, ചേച്ചി ഇപ്പോഴും കുഞ്ഞിന്റെ വേർപാടിൽ നിന്നും മുക്തയായിട്ടില്ല എന്നും കുഞ്ഞിനു വേണ്ടി ഒരു നേർച്ചയുണ്ട് കന്യാകുമാരിയിലെ നൂറ്റിയൊന്ന് ധർമ്മക്കാർക്ക് ഭക്ഷണം കൊടുക്കാമെന്നും നീ വന്നിട്ട് നിന്നെയും കൂടി കൊണ്ടുപോകാനാണ് ഇത്രയും താമസിച്ചത് എന്നും പറഞ്ഞു.

മറ്റന്നാൾ നമുക്ക് പോയി പിറ്റേ ദിവസം തിരിച്ചുവരാമെന്നും പറഞ്ഞു. ഞാൻ സമ്മതിച്ചു.

അങ്ങനെ അച്ഛനോടും, അമ്മയോടും ഒരു സുഹൃത്തിനെ കാണാൻ തിരുവനന്തപുരം വരെ പോകുന്ന മറ്റന്നാൾ വരാം എന്ന് പറഞ്ഞ് ഞാനും അവരുടെ കൂടെപ്പോയി. രാഗിണി ചേച്ചിയുടെ കുടുംബത്തിൽ ഉള്ളവരെല്ലാം ഉണ്ടായിരുന്നു. അവിടെ ചെന്ന് നേരത്തേ ബുക്ക് ചെയ്തിട്ടിരുന്ന റൂമിൽ കയറി കുളിച്ച് അമ്പലത്തിൽ കയറി തൊഴുത ശേഷം അസ്തമയവും കണ്ട്, ഭക്ഷണം കഴിച്ച ശേഷം ഓരോരുത്തരും അവരവരുടെ മുറിയിൽ കയറി. കുറച്ചു കഴിഞ്ഞപ്പോൾ മുകുന്ദേട്ടൻ വന്നെന്നെ വിളിച്ചു. അവരുടെ മുറിയിലേയ്ക്ക് ചെന്നപ്പോൾ രാഗിണി ചേച്ചി ഭയങ്കര കരച്ചിൽ. ഞാനെത്ര സമാധാനിപ്പിക്കാൻ ശ്രമിച്ചിട്ടും സാധിച്ചില്ല. രാഗിണി ചേച്ചി എന്റെ കാലിൽ കെട്ടി വീണ് പറഞ്ഞു "മോഹനാ നിനക്ക് മാത്രമേ എന്റെ കുഞ്ഞ് നഷ്ടപ്പെട്ട ദുഃഖത്തിൽ നിന്നും ഞങ്ങളെ കരകയറ്റാൻ പറ്റൂ. ഞങ്ങൾക്കിനി കുഞ്ഞുങ്ങളും ഉണ്ടാകില്ല. അതു കൊണ്ട് നീ എന്റെ അനിയത്തി രമണിയെ വിവാഹം ചെയ്യണം. അവൾക്ക് നിന്നിലൊരു കുഞ്ഞുണ്ടായി കണ്ടാലേ എന്റെ സങ്കടം മാറൂ. നീ സമ്മതിക്കണം. അല്ലെങ്കിൽ ഇവിടെ നിന്നും എന്റെ ശവം മാത്രമേ നിങ്ങൾ തിരികെ കൊണ്ടു പോകൂ".

ഞാനാകെ സ്തബ്ധനായിപ്പോയി. വാക്കു കൊടുത്താലേ എന്റെ കാലിലെ പിടി വിട്ട് എഴുന്നേൽക്കൂ എന്ന് പറഞ്ഞ് കിടക്കുകയാണ് രാഗിണി ചേച്ചി. ഏട്ടനും സമ്മതിക്കാൻ എന്നോട് പറഞ്ഞു. ധർമ്മസങ്കടത്തിലായ ഞാൻ ഒരു നിവൃത്തിയുമില്ലാതെ സമ്മതിക്കേണ്ടി വന്നു. അങ്ങനെ പിറ്റേ ദിവസം എനിയ്ക്ക് രമണിയുടെ കഴുത്തിൽ താലി കെട്ടേണ്ടി വന്നു. എങ്ങനെ അച്ഛനേയും, അമ്മയേയും, മറ്റുള്ളവരേയും അഭിമുഖീകരിക്കും? മൃദുലയോടെന്തുപറയും? ഞാനാകെ അഗ്നിയിൽ വെന്തുരുകുകയായിരുന്നു. തിരികെ വീട്ടിൽ വന്ന് എന്നെക്കണ്ട അച്ഛൻ "ഇനി നീ ഈ പടി ചവിട്ടരുത്" എന്ന് മാത്രം പറഞ്ഞു. കരഞ്ഞു കലങ്ങിയ അമ്മയുടെ മുഖത്തേയ്ക്കൊന്നു നോക്കിയ ശേഷം ഞാൻ തിരികെപ്പോന്നു. ഞാൻ പോന്ന ശേഷം അമ്മയോട് അച്ഛൻ ചോദിച്ചത്രേ "മന്ദാകിനീ പറഞ്ഞ വാക്കുപാലിക്കാൻ കഴിയാത്ത ഞാനെങ്ങിനെ ശങ്കരന്റേയും, ആ കുട്ടികളുടേയും മുഖത്ത് നോക്കും" പിന്നെ ഒന്നും മിണ്ടാതെ കോസടിയിൽ കിടന്നു. അമ്മ വന്ന് നോക്കുമ്പോൾ ആകെ വിയർത്ത് കുളിച്ച് വല്ലാതെ വെപ്രാളം കാട്ടുന്ന അച്ഛനെയാണ് കണ്ടത്. ആശുപത്രിയിൽ എത്തിക്കും മുൻപേ അച്ഛൻ പോയി. അച്ഛൻ പറയാറുള്ളതുപോലെ ജീവൻ കൊടുത്ത് വാക്ക് പാലിക്കാൻ കഴിയാത്ത അച്ഛൻ പോയി.

മരണ വിവരം അറിഞ്ഞ് മുകുന്ദേട്ടന്റെ വീട്ടിൽ ആയിരുന്ന ഞാനും ചേട്ടനും വന്നു. അതു വരെ ആരോടും ഒന്നും മിണ്ടാതിരുന്ന അമ്മ ഓടി വന്ന് എന്റെ ഷർട്ടിൽ പിടിച്ചുലച്ച് "ഇപ്പോൾ നിനക്ക് സമാധാനമാ യോടാ അച്ഛനെ കൊന്നില്ലേ എന്നെക്കൂടിയങ്ങ് കൊന്നുകള കണ്ണാ" എന്ന് പറഞ്ഞ് കരഞ്ഞപ്പോൾ നിന്ന നിൽപ്പിൽ ഞാനില്ലാതായെ ങ്കിൽ എന്ന് മോഹിച്ചു. അച്ഛന്റെ പിന്നീടുള്ള ചടങ്ങുകൾക്കൊന്നും ഞാൻ ചെല്ലരുത് എന്നമ്മ പറഞ്ഞു. പിന്നീട് ഞാനിന്നാണ് അമ്മയെ കാണുന്നത്. അച്ഛനെ കൊന്നവനെന്നുള്ള ഖ്യാതിയുമായി ഞാനാകെ തകർന്നു. ഒരിക്കൽ പോലും ഞാനാരോടും പറഞ്ഞില്ല എന്തിനാണ് ഞാൻ രമണിയെ വിവാഹം ചെയ്തതെന്ന്. അറിവുള്ളവരാരും പറയു കയുമില്ലല്ലോ.

ഒരു തരത്തിലും എനിയ്ക്ക് യോജിക്കാത്തവളായിരുന്നു രമണി. വല്ലാതെ കറുത്തിരുണ്ട് മെലിഞ്ഞ ഒരു രൂപം. വളർന്നു വന്ന സാഹ ചര്യത്തിനനുസരിച്ചുള്ള തരംതാണ സ്വഭാവം. എല്ലാത്തിനോടും ആർത്തി. ആരോടും പ്രത്യേകിച്ച് മമതയോ സ്നേഹമോ ഇല്ലാത്ത പ്രകൃതം. കാര്യസാധ്യത്തിന് വേണ്ടി മധുര വാക്കുകളും, കള്ള സ്നേ ഹപ്രകടനങ്ങളും, കാണിക്കുക. കാര്യം കഴിഞ്ഞാൽ കാലുവാരി നിലത്തടിക്കുക, ഇതൊക്കെയായിരുന്നു രമണി. ഞങ്ങൾ തമ്മിൽ രൂപത്തിലും സ്വഭാവത്തിലും രാവും പകലും തമ്മിലുള്ള വ്യത്യാസമാ യിരുന്നു. ഇങ്ങനെ വന്നതുകൊണ്ട് അപകർഷതാബോധവും മുന്നിട്ട് നിന്നിരുന്നു. എന്നെ സംശയവും ഞാനാരോട് സംസാരിച്ചാലും സംശയമാണ്. ഫോണിലെ മെസേജുകളും കാൾലിസ്റ്റുമൊക്കെ നോക്കും. ഫോണിൽ സംസാരിക്കുമ്പോൾ ഒരു മര്യാദയുമില്ലാതെ എന്റെ കൈയ്യിൽ നിന്നും ഫോൺ തട്ടിപ്പറിച്ച് സംസാരിക്കുന്നതാ രാണെന്ന് നോക്കും. രണ്ടു കൈയ്യും കൂട്ടിയടിച്ചാലല്ലേ ശബ്ദമുണ്ടാകൂ എന്നോർത്ത് ഞാൻ നിശ്ശബ്ദനാകും. രാജകുമാരിയാകിലും പൂർവ്വ ജൻമം പുനഃപുന: എന്നച്ഛൻ പറയാറുണ്ടായിരുന്ന കാര്യം രമണിയുടെ കാര്യത്തിൽ ശരിയായിരുന്നു.

ഒരു സുഹൃത്തിന്റെ പെങ്ങളുടെ കല്യാണത്തിന് പോകാൻ ഷർട്ട് തേച്ച് തൂക്കിയിട്ട് അതിന്റെ പോക്കറ്റിൽ അവർക്ക് കൊടുക്കാനുള്ള പൈസ കവറിലിട്ട് വച്ചു. വീട്ടിൽ നിന്നിറങ്ങി കഴിഞ്ഞ് ഒന്നുകൂടി കവർ തുറന്നു നോക്കിയത് എന്റെ ഭാഗ്യം കവറിൽ പൈസയില്ല രമണി അടിച്ചു മാറ്റി. ആരേയും ഇഷ്ടമില്ല. ഇഷ്ടമില്ലാത്തവരെ കുറിച്ച് അപവാദം പറയുക ഇതായിരുന്നു മുഖ്യ വിനോദം. ഞാനെന്തെങ്കിലും പറഞ്ഞാൽ തല ചാടിപ്പറിച്ച് ഒച്ചയുണ്ടാക്കും. ഒരു ബഹുമാനവുമി ല്ലാതെ ചാടിക്കൊണ്ടേ സംസാരിക്കൂ. മാനം വേണമെങ്കിൽ മൗനം

വേണം എന്നുള്ള രീതിയിലേയ്ക്ക് ഞാൻ മാറി. ഇവിടെത്തന്നെയാണ് സ്വർഗ്ഗവും നരകവും എന്നെനിയ്ക്ക് മനസ്സിലായി. എന്റെ അമ്മയുള്ള വീടൊരു സ്വർഗ്ഗവും രമണിയുള്ള വീടൊരു നരകവും.

കുട്ടികളുണ്ടാകാത്തതു കൊണ്ട് രമണിയെ പരിശോധിച്ച ഡോക്ടർ എന്നോട് പറഞ്ഞത്.ആദ്യത്തെ കുട്ടിയെ അബോർട്ട് ചെയ്യുവരിൽ ചിലർക്ക് ഇങ്ങനെ വരാറുണ്ട് എന്ന്. ആദ്യത്തെ കുട്ടിയെ അബോർട്ട് ചെയ്ത ശേഷമാണ് അവളെ എന്റെ തലയിൽ കെട്ടിയേൽപ്പിച്ചതെന്ന സത്യം മനസ്സിലാക്കിയപ്പോഴും നിർവികാരതയായിരുന്നു എനിയ്ക്ക്... ഇതിനിടയിൽ മുകുന്ദേട്ടനും രാഗിണി ചേച്ചിയ്ക്കും ഒരു മോനുണ്ടായി. എല്ലാ വഷളത്തരങ്ങളും നിറഞ്ഞ അനിയത്തിയെ എന്റെ തലയിൽ കെട്ടിവയ്ക്കുന്നതിനൊപ്പം അവരെ ഞങ്ങളുടെ വീട്ടിൽ കയറ്റാത്തതിനുള്ള പക തീർക്കാനുള്ള കുടില തന്ത്രം കൂടിയായിരുന്നു അത് എന്ന് രമണി തന്നെ ഒരിക്കൽ വഴക്കിട്ടപ്പോൾ വിളിച്ചു പറഞ്ഞു. വി ആർ എസ് എടുത്ത് ഞാൻ കുവൈറ്റിൽ പോയി. നാലും അഞ്ചും വർഷങ്ങൾ കഴിഞ്ഞാണ് തിരിച്ചു വരുന്നത്. രമണിക്ക് ഞാൻ വരണ്ട. എന്റെ കാശു മാത്രം മതി. ബാക്കിയെല്ലാം അവൾ നേടിയെടുക്കും എല്ലാ അർത്ഥത്തിലും അവൾക്ക് ആവശ്യമായത്. ഹാർട്ട് അറ്റാക്ക് വന്നതിനെ തുടർന്ന് ഞാനവിടെ നിന്നും പോന്നത് അവൾക്കിഷ്ടമായില്ല. വന്നശേഷം ഞാൻ മൃദുലയെ കാണാൻ പോയി. മൃദുല പിന്നെ വിവാഹം കഴിച്ചില്ല. മനുവും ദേവൂട്ടിയുമാണ് അമ്മയുടെ കൂടെ. ശങ്കരമ്മാമൻ വീട് മൃദുലയ്ക്കെഴുതി കൊടുത്തു. അമ്മാമൻ മരിച്ചു കഴിഞ്ഞപ്പോൾ മൃദുല അവശരായ വൃദ്ധകൾക്കായുള്ള ഒരു ശരണാലയമാക്കിയിരിക്കുകയാണാ വീട്.

എന്നെ കണ്ടപ്പോൾ മൃദുല കരഞ്ഞു. പിന്നെ പെട്ടെന്ന് സമനില വീണ്ടെടുത്തു. ഞാൻ നടന്ന കാര്യങ്ങൾ മുഴുവൻ മൃദുലയോട് പറഞ്ഞു. “കഴിഞ്ഞതൊക്കെ പോട്ടേ മോഹനേട്ടൻ ആരോഗ്യം ശ്രദ്ധിക്കണം. ഞാനെന്നും മോഹനേട്ടനു വേണ്ടി പ്രാർത്ഥിക്കാറുണ്ട്. വിഷമിക്കരുത്” എന്ന് പറഞ്ഞു. പിന്നെ ഞാൻ മിക്കവാറും മൃദുലയുടെ അടുത്ത് പോവാൻ തുടങ്ങി. അവിടെ മാത്രമാണെനിക്കൊരാശ്വാസം. ഞാൻ ചെന്നില്ലെങ്കിൽ മൃദുലയും വിളിച്ചു ചോദിക്കാൻ തുടങ്ങി. പരസ്പരം കാണുമ്പോഴും സംസാരിക്കുമ്പോഴും ഞങ്ങളനുഭവിക്കുന്ന അനിർവ്വചനീയമായ ആനന്ദം അത് ഞങ്ങൾക്ക് മാത്രമേ അറിയൂ. ഞാനും മൃദുലയും ആണ് ഒന്നായിരുന്നതെങ്കിൽ ഞങ്ങളുടെ ജീവിതം എത്ര മനോഹരമാകുമായിരുന്നു! എനിക്കെന്റെ അച്ഛനേയും അമ്മയേയും കൂടപ്പിറപ്പുകളേയും, സമൂഹത്തിലെ മാന്യതയും ഒന്നും നഷ്ടമാകില്ലായിരുന്നു. മനസ്സിന്റെ സംതൃപ്തിയാണ് ഈ ലോകത്തിലെ ഏറ്റവും

വലിയ 'ധനം' അത് ഞാനിപ്പോൾ മൃദുലയിൽ നിന്നും അറിയുന്നു. ഒരിക്കലും സ്വന്തമാക്കാനാവില്ല എന്നറിയാം. കാരണം സ്വാർത്ഥത യുടേയും ദുർമോഹത്തിന്റേയും കേദാരമായ ജീവിതച്ചുഴിയിലേയ്ക്കുന്നെ കുച്ചുവിലങ്ങിട്ട് ബന്ധിതനാക്കി തള്ളിയിരിക്കുകയല്ലേ... മുകുന്ദനും, രാഗിണിയും, രമണിയും എന്ന് പേരുള്ള മനസ്സാക്ഷിയില്ലാത്ത മനുഷ്യമൃഗങ്ങൾ. ദേവൂട്ടിയോട് മൃദുല പറഞ്ഞു കാണും. അതാ ദേവൂ ട്ടിക്കെന്നോടിത്ര സ്നേഹം.

പെട്ടെന്ന് അമ്മ എന്റെ അടുത്തു വന്നിരുന്നു. മോനേ കണ്ണാ എന്നു വിളിച്ചു. "എന്റെ കണ്ണൻ ഇനി വിഷമിക്കേണ്ട. അമ്മ എപ്പോഴും കൂടെയുണ്ട്. എന്റെ കുട്ടി തെറ്റുകാരനല്ല നല്ലവനാ. എന്റെ കുട്ടിയെ രക്ഷപ്പെടാനാവാത്ത വിധം ചുഴിയിലേയ്ക്ക് തള്ളിയിട്ടതാ. ഇപ്പോ ഴെങ്കിലും മൃദുലയുടെ അടുത്തെത്താൻ നിനക്ക് കഴിഞ്ഞില്ലേ ഇനി നീ സമാധാനവും, സന്തോഷവും സ്നേഹവും എന്താണെന്നറിയും. ചണ്ടിയായ നിന്നെ രമണി വലിച്ചെറിയും. അപ്പോൾ രണ്ടും കൈയ്യും നീട്ടി നിന്നെ സ്വീകരിക്കാൻ മൃദുലയുണ്ടാവും." എന്ന് പറഞ്ഞമ്മ എന്റെ മുടിയിൽ വിരലോടിച്ചു. പെട്ടെന്ന് അമ്മ എഴുന്നേറ്റ് അച്ഛന്റെ കൈപിടിച്ച് നടന്നു മറഞ്ഞു. ഏട്ടാ എന്നുള്ള ദേവൂട്ടിയുടെ കരച്ചി ലാണെന്നെയുണർത്തിയത്. നോക്കുമ്പോൾ ഐ സി യു വിന്റെ കതകു തുറന്ന് സ്ട്രെച്ചറിൽ വെള്ളത്തുണികൊണ്ട് മൂടിയ അമ്മയുടെ മൃതദേഹം.

●

എന്റെ നന്ദു കുട്ടനൊരു കഥ

ഭൂമിയുടെ മകനാണ് സമുദ്രം. സമുദ്രത്തിന്റെ ഭാര്യയാണ് കര. സമുദ്രത്തിന്റെ സഹോദരങ്ങളാണ് മഴ, കാറ്റ്, മഞ്ഞ്, വെയിൽ, ന്യൂനമർദ്ദം എന്നിവർ. അമ്മാവനാണ് മേഘം.

ഒരു ദിവസം സമുദ്രം കരയോട് സംസാരിക്കാൻ വന്നപ്പോൾ കര സമുദ്രത്തോട് പിണങ്ങി മിണ്ടാതിരുന്നു. നീയെന്താ മിണ്ടാത്തത്?. എന്നോടൊന്നും മിണ്ടണ്ട. ഒരു മാസം മുൻപ് അന്നെന്തായിരുന്നു?. എന്നെ ഒന്നു നോക്കുക പോലും ചെയ്യാതെ നിങ്ങളും നിങ്ങളുടെ സഹോദരങ്ങളും കൂടി താണ്ഡവമല്ലായിരുന്നോ?. എന്റെ എത്ര മക്കളെയാണില്ലാതാക്കിയ ത്?. എന്നെയും വികൃതമാക്കിയില്ലേ?. നിനക്കെന്താ ഇപ്പോൾ കുഴപ്പം? പിന്നെ ചേട്ടൻമാരും ആയി വരുമ്പോൾ അവർ കരുതില്ലേ എനിയ്ക്ക് ബി. പിയാണെന്ന്?. ബി.പി യോ എന്നിട്ടെന്താ എന്നോട് പറയാതിരുന്നത്?. എടീ മണ്ടീ ബ്ലഡ് പ്രഷർ അല്ല. ഭാര്യയെ പേടി. ഓ ഒന്നു ചിരിച്ചു കണ്ടല്ലോ എത്ര അത്യാവശ്യമുണ്ടെങ്കിലും ഞാൻ നിന്നെ കാണാൻ വരുന്നില്ലേ. അന്ന് മാത്രമല്ലേ കുറച്ച് ദിവസം വരാതിരുന്നുള്ളൂ. അതിന്റെ കാരണം പറയാം. എന്റെ അമ്മയായ ഭൂമി തന്റെ മൂന്നിൽ രണ്ടു ഭാഗവും എനിക്കല്ലേ തന്നത്. നിന്നോടുള്ള സ്നേഹം കൊണ്ട് മൂന്നിലൊന്നു ഭാഗം നിനക്കും തന്നില്ലേ. അതു കൊണ്ട് എന്റെ എല്ലാ ചേട്ടൻമാരും,

ചേച്ചിയും എന്റെ കൂടെയല്ലേ? അപ്പോൾ അവരു പറയുന്നതും ഞാൻ കേൾക്കണ്ടേ. അവരില്ലെങ്കിൽ ഞാനില്ല എന്നറിയാമല്ലോ. അവരും മൂന്നു മാസത്തേയ്ക്ക് നിന്റേയും മക്കളുടേയും അടുത്ത് വന്നു നിൽക്കാറില്ലേ. അതു കൊണ്ടല്ലേ നമ്മുടെ മക്കൾ നന്നായി കഴിയുന്നത്. അതൊന്നും പറയണ്ട ഇപ്പോൾ നിങ്ങളും, നിങ്ങളുടെ സഹോദരങ്ങളും, ചിലപ്പോൾ നിങ്ങളുടെ അമ്മയും അവരെ വല്ലാതെ ദ്രോഹിക്കുന്നുണ്ട്. അതെന്താണെന്ന് നിനക്കറിയോ? ഭൂമീമ്മ പറയുന്നത് നിനക്ക് മക്കളെ വളർത്താനേ അറിയൂ വേണ്ടവിധം ശാസിച്ച് നിലയ്ക്ക് നിർത്താനറിയില്ല എന്നാണ്.

നമ്മുടെ മനുഷ്യ മക്കളാണ് അഹങ്കാരം മുഴുവൻ കാണിക്കുന്നത്. ബാക്കി മക്കളെല്ലാം പ്രകൃതി നിയമം തെറ്റിക്കാതെയാണ് ജീവിക്കുന്നത്. അവര് കണ്ടില്ലേ എല്ലാം തന്റെ കൈപ്പിടിയിലൊതുക്കാം എന്ന ധാർഷ്ട്യത്തോടെ കഴിയുന്നത്. തമ്മിൽ തമ്മിൽ മത്സരവും, രാഷ്ട്രീയ വൈരവും, ജാതി മത സ്പർദ്ധയും, പ്രകൃതിയെ നശിപ്പിക്കലും അരാജകത്വവും ഇതൊക്കെ കാണുമ്പോൾ ആണ് ഭൂമീമ്മയ്ക്ക് ദേഷ്യം വരുന്നത്. ഏഴ് ഫലകങ്ങൾ ചേർന്നതാണ് ഭൂമീമ്മ. എന്നറിയാമല്ലോ?. അമ്മയ്ക്ക് ദേഷ്യം വരുമ്പോൾ ഒരു ഫലകം മറ്റൊന്നിലേയ്ക്ക് മാറി അകലാൻ തുടങ്ങും. അപ്പോഴാണ് ഭൂകമ്പം ഉണ്ടാകുന്നത്. എന്റെ ഗർഭഗൃഹത്തിൽ അതുണ്ടാകുമ്പോൾ കാറ്റു ചേട്ടനും വരും.

അപ്പോഴുണ്ടായ ശക്തിയാലാണ് സുനാമി വന്നത്. അന്ന് നമ്മുടെ മക്കളെ കുറേപ്പേരെ ഞാൻ കൊണ്ടു പോയില്ലേ. എനിയ്ക്കും വിഷമമുണ്ടായിരുന്നു. അവരൊക്കെ ചേർന്ന് പറഞ്ഞാൽ അനുസരിക്കാതിരിക്കാനാവില്ലല്ലോ?. ചിലപ്പോൾ മഴ ചേട്ടനും ദേഷ്യം വന്ന് കാറ്റു ചേട്ടനേയും വിളിക്കും. അപ്പോഴും ഞാൻ നിന്നിലേയ്ക്ക് അവരുടെ ശക്തിയിൽ കടന്നു കയറും. നമ്മുടെ മനുഷ്യ മക്കളുടെ പ്രവൃത്തിയാണിതിനൊക്കെ കാരണം. നീയെന്താ പറഞ്ഞത് വേനലേട്ടനും ചൂടുകൂട്ടി ഇപ്പോൾ അവരെ ബുദ്ധിമുട്ടിക്കുന്നെന്നോ? അത് അദ്ദേഹത്തിന്റെ കുറ്റമല്ല. നിന്റെ മക്കളില്ലേ വാഹനങ്ങളും, ഏസീയും, ഫ്രിഡ്ജുമൊക്കെ ഉപയോഗിക്കുമ്പോൾ ക്ലോറോ ഫ്ലൂറോ കാർബൺ എന്ന രാസവസ്തു കൂടുതലായി ഉണ്ടാകും. അത് അന്തരീക്ഷത്തിലെത്തി സൂര്യന്റെ ചൂടിൽ നിന്നും നമ്മെ രക്ഷിച്ചിരുന്ന ഓസോൺ പാളിക്ക് നാശമുണ്ടാക്കി. ധ്രുവപ്രദേശത്തെ ഓസോൺ പാളിയ്ക്ക് ദ്വാരം വീണു. അതാണ് നമുക്കിത്ര ചൂടനുഭവപ്പെടുന്നത്. ആഗോള താപനം എന്നാണതറിയപ്പെടുന്നത്... അതിനിയും ഓരോ വർഷം കഴിയുന്തോറും ചൂട് കൂടുകയേ ഉള്ളൂ. ചൂടു കൂടുന്നതനുസരിച്ച് എന്നിലെ ജലവും നീരാവിയാകുന്നില്ലേ? ആ വേദന ഞാൻ നിന്നെ

അറിയിക്കാറുണ്ടോ? വർഷ ചേട്ടൻ ചിലപ്പോൾ കാറ്റ് ചേട്ടനേയും കൂട്ടിയിട്ടാണ് വരുന്നത്. അതാണ് എന്നിലെ തിരമാലകൾ ഉയർന്ന് പൊങ്ങുന്നത്.

പണ്ടത്തെ നമ്മുടെ മക്കൾക്ക് ഒരു നേരുണ്ടായിരുന്നു. അന്ന് വേനലേട്ടനും, മഞ്ഞു ചേട്ടനും, വർഷ ചേട്ടനും ഒക്കെ വളരെ ശാന്തരായിരുന്നു. ഇന്ന് അവരെ മര്യാദ പഠിപ്പിക്കാൻ വേണ്ടിയാണ് ഇവരൊക്കെ പ്രളയമായും, അതിശൈത്യമായും കൊടുങ്കാറ്റായും ഒക്കെ വരുന്നത്. ചിലപ്പോൾ അമ്മ ന്യൂനമർദ്ദചേച്ചിയേയും വിളിപ്പിക്കും. ചേച്ചി കാറ്റ് ചേട്ടനില്ലാതെ വരില്ല എന്നറിയാമല്ലോ. അപ്പോഴും എനിക്ക് അവർ പറയുന്നതനുസരിക്കാതിരിക്കാനാവില്ല. ഭൂമീമ്മയ്ക്കും അതാ സങ്കടം. മനുഷ്യമക്കൾ പ്രകൃതിയെ ആകെ തകിടം മറിച്ച് നശിപ്പിക്കും. അതിന് അവരെ മനസ്സിലാക്കിക്കാൻ ആണ് ഞങ്ങൾ മക്കളെ ഒക്കെ കുപിതരാക്കി വിടുന്നത്.

പ്രകൃതി നിയമം തെറ്റിക്കാത്ത ബാക്കി നമ്മുടെ മക്കളായ മൃഗങ്ങളും സസ്യലതാദികളും ഒക്കെ നിരപരാധികളായിട്ടും മനുഷ്യർക്കു വേണ്ടി ശിക്ഷ അനുഭവിക്കുന്നില്ലേ? എത്ര ശാന്തനായിരുന്ന മേഘഅമ്മാവൻ ഇവരുടെ ചെയ്തികൾ കണ്ടു സഹിക്കവയ്യാതെയാണ് മേഘ മഴയായി വന്നത്. എന്തെങ്കിലും കണ്ടാൽ കുറച്ച് നാളേയ്ക്ക് അവരടങ്ങും. പിന്നെയും പണ്ടേപ്പടി ചെണ്ടയും കോലും. എനിയ്ക്കും, അമ്മയ്ക്കും, ചേട്ടൻമാർക്കും, ചേച്ചിയ്ക്കും എല്ലാം വിഷമമുണ്ടെങ്കിലും അവരെ നന്നാക്കാൻ വേണ്ടിയാണ് സുനാമിയും, പ്രളയവും ഭൂകമ്പവും, ചുഴലിക്കാറ്റും, കൊടുങ്കാറ്റും ഒക്കെ ആകുന്നത്. ഇനിയും നമ്മുടെ മക്കൾ നന്നായില്ലെങ്കിൽ ഇതിലും വലിയ ദുരന്തങ്ങൾ ആകും ഉണ്ടാകാൻ പോകുന്നത്.

പ്രകൃതി നിയമം തെറ്റിച്ച കൊന്നയോട് ഞാൻ ചോദിച്ചു നീയെന്താവിഷുവിന് പൂക്കേണ്ടതിനു പകരം നേരത്തേ പൂക്കുന്നതെന്ന്?അപ്പോൾ കൊന്ന പറയുകയാ പണ്ടത്തെ മനുഷ്യർ എത്ര ഭക്തിയോടെയാണ് വിഷുക്കണിവച്ചിരുന്നത്. ഇന്നത്തെ മനുഷ്യര് മറ്റുള്ളവരെ കാണിക്കാൻ വേണ്ടിയാണ് കണി വയ്ക്കുന്നത്. ഇന്നെല്ലാം ഇൻസ്റ്റന്റ് അല്ലേ. പണ്ടുള്ളവർ രാത്രി തന്നെ മുറ്റമടിച്ചിട്ട് തളിക്കും. വെളുപ്പിനേ വീട്ടിലെ മുതിർന്ന സ്ത്രീ എഴുന്നേറ്റ് കുളിച്ച് വിളക്ക് കത്തിച്ച് തലേ ദിവസം കെട്ടിവച്ചു വെള്ളം തളിച്ച തുളസിമാല കൃഷ്ണനെ അണിയിക്കും. പിന്നീട് വീട്ടിലുള്ളവരെ വിളിച്ചുണർത്തി കണി കാണിക്കും. പിന്നെ ആദ്യം ഉണ്ടാക്കുന്നത് വിഷുക്കട്ടയാണ്. അതാണ് കൃഷ്ണന്റെ രാവിലത്തെ നേദ്യം. അതിനു ശേഷം ആണ് കാരണവരുടെ കാൽ തൊട്ടു വണങ്ങി ആദ്യം അനുഗ്രഹം പിന്നെ

കൈനീട്ടം. ഉച്ചയ്ക്കും സദ്യ ഒരുക്കി പ്രഥമൻ ഭഗവാന് നേദിക്കും. അതിന് ശേഷം വിഭവങ്ങളെല്ലാം നാക്കിലയിൽ വിളമ്പി വെള്ളവും വച്ച് വീതി വയ്ക്കും, പിതൃക്കൾക്ക്. പിന്നെയാണ് കുടുംബാംഗങ്ങളുടെ സദ്യ. കാർഷിക വിഭവങ്ങളുടെ സമൃദ്ധിക്കായുള്ള പൂജ കൂടിയാണ് വിഷുക്കണി.

ഇന്നത് ആർഭാടം കാണിക്കാനും, വീമ്പു പറച്ചിലിനും ഉള്ള ഒരവസരമാണ്. വീട്ടമ്മമാർ TV. യെ ആണ് പൂജിക്കുന്നത്. കണി ഒരാഡംബരമായി ഒരു വശത്തിരിക്കുന്നുണ്ടാകും. ഭക്ഷണം പാർസലായി വീട്ടിലെത്തും. ഇതൊക്കെ കണ്ടുമടുത്താണ് ഞാൻ നേരത്തേ പൂക്കാൻ തുടങ്ങിയത്. എനിയ്ക്ക് വയ്യ കോലം തുള്ളലിന് കൂട്ടുനിൽക്കാൻ. ഞാനില്ലെങ്കിലും അവര് പ്ലാസ്റ്റിക് പൂവ് കൊണ്ട് അഡ്ജസ്റ്റ് ചെയ്യും. ഇതാണ് കൊന്ന പറഞ്ഞത്. ഏത് ദുരന്തമായി വന്നാലാണ് അവരിനി നന്നാവുന്നത്. അതാണെന്റെ വേവലാതി. സമയം ഒരു പാടായി നമുക്കുറങ്ങാം. ഉറങ്ങാൻ പോകുമ്പോഴും ആ അമ്മയും അച്ഛനും ദൈവത്തോടപേക്ഷിച്ചതിങ്ങനെ ആയിരുന്നു " ദൈവമേ ഞങ്ങളുടെ മനുഷ്യ മക്കൾക്ക് സദ്ബുദ്ധിയും വിവേകവും നൽകണേ" .

●

മുജ്ജന്മദോഷം

ഇന്ന് നേരത്തേ ജോലി കഴിഞ്ഞതിനാൽ കുടിക്കാനുള്ള വെള്ളം ഒരു കുപ്പിയിലാക്കി നാമം ചൊല്ലാനുള്ള പുസ്തകവും എടുത്ത് വീട് പൂട്ടി സൊസൈറ്റിക്കുള്ളിൽ തന്നെയുള്ള രാധാകൃഷ്ണൻമാരുടെ അമ്പലത്തിലേയ്ക്ക് നടന്നു. എനിക്കിത് പതിവുള്ളതാണ്. ഇനി ഉച്ച യൂണിന്റെ സമയം വരെ അവിടെ ചിലവഴിക്കാം. ഗ്രില്ലിട്ട വാതിലിൽ കൂടി പ്രതിഷ്ഠ കാണാൻ സാധിക്കും. രാത്രി മാത്രമേ അമ്പലം അടയ്ക്കാറുള്ളൂ. അമ്പലത്തിലേയ്ക്ക് കയറുമ്പോൾ ഞാനമ്പരന്നു. എന്റെ ബിൽഡിംഗിന്റെ രണ്ട് ബിൽഡിംഗുകൾക്കു പുറകിലായുള്ള ഫ്ലാറ്റിലെ വൃദ്ധ ദമ്പതികൾ. അമ്പലത്തിന് വലം വച്ച് ഗണപതിയേയും രാധാ കൃഷ്ണൻമാരേയും ഹനുമാനേയും തൊഴുത് അവരെ നോക്കിച്ചിരിച്ച് അവർക്കെതിർവശത്തായിട്ടിരുന്ന് വിഷ്ണു സഹസ്രനാമം ചൊല്ലാൻ തുടങ്ങി. അതിനു ശേഷം ദേവി മാഹാത്മ്യം മനസ്സിൽ ചൊല്ലാൻ പാടില്ലാത്തതു കൊണ്ട് പതിഞ്ഞ ശബ്ദത്തിൽ ചൊല്ലാൻ തുടങ്ങി യപ്പോൾ ആന്റി എന്റെയടുത്തു വന്നിരുന്നു. അങ്കിൾ അപ്പോഴും തല കൈകളിൽ താങ്ങി ആരേയും നോക്കാതെ ദുഃഖം ഘനീഭവിച്ച മുഖഭാവത്തോടെ ഇരിക്കുകയാണ്.

ചില മൗനങ്ങൾ അവഗണനയുടെ സൂചനകളല്ല. ആഴത്തിൽ മുറി വേറ്റൊരു മനസ്സിന്റെ അടക്കിപ്പിടിച്ച വിങ്ങലുകൾ ആണ്. ആർക്കും

പകർന്നു കൊടുക്കാൻ ഇഷ്ടപ്പെടാതെ ഉള്ളിൽ എരിച്ചു തീർക്കുന്നൊരു വേദനയാണത്. അത്രമേൽ സ്നേഹിച്ചതിന്റെ ബാക്കിപത്രം.

ദേവീ മാഹാത്മ്യത്തിലെ കീലകവും, അർഗ്ഗളവും, കവചവും ചൊല്ലിത്തീർന്നപ്പോൾ തന്നെ ആന്റിയുടെ കണ്ണിൽ നിന്നും ധാര ധാരയായി കണ്ണീരൊഴുകുകയായിരുന്നു. ക്ഷമാപണം ചൊല്ലാൻ തുടങ്ങിയപ്പോൾ ആന്റി പറഞ്ഞു മോളേ ആ നാരായണി സ്തുതി കൂടി ഒന്നു ചൊല്ലൂ . മറുത്തൊന്നും പറയാതെ ഞാൻ വേഗം പതിനൊന്നാം അദ്ധ്യായം തുറന്ന് നാരായണി സ്തുതിയും ചൊല്ലി. ക്ഷമാപണം ചൊല്ലി സാഷ്ടാംഗം വീണ് നമസ്കരിച്ച ശേഷം വെള്ളം കുടിക്കാനായി കുപ്പി എടുത്തപ്പോഴാണ് അവർക്ക് വെള്ളം വേണമോ എന്ന് ചോദിച്ചത്. അങ്കിൾ വേഗം തന്നെ വാങ്ങി മുക്കാൽ കുപ്പിയോളം കുടിച്ചു. നന്ദി സൂചകമായി എന്നെ നോക്കി. ബാക്കി ആന്റിയും കുടിച്ചു.

ചണ്ഡിപ്പാട്ട് (ദേവീ മാഹാത്മ്യത്തിന് ഉത്തരേന്ത്യക്കാർ പറയുന്നത്) കേൾക്കണം എന്ന് കരുതിയപ്പോൾ ആണ് മോൾ വന്ന് അത് ചൊല്ലിയത്. കുറച്ച് സമാധാനത്തിനും, മനശ്ശാന്തിക്കും വേണ്ടിയാണ് നടക്കാൻ വയ്യെങ്കിലും ഞങ്ങളിരുവരും ഇവിടെ വന്നിരുന്നത്. ആശ്വാസമായി. ആന്റി പറഞ്ഞു തുടങ്ങി.

Hindalco steels, Hindalco Aluminium ഈ രണ്ടു കമ്പനികളിലേയും CEO ആയിരുന്നു അങ്കിൾ. പേര് കൈലാസ് അഗർവാൾ, നാട് രാജസ്ഥാനിലെ ജയ്പൂർ. ആന്റി മധുമതി അഗർവാൾ ടീച്ചറായിരുന്നു. മക്കളുടെ ഭാവിക്കു വേണ്ടി ജോലി വേണ്ടെന്നു വച്ചു. മൂന്നു മക്കൾ. പ്രതിഭാ പ്രകാശ്, പ്രഗ്യ. പ്രതിഭയ്ക്ക് സെക്രട്ടറിയേറ്റിലാണ് ജോലി. ഭർത്താവ് ബിസിനസുകാരൻ. പ്രഗ്യ ജയ്പൂരാണ്. ഭർത്താവിനും ബിസിനസാണ്. പ്രകാശ് ഇവിടെ അടുത്ത് തന്നെ സ്വന്തമായി ഒരു share marketing -ന്റെ office തുറന്ന് പ്രവർത്തിപ്പിക്കുകയാണ്. സന്തോഷമായി കഴിയുന്ന കുടുംബം.

അങ്കിളിന്റെ സൂററ്റിലുള്ള ഒരു കുടുംബ സുഹൃത്ത് അവരുടെ അയൽക്കാരായ മറ്റൊരു കുടുംബവുമായി ആന്റിയെ കാണാൻ വന്നു. അവരുടെ മൂത്ത മകളായ പ്രിയയ്ക്ക് പ്രകാശിനെ കണ്ടപ്പോൾ ഒരു പാടിഷ്ടമായി. അവളത് വീട്ടിൽ പറഞ്ഞു. ആന്റിയുടെ സുഹൃത്തായ പുനം ആന്റി വിവാഹാലോചന നടത്തി. ആന്റിയ്ക്കും അങ്കിളിനും പ്രകാശിനും താൽപ്പര്യമില്ലായിരുന്നു. തന്നെയുമല്ല പ്രിയ പ്രകാശിനേക്കാൾ രണ്ട് വയസ്സിന് മൂത്തതായിരുന്നു. കുടുംബപരമായും അവർക്ക് പറ്റിയവരല്ലായിരുന്നു. പിന്നീട് പ്രിയ ഒറ്റയ്ക്ക് പ്രകാശിനെ ഓഫീസിൽ വന്ന് കണ്ടു. തന്നെ പ്രകാശ് വിവാഹം കഴിച്ചില്ലെങ്കിൽ താൻ ആത്മഹത്യ ചെയ്യും എന്ന് പറഞ്ഞു. സ്വതവേ സൗമ്യനും,

പാവവുമായ പ്രകാശ് അത് കേട്ട് ഭയന്ന് ആ പെൺകുട്ടിയെ തന്നെ മതി എന്ന് വീട്ടിൽപറഞ്ഞു. അങ്ങനെ ആ വിവാഹം നടന്നു.

പ്രിയ യാതൊരു അനുസരണയും ഇല്ലാത്ത ആരേയും വകവെയ്ക്കാത്ത പ്രകൃതം ആയിരുന്നു. ഒരു പണിയും ചെയ്യില്ല. ഒരുക്കവും, കറക്കവും, ഉറക്കവും ആയിരുന്നു പ്രധാന പണി. ജോലിക്കാരി ഉണ്ടാക്കി വെയ്ക്കുന്ന ഭക്ഷണം കുറ്റം പറഞ്ഞ് കഴിക്കും. അതിഷ്ടപ്പെട്ടില്ലെങ്കിൽ പുറത്തു നിന്നും വരുത്തിക്കഴിക്കും. പ്രകാശ് വരാനൊന്നും കാത്തു നിൽക്കില്ല. ആന്റി പ്രകാശിനോട് അതേ കുറിച്ച് പറയുമ്പോൾ പ്രകാശ് പറയുമായിരുന്നു. സാരമില്ല പോട്ടേ എല്ലാം ശരിയാകും .

അവർക്കൊരു പെൺകുഞ്ഞ് പിറന്നു റിങ്കു. അതിനു ശേഷം പ്രിയയ്ക്ക് അതുവരെ ഇല്ലാത്ത ഭ്രമങ്ങളായിരുന്നു. ഡാൻസ് മാസ്റ്ററെ വരുത്തി നൃത്തം അഭ്യസിച്ചു. ബ്യൂട്ടീഷ്യനെ വീട്ടിൽ വരുത്തി സൗന്ദര്യ വർദ്ധനയ്ക്കുള്ളവ ചെയ്യിച്ചു. ഇങ്ങനെ പലതും. കുഞ്ഞിനേയും നോക്കില്ലായിരുന്നു. കുഞ്ഞിന് മൂന്നു വയസ്സായപ്പോൾ പ്രകാശിന് എപ്പോഴും തലവേദന വരാൻ തുടങ്ങി. തലവേദനയ്ക്കുള്ള മരുന്ന് വാങ്ങി കഴിക്കും. അത് മാറും.

ആ സമയത്താണ് അങ്കിൾ ബാത് റൂമിൽ തെന്നിവീണ് ഇടുപ്പെല്ല് പൊട്ടി ഓപ്പറേഷൻ കഴിഞ്ഞു. പ്രകാശാണ് നല്ല മനസ്സോടു കൂടി അച്ഛന്റെ വിസർജ്യങ്ങളെടുക്കുന്നതടക്കം എല്ലാ കാര്യങ്ങളും നോക്കിയിരുന്നത്. ഹോം നേഴ്സിനെ വയ്ക്കാം എന്ന് എത്ര നിർബന്ധിച്ചിട്ടും സമ്മതിച്ചില്ല. ആ സമയത്ത് പ്രിയ പ്രകാശിനോട് മിണ്ടാറില്ലായിരുന്നു. അങ്കിളിന് സുഖമായെങ്കിലും ഒരു വശം ചരിഞ്ഞ് കുറച്ചു സമയത്തേയ്ക്കു മാത്രമേ നടക്കാൻ സാധിക്കുമായിരുന്നുള്ളൂ... ഓഫീസിൽ നിന്നും ജോലി വിടുന്ന കാര്യം പറഞ്ഞപ്പോൾ അവർ സമ്മതിച്ചില്ല. ദിവസവും രണ്ട് മണിക്കൂർ വന്നാൽ മതി ബാക്കി വീട്ടിൽ ഇരുന്ന് ചെയ്താൽ മതി എന്ന് പറഞ്ഞു. അങ്ങനെ തന്നെ അങ്കിൾ ജോലിയിൽ തുടർന്നു.

രാത്രി ഭക്ഷണം കഴിച്ചു കൊണ്ടിരിക്കെ പ്രകാശ് പെട്ടെന്ന് പുറകോട്ടു മറിഞ്ഞു വീണു. പിന്നെ ഉണർന്നില്ല. തലയിലെ ഒരു ഞരമ്പു പൊട്ടി രക്തം കട്ടപിടിച്ചതായിരുന്നു മരണകാരണം. എപ്പോഴുമുള്ള തലവേദന ശ്രദ്ധിക്കാതിരുന്നതിന്റെ തിക്തഫലം.

മൂന്നു ദിവസം പ്രിയ മുറിയിൽ തന്നെയിരുന്നു. ദിവസവും പൂജകൾ ഉണ്ടായിരുന്നു. പന്ത്രണ്ടാം ദിവസം പിണ്ഡം മുറിക്കുക എന്നൊരു ചടങ്ങുണ്ട്. അന്ന് പൂജാരി മന്ത്രങ്ങൾ ചൊല്ലുമ്പോൾ അഗ്നികുണ്ഡത്തിന്റെ അടുത്തായി വച്ചിരിക്കുന്ന പ്രത്യേക പൂജാസാധനങ്ങൾ

കൊണ്ടുണ്ടാക്കിയ സാമാന്യം വലിയ ഒരു ഉരുളയുണ്ട്. അതിൽ ഓരോരുത്തരും കൈ കൊണ്ട് തൊട്ട് വണങ്ങി ഹോമകുണ്ഡത്തിനും അതിനും വലം വയ്ക്കണം. ഭാര്യ അത് ചെയ്താൽ ഒരു വർഷം കഴിഞ്ഞേ പുനർവിവാഹം പാടുള്ളൂ എന്നാണ്. പ്രിയയോട് പൂജാരി പറഞ്ഞപ്പോൾ വിസമ്മതിച്ചു. ചെയ്തില്ല. അപ്പോൾ തന്നെ എല്ലാവരും ഞെട്ടിപ്പോയി. ഭർത്താവ് മരിച്ച പന്ത്രണ്ടാം ദിവസം തന്നെ താൻ ഉടൻ തന്നെ വിവാഹം ചെയ്യും എന്നാണ് പ്രിയ പറയാതെ പറഞ്ഞത്.

ആ കർമ്മം കഴിഞ്ഞ ഉടൻ തന്നെ അവൾ സൂറത്തിലെ തന്റെ വീട്ടിലേയ്ക്ക് പോയി. മൂന്നാമത്തെ ദിവസം ഫോണിൽ വിളിച്ച് പ്രകാശിന്റെ വീതം വേണം എന്ന് പറഞ്ഞു. ഇന്ന് അവൻ മരിച്ചിട്ട് പതിനഞ്ചല്ലേ ആയുള്ളൂ തൊണ്ണൂറെങ്കിലും കഴിയട്ടേ എനിയ്ക്ക് വേറേയും രണ്ട് മക്കളുണ്ട് എന്ന് അങ്കിൾ പറഞ്ഞു. നിനക്ക് തരാനുള്ളതെല്ലാം അണുവിട തെറ്റാതെ തരും എന്ന് അങ്കിൾപറഞ്ഞു.

പ്രകാശ് മരിച്ചതിന്റെ ഇരുപതാം ദിവസം പ്രിയ വീണ്ടും വന്നു. അങ്കിളിനോടും ആന്റിയോടും വഴക്കിടാൻ തുടങ്ങി. വീട് അവൾക്ക് വേണം അവര് വീട്ടിൽ നിന്നും ഇറങ്ങിക്കൊടുക്കണം. വീട് അവൾക്ക് വാടകയ്ക്ക് കൊടുക്കണമത്രേ. അത് നടക്കില്ല എന്ന് പറഞ്ഞതിന് അവൾ പോലീസിൽ വിളിച്ചു പറഞ്ഞു. അവരവളെ കൊല്ലാൻ നോക്കുകയാണെന്ന്. പോലീസ് വന്ന് ചോദ്യം ചെയ്യലിൽ ആന്റിയും അങ്കിളും നിരപരാധികളാണെന്ന് തെളിഞ്ഞു. അവളുടെ കള്ളി വെളിച്ചത്തായി എന്നായപ്പോൾ അവൾ പ്രകാശിന്റെ അടുത്തെടുത്ത അടവ് വീണ്ടും പുറത്ത് എടുത്തു. ഇനി ഇവിടെ നിന്നാൽ താൻ ആത്മഹത്യ ചെയ്യും . അങ്ങനെ ആ രാത്രി അവളെ പോലീസ് സ്റ്റേഷനിലേയ്ക്ക് കൊണ്ടു പോയി. അവിടെയിരുന്നു അവളും കുഞ്ഞും.

അവളുടെ വീട്ടിൽ വിളിച്ചു പറഞ്ഞപ്പോൾ അച്ഛനും അമ്മയുംപറഞ്ഞത് അത് അവളുടെ കുടുംബ കാര്യമാണ് അതവൾ തീരുമാനിച്ചോളും എന്നാണ്. അവരുടെ മറ്റൊരു മകളായ ശ്രേയയും ഭർത്താവുമായി വേർപെട്ട് ഇരുപത് ലക്ഷം രൂപയും വാങ്ങി വീട്ടിൽ നിൽക്കുന്നുണ്ട്. അവർക്ക് മക്കളുടെ ജീവിതമല്ല വലുത് പണമാണ്.

പിറ്റേ ദിവസം തിരികെ വന്ന അവൾ "നിങ്ങളെ രണ്ടിനേയും ഞാൻ റോഡിലിറക്കും. രണ്ടും ചത്തുപോയാൽ ഞാനാരോടാ ചോദിക്കുക. എത്രയും പെട്ടെന്ന് കിട്ടാനുള്ളത് വാങ്ങിക്കണം. അതാ എന്റെ രീതി. നിങ്ങളെന്താ വിചാരിച്ചത് നിങ്ങളുടെ ചത്തു പോയ മകനെ ഓർത്തിരിക്കുന്ന പെണ്ണാണ് ഞാനെന്നോ ? ഞാനത്തരക്കാരിയല്ല. എനിയ്ക്ക് പൈസ വേണം ജീവിതം ആസ്വദിക്കാനുള്ളതാ അല്ലാതെ ചത്തവനെ ഓർത്ത് നശിപ്പിക്കാനുള്ളതല്ല. ഞാൻ ജീവിച്ച

കാണിച്ച തരാം" എന്ന് പറഞ്ഞ് അങ്കിളിന്റെ നേരേ തള്ളവിരലും നടുവിരലും കൊണ്ട് ഞൊട്ട വിട്ട് കാണിച്ചു. വീട്ടിലിരുന്ന ഷീറ്റുകൾ, പ്രകാശിന്റെ ലാപ്ടോപ്പ്, കുക്കറുകൾ, നോൺസ്റ്റിക് പാത്രങ്ങൾ, എന്നു വേണ്ട സ്പൂണുകളും, തുണിയലക്കുന്ന ബ്രഷു വരെ എടുത്ത് കെട്ടിപ്പെറുക്കി പതിനാലു ബാഗുകളുമായി പോലീസ് വാഹനത്തിൽ അവളെ സൂറത്തിൽ കൊണ്ടാക്കി. പ്രകാശിന്റെ ഫോട്ടോയും, അവരുടെ കല്യാണ ആൽബവും അവൾ കൊണ്ടുപോയില്ല.

ഇന്ന് കേസ് ഒത്തുതീർപ്പാക്കൽ ആയിരുന്നു. വിജയത്തിനു വേണ്ടി അവൾ കോടതിയിൽ പറഞ്ഞതെന്താണെന്നോ ഒരു മരുമകൾ എന്നതിൽ കവിഞ്ഞ് അങ്കിൾ അവളോട് മോശമായി പെരുമാറുമായിരുന്നു. അതാണ് അവൾ അവിടെ നിൽക്കാത്തത് എന്ന്. ഏറ്റവും നികൃഷ്ടമായ മനസ്സുള്ളവരുടെ എളുപ്പ മാർഗ്ഗമാണ് ഇങ്ങനെയുള്ള അപവാദം പറയുക എന്നത്. ഈ എഴുന്നേറ്റ് നടക്കാൻ പോലും വയ്യാത്ത മനുഷ്യനോ കോടതി അത് വിശ്വസിക്കുന്നില്ല എന്ന് പറഞ്ഞു. പ്രകാശിന്റെ ഓഫീസും, മാസം പതിനായിരം രൂപയും ചിലവിന് നൽകാൻ കോടതി ഉത്തരവിട്ടു. ബാക്കി അങ്കിളിന് ഇഷ്ടമുണ്ടെങ്കിൽ റിങ്കുവിന്റെ പേരിൽ നൽകാം. അത് റിങ്കുവിന്റെ വിവാഹ ശേഷം ഭർത്താവുമായി വന്ന് കൈപ്പറ്റാം എന്ന് ഉത്തരവായി...

പ്രാണനേപ്പോലെ സ്നേഹിച്ച മകന്റെ വേർപാടിന്റെ ആഘാതത്തോടൊപ്പം മറ്റൊരു ആഘാതമായിരുന്നു സ്വന്തം മകളെപ്പോലെ കരുതിയ പ്രിയയുടെ ദുരാരോപണം. അതവരെ കൂടുതൽ തളർത്തി. ആത്മാവ് പോലെയാണ് ആത്മബന്ധങ്ങൾ. നമ്മൾ തോറ്റു പോകുന്നത് ചിലരെ പ്രാണനേക്കാളും സ്നേഹിച്ചതിന്റെ പേരിലാണ്. ചിലർ ചിലതെല്ലാം വക്ര ബുദ്ധി മൂലം പിടിച്ചു വാങ്ങി ജയിച്ചു എന്ന് കരുതുന്നു എങ്കിൽ അവർ അറിയുന്നില്ല അവർ അമ്പേ പരാജയപ്പെട്ടു എന്ന്.

ആ സാത്വികരായ വൃദ്ധ ദമ്പതികൾ എഴുന്നേറ്റു. അങ്കിൾ എന്നോട് പറഞ്ഞു " ഈ ദൈവങ്ങളുടെ മുൻപിൽ വച്ച് പറയുകയാണ് മോളേ ഈ ജൻമത്തിൽ ഞാനാർക്കും ഒരു ദോഷവും ചെയ്തിട്ടില്ല. ഇത്രയൊക്കെ വിഷമതകൾ അനുഭവിക്കാൻ എന്റെ മുജ്ജൻമദോഷമായിരിക്കും കാരണം. " മെല്ലെ വേച്ചുവേച്ച് നടന്നുനീങ്ങുന്ന ദമ്പതികളെ നോക്കിയപ്പോൾ ഞാനോർത്തു പ്രിയ എന്ന പേരിനെ അപ്രിയമാക്കിയവളേ എനിയ്ക്ക് നിന്നോടു പറയാനുള്ളത് ഒന്നേ ഉള്ളൂ. ഈ ഭൂമിയിൽ മറ്റുള്ളവരുടെ മനസ്സിൽ നാം നൽകിയ സ്നേഹം നിറഞ്ഞ ഓർമ്മകളും സന്തോഷങ്ങളും ആണ് നമ്മുടെ സമ്പാദ്യം. തന്നവർ അത് മറന്നു പോയതായി ഭാവിച്ചാലും ബന്ധങ്ങളെ എന്നും നെഞ്ചോട് ചേർത്ത്

വയ്ക്കുന്നവർ തനിയ്ക്ക് ലഭിച്ച ആ പുണ്യങ്ങളെ മാണിക്യം പോലെ മരണം വരെ പ്രാണനേക്കാളും വലുതായി ഹൃദയമിടിപ്പായി കൊണ്ടു നടക്കും. ചിരിക്കുന്ന മുഖവും, പിഴയ്ക്കാത്ത നാവും, വേദനിപ്പിക്കാത്ത വാക്കും, നൻമചിന്തിക്കുന്ന മനസ്സും ഉണ്ടെങ്കിൽ ജീവിതം ഒരു സുന്ദര കവിതയായിരിക്കും. കേൾക്കാനും കാണാനും, ആസ്വദിക്കാനുമുള്ള കവിത.

അവർ കണ്ണിൽ നിന്നും മറഞ്ഞപ്പോൾ വേഗം തന്നെ പുസ്തകവും, കുപ്പിയും ബാഗിലെടുത്തു വച്ച് രാധാകൃഷ്ണൻമാരെ ഒന്നു കൂടി തൊഴുമ്പോൾ ഞാൻ ചോദിച്ച "ഭഗവാനേ നീയെനിക്കായ് കരുതി വച്ചിട്ടുള്ള മുജ്ജൻമദോഷം എന്താണോ ! ആവോ?."

●

പിരി മൊന്ത

പായസം വച്ച് മൊന്തയിലേയ്ക്ക് പകർന്നപ്പോൾ മൊന്ത ഓർത്തു എത്ര കാലമായി എന്നെ ഒന്നെടുത്ത് ഉപയോഗിച്ചിട്ട്. - എത്ര നാളായി ഞാനാ ഷെൽഫിൽ ഇരിക്കാൻ തുടങ്ങിയിട്ട്. ഉപയോഗിച്ചില്ലെങ്കിലും ഭാമേച്ചി ഇടയ്ക്കെടുത്ത് കഴുകി തുടച്ച് വയ്ക്കും. ഇന്നെന്നിൽ പായസം പകർന്ന് ആർക്കോ കൊടുക്കാൻ പോകുകയാണ്. ഓ തൊട്ടപ്പുറത്തെ ഫ്ലാറ്റിലെ ലേഖേച്ചിക്ക്. ലേഖേച്ചി ഇടയ്ക്കിവിടെ വരാറുണ്ട്. ഭയങ്കര ഉച്ചത്തിലേ സംസാരിക്കൂ.

ഭാമേച്ചി അവിടുത്തെ കോളിംഗ് ബെല്ലിന്റെ സ്വിച്ചിൽ വിരലമർത്തി. ഞാനപ്പോൾ ആർത്തിയോടെ പുറം ലോകം കാണുകയായിരുന്നു. എത്ര കാലമായി ഒന്നു പുറത്തുവന്നിട്ട്. ലേഖേച്ചി വാതിൽ തുറന്നു.

"കുറച്ച്പായസാ"

"ഇന്നെന്താ വിശേഷം ഭാമേ"?

"നന്ദേട്ടന്റെ പിറന്നാളാണ്"

എന്റെ അടപ്പു തുറന്നു നോക്കി ലേഖേച്ചി "പാലടയാണല്ലേ" എന്നു പറഞ്ഞ് മിടയിറക്കി.

"പണിയുണ്ട്" എന്ന് പറഞ്ഞ് ഭാമേച്ചി പോയി.

ഞാൻ ലേഖേച്ചിയുടെ കൈയ്യിലിരുന്ന വാതിൽക്കലെ മുറി നോക്കികണ്ടു. സെറ്റിയിൽ നിറയെ ഊരിയെറിഞ്ഞ തുണികൾ, ടീപ്പോയിൽ പേപ്പറുകൾ അളിച്ച വാരിയിട്ടിരിക്കുന്നു. ഡൈനിംഗ് ടേബിളിൽ കഴിച്ച ബാക്കിയായവയും തുറന്നിട്ടിരിക്കുന്നതുമായ ഭക്ഷ ണസാധനങ്ങൾ. എനിയ്ക്ക് വല്ലാതെ തോന്നി. അടുക്കളയിൽ പാത കത്തിൽ എന്നെ വച്ച ശേഷം വേഗം ഒരു ഗ്ലാസ്സെടുത്ത് പിരിയുള്ള എന്റെ മൂടി പിരിച്ച് തുറക്കുന്നതിനു പകരം വലിച്ചൂരിയെടുക്കാൻ നോക്കിയപ്പോൾ എനിയ്ക്ക് നന്നായി വേദനിച്ചു. പിന്നീട്ഒരു വിധം യാതൊരു മയവുമില്ലാതെ പിരിച്ച് തുറന്ന് പായസം ഗ്ലാസ്സിലേയ്ക്ക് പകർന്ന് മൂടി അടയ്ക്കാതെ തന്നെ അവിടെത്തന്നെ നിന്ന് കുടിച്ചു. ഗ്ലാസ്സ് സിങ്കിലേയ്ക്കിട്ടു. പാത്രങ്ങളുടെ ശബ്ദം കേട്ട് നോക്കിയപ്പോൾ ആണ് സിങ്ക് നിറയെ പാത്രങ്ങൾ. പാതകം മുഴുവൻ ഓരോരോ സാധ നങ്ങൾ കൊണ്ട് നിറഞ്ഞിരിക്കുകയാണ്. വല്ലാത്ത മണവും.

TVയുടെ ശബ്ദവും കേൾക്കുന്നുണ്ട്. ലേഖേച്ചി ഈ ജോലിയെല്ലാം ഇട്ടിട്ട് TV കാണുകയായിരിക്കും.

"എന്നെ ഒന്നടച്ച വയ്ക്കൂ" എന്ന് ഞാൻ ഉറക്കെ പറയുന്നതു കേട്ട് അവിടെയുള്ള പാത്രങ്ങൾ എല്ലാം ചിരിച്ചു. "അവരതൊന്നും കേൾ ക്കില്ല."

ബാക്കിയുള്ള പാത്രങ്ങളെ കണ്ടപ്പോൾ എനിക്കതിശയമായി. അവർക്കാർക്കും തനതായ രൂപമില്ല. എല്ലാവർക്കും ഓരോരോ പാച്ച വർക്കുകൾ. ചിലർ ചളുങ്ങി വല്ലാതിരിക്കുന്നു. ചിലരുടെ വക്കുപൊ ട്ടിയിട്ടുണ്ട്. ഒരു തിളക്കവുമില്ലാതെ നിറം മങ്ങിയിരിക്കുന്നു. നിങ്ങൾ ക്കൊക്കെ എന്താ പറ്റിയത് എന്ന് ചോദിച്ചപ്പോൾ അവർ പറയുകയാ

"നീയെന്തു സുന്ദരിയായിട്ടാ ഇരിക്കുന്നത് ! എന്ത് തിളക്കമാണ് നിനക്കെന്ന്, "ഞാൻ നല്ല സ്റ്റെയിൻലസ് സ്റ്റീൽ ആണ്" എന്നു പറഞ്ഞു നോക്കുമ്പോഴാണ് എന്റെ കൂടെ കടയിൽ ഉണ്ടായിരുന്ന എന്റെ ഇരട്ട സഹോദരി മൊന്തയെ കണ്ടത്. അവള് കറുത്തു കരു വാളിച്ച് ചുവട്ടു ഭാഗം ചളുങ്ങിയതു കൊണ്ട് ഒരു വശം ചരിഞ്ഞാ ണിരിക്കുന്നത്. അപ്പോൾ അവൾ വളരെ ദുഃഖത്തോടെ എന്നോട് പറഞ്ഞു "ഇവിടെയിരിക്കുന്ന എല്ലാവരും നമ്മളെപ്പോലെ നല്ല സ്റ്റീൽ തന്നെയാണ്. ലേഖേച്ചി ഒന്നും വൃത്തിയായി ഉപയോഗിക്കാ റില്ല. പണി ചെയ്യാൻ മടിയാണ്. എപ്പോഴും TV കാണലും, Net-ലും ആണ്. അല്ലെങ്കിൽ കറങ്ങാൻ പോകും. അതുമല്ലെങ്കിൽ ഓരോ വീട് വീടാന്തരം കയറി നുണക്കഥകൾ പറയും. എന്തെങ്കിലും ഒരു ചോറും കറിയും വച്ചുണ്ടാക്കും. പാത്രം ആവശ്യമുള്ളത് മാത്രം ഓരോന്നായി കഴുകിയെടുക്കും. ബാക്കിയുള്ളവ സിങ്കിൽ തന്നെ കിടക്കും. ഒരുങ്ങി

നടക്കുന്നതു കണ്ടാൽ ആരും കരുതില്ല വീട്ടിലെ സ്ഥിതിവിശേഷം ഇതാണെന്ന്.

ഉച്ചയ്ക്ക് സണ്ണിച്ചേട്ടൻ വന്നപ്പോൾ ലേഖേച്ചി വിളിച്ചു പറയുന്നത് കേട്ടു

"സണ്ണിച്ചായാ ചോറു വച്ചില്ല രാവിലത്തെ ഗോതമ്പു ദോശയും ചമ്മന്തിയും ഉണ്ട് അത് കഴിക്കു" .

"നിനക്കെന്താ ഇത്തിരി ചോറു വച്ചാൽ ഉച്ചയ്ക്കും ഗോതമ്പ് ദോശ ഇതിലും ഭേദം കാന്റീനിലെ ഭക്ഷണം ആയിരുന്നു"

"അതേ നിങ്ങള് സ്ത്രീധനം വാങ്ങിക്കുമ്പോൾ ഓർക്കണമായിരുന്നു. ഞാൻ നിങ്ങളുടെ വേലക്കാരിയല്ല. എന്റെ വീട്ടുകാർ നിങ്ങളെ എനിയ്ക്കു വിലയ്ക്കു വാങ്ങിത്തന്നതാ. ആ കാശുവാങ്ങിച്ച് പെങ്ങമാരെ കെട്ടിച്ചു വിട്ടപ്പോൾ ഓർക്കണമായിരുന്നു. വേണമെങ്കിൽ കഴിച്ചാൽ മതി എന്നെക്കൊണ്ട് ഇത്രയേ പറ്റൂ."

"എനിയ്ക്ക് വേണ്ട" എന്നു പറഞ്ഞ് മേശപ്പുറത്തെ പാത്രങ്ങൾ താഴെ വീഴുന്ന ഒച്ചയും, അതിനോടൊപ്പം കതകും വലിച്ചടയ്ക്കുന്ന ശബ്ദംകേട്ട് ഞാൻ ഞെട്ടിപ്പോയി.

"സണ്ണിച്ചായൻ പോയി"എന്റെ ഇരട്ട സഹോദരി പറഞ്ഞു.

ഇതാ ഇവിടുത്തെ സ്ഥിതി. ഇനി രാത്രിയാവുമ്പോൾ വരും. പിന്നെ രണ്ടു പേരും കൂടി വഴക്കാണ്. വഴക്കിടുമ്പോൾ ലേഖേച്ചി ഞങ്ങൾ പാത്രങ്ങളെ പാതകത്തിൽ അടിച്ച് ശബ്ദമുണ്ടാക്കും. അപ്പോൾ സണ്ണിച്ചായൻ ദേഷ്യത്തോടെ ഓരോന്നെടുത്ത് അടുക്കളയുടെ ബാൽക്കണിയിൽ കൂടി താഴേയ്ക്കിടും. ലേഖേച്ചിയും വാശിക്കെറിയും അങ്ങനെയാണ് ഞങ്ങളൊക്കെ ഈ കോലത്തിൽ ആയത്. രാവിലെ വന്ന് പെറുക്കിയെടുക്കും. ചിലപ്പോൾ താഴത്തെ ഫ്ലാറ്റുകാർ പെറുക്കി യെടുത്ത് ഇവിടുത്തെ വാതിൽക്കൽ കൊണ്ടു വയ്ക്കും. അവർക്കെല്ലാം അറിയാം ഇവരുടെ രണ്ടാളുടേയും വഴക്കടിക്കുന്ന സ്വഭാവം. ഓരോ കടകളിലും എത്ര നന്നായിട്ടിരുന്നവരായിരുന്നു ഞങ്ങൾ. ഞങ്ങളുടെ വിധി.

പെട്ടെന്ന് ലേഖേച്ചി ദേഷ്യത്തോടെ ചവുട്ടിപ്പൊട്ടിച്ചു നടന്നു വന്ന് എന്നെയെടുത്തു പൊക്കി അതിലെ പായസം മുഴുവൻ കുടിച്ച് ഒരേമ്പ ക്കവും വിട്ടിട്ട് എന്നെ ശക്തമായി പാതകത്തിലൊരു വയ്പ്. എന്റെ ചുവട് ഭാഗം നന്നായി വേദനിച്ചു.

"സണ്ണി അങ്ങനിപ്പം പായസം കുടിക്കണ്ട. കൊച്ചി രാജാവിന്റെ മോനല്ലിയോ ഗോതമ്പു ദോശ പിടിക്കാതിരിക്കാൻ എന്നെ കഷ്ട പ്പെടുത്താനുള്ള വേല" എന്നു പറഞ്ഞ് പിന്നെയും പോയി TV കണ്ടു.

പായസത്തിന്റെ ബാക്കിയൊക്കെ എന്നിൽ ഒട്ടിപ്പിടിച്ച് ഉണങ്ങാൻ തുടങ്ങിയപ്പോൾ ഞാനാകെ വല്ലാതായി.

എത്ര സൗമ്യയാണെന്റെ ഭാമേച്ചി. വീടും പാതകവും ഒക്കെ തുത്തു തുടച്ച് എത്ര വൃത്തിയോടെയാണ് എല്ലാം നല്ല ഭംഗിയായിഅ ടുക്കിപ്പെറുക്കി വയ്ക്കുന്നത്. എന്നാലും ചിലപ്പോൾ നന്ദേട്ടൻ ഒരോന്ന് പറയുന്നത് കേൾക്കാം. അപ്പോഴും ഒന്നും മിണ്ടാതെ അടുക്കളയിൽ നിന്ന് കരയുന്നതു കാണാം. അന്ന് കൂടുതൽ വിഭവങ്ങൾ ഉണ്ടാക്കും. ഷെൽഫിലിരിക്കുന്ന ഞങ്ങളെ ഒക്കെ ഇടയ്ക്ക് കഴുകിത്തുടച്ച് വയ്ക്കും. വളരെ സൂക്ഷിച്ച് പതുക്കെ ശബ്ദം കേൾപ്പിക്കാതെയാണ് വയ്ക്കുന്നത്.

എനിക്കാകെ പേടിയാകുന്നു. ! ഇന്ന് എന്നേയും വലിച്ചെറിയുമോ?! എത്രയും വേഗം ഭാമേച്ചിയുടെ വീട്ടിൽ ആ ഷെൽഫിൽ എത്തിയാൽ മതിയായിരുന്നു. പായസം ഉണങ്ങിപ്പിടിച്ച് ദേഹമാസകലം വലിഞ്ഞു മുറുകുന്നു. കോളിംഗ് ബൽ വീണ്ടും ശബ്ദിച്ചു.

“എന്താ ഭാമേ?”

“ലേഖേ ആ മൊന്ത ഒന്നു തരുമോ? നന്ദേട്ടൻ ഊണ് കഴിക്കാൻ വന്നപ്പോൾ ഓഫീസിലുള്ളവര് പറഞ്ഞത്രേ പായസം കൊണ്ടുചെല്ല ണമെന്ന്. പിരി മൊന്തയാവുമ്പോൾ ലീക്കാവില്ലല്ലോ! ഒതുക്കവുമുണ്ട്. ഒഴിച്ചു കൊടുക്കാനും നല്ലതാണ്.

“അയ്യോ ! ഭാമേ അതങ്ങിനെ തന്നെയിരിക്കുവാ. സണ്ണിച്ചായൻ ഉച്ചയ്ക്ക് വന്നപ്പോൾ നേരമില്ലായിരുന്നു. വൈകിട്ട് ഞങ്ങൾക്ക് രണ്ടാൾ ക്കും ഒരുമിച്ചിരുന്ന് ആസ്വദിച്ച് കഴിക്കാം എന്നു പറഞ്ഞ് പോയി.”

“അതിനെന്താ? അതൊരു പാത്രത്തിലേയ്ക്കൊഴിച്ചിട്ടു തന്നോളൂ. കഴുകണ്ട. ഞാൻ കഴുകി എടുത്തോളാം”.

അതു കേട്ടപ്പോൾ എനിക്കാശ്വാസമായി. ലേഖേച്ചി എന്നെ വന്നെടുത്തപ്പോൾ ബാക്കിയുള്ള പാത്രങ്ങളെല്ലാം നീ രക്ഷപ്പെട്ടു എന്ന് പറഞ്ഞു.

മാർദ്ദവമുള്ള ഭാമേച്ചിയുടെ കൈകളിൽ ഇരിക്കുമ്പോൾ ഞാനോർത്തു സ്നേഹവും, സൗമ്യതയും, ശാന്തതയും, സത്യസന്ധത യും വൃത്തിയും വെടിപ്പും ഉള്ളിടത്താണ് ഐശ്വര്യവും, സമാധാനവും കളിയാടുന്നത്. ആ ഐശ്വര്യത്തിന്റെ പ്രതിഫലനമാണ് ഭാമേച്ചി യുടെ വീടിനും വീട്ടിലുള്ള ഞങ്ങളോരോരുത്തരടേയും രൂപഭംഗിക്കും തിളക്കത്തിനും കാരണം.

●

മാഷ്

വേഗം മേൽ കഴുകി വന്ന് സമയം നോക്കിയപ്പോൾ അഞ്ച് മണി. വിളക്ക് കത്തിക്കാനുള്ള വട്ടങ്ങളൊക്കെ കൂട്ടി. എണ്ണ ഒഴിച്ച് തിരിയിട്ട് വിളക്കൊരുക്കി വച്ചു. ഇനി ആറു മണിയാകുമ്പോൾ കത്തിച്ചാൽ മാത്രം മതി. സ്കൂൾ മാഷായ ചേട്ടന് ഇന്ന് സ്കൂളിലെ തന്നെ ലളിതാമണി ടീച്ചറുടെ സെന്റോഫ് പാർട്ടിയുണ്ട്. അതുകൊണ്ട് താമസിക്കും. ഞാൻ വരുമ്പോഴേക്കും തയ്യാറായി ഇരുന്നോ എന്ന് പറഞ്ഞാണ് പോയത്. തയ്യാറായില്ലെങ്കിൽ ദേഷ്യാവും.

നേരത്തേ തേച്ചു വച്ചിരുന്ന സാരി അലമാരിയിൽ നിന്നെടുത്തു. ചുളിവ് വന്നിട്ടുണ്ട്. ഒന്നു കൂടി തേച്ചേയ്ക്കാം. വേഗം തന്നെ ഇസ്തിരി പ്പെട്ടിയെടുത്ത് ചൂടു ക്രമപ്പെടുത്തി സാരിയുടെ മടക്ക് നിവർത്താതെ തന്നെ ഒന്നോടിച്ചു.

മുഖത്ത് മേക്കപ്പിട്ടിട്ടുണ്ട് എന്ന് തോന്നാത്ത വിധത്തിൽ മേക്ക പ്പിട്ട്, കണ്ണും, പുരികവും എഴുതി, സാരിക്ക് യോജിച്ച പൊട്ടും വച്ചു. ആഭരണപ്പെട്ടി തുറന്ന് രണ്ട് വളയും, കഴുത്തിന് ചേർന്നു കിടക്കുന്ന ഒരു ചെറിയ നേരിയ മാലയും അണിഞ്ഞു. ലൈറ്റ് റോസിൽ കസവ് പൂക്കൾ തുന്നിയ ടസർ സിൽക്ക് സാരിയണിഞ്ഞ് നിലക്കണ്ണാടിക്ക് മുൻപിൽ നിന്നപ്പോൾ ഞാൻ ഞാനല്ലാതായതു പോലെ. നല്ല സുന്ദ രിയായിട്ടുണ്ട്. മുടി പിന്നിയിടണോ? കെട്ടിവയ്ക്കണോ. ? ചേട്ടനോട്

പറഞ്ഞിട്ടുണ്ട് പൂവ് വാങ്ങി കൊണ്ടുവരാൻ. നിതംബം വരെയുള്ള നല്ല കറുത്ത ചുരുണ്ട മുടിയാണെന്റേത്. പിന്നിയിട്ടാലാവും പൂവുവയ്ക്കു മ്പോൾ കൂടുതൽ ഭംഗി. തയ്യാറായ ശേഷം ഒന്നു കൂടി കണ്ണാടിയിൽ നോക്കിയപ്പോൾ നല്ല ആത്മവിശ്വാസം തോന്നി.

സമയം നോക്കിയപ്പോൾ ആറു മണി ചേട്ടനുള്ള ഇലയട ഒരു പ്ലേറ്റിൽ എടുത്ത്, ചൂടാറാതിരിക്കാൻ ചായ ഫ്ലാസ്കിലൊഴിച്ച് ഡൈനിംഗ് ടേബിളിൽ വച്ചു.

വിളക്ക് കത്തിച്ചു കൊണ്ടിരുന്നപ്പോൾ വണ്ടിയുടെ ശബ്ദം കേട്ടു. അകത്തു വന്ന ഉടൻ തന്നെ അദ്ദേഹം ഫ്രഷായി വരാൻ വേണ്ടി ബാത്ത്റൂമിലേയ്ക്ക് പോയി. ആ സമയം കൊണ്ട് ഒരു ദിവസം പോലും മുടക്കം വരുത്താത്ത സങ്കടമോചന ഗണപതി സ്തോത്രം ചൊല്ലി ഞാൻ.

പൂവ് കൊണ്ടുവന്നില്ലേ.?

“മറന്നു പോയി! ഈ സാരി നിനക്ക് നന്നായി ചേരുന്നുണ്ട്” ചേട്ടനത് പറഞ്ഞപ്പോൾ ശരിക്കും സന്തോഷായി.

ബൈക്കിന്റെ പുറകിൽ കയറി ഇരുന്നപ്പോഴാണ് ചേട്ടൻ പറഞ്ഞത്.

“സ്കൂളിലെ സ്റ്റോർ മാനില്ലേ ഗോപി അവർക്കും വിളിയുണ്ട്. അവരും കൂടി നമ്മുടെ ഒപ്പം വരുന്നുണ്ട്. അവിടെ കയറി അവരെ കൂടി കൂട്ടിയിട്ട് പോകാം.”

അവരുടെ വീട്ടിലെത്തുമ്പോൾ ഗോപിയുടെ ഭാര്യ ജയ തയ്യാറായി നിൽക്കുകയായിരുന്നു. ഗോപി എത്തിയിട്ടില്ല. വേണ്ട എന്ന് എത്ര പറഞ്ഞിട്ടും “ആദ്യായിട്ട് വരണതല്ലേ” എന്ന് പറഞ്ഞ് ജയ അടുക്ക ളയിലേയ്ക്ക് പോയപ്പോൾ ഞാനും പുറകേ ചെന്നു. ജയ എന്റെ സാരി പിടിച്ചു നോക്കിയിട്ട് പറഞ്ഞു

“നല്ല സാരി, ദിവ്യക്കിത് നന്നായി ചേരുന്നുണ്ട്. ഇന്ന് മാഷിവിടെ വന്നിരുന്നു. അപ്പോഴാണ് റിസപ്ഷന്റെ കാര്യം പറഞ്ഞത്. അതെ ന്തായാലും നന്നായി. നമുക്ക്പരസ്പരം കാണാനും പോകാനും സാധി ച്ചല്ലോ. ദിവ്യഎന്താ പൂവ് വയ്ക്കാതിരുന്നത്. ഇത് മാഷ് വാങ്ങിക്കൊ ണ്ടു തന്നതാ. ഇതൊന്നു വച്ചു തര്വ ദിവ്യേ” എന്നു പറഞ്ഞപ്പോൾ ഞാനാകെ ഞെട്ടിത്തരിച്ചുവശായി.

ജയയ്ക്ക് പൂവ് തലയിൽ വച്ച് സ്ലൈഡ് കുത്തുമ്പോൾ എന്റെ കൈകളാകെ വിറയ്ക്കുകയായിരുന്നു. ജയ തന്ന നാരങ്ങാ വെള്ളവും പഴം നുറുക്കും കൈയ്യിൽ വച്ച് ഞാനങ്ങിനെ തന്നെയിരുന്നു. ചേട്ടൻ കഴിച്ചു കൊണ്ട് ന്യൂസ് കാണുകയാണ്... എന്റെ വിവർണ്ണമായ മുഖം

കണ്ടതിനാലാവാം ജയ ചോദിച്ച "എന്താ ദിവ്യേ കഴിക്കാത്തത്" ഗ്ലാസ്സിലുള്ള വെള്ളം ഒന്ന കുടിച്ച എന്നു വരുത്തി പഴം നുറുക്ക് കൈയ്യിൽ പിടിച്ച് ഗ്ലാസ്സ് തിരികെ വച്ചു.

അപ്പോഴേയ്ക്കും ഗോപി വന്നു. "മാഷും, ചേച്ചിയും വന്നിട്ടൊരുപാട്ട നേരമായോ? അമ്മ ഹോസ്പിറ്റലിൽ ആയതുകൊണ്ട് അവിടെ കയറി യിട്ടാണ് വരുന്നത്. വാ നമുക്ക് പോകാം." ഞങ്ങളിറങ്ങി. അവരുടെ ബൈക്കിൽ അവരും ഞങ്ങളുടേതിൽ ഞങ്ങളും കൈയ്യിലിരുന്ന പഴം നുറുക്ക് വഴിയിൽ കളഞ്ഞു...

ചേട്ടന്റെ പുറകിലിരിക്കുമ്പോഴും ഞാനാകെ അസ്വസ്ഥയായിരുന്നു. ഞാൻ പൂവ് വാങ്ങാൻ പറഞ്ഞിട്ടും വാങ്ങിയില്ല. ജയയ്ക്ക് മാഷ് പൂവ് വാങ്ങി അവിടെ കൊണ്ടുപോയി കൊടുത്തിരിക്കുന്നു. ഞാനി തെങ്ങനെ സഹിക്കും. എന്താ ചേട്ടനും ജയയും തമ്മിൽ? മനസ്സ് പിടയുകയായിരുന്നു.

കല്യാണ സ്ഥലത്ത് ലളിതാമണി ടീച്ചറടക്കം ചേട്ടന്റെ സ്കൂളിലെ എല്ലാവരും ഉണ്ടായിരുന്നു. ഞാനും, ജയയും, മറ്റു ടീച്ചറൻമാരും എല്ലാവരുമായിരുന്നപ്പോഴും എന്റെ മുഖം കണ്ടിട്ട് ജയ ചോദിച്ചു.

"എന്താ ദിവ്യേ സുഖമില്ലേ?"

"ഒരു തലവേദന"

"അതാ വീട്ടിൽ വന്ന ദിവ്യേ അല്ല. എപ്പോഴും ഇങ്ങനെ വരാറുണ്ടോ?"

"ഉം, ചിലപ്പോഴൊക്കെ മൈഗ്രേനാ"

ജയചെന്ന് ഗോപിയോട് വിവരം പറഞ്ഞു. ജയയും, ചേട്ടനും, ഗോപിയും വേഗം കഴിച്ചിട്ട് വന്നു. ഞാനൊന്നും കഴിച്ചില്ല.

തിരികെപ്പോകാൻ വണ്ടിയിൽ ഇരിക്കുമ്പോഴും ചേട്ടൻ ചോദിച്ചു.

"തല വല്ലാതെ വേദനിക്കുന്നുണ്ടോ? ഇന്നെന്തെങ്കിലും ചെറിയ കാര്യത്തിന് ടെൻഷനടിച്ച കാണും"

തലയിലല്ല വേദന മനസ്സിനാണ് വേദന. ടെൻഷന് കാരണം നിങ്ങളും ജയയും എന്ന് ഞാൻ മനസ്സിൽ പറഞ്ഞ് ഊം എന്ന് അലസമായി മൂളി.

ഇത്രയും രാത്രിയായതു കൊണ്ട് ടൗണിലെ മെഡിക്കൽ ഷോപ്പേ കാണൂ. അതുകൊണ്ട് നിങ്ങൾ പൊയ്ക്കോളൂ എന്ന് പറഞ്ഞപ്പോൾ ജയയും, ഗോപിയും യാത്ര പറഞ്ഞ് വീട്ടിലേയ്ക്ക് പോയി.

തുറന്നിരുന്ന മെഡിക്കൽ ഷോപ്പിൽ നിന്ന് മരുന്ന വാങ്ങി വന്ന് ചേട്ടൻ പറഞ്ഞു

“നീ എപ്പോഴും കഴിക്കുന്ന Nicip തന്നെ കിട്ടി. ഇത് കഴിച്ച് ഉറങ്ങി യെഴുന്നേൽക്കുമ്പോൾ മാറും.”

യാത്രാമധ്യേ ചേട്ടൻ എന്നോട് പറഞ്ഞു.

“നിന്നോട് പറയാൻ സമയം കിട്ടിയില്ല. ഞാൻ ഗോപിയുടെ വീട്ടിൽ പോയിരുന്നു. ഗോപിയുടെ അമ്മയെയും കൊണ്ട് ഗോപി ഹോസ്പിറ്റലിൽ പോയപ്പോൾ അഡ്മിറ്റ് ചെയ്യേണ്ടി വന്നു . സ്കൂളിലെ സ്റ്റോർ റൂമിന്റെ താക്കോൽ ഒന്നു വീട്ടിൽ നിന്നും എടുത്ത് സ്കൂളിൽ കൊടുക്കാമോ എന്ന് ഗോപി ഫോൺ ചെയ്തു ചോദിച്ചു. അതാ ഞാൻ പോയത്. പിന്നൊരു കാര്യം നിനക്കറിയ്യോ ഈ ഗോപിയും, ജയയും സ്നേഹിച്ച് വിവാഹം കഴിച്ചവരാ. ജയയെ ഇന്നും ഗോപിയുടെ വീട്ടിൽ അംഗീകരിച്ചിട്ടില്ല. താണജാതിയാണത്രേ.എന്ത് ജാതിയും മതവും. ജയയെ ഗോപി ട്യൂഷൻ എടുത്തിരുന്നതാ. അതാ ജയ ഇപ്പോഴും ഗോപിയെ മാഷേ എന്നു വിളിക്കുന്നത്.

പെട്ടെന്ന് കാറ്റും കോളും കൊണ്ട് ഇടിവെട്ടി മിന്നിയിരുന്ന എന്റെ മനസ്സ് ശാന്തമായി. പൂർണ്ണ ചന്ദ്രനുദിച്ച പാലൊളി വിതറി.

ദൈവമേ!. മാഷേ... എന്നുള്ള ആ ഒറ്റവിളിയിൽ ഞാനെന്തൊ ക്കെ ചിന്തിച്ചു കൂട്ടി. പാവം ഒന്നുമറിയാത്ത എന്റെ ചേട്ടനും ജയയും. വേഗം തന്നെ ഞാൻ ചേട്ടനോട് കൂടുതൽ ചേർന്നിരുന്ന് എന്റെ കൈ കൊണ്ട് ആ വയറിൽ ചുറ്റി പിടിച്ചു.

●

ലയനം

കാശി വിശ്വനാഥനെ കണ്ട് തൊഴുത ശേഷം ഭജന നടക്കു ന്നതിന്റെ അവിടെ നിന്നും കുറച്ച് മാറിയിരുന്ന് "ബോലോ ബോലോ സബ്ദിൽ ബോലോ ഓം നമ : ശിവായ" എന്ന ഭജനഗാനം ശ്രവിച്ചു. ഇപ്പോൾ നല്ല വെയിലാണ്. വെയിലാറിക്കഴിയുമ്പോൾ ഗംഗയുടെ കരയിലെ പടികളിൽ പോയിരിക്കണം. ഗംഗ എന്ന പുണ്യ നദി ഒഴുകുന്നത് കണ്ണു നിറയെ കാണണം. ഭഗവാന്റെ തിരു ജടയിൽ നിന്നൊഴുകി ഇറങ്ങുകയാണെങ്കിലും ഗംഗയ്ക്ക് ഭഗവാനെ കാണണമെങ്കിൽ രാത്രിയുടെ ഒൻപതാം യാമത്തിൽ മാത്രമേ സാധിക്കൂ. അത്താഴ പൂജ കഴിഞ്ഞ് നടയടയക്കുന്നതിനു മുൻപായി ശിവക്ഷേത്രത്തിൽ ഒരു വാഴയിലയിൽ ഒരു പിടി തുമ്പപ്പൂവ് വച്ചിട്ട് പ്രാർത്ഥിച്ചാൽ ഗംഗാദേവി അഭീഷ്ടസിദ്ധി തന്ന് അനുഗ്രഹിക്കും. പാർവ്വതീ ദേവിയ്ക്ക് ഇഷ്ടമില്ലാത്തതും, ഗംഗാദേവിയ്ക്ക് ഏറ്റവും ഇഷ്ടമു ള്ളതുമായ പൂവാണ് തുമ്പപ്പൂവ്.

പലപ്രാവശ്യം കരുതിയതാണ് തുമ്പപ്പൂവ് അമ്പലത്തിൽ വയ്ക്കണ മെന്ന്, എന്റേയും ചില ആഗ്രഹനിവൃത്തിക്ക് വേണ്ടി. സാധിച്ചില്ല.

പലചരക്കുകടക്കാരനായ അച്ഛന്റെ മൂന്ന് പെൺമക്കൾ. നന്ദന, ചന്ദന, ഭുവന. നന്ദേച്ചിയെ അച്ഛൻ പെങ്ങളുടെ മകൻ തന്നെ വിവാഹം കഴിച്ചു. അദ്ദേഹത്തിനും ഒരു ചെറിയ കട തന്നെയാണ്.

അല്ലലില്ലാതെ കഷ്ടിച്ച് കഴിഞ്ഞു പോകാം.

ചന്ദന ചേച്ചിയെ വിദേശത്ത് ജോലിയുള്ള ഒരു പ്ലംബർ ആണ് വിവാഹം ചെയ്തത്. മൂന്നാമത്തെ പെൺകുട്ടി ജനിച്ച കഴിഞ്ഞപ്പോൾ വന്നിട്ട പോയതാണ്. പിന്നീടൊരു വിവരവും ഇല്ല. ചേച്ചിയും മൂന്ന് മക്കളും അച്ഛന്റെയടുത്തുണ്ട്. കുടുംബത്തുതന്നെ താമസിച്ചിരുന്നതു കൊണ്ട് അവരൊന്നും പ്രതികരിക്കാനറിയാത്ത പാവമായ എന്റെ ചന്ദനേച്ചിക്കും കുഞ്ഞുങ്ങൾക്കും കൊടുത്തില്ല. രാജേട്ടന്റെ അമ്മയും അനിയനും എല്ലാം കൈക്കലാക്കി.

ഞാൻ ഡിഗ്രിക്ക് ശേഷം ടെസ്റ്റുകൾ എഴുതുകയും, ട്യൂഷനെടുക്കുകയും ചെയ്തു. അച്ഛന്റെ ചെറിയ കടയിലെ വരുമാനം കൊണ്ട് ചിലവ് കഷ്ടിയായിരുന്നു. പലചരക്കുകടയായിരുന്നെങ്കിലും ഞങ്ങളാരും ഒരിക്കലും വയറു നിറയെ ഭക്ഷണം കഴിക്കില്ലായിരുന്നു, കഴിക്കാഞ്ഞിട്ടല്ല, കഴിക്കാനില്ലാതിരുന്നിട്ട്.

പഠിക്കാൻ പോകുന്ന സമയത്തേ ഞാനൊരു താഴ്ന്ന ജാതിയിൽപ്പെട്ട സർക്കാർ ഉദ്യോഗസ്ഥനായ സുധാകരനുമായി പ്രണയത്തിലായി. വീട്ടിലറിഞ്ഞപ്പോൾ അച്ഛൻ പറഞ്ഞു

"ഇതൊന്നും കാണാതെ അമ്മ നേരത്തേ പോയത് നന്നായി. നീ അവനുമായി ജീവിക്കാൻ പോയാൽ ഈ നാലെണ്ണത്തിനും വിഷം കൊടുത്ത് ഞാനും ചാകും" .

ഞാൻ മൂലം ചേച്ചിയും മക്കളും അച്ഛനും ജീവനൊടുക്കണ്ട എന്ന് തീരുമാനിച്ച് സുധാകരനോട് വിവരം പറഞ്ഞു.

ചിലർക്ക് നമ്മൾ വേണ്ടപ്പെട്ടവരാണ് പക്ഷേ എപ്പോഴും അല്ല എന്ന സത്യം മനസ്സിലാക്കി കൊണ്ട് ആരോടും യാതൊരു പരിഭവവും പരാതിയും പറയാതെ എന്റെ നിത്യവൃത്തിയിൽ ഞാൻ വ്യാപൃതയായി.

അതിനിടയ്ക്ക് ചേച്ചിമാരുടെ വിവാഹത്തിനായി വീട് ഈടു വച്ച് വായ്പയെടുത്തതിന്റെ തവണകൾ അടയ്ക്കാൻ കഴിയാതിരുന്നതു മൂലം ബാങ്കിൽ നിന്ന് ജപ്തി നോട്ടീസും വന്നു. എന്ത് ചെയ്യും എന്നോർത്ത് എല്ലാവരുംഉമീത്തിയിൽ നീറി.

ആ സമയത്താണ് ഒരു ബ്രോക്കർ വിവാഹാലോചനയുമായി വന്നത്. പയ്യന് എന്തോ ചെറിയ അസുഖമുണ്ട്. അതത്ര കാര്യമാക്കാനില്ല. ഒരു ജ്യേഷ്ഠനേ ഉള്ളൂ അദ്ദേഹം പേരു കേട്ട വക്കീലാണ്. ഇട്ടു മൂടാനുള്ള സ്വത്തും. അവർക്ക് നല്ല കുടുംബത്തിലെ വിദ്യാഭ്യാസമുള്ള, കാണാൻ മോശമല്ലാത്ത പെൺകുട്ടിയെ മതി. ജപ്തിയിൽ നിന്നും ഒഴിവാകാൻ വേണ്ട പണം അവർ തരും.

അച്ഛന് കിട്ടിയ കച്ചിത്തുരുമ്പായിരുന്നു ആ വിവാഹാലോചന.

"മോളേ നീയാ വിവാഹത്തിന് സമ്മതിച്ചാൽ വീട് പോകില്ല. നിങ്ങളെയും കൊണ്ട് ഞാനെങ്ങോട്ടു പോകും? മുപ്പതു വയസ്സു കഴിഞ്ഞ ഒരു മകളെ കെട്ടിക്കാതെ നിർത്തിക്കൊണ്ടു നിൽക്കുന്ന ഒരച്ഛന്റെ വേദന അതെനിക്കേ അറിയൂ. ഇനി എല്ലാം നിന്റെ കൈയ്യിലാണ്".

ബന്ധങ്ങളിലും ബന്ധനങ്ങളിലും പെട്ടുഴലുന്ന ഞാൻ നിസ്സഹായ യായിരുന്നു. സമ്മതിക്കാതെ പറ്റില്ല.

ഞാൻ സുധാകരനെഴുതി വേർപിരിക്കാനാവാത്തവിധം അടുത്താലും ചിലർക്ക് ചിലരുടെ ജീവിതത്തിന് പുറത്ത് നിൽക്കാൻ മാത്രമായിരിക്കും വിധി. ഉള്ളിൽ ഏറ്റവുമധികം വിഷമമുള്ളവ രാണ് തന്റെ പ്രിയപ്പെട്ടവരുടെ അടുത്തു നിന്നു പോലും അകന്നു നിൽക്കാൻ കിണഞ്ഞു ശ്രമിക്കുന്നത്. ആ ശ്രമത്തിലാണ് ഞാനും. അറുക്കാൻ കൊണ്ടുപോകുന്ന ഉരുവിന്റെ മാനസ്സികാവസ്ഥയിലാണ് ഞാനിപ്പോൾ. എന്നെ ഓർത്തിനി ജീവിതം പാഴാക്കരുത്. ഞാൻ ബലിയാടാവാൻ തീരുമാനിച്ചു.

അങ്ങനെ തൊടിയിൽ കുടുംബത്തിലെ ഹരി മേനോന്റെ അനിയൻ രമേഷ് മേനോൻ എന്റെ കഴുത്തിൽ താലി ചാർത്തി.

ഒരു വിചിത്ര ഗൃഹം ആയിട്ടാണെനിക്കവിടെ തോന്നിയത്. അച്ഛൻ നേരത്തേ മരിച്ചു പോയി. അമ്മ മൂന്ന് മാസം മുൻപാണ് മരിച്ചത്. ജ്യേഷ്ഠനും, ജ്യേഷ്ഠത്തിയും തമ്മിൽ പിണക്കത്തിലാണ്. അതുകൊണ്ട് അവരും വിവാഹത്തിനില്ലായിരുന്നു.

എനിയ്ക്ക് ഭുവനയോട് കുറച്ച് സംസാരിക്കാനുണ്ട് എന്ന് പറഞ്ഞ് അവരുടെ അപ്പച്ചി എന്നെ വിളിച്ചൊരു മുറിയിൽ കൊണ്ടുപോയി.

"അമ്മയുടെ മരണത്തിന് മുൻപുള്ള ആഗ്രഹമായിരുന്നു രമേഷ് വിവാഹം കഴിച്ചു കാണണം എന്നത്. അല്ലെങ്കിൽ സുഖമില്ലാത്ത അവനെ ആര് നോക്കും. ഹരി അമ്മയ്ക്ക് വാക്ക് കൊടുത്തു. രമേഷിന്റെ വിവാഹം നടത്തുമെന്ന്. രമേഷിന് ചെറുപ്പം മുതലേ ഹൃദ്രോഗം ആണ്. ഒന്നും അനങ്ങാൻ വയ്യ. നെഞ്ചിടിപ്പ് കൂടും. മോളതു കൊണ്ട് ശ്രദ്ധിക്കണം. ഭുവനയുടെ കൈയ്യിലാണവന്റെ ജീവനും ജീവിതവും" എന്ന് പറഞ്ഞവർ നിർത്തി.

ഞാൻ മുറിയിലേയ്ക്ക് ചെന്നപ്പോൾ രമേഷ് നല്ല ഉറക്കമായിരുന്നു. കഴിക്കുന്ന ഗുളികയുടേതാവാം എന്നൂഹിച്ചു. അവിടെയുണ്ടായിരുന്ന ഒരു സെറ്റിയിൽ ഞാനിരുന്നു. ഇവിടുത്തെ എന്റെ റോൾ എന്താണെ ന്ന് അപ്പച്ചിയുടെ വാക്കുകളിൽ നിന്നെ നിയ്ക്ക് മനസ്സിലായി. ഒരിക്കലും സ്വന്തം ഇഷ്ടത്തിന് തിരിച്ചുപോകാൻ കഴിയാത്ത വില കൊടുത്തു

വാങ്ങിയ ഹോം നേഴ്സ്.

ഇവിടെ എന്തിനാ കിടന്നത്? കട്ടിലിൽ വന്ന് കിടക്കായിരുന്നില്ലേ ? എന്ന രമേഷിന്റെ ചോദ്യം കേട്ടാണ് ഞാനുണർന്നത്. എപ്പോഴോ സെറ്റിയിൽ കിടന്നുറങ്ങിപ്പോയി.

രാവിലെ തന്നെ അടുത്ത ബന്ധുക്കളെല്ലാം പോയി. പിന്നെ ഞാനും രമേഷും രമേഷിന്റെ ഡോക്ടറുടെയടുത്തേയ്ക്കാണ് പോയത്. അദ്ദേഹവും കുറേ ഉപദേശങ്ങൾ തന്നു. രമേഷിന്റെ കൂടെ എങ്ങനെയാണ് ജീവിക്കേണ്ടതെന്നും മറ്റും.

വീട്ടിൽ തിരികെയെത്തുമ്പോൾ വലിയ ബഹളം കേട്ടു. സ്വീകരണമുറിയിൽ ഒരു സ്ത്രീ ഒച്ചയിടുകയാണ്. ഹരിയേട്ടൻ ഒന്നും മിണ്ടാതെ കുനിഞ്ഞിരിപ്പുണ്ട്. രമേഷ് പറഞ്ഞു ഇതാണ് ചേട്ടത്തി വൃന്ദ.

ഞങ്ങളെ കണ്ട ഉടൻ അവർ

"ആ വന്നല്ലോ! നീ ഏതോ പശുത്തൊഴുത്തിൽ നിന്നു കെട്ടിയെന്നറിഞ്ഞു. ഇതാണോടാ അവള് ? നിന്റെ സ്വത്തു മോഹിച്ച വന്നവള്. ദേ കുട്ടീ ഒരു കാര്യം പറഞ്ഞേയ്ക്കാം ഈ വീടും പറമ്പും എനിയ്ക്ക് വേണം. അത് തന്നാലേ ഇയാൾക്ക് ഞാൻ ഒപ്പിട്ട് കൊടുക്കൂ. അതുവരെ ഒഴിയാബാധ പോലെ ഞാൻ ഇയാളുടെ പുറകേ തന്നെ കാണും." ഞങ്ങൾ ഒന്നും മിണ്ടാതെ നടന്നു പോകുമ്പോൾ അവർ ചേട്ടനോട് പറയുന്നതു കേട്ടു "എപ്പോൾ ചാകുമെന്നറിയാത്ത അവനെപ്പിടിച്ച് കെട്ടിക്കാഞ്ഞിട്ട് നിങ്ങൾക്കെന്തായിരുന്നു മനുഷ്യാ... ഇനി അവൾക്കും കൊടുക്കണ്ടേ സ്വത്തിലൊരു ഭാഗം."

ബന്ധങ്ങൾ അറ്റുപോകരുത് എന്ന് കരുതി മാത്രം ഞെരിഞ്ഞമർന്നു ജീവിക്കുന്ന ചിലരുണ്ട്. വ്യക്തിത്വം പോലും നഷ്ടപ്പെട്ട് മറ്റാർക്കൊക്കെയോ വേണ്ടി ജീവിക്കുന്ന ചിലർ. മറ്റുള്ളവർക്ക് പഴി ചാരാനായി മാത്രം വിധിക്കപ്പെട്ട ചിലർ. അതല്ലേ ഞാനും എന്ന് ചിന്തിച്ച നിമിഷങ്ങളായിരുന്നു അത്.

രമേഷിന് അധികം സംസാരിക്കാൻ പോലും വയ്യായിരുന്നു. അപ്പോൾ ശ്വാസം മുട്ടും. കൂടുതൽ സമയവും മരുന്നിന്റെ മയക്കത്തിലായിരുന്നു രമേഷ്.

അടുക്കളയിലും പുറം പണിക്കും ആളുണ്ടായിരുന്നു. എന്നിട്ടും ഞാൻ കയറി പാചകം ചെയ്തു. ഞാനുണ്ടാക്കുന്ന ഒരോ വിഭവവും അവര് രണ്ടു പേരും വളരെ ആസ്വദിച്ചാണ് കഴിച്ചത്. രമേഷ് കുറച്ചേ കഴിക്കൂ. കൂടുതൽ കഴിക്കാൻ പാടില്ല. ശ്വാസം മുട്ടും. ഒരു ദിവസം ചീനച്ചട്ടിയിൽ ഉുശനില വെട്ടിയിട്ട് അതിൽ മീൻ കറിവച്ചപ്പോൾ ഹരിയേട്ടന് ഒരുപാടിഷ്ടമായി. അന്ന് രമേഷും കൂടുതൽ കഴിച്ച്

രണ്ടാളും കൂടി ആ കറി മുഴുവൻ കഴിച്ചു തീർത്തു.

കേസിന്റെ കാര്യങ്ങൾക്കായി ചേട്ടനെപ്പോഴും യാത്രയിലായിരിക്കും. നാട്ടിലുള്ളപ്പോൾ ഇവിടെ തന്നെയാണ് നിൽക്കുന്നത്.

രമേഷ് പലപ്പോഴും എന്റെയടുത്ത് അടുക്കാൻ തുടങ്ങുമ്പോൾ ഞാൻ ഒഴിഞ്ഞുമാറുമായിരുന്നു. പിന്നീട് എന്റെ ഉറക്കത്തിലും വരാൻ തുടങ്ങി. അപ്പോഴൊക്കെ എനിയ്ക്ക് ഒരു മാത്ര നേരം കൊണ്ട് ആളിത്തീരുന്ന കർപ്പൂര ദീപത്തെയാണോർമ്മ വന്നിരുന്നത്.

അതായിരുന്നു രമേഷും. അപ്പോൾ തന്നെ ശ്വാസം കിട്ടാതെയുള്ള രമേഷിന്റെ വെപ്രാളം കാണുന്ന ഞാൻ സകല ദൈവങ്ങളേയും വിളിച്ചിട്ട് രമേഷ് സാധാരണ നിലയിലേയ്ക്ക് വരാനുള്ള മരുന്ന് നൽകുമായിരുന്നു. രമേഷ് ഉറങ്ങുമ്പോഴും പിന്നീട് ഉറങ്ങാൻ കഴിയാതെ ഞാൻ നാമം ജപിച്ചിരിക്കുമായിരുന്നു. മനസ്സൊന്നു ശാന്തമാവാൻ അതേ ഉണ്ടായിരുന്നുള്ളൂ പോംവഴി.

ഞാൻ ശരിക്കും കൊല്ലന്റെ ആലയിലെ പച്ചിരുമ്പുകഷണം ആയിരുന്നു. ഒരിക്കൽപോലും വിവസ്ത്രയാക്കപ്പെടാതെ കൊല്ലൻ ചൂടാക്കിയ ഇരുമ്പുകഷണം. ആ ചൂടിൽ തന്നെ പെട്ടെന്ന് തണുത്തവെള്ളത്തിലേയ്ക്കെറിയാൻ വിധിക്കപ്പെട്ട വെറും ഒരു പച്ചിരുമ്പ് കഷണം.

ഇടയ്ക്കിടെയുള്ള രമേഷിന്റെ ചെക്കപ്പും, ചേട്ടന്റെ വരവും, പാചകവും, പ്രാർത്ഥനയും ആയുള്ള ജീവിതത്തോട് ഞാൻ പൊരുത്തപ്പെട്ടു.

ചിലപ്പോൾ രമേഷ് അനങ്ങാതെ കിടന്നുറങ്ങുമ്പോൾ എനിയ്ക്ക് ഭയമായിരുന്നു. ഞാൻ വേഗം ആ നെഞ്ചിൽ കൈവച്ച് നോക്കും. ഹൃദയമിടിപ്പിന്റെ ശബ്ദം കേൾക്കുമ്പോഴാണ് സമാധാനമാകുന്നത്.

എട്ട് മാസങ്ങൾക്ക് ശേഷം പെട്ടെന്നൊരു ദിവസം രമേഷിന് തീരെ വയ്യാതായി. ഹോസ്പിറ്റലിൽ അഡ്മിറ്റ് ചെയ്തു. രണ്ട് ദിവസം കഴിഞ്ഞപ്പോൾ നല്ല ആശ്വാസം തോന്നി. അന്നെന്നോട് പറഞ്ഞു "നിന്റെ കൂടെ എനിക്കിനിയും ജീവിക്കണം" . അന്ന് രാത്രി രമേഷ് ഈ ലോകം വിട്ട് പോയി.

ബോഡി കൊണ്ടു വന്നപ്പോഴും എടുത്തപ്പോഴും എല്ലാം മറ്റുള്ളവർക്ക് വേണ്ടി എട്ടു മാസത്തെ ഭാര്യാപദവി അലങ്കരിച്ച ഞാൻ നിർവികാരയായിരുന്നു. അലമുറയിട്ടില്ല, ആർത്തലച്ചില്ല. വീട്ടിൽ നിന്ന് ചേച്ചിമാരും, അച്ഛനും വന്നിട്ടുണ്ടായിരുന്നു. നീരുന്ന കരയൂ എന്നു പറഞ്ഞ് അവരെന്നെ പിടിച്ചു കുലുക്കുന്നുണ്ടായിരുന്നു.

ചടങ്ങുകൾ തീരുന്നതു വരെ ചന്ദനേച്ചിയും രമേഷിന്റെ അപ്പച്ചിയും എന്റെ കൂടെ നിന്നു. അതു കഴിഞ്ഞ് അവർ പോയി. ചന്ദനേച്ചിയെ കൂട്ടാൻ അച്ഛൻ വന്നപ്പോൾ ഞാനച്ഛനെ ഒന്നു നോക്കി എന്നെ

സുമംഗലിയായി കാണാനുള്ള അച്ഛന്റെ ത്വര മാറിയില്ലേ ! എന്നർത്ഥത്തിൽ. ആ നോട്ടം നേരിടാനുള്ള ശക്തിയില്ലാതെ കുനിഞ്ഞ ശിരസ്സോടെ അച്ഛൻ പോയി. ആ വലിയ വീട്ടിൽ ഞാനും നാണിയമ്മയും പുറംപണിക്കാരും മാത്രം.

ഇവിടെ കേസുള്ളപ്പോഴെല്ലാം ഹരിയേട്ടൻ ഇവിടെത്തന്നെയാണ് നിൽക്കുന്നത്. രമേഷിന്റെ തൊണ്ണൂറും കഴിഞ്ഞു. ഇനി ആണ്ട് ചടങ്ങാണുള്ളത്. ഒരു ദിവസം അത്താഴം കഴിഞ്ഞ് ഹരിയേട്ടന് ടവൽ കൊടുക്കാനായി കിടപ്പു മുറിയിലുള്ള വാർഡ്രോബ് തുറന്ന് മുകളിലുള്ള തട്ടിൽ വച്ചിരിക്കുന്ന ടവൽ എടുക്കുമ്പോൾ ആണ് എന്നെ പുറകിൽ നിന്നും കെട്ടിപ്പുണർന്നത്. ഞെട്ടലിൽ നിന്നും മുക്തയായ ഞാൻ കുതറി മാറാൻ ശ്രമിച്ചപ്പോൾ ഹരിയേട്ടൻ എന്നെ കൂടുതൽ ബലമായി അടുപ്പിച്ചു. എന്നിലെ സ്ത്രൈണ ഭാവങ്ങളെല്ലാം ഉണർന്ന് ഞാൻ കൂടുതൽ ദുർബലയായി. ഞാനും ഒരു മനുഷ്യ ജന്മമല്ലേ സ്ത്രീയല്ലേ! എതിർക്കാൻ കഴിഞ്ഞില്ല. ഒരു പുരുഷനിലൂടെയുള്ള പൂർണ്ണത എന്താണെന്ന് ഞാനറിഞ്ഞു. അതുവരെ ഞാനൊരു കന്യകാത്വം നഷ്ടപ്പെടാത്ത സ്ത്രീയാണെന്ന് ഹരിയേട്ടനും അറിഞ്ഞു.

എല്ലാം കഴിഞ്ഞ് എന്നെയാ മാറത്തു തന്നെ കെട്ടിവരിഞ്ഞ് കിടത്തിക്കൊണ്ട് എന്നോടു പറഞ്ഞു.

“നിന്നെ കാണുമ്പോഴൊക്കെ എനിയ്ക്ക് കുറ്റബോധമായിരുന്നു. എന്റെ അമ്മയുടെ ആഗ്രഹ പൂർത്തീകരണത്തിനു വേണ്ടി, വിവാഹ ജീവിതം പാടില്ലാത്ത എപ്പോൾ വേണമെങ്കിലും മരണപ്പെടാവുന്ന എന്റെ അനിയനു വേണ്ടി നിന്നെ ബലിയാടാക്കേണ്ടി വന്നതിൽ.”

“ഒരിക്കൽ പോലും വൃന്ദ എനിയ്ക്ക് സ്നേഹത്തോടെ ഭക്ഷണം വിളമ്പിത്തന്നിട്ടില്ല. ബന്ധങ്ങൾക്ക് യാതൊരു വിലയും കൽപിക്കാതെയുള്ള സുഖങ്ങൾ തേടിയുള്ള ജീവിതത്തിൽ പണത്തിന് മാത്രം മുൻതൂക്കം നൽകിയുള്ള കാശിന്റെ ഹുങ്കായിരുന്നു വൃന്ദയ്ക്ക്. അവൾക്ക് തട്ടിക്കളിക്കാൻ ഒരു അടിമയെയാണ് ഭർത്താവായി വേണ്ടിയിരുന്നത്. ഞാനതിന് വഴങ്ങില്ല എന്ന് മനസ്സിലായപ്പോൾ തുടങ്ങി പ്രശ്നങ്ങളും. ഒരിക്കലും ആരുടെ മുൻപിലും താഴ്ന്ന തരുന്നവളല്ല വൃന്ദ എന്ന തന്നിഷ്ടക്കാരി. അവളുടെ അച്ഛന്റെ ജൂനിയർ ആയിരുന്നു ഞാൻ. അങ്ങനെയാണ് വിവാഹം ആലോചിച്ച് നടത്തിയത്. അച്ഛന്റെ താൽപ്പര്യം ആയിരുന്നു എന്റെ വിവാഹം. ഞാനെപ്പോഴും നിന്നെപ്പോലെ ഒരു ഭാര്യയെയാണ് മോഹിച്ചിരുന്നത്. നീ ഞങ്ങൾക്ക് രണ്ടു പേർക്കും സ്വയം പാകം ചെയ്ത ഭക്ഷണം സ്നേഹത്തോടെ വിളമ്പി തന്നപ്പോൾ മാത്രമാണ് വിവാഹശേഷം ഞാൻ തൃപ്തിയായി ഭക്ഷണം കഴിച്ചിട്ടുള്ളത്. ഇപ്പോൾ വൃന്ദ ലീവിങ്ങ് റ്റുഗതർ-ൽ ആണ്.

അവളേക്കാളും ഒൻപതു വയസ്സിനിളയ ഒരു ഡോക്ടറുമായി."

രമേഷ് മരിച്ചതിന് ശേഷം എനിയ്ക്ക് വല്ലാത്ത കുറ്റബോധം ആയിരുന്നു. പിന്നീടെപ്പോഴോ ഞാൻ നിന്നെ പ്രണയിക്കാൻ തുടങ്ങി. ഇന്ന് നീ അടുത്ത് വന്നപ്പോൾ...

നാളെ ഞാൻ Delhiക്ക് പോകും. അത് കഴിഞ്ഞ് വന്നാൽ എത്രയും പെട്ടെന്ന് വൃന്ദയെന്ന സ്വാർത്ഥതയുടെ അവതാരമായ, നാരികൾക്ക് തന്നെ അപമാനമായ കുശാഗ്രതയെ എന്റെ ജീവിതത്തിൽ നിന്ന് നിയമപരമായി ഒഴിവാക്കണം... അവൾ ആവശ്യപ്പെടുന്ന പണം നൽകിയാൽ മാത്രം മതി ഒപ്പിടാൻ. അതിനു വേണ്ടി മാത്രമാണവൾ ഒപ്പിടാത്തത്. പിന്നെ നിന്റെ കഴുത്തിലൊരു താലി. ആരൊക്കെ എന്തൊക്കെ പറഞ്ഞാലും അതൊന്നും ഞാൻ കാര്യമാക്കുന്നില്ല. എനിയ്ക്ക് നിന്നെ വേണം എന്റെ ഭാര്യയായിട്ട്. ആരും എന്തും പറഞ്ഞോട്ടേ നമുക്ക് തൃപ്തിപ്പെട്ട നമ്മുടെ ജീവിതമാണ് വലുത്. നമുക്കൊരുമിച്ച് ജീവിക്കണം ഞാനത് തീരുമാനിച്ചു കഴിഞ്ഞു."

ബഹൻജി പ്രസാദ് എന്നുള്ള ശബ്ദം കേട്ടപ്പോഴാണ് ഞാൻ നോക്കിയത്. ഒരു ചെറിയപേപ്പർ പ്ലെയിറ്റിൽ ഒന്നു രണ്ട് തേങ്ങാപ്പൂളും വെളുത്ത മുത്തു പോലെയുള്ള മധുരമണികളും, ഏതാനും കപ്പലണ്ടികളും. ഞാനതു വാങ്ങി കഴിച്ചു.

റൂമിൽ പോയി ഭക്ഷണം കഴിച്ച് കുറച്ചു കഴിഞ്ഞ് വരാം എന്നു കരുതി മുറി ലക്ഷ്യമാക്കി നടന്നു.

വൈകിയപ്പോൾ കുളിച്ച് ലോഡ്ജിൽ നിന്നിറങ്ങി നടപ്പാതയിലൂടെ നടക്കുമ്പോൾ ഇരുവശത്തു നിന്നും ബനാറസി സാരികളുടെ. വിൽപ്പനക്കാരുടെ വിളി കേൾക്കാമായിരുന്നു. ഏതൊരു സ്ത്രീയേയും മോഹിപ്പിക്കുന്ന ബനാറസി സാരികൾ അവയുടെ ഭംഗി ആസ്വദിച്ച് ഞാൻ ഗംഗയുടെ തീരത്തേയ്ക്ക് നടന്നു.

അവിടെ ഒരു മരച്ചുവട്ടിലിരിക്കുന്ന വൃദ്ധ ദമ്പതികളെ കണ്ടപ്പോൾ പണ്ട് അമ്മമ്മ പറഞ്ഞ ഒരു കഥയാണെനിക്കോർമ്മ വന്നത്.

ഒരിക്കൽ പാർവ്വതിദേവി ശിവഭഗവാനോട് ചോദിച്ചത്രേ

"ഗംഗയിൽ മുങ്ങിക്കുളിച്ച് പാപമുക്തി വരുത്തിയ ഇത്രയധികം ജനങ്ങളെ എങ്ങനെയാണ് സ്വർഗ്ഗത്തിൽ താമസിപ്പിക്കുന്നതെന്ന്?"

ഭഗവാൻ ഒന്നു ചിരിച്ചു. ഭഗവാന്റെ നിർദ്ദേശം അനുസരിച്ച് അവർ രണ്ടാളും വൃദ്ധ ദമ്പതികളായി ഗംഗയുടെ തീരത്തുള്ള വൃക്ഷച്ചുവട്ടിൽ ഇരിപ്പുറപ്പിച്ചു. പെട്ടെന്ന് വൃദ്ധൻ മരിച്ചു. വൃദ്ധ അദ്ദേഹത്തിന്റെ തല മടിയിൽ വച്ച് ഗംഗയിൽ കുളിച്ചിട്ട് പോകുന്ന എല്ലാവരോടും പറഞ്ഞത്രേ പാപമില്ലാത്ത ആരെങ്കിലും ഇദ്ദേഹത്തെ ദഹിപ്പിക്കാൻ

സഹായിക്കണേ എന്ന്. ആരും മുന്നോട്ട് വന്നില്ല. അവസാനം ഒരു ചെറുപ്പക്കാരൻ വന്നു. അപ്പോൾ വൃദ്ധചോദിച്ച നിന്നിൽ പാപമില്ലേ. ചെറുപ്പക്കാരൻ മറുപടി പറഞ്ഞു."പുണ്യ നദിയായ ഗംഗയിൽ മുങ്ങി ക്കുളിച്ചാൽ എല്ലാ പാപങ്ങളും കഴുകി കളഞ്ഞു പാപമുക്തരായി എന്നാണ് വിശ്വാസം. ഞാനിപ്പോൾ കുളിച്ച വന്നതേയുള്ളൂ. ഇപ്പോൾ എന്നിൽ പാപം ഇല്ല. അപ്പോൾ ഭഗവാൻ ദേവിയോട് പറഞ്ഞത്രേ ഭൂരിഭാഗം പേരും പ്രകടന ഭക്തിക്കാരാണ്. അവരൊന്നിലും പരി പൂർണ്ണമായി വിശ്വസിക്കുന്നില്ല. ഇന്ന് ഗംഗയിൽ കുളിച്ച് ശരിയായ പാപമുക്തി വരുത്തിയത് ഇദ്ദേഹം മാത്രമാണ്. ഈ ഒരാൾക്ക് മാത്രമേ സ്വർഗ്ഗപ്രാപ്തി ലഭിക്കൂ."

സന്ധ്യാസമയത്തെ ഗംഗാ ആരതി മനസ്സും കണ്ണും നിറയും വിധം കണ്ടു.

രാവിലെ ബലിതർപ്പണം ചെയ്യാനുള്ള ആളെ ഏർപ്പാടാക്കിയ ശേഷം റൂമിൽ വന്ന് ഭക്ഷണം കഴിച്ച് ഉറങ്ങാൻ കിടന്നു.

ജീവിതത്തിൽ എന്നെ സ്വാധീനിച്ചിരുന്ന ഓരോരുത്തരേയും ഓർമ്മിച്ചു. എന്നും കഷ്ടപ്പാടിന്റെ നടുവിൽ നട്ടം തിരിഞ്ഞിരുന്ന മക്കൾക്കു വേണ്ടി മാത്രം ജീവിച്ച അച്ഛൻ. സ്നേഹിച്ച പെണ്ണിന് വേണ്ടി ജീവിതം ഉഴിഞ്ഞു വച്ച് കാത്തിരിക്കുന്ന സുധാകരൻ. ഞാനിപ്പോൾ ചെന്നാലും എന്നെ സ്വീകരിക്കും എന്ന് എനിയ്ക്ക് നല്ല ഉറപ്പുണ്ട്.

വിവാഹ ജീവിതം പാടില്ലാതിരുന്നിട്ടും കഴുത്തിൽ താലി ചാർത്തിയ രമേഷ്, കുറ്റബോധം പ്രണയമായി മാറി എന്നെ ഭാര്യയാക്കാൻ കാത്തിരിക്കുന്ന ഹരിയേട്ടൻ. ഇന്ന് ഞാനെന്തു പറഞ്ഞാലും അദ്ദേഹം എനിയ്ക്ക് വേണ്ടി ചെയ്യും.

പക്ഷേ ഇനി വയ്യ കരഞ്ഞു കൊണ്ട് ചിരിക്കാനും, ചിരിച്ച കൊണ്ട് കരയാനുമുള്ള ജീവിത സർക്കസിലെ കോമാളിയാവാൻ. ഭർത്താവിന്റെ ചേട്ടനെ വശീകരിച്ചവളെന്ന പഴി കേൾക്കാൻ. ഇനി വയ്യ! ഒന്നും വയ്യ! ഞാൻ നാണിയമ്മയുടെ കൈയ്യിൽ ഒരു കത്തേൽപ്പിച്ചിട്ടുണ്ട്. ഹരിയേട്ടന് കൊടുക്കാൻ. എല്ലാ വിവരങ്ങളും എഴുതിയ ശേഷം അവസാനം ഇങ്ങനെ എഴുതി. എനിയ്ക്ക് വേണ്ടി എന്തെങ്കിലും ചെയ്യണമെന്നുണ്ടെങ്കിൽ എന്റെ ചേച്ചിമാരുടെ മക്കൾക്കും, അച്ഛനും നൽകി അവരുടെ സാമ്പത്തിക ബുദ്ധിമുട്ടുകളിൽ നിന്ന് അവർക്കൊരു മോചനം നൽകണം . അദ്ദേഹം അതു ചെയ്യുമെന്നെനിക്കുറപ്പുണ്ട്.

എന്താ എന്റെ ജീവിതം ?

മോഹിച്ചതൊരാളെ...

താലി കെട്ടിയത്

വേറൊരാൾ...

ജീവിച്ചത് മറ്റൊരാളുടെ കൂടെ...

കാശിയിലും രാമേശ്വരത്തും മാത്രമുള്ള ഒരു കർമ്മമാണ് അവനവന് വേണ്ടി ബലിയിടുക എന്നത്. പിന്നെ മരിച്ചു കഴിഞ്ഞാലും ആരും ചെയ്തില്ലെങ്കിലും മോക്ഷ പ്രാപ്തി ഉറപ്പ്.

അതിരാവിലെ എഴുന്നേറ്റ് കുളിച്ച് ബലി തർപ്പണം ചെയ്യാനായെത്തി. ബലിയിട്ട് അതുമായി ഗംഗയിൽ ഇറങ്ങി നിമഞ്ജനം ചെയ്യാൻ

ഞാൻ മെല്ലെ പടവുകൾ ഇറങ്ങാൻ തുടങ്ങി.

ഗംഗാദേവിയോട് പറഞ്ഞു അമ്മേ എന്റെ പ്രാണനാകുന്ന തുമ്പപ്പൂക്കൾ സ്വീകരിച്ച് ഇനി ഒരിക്കലും മനുഷ്യജന്മം കിട്ടാത്ത വിധത്തിൽ എനിയ്ക്ക് മോക്ഷ പ്രാപ്തി തന്നാലും. അത് കേട്ടിട്ടെന്ന പോലെ അമ്മ എന്നെ ആഴങ്ങളിലേയ്ക്ക് വലിച്ചു കൊണ്ടുപോയി പരമമായ മോക്ഷ പദപ്രാപ്തിയിൽ ലയിക്കാൻ.

●

വെള്ളച്ചെമ്മീൻ

“അക്കിതെന്തിന്റെ കേടാ, ഇനി ആകെയുള്ള ഉമ്മാന്റെ കമ്മലും കൂടെ കൊണ്ടോയാലേ സമാധാനമാകൂ? കച്ചോടത്തിന് ബച്ചിരുന്ന കാശെടുത്ത് ഓരോ ബലാലുകൾക്ക് കൊടുത്തിട്ട്”

“ബീവാത്തു നീ മുണ്ടാണ്ടിരുന്നോ. അതാ അനക്ക് നല്ലത്. ആരാ നിനക്ക് ബലാല്? എന്റെ പെങ്ങള് റംലായോ? അവടെ കല്ലിന്റെ ഓപ്പറേഷന് കായ് കൊടുത്തതാണോ നിനക്കിത്ര വിമ്മിഷ്ടം.? ഒരേയൊരു ഇക്കായായ ഞാനല്ലാതെ പിന്നാരാ അവൾക്കതിനുള്ള കായ് കൊടുക്കണ്ടത്? പുയ്യാപ്ല ഗൾഫീന്ന് വരുമ്പം ഓരോരോ സാധനങ്ങള് കൊണ്ടുത്തരുമ്പം എന്നാ പുന്നാരമാ നിനക്ക് റംലാനെ. നിന്റേതൊന്നും ആർക്കും കൊടുക്കത്തുമില്ല. ആരെങ്കിലും എന്തെങ്കിലും തരുമെന്നറിയുമ്പോഴും, നമുക്കവരെ കൊണ്ട് ആവശ്യമുള്ളപ്പോഴും, എന്തെങ്കിലും കിട്ടിക്കഴിയുമ്പോഴും മാത്രമല്ലെടീ ചക്കര വർത്തമാനോം, സ്നേഹോം കാണിക്കേണ്ടത്. എപ്പോഴും ഒരു പോലെ സ്നേഹിക്കണം. മനുഷ്യത്വം കാണിക്കുന്നവനാടീ... ബലാലേ മനുശൻ. നിന്റെ അനിയത്തീന്റെ നിക്കാഹിന് നിന്റെ കവുത്തിലേയും, കൈയ്യിലേയും എല്ലാം നീ ഊരിക്കൊടുത്തല്ലോ. അപ്പോ ഞാൻ ബല്ലതും മുണ്ടിയോ? ഞങ്ങക്കൊരു ന്യായം, നിങ്ങക്കൊരു ന്യായം അതിബിടെ നടക്കൂലാ. മിണ്ടാണ്ടവിടെ കുത്തിരുന്നോളീ... ജ്ജ് ഇനീം ന്റെ ബായീന്നൊന്നും

കേക്കണ്ട ഇബിലീസ്. സുഹറാക്കൊ രാവശ്യംവന്നാല് റഹീമും ഒന്നും കൊട്ടക്കണ്ടേ. ജ്ജ് ഈ സ്വഭാവംതന്നെ അവിറ്റങ്ങളേം പഠിപ്പിച്ചോളിം. രാവിലെ കച്ചോടത്തിനായി പോകാനിറങ്ങുമ്പോഴാ അവടെ ഒരെടങ്ങേറു വർത്താനോം ഹലാക്കിന്റെ അവലും കഞ്ഞീം."

ദേഷ്യത്തോടെ അബ്ദു പുറത്തേയ്ക്കിറങ്ങി. മീൻ കച്ചവടമാണ് തൊഴിൽ. രാവിലെ കടപ്പുറത്തു പോയി മീൻ മേടിക്കും. അതിനായി എപ്പോഴും അയ്യായിരം ഉറുപ്പിക മാറ്റിവയ്ക്കും. പെങ്ങളുടെ പുയ്യാപ്ല നിസാം ഗൾഫിലാണ്. റംലയ്ക്ക് വ്യാഴാഴ്ച പെട്ടെന്ന് ഭയങ്കര വയറു വേദന. പിത്താശയത്തിൽ കല്ലാണ്. കല്ലിന്റെ ഓപ്പറേഷൻ വേഗം നടത്തണം. നീട്ടിവയ്ക്കാൻ പറ്റില്ല. കാശു കെട്ടിവച്ചാലേ ഓപ്പറേഷൻ നടക്കൂ. പുയ്യാപ്ല ഞായറാഴ്ച വരും അപ്പോ കായ് തരും. ഇപ്പോ ഇക്കാ എവിടുന്നെങ്കിലും ഒപ്പിച്ച് കൊടുക്കാൻ പറഞ്ഞു. വെള്ളിയാഴ്ച രാവിലെ കായ് കെട്ടിവച്ചപ്പോൾ പതിനൊന്ന് മണിയ്ക്ക് ഓപ്പറേഷൻ നടന്നു. റംലാന്റെ ഓപ്പറേഷൻ ആയതോണ്ട് ഇന്നലെയും കച്ചോടത്തിന് പോയില്ല.

ഇന്ന് മീൻ കച്ചോടത്തിന് പോകാൻ കാശില്ല. അരിയും സാധനങ്ങളും എല്ലാം തീർന്നു. ഞായറാഴ്ച കച്ചവടമില്ല. ഇന്ന് പോയാലേ രണ്ട് ദിവസത്തെ ചിലവ് നടക്കൂ. അപ്പോഴാണ് ഉമ്മാടെ കാതിലെ അലുക്കുകളുള്ള കമ്മൽ ഊരി വാങ്ങിയത്. പലിശമാപ്ലയുടെ അവിടെ എന്തെങ്കിലും ഈടുകൊടുത്താൽ മാത്രമേ കാശു തരൂ. പതിനഞ്ചും, ഇരുപതും ഒക്കെയാണ് പലിശ. ഇന്ന് തന്നെ തിരികെ കൊടുത്താൽ അഞ്ചു രൂപ പലിശയ്ക്ക് തരും. പലിശ എത്രയാണെന്ന് പറഞ്ഞാലും വാങ്ങും. അത്യാവശ്യക്കാർക്ക് കാര്യം നടക്കണ്ടേ. ഉമ്മാന്റെ കമ്മല് കൊടുത്ത് അയ്യായിരം രൂപ വാങ്ങി നേരേ കടൽപ്പുറത്തേയ്ക്ക് പോയി.

ഇപ്പോൾ കടല് വറുതിയിലാണ്. അതു കൊണ്ട് മീനധികം ഇല്ല. തീവിലയും. സെന്റ്. ആന്റണീസ് വള്ളക്കാരുടെ കൈയ്യിൽ നിന്നും അയ്യായിരം രൂപയ്ക്ക് നാരുവാലൻ ചെമ്മീൻ വാങ്ങി കച്ചോടത്തിനായി പതിവു വഴികളിലൂടെ സൈക്കിളിൽ പാഞ്ഞു. ദാഹിച്ചിട്ടു വയ്യ. ഒരു സർബ്ബത്ത് കുടിച്ചാലോ? വേണ്ട കാശിന് ആവശ്യമുള്ള സമയം ആണ്. സൈക്കിൾ സ്റ്റാൻഡിൽ വച്ച് വഴിയരികിലെ പൈപ്പിൽ നിന്നും വെള്ളം കുടിച്ച് പിന്നേയും കച്ചവടം നടത്തി. എന്നും വിൽക്കുന്ന മീനിൽ കുറച്ച് വീട്ടിൽ കൊണ്ടു പോകും. ഒരു കിലോ മിച്ചം വന്നപ്പോൾ ഓർത്തു റഹീമിനും, സുഹറയ്ക്കും വല്യേ ഇഷ്ടമാണ് ചെമ്മീൻ കുടംപുളിയിട്ട് മസാലചേർത്ത് കറി വയ്ക്കുന്നതും, പൊരിച്ചതും. 'ഇത് വീട്ടിൽ കൊണ്ടു പോകാം' ഇന്ന് മക്കള് രണ്ടു പേരും വയറുനിറച്ചുണ്ണട്ടെ.

പലവ്യഞ്ജനക്കടയിൽ കയറി അരിയും, മുളകും മറ്റു സാധനങ്ങളും വാങ്ങിയ ശേഷം ആയുർവേദമരുന്നു കടയിൽ നിന്നും ഉമ്മായ്ക്ക് എണ്ണയും, കുഴമ്പും, മരുന്നും വാങ്ങി നോക്കുമ്പോൾ പലിശ മാപ്പിളയ്ക്ക് കൊടുക്കാൻ മുന്നൂറ്റമ്പത് റുപ്പികയുടെ കുറവ്. ഇരുപതു രൂപ കടം പറഞ്ഞ് മുട്ട പത്തെണ്ണം വാങ്ങി. പക്ഷിപ്പനിയായതുകൊണ്ട് മുട്ടയിപ്പോൾ പത്തു രൂപയ്ക്ക് അഞ്ചെണ്ണം കിട്ടും.

മണി രണ്ടു കഴിഞ്ഞു വേഗം തന്നെ സൈക്കിളിൽ കയറി പരിചയമുള്ള സാറിന്റെ വീട്ടിലേയ്ക്ക് പോയി. സാറുമായി വർഷങ്ങളുടെ പരിചയമാണ്. സാറവിടെ ഉണ്ടെങ്കിൽ മതിയായിരുന്നു. അവിടെ ചെന്നപ്പോൾ സാറ് തന്റെ പഴയ വീടിന് മുൻപിലായി വയ്ക്കുന്ന പുതിയ വീടിന്റെ പണി നടക്കുന്നതു നോക്കി നിൽക്കുകയാണ്. സാറിനെ വിളിച്ച് നാരുവാലൻ വെള്ള ചെമ്മീൻ ഉണ്ടെന്നു പറഞ്ഞു. തേരട്ട ചെമ്മീനേക്കാൾ തോടിന്കട്ടി കുറവും, വെളുത്തതും രുചി കൂടുതലും ഉള്ളതാണ് നാരുവാലൻ. "ഊണ് കഴിഞ്ഞല്ലോ അബ്ദു നാളെ മതി" എന്നു പറഞ്ഞപ്പോൾ "സാറേ മീൻ വറുതിയല്ലേ? നാളെ ഞായറാഴ്ച മീൻ കിട്ടത്തില്ല. അഞ്ഞൂറു രൂപയുടെ ചെമ്മീനുണ്ട് സാറിനായതുകൊണ്ട് മൂന്നൂറ്റമ്പതിന് തരാം". സാറതു വാങ്ങി പണം തന്നു. ഞാനതുമായി നേരേ പലിശമാപ്പിളയുടെ അടുത്ത് പോയി ഉമ്മാന്റെ കമ്മലും വാങ്ങി വീട്ടിലേയ്ക്ക് പോയി. ബീവാത്തുനോടുള്ള ഒരു വാശി കൂടി ആയിരുന്നു അത്. ചെമ്മീൻ കൊണ്ടു ചെല്ലാത്തതിന് ബീവാത്തും, മക്കളും പിണക്കം നടിച്ചു. പിന്നെ മുട്ട പൊരിച്ച് ഉള്ളി വഴറ്റിയ ചോറുമായി കഴിച്ചു.

ചെമ്മീൻ വാങ്ങിയ സാർ സാറിന്റെ ഭാര്യ പ്രിയയ്ക്ക് വീടു പണി നടക്കുന്നതു കൊണ്ട് ഒരുപാട് പണിത്തിരക്കുണ്ട്. ഉച്ച ഊണും കഴിഞ്ഞ് ഒന്നുറങ്ങുന്ന ശീലമുണ്ട്. ഇപ്പോൾ നല്ല ഉറക്കമായിരിക്കും ശല്യപ്പെടുത്തേണ്ടഎന്നു കരുതി പണിക്കാർക്കായി താൽക്കാലികമായി കെട്ടിയുണ്ടാക്കിയ പണിപ്പുരയിൽ ഒരിടത്ത് ചെമ്മീൻ വച്ച ശേഷം വീടിന്റെ മുകൾനിലയിലെ പണിക്കാർ വിളിച്ചപ്പോൾ അങ്ങോട്ട് പോയി.

ഉറങ്ങാൻ കിടന്ന് രാത്രി പന്ത്രണ്ടു മണിയായപ്പോൾ ബാത്ത്റൂമിൽ പോകാനെഴുന്നേറ്റപ്പോഴാണ് സാറിന് ചെമ്മീനിന്റെ കാര്യം ഓർമ്മ വന്നത്. പ്രിയയോട് പറഞ്ഞപ്പോൾ സാറ് സ്വപ്നം കണ്ടതായിരിക്കും എന്ന് കരുതി. അല്ല സത്യമാണെന്ന് പറഞ്ഞപ്പോൾ ഉറക്കച്ചടവോടെ പ്രിയയും കൂടെ എഴുന്നേറ്റ് പുറത്തെലൈറ്റിട്ട് രണ്ടാളും കൂടി പണിപ്പുര ലക്ഷ്യമാക്കി നടന്നു. പണിപ്പുരയുടെ അടുത്തെത്താറായപ്പോൾ തന്നെ ചെമ്മീൻ ചീഞ്ഞ ദുഷിച്ച ഗന്ധം വമിക്കുന്നുണ്ടായിരുന്നു. മീനുകളിൽ

ഏറ്റവും രുചിയുള്ളതാണ് ചെമ്മീൻ. പക്ഷേ ചീഞ്ഞു കഴിഞ്ഞാൽ വയറിന് ഏറ്റവും ദോഷകരവുമാണ്. രാവിലെ തന്നെ എഴുന്നേറ്റ് ആദ്യം ചെയ്തത് ചെമ്മീൻ തെങ്ങിൻ തടത്തിൽ കുഴിച്ചിടുകയായിരുന്നു. ചുവരിൽ സിമന്റ് തേച്ച് കഴിഞ്ഞ വീടിന് ഹോസ് വഴിവെള്ളം ഒഴിച്ച് നനച്ചു കൊണ്ട് നിൽക്കുമ്പോൾ ആണ് അബ്ദുവും മക്കളും വഴിയിൽ കൂടി പോകുന്നത് കണ്ടത്. "എവിടേയ്ക്കാ ഞായറാഴ്ചയായിട്ട് മൂന്നാളും" എന്ന് ചോദിച്ചപ്പോൾ

"വെറുതേ നടക്കാനിറങ്ങിയതാ" എന്നു പറഞ്ഞ് അബ്ദു മക്കളുമായി കേറി വന്നു.

സാറിനെ കണ്ട ഉടനേ റഹീം ചോദിച്ചു "ബാപ്പി ഇതാണോ ഞമ്മക്കുള്ള ചെമ്മീൻ വാങ്ങിതിന്ന മാമാ" . അബ്ദു വല്ലാതായി. ചിരിയോടെ സാറ് "അതെന്താ മോൻ അങ്ങനെ ചോദിച്ചത്" എന്ന് ചോദിച്ചപ്പോൾ അബ്ദു കാര്യം പറഞ്ഞു. കേട്ടപ്പോൾ സാറിനും വിഷമമായി. അത് പുറത്ത് കാണിക്കാതെ അവരോട് നിൽക്കാൻ പറഞ്ഞിട്ട് വീട്ടിലേയ്ക്ക് പോയി തിരികെ വന്നിട്ട് ആ രണ്ടു കുഞ്ഞുങ്ങളുടേയും കൈയ്യിൽ ഓരോ അഞ്ഞൂറു രൂപാ നോട്ട് വീതം വച്ചു കൊടുത്തു. "വേണ്ട സാറേ" എന്ന് അബ്ദുവിലെ അഭിമാനി പറഞ്ഞപ്പോഴും "അതിരിക്കട്ടെ അവർക്കിഷ്ടമുള്ള ഭക്ഷണം വാങ്ങി കൊടുക്കു" എന്ന് പറഞ്ഞ് സാറ് സുഹറയുടെ തട്ടത്തിൽ പിടിച്ചു വലിച്ചു. "മാമാ തട്ടം പിടിച്ച് ബലിക്കല്ലേ" എന്ന സുഹറയുടെ കൊഞ്ചിക്കൊണ്ടുള്ള സംസാരം കേട്ടപ്പോൾ കണ്ണു നിറഞ്ഞിരുന്ന അബ്ദു ചിരിച്ചു. കൂടെ സാറും. അവർ പോയ ശേഷം തിരിച്ചു വീട്ടിലേയ്ക്ക് നടക്കുമ്പോഴും സാറിന്റെ നോട്ടംഅപ്പോഴും അബ്ദുവിന്റെ നാരുവാലൻ വെള്ളച്ചെമ്മീൻ കുഴിച്ചിട്ട തെങ്ങിൻ തടത്തിലേയ്ക്കായിരുന്നു.

●

അക്കരപ്പച്ച

എന്റെ ഭർത്താവ് സുഭാഷേട്ടന് കോയമ്പത്തൂര് മൂന്ന് ദിവസത്തെ മീറ്റിങ്ങുണ്ട്. “നീയും കൂടെപ്പോന്നോളൂ സുഭഗയുടെ അടുത്ത് നിൽക്കാം” എന്ന് പറഞ്ഞപ്പോൾ ഞാനും സമ്മതിച്ചു. അദ്ദേഹത്തിന്റെ അനിയത്തി സുഭഗ സൈക്യാട്രിസ്റ്റാണ്. സ്വന്തമായി ഹോസ്പിറ്റലും ഉണ്ട്. അവളുടെ ഭർത്താവ് ഗണേഷ് ഹയർ സ്റ്റഡീസിന് വേണ്ടി വിദേശത്താണ്. മോനൊരാള് Mumbay IIT യിലുമാണ്.

ചെന്നത് രാത്രിയായതുകൊണ്ട് സുഭഗ അവിടെയുണ്ടായിരുന്നു. കുറച്ചു സമയം സംസാരിച്ചിരുന്ന ശേഷം മൂവരും ചപ്പാത്തിയും, ചിക്കനും കഴിച്ച് ഓരോ ആപ്പിൾ ജ്യൂസും കുടിച്ച് ഉറങ്ങാൻ കിടന്നു. സുഭാഷേട്ടൻ വെളുപ്പിനേ അഞ്ചു മണിക്കു തന്നെ പോയി. രാവിലെ ഇടിയപ്പവും, സ്റ്റൂവും കഴിച്ചു കൊണ്ടിരുന്നപ്പോൾ “കലേച്ചി കൂടി പോന്നോളൂ എന്റെ കൂടെ ക്ലിനിക്കിലേയ്ക്ക്. ഇവിടെ ഒറ്റയ്ക്കിരുന്നാൽ ബോറടിക്കും. പുതിയ ഹോസ്പിറ്റലും കണ്ടിട്ടില്ലല്ലോ അതൊക്കെ ഒന്ന് ചുറ്റിനടന്ന് കാണാം. എനിക്കിന്ന് ഒരാഴ്ച മുൻപേ ബുക്ക് ചെയ്ത അപ്പോയിന്റ്മെന്റ്സ് ഉണ്ട്. പോകാതെ ഒരു നിവൃത്തിയുമില്ല.”

ഞാൻ വേഗം തന്നെ തയ്യാറായി അവളുടെ ഒപ്പം ഇറങ്ങി. ഏകദേശം മുക്കാൽ മണിക്കൂർ കൊണ്ട് ഞങ്ങൾ ആശുപത്രിയിലെത്തി. സാമാന്യം ഭേദപ്പെട്ട ഹോസ്പിറ്റൽ ആണ്. സുഭഗയുടെ

കൺസൾട്ടേഷൻ റൂമിലിരുന്ന് ഞങ്ങൾ സംസാരിച്ചു. പത്തു മണിയായപ്പോൾ ഞാൻ അവിടെ നിന്നും ഇറങ്ങി ആശുപത്രി ചുറ്റി നടന്നു കാണുകയായിരുന്നു

പെട്ടെന്നാണ് ഒരു പെൺകുട്ടി അലറിക്കൊണ്ടോടി വന്നെന്നെ ചുറ്റിപ്പിടിച്ചത്. ഓർക്കാപ്പുറത്തായതു കൊണ്ട് ഞാൻ ഭിത്തിയിൽ ശക്തമായിടിച്ചു നിന്നു. പുറകേ വന്ന അറ്റൻഡർമാർ എന്നെ ഉറുമ്പടക്കം പിടിച്ച് എന്റെ മാറിൽ മുഖം താഴ്ത്തി നിന്നിരുന്ന അവളുടെ പിടിവിടുവിച്ച് കൊണ്ടുപോകാൻ നോക്കി... ദയനീയമായി നോക്കിയ അവളുടെ മുഖം കണ്ടപ്പോൾ നല്ല പരിചയം തോന്നി. ഇത് തമന്ന അല്ലേ? ഏയ് അവളെങ്ങിനെ ഇവിടെ വരാനാ? അവളേതോ ഫോറിനറെ കെട്ടി കാലിഫോർണിയയിൽ അല്ലേ.

"വലിയ ബഹളമാ മാഡം. ഇന്ന് ഷോക്ക് ട്രീറ്റ് മെന്റുണ്ട്" എന്ന് പറഞ്ഞവർ നടക്കുമ്പോഴും അവൾ പിടിവിടുവിക്കാനായി കുതറിക്കൊണ്ടിരുന്നു. ഞാൻ അവളുടെ റൂം നമ്പർ നോക്കി 103. ഇടയ്ക്ക് സമയം കിട്ടിയപ്പോൾ ഞാനെവിടെയാണെന്നറിയാൻ വിളിച്ച ചോദിച്ച സുഭഗയോട് ചോദിച്ചു.

"ആ നൂറ്റിമൂന്നിലെ ഷോക്ക് കൊടുക്കാൻ വേണ്ടി കൊണ്ടുപോയ പെൺകുട്ടിയില്ലേ? അവളുടെ പേരെന്താണ് ?" .

'തമന്ന' എന്ന് സുഭഗ പറഞ്ഞപ്പോൾ ഞാൻ ഞെട്ടിപ്പോയി. "ദൈവമേ!" എന്നറിയാതെ വിളിച്ചു പോയി. എന്റെ കൈകളിൽ കിടന്ന് വളർന്ന കുട്ടിക്ക് ഇത്ര ചെറുപ്പത്തിലേ ഈ വിധിയോ?" റൂമുകൾക്കിടയിലായുള്ള ഇടനാഴിയിൽ ഇട്ടിട്ടുള്ള കസേരകളിലൊന്നിൽ തളർന്നിരുന്നു പോയി.

ഞങ്ങളുടെ വീടിന്റെ തൊട്ടയൽപക്കമായിരുന്നു റഷീദിക്കായും, ലൈലാ ത്തായും. റഷീദിക്ക ഗൾഫിലായിരുന്നു... തമന്ന, ഫൈസൽ, ആഷിക്ക് എന്നിങ്ങനെ മൂന്ന് മക്കൾ. ലൈലാത്തയ്ക്ക് നല്ല തന്റേടമായിരുന്നു. ആരേയും കൂസത്തില്ല. പാവപ്പെട്ട വീട്ടിൽ നിന്നും റഷീക്ക കെട്ടിക്കൊണ്ടുവന്നതായതു കൊണ്ട്, പൈസയുള്ള വീട്ടിൽ നിന്നും വന്ന അനിയത്തിമാരോട് റഷീക്കയുടെ ഉമ്മിച്ചി കൂടുതൽ സ്നേഹം കാണിക്കുന്നതു കണ്ട് ചോദിച്ചപ്പോൾ ഉമ്മിച്ചി പറഞ്ഞത്രേ

"അവരേ നിന്നേക്കാൾ പൊന്നും പണവും കൊണ്ടുവന്ന കേമത്തികളാണ്" .

അപ്പോൾ ലൈലാത്ത പറഞ്ഞതിങ്ങനെ "പത്തു പവനും, പതിനായിരം രൂപയും കൊണ്ടുവന്ന ഞാൻ വന്നതും ഈ വീട്ടിൽ, മുപ്പത്തഞ്ചു പവനും, അൻപതിനായിരം രൂപയും കൊണ്ടുവന്ന അവർ

വന്നതും ഈ വീട്ടിൽ തന്നെ. അപ്പോൾ ആരാ ഉമ്മച്ചീ കേമത്തി? എനിയ്ക്കാണ് ആ മുപ്പത്തിയഞ്ചു പവനും അൻപതിനായിരം രൂപയും ഉണ്ടായിരുന്നെങ്കിൽ ഞാനെവിടെ ഇരുന്നേനേ?" .

പിന്നീടൊരിക്കൽ ഉമ്മിച്ചി കുടുംബത്ത് പിടിച്ച മാങ്ങ കൊടുത്തു വിട്ടപ്പോൾ ലൈലാത്ത അതുമായി ചെന്നിട്ട് പറഞ്ഞത്രേ..

"ഇത്രയും വലിയ മാങ്ങയുടെ ഇടയിൽ നിന്നും ഇത്ര ചെറിയ മാങ്ങ തിരഞ്ഞെടുക്കാൻ ഉമ്മിച്ചി ഒത്തിരി കഷ്ടപ്പെട്ടു ഒരുപാടു സമയം കളഞ്ഞതല്ലേ? അതു കൊണ്ട് എനിയ്ക്കു വേണ്ട ഉമ്മിച്ചി തന്നെയെടുത്തോ" എന്ന് പറഞ്ഞ് തിരിഞ്ഞു നടന്നു.

ആരുടെ മുന്നിലും തോറ്റു കൊടുക്കാത്ത നേരേ നിന്ന് എന്തും പറയുന്ന പ്രകൃതമായിരുന്നു ലൈലാത്തയുടേത്... മുസ്ലീങ്ങൾക്ക് ഹറാമായ പട്ടിയേയും വീട്ടിൽ വളർത്തിയിരുന്നു.

ലൈലാത്തയുടെ വീട് ചെന്നെയിലായിരുന്നു. രണ്ട് അനിയത്തിമാരുണ്ടായിരുന്നു. ട്രാവൽസ് നടത്തുകയായിരുന്നു. അവര് വിവാഹം കഴിച്ചിട്ടില്ലായിരുന്നു. അവരെ കുറിച്ച് അത്ര നല്ല അഭിപ്രായം അല്ലായിരുന്നു കേട്ടിരുന്നത്.

പത്താം ക്ലാസ്സിൽ പഠിക്കുമ്പോൾ തമന്ന ഒരു പയ്യനുമായി പ്രണയത്തിലായി. അതറിഞ്ഞ ലൈലാത്ത തമന്നയുടെ പ്രീഡിഗ്രി പഠനം ചെന്നെയിലാക്കി. പിന്നീട് അമ്മ പറയുന്നതു കേട്ടു തമന്നയുടെ കല്യാണമാണ്. കാലിഫോർണിയയിലെ ഒരു ഡോക്ടറുമായിട്ട്. ഡോക്ടറേറ്റെടുത്ത ആളാണ് സായിപ്പ് എന്നും പറച്ചിലുണ്ട്. തമന്ന വെളുത്ത് കൊലുന്നനെ നല്ല സുന്ദരിയായിരുന്നു. ആരു കണ്ടാലും നോക്കി നിന്നു പോകുന്ന ഒരു മൊഞ്ചത്തി.

ലൈലാത്തയുടെ അനിയത്തിമാർ ട്രാവൽസ് വഴി പരിചയപ്പെട്ട സായിപ്പിന് അവിടെ വച്ച് കണ്ട് തമന്നയെ ഇഷ്ടപ്പെട്ടു എന്നു പറഞ്ഞ് അനിയത്തിമാർ തന്നെ കൊണ്ടുവന്ന ആലോചനയായിരുന്നു. ക്രിസ്റ്റഫർ എന്നായിരുന്നു അദ്ദേഹത്തിന്റെ പേര്. ക്രിസ്റ്റഫറിനോട് മതം മാറിയാൽ മാത്രമേ വിവാഹം നടക്കൂ എന്ന് പറഞ്ഞപ്പോൾ അയാൾ അതിനും തയ്യാറായിരുന്നത്രേ. അയാൾ പൊന്നാനിയിൽ പോയി സുന്നത്ത് നടത്തി അബ്ദുൾ റഹീമായി.

റഷീക്കയും, ആളുകളും ഒക്കെ നഖശിഖാന്തം എതിർത്തു. "അയാളെ കുറിച്ച് അയാൾ പറഞ്ഞതല്ലാതെ നമുക്ക് എന്തറിയാം ?നിനക്ക് മകളെ ഫോറിനിൽ വിടണമെന്നുണ്ടെങ്കിൽ നമ്മുടെ നാട്ടിൽ തന്നെയുള്ള വിദേശത്ത് ജോലിയുള്ള ആരെയെങ്കിലും നോക്കാം" എന്ന് പറഞ്ഞപ്പോൾ "നിങ്ങൾക്ക് ഒക്കെ അസൂയയാണ്.

വിരലിലെണ്ണാവുന്ന കുറച്ച് പേർക്ക് മാത്രം കിട്ടുന്ന ഭാഗ്യമാണിത്. ഒരു സായിപ്പ് മരുമോനാണെന്ന് പറയുന്നത് എത്ര വലിയ കാര്യം ആണ് ഞാനിത് നടത്തും"എന്ന് ലൈലാത്തവാശി പിടിച്ചത്രേ. പെണ്ണൊരുമ്പെട്ടാൽ ബ്രഹ്മനം തടുക്കാൻ കഴിയില്ലല്ലോ.

അങ്ങനെ കാലിഫോർണിയക്കാരൻ ക്രിസ്റ്റഫർ മതം മാറി അബ്ദു റഹിമാനായി തമന്നയെ വിവാഹം കഴിച്ച കാര്യം വളരെ വാർത്താപ്രാധാന്യത്തോടെ ടിവിയിലും പത്രത്തിലും ഫോട്ടോ സഹിതം വന്നു. ഞാനിന്നും ആ പേപ്പർ സൂക്ഷിച്ചു വച്ചിട്ടുണ്ട്. ലൈലാത്തയ്ക്ക് മെഹറായി നാല് ലക്ഷം രൂപയാണത്രേ ക്രിസ്റ്റഫർ നൽകിയത്. അതും വലിയ ഒരു പൊങ്ങച്ചമായി തന്നെ ലൈലാത്ത വിവരിച്ചു നടന്നു. മകളുടെ വിവാഹ ശേഷം എല്ലാവരും ലൈലാത്ത കേൾക്കാതെ ഗമച്ചി എന്നാണ് പേരിട്ടിരിക്കുന്നത് എന്നും അമ്മ പറയുന്നതു കേട്ടു.

കലേച്ചി വാ ഊണ് കഴിക്കാം എന്ന് സുഭഗ വിളിച്ചപ്പോഴാണ് ഞാനെഴുന്നേറ്റത്. അപ്പോഴും തമന്നയെ റൂമിൽ കൊണ്ടു വന്നിട്ടില്ലാ യിരുന്നു. ഊണ് കഴിച്ചു കൊണ്ടിരുന്നപ്പോൾ ഞാൻ സുഭഗയോട് തമന്നയെ കുറിച്ച് ചോദിച്ചു.

"കഷ്ടമാണ് ചേച്ചീ ആ കുട്ടിയുടെ കാര്യം. ഉമ്മയുടെ നിർബന്ധ ത്തിന് വഴങ്ങി അതിനെ ആ കാലിഫോർണിയക്കാരൻ ക്രിസ്റ്റഫ റിന് വിവാഹം കഴിച്ചു കൊടുത്തതാ. അവരൊരു ജാടക്കാരിയായി രുന്നു. ലൈല എന്നോ മറ്റോ ആണ് അവരുടെ പേര്. മറ്റുള്ളവർക്കെ ല്ലാം കിട്ടുന്നതിലും പ്രത്യേകതയുള്ള നല്ലൊരു വിവാഹം മകൾക്ക് കിട്ടണം. അതും സായിപ്പിനെ തന്നെ. പേപ്പറിലും, ടിവിയിലും ന്യൂസ് വരണം. ഇതെല്ലാം പോരാഞ്ഞിട്ട് നാല് ലക്ഷം രൂപയും മഹറായി അയാൾ നൽകിയത്രേ.

കാലിഫോർണിയായിലെ ഏതോ തെറ്റായ സംഘത്തിൽ പെട്ട വനായിരുന്നു ക്രിസ്റ്റഫർ. കപടതയുള്ളവർ കാര്യസാധ്യത്തിനായി മറ്റുള്ളവരെ വിശ്വസിപ്പിക്കാനായി നല്ലവനായി ചമഞ്ഞ് ഏത് പൊയ്മുഖവും അണിയുമല്ലോ. അതു തന്നെയാണ് ഇവിടെയും സംഭ വിച്ചത്. പണ്ട് കാലത്ത് അറബിമാർ വന്ന് കോഴിക്കോട്ടു നിന്നും മലപ്പുറത്തു നിന്നും ഇതുപോലെയുള്ള ചെറിയ പെൺകുട്ടികളെ വീട്ടു കാർക്ക് മഹറായി പണം കൊടുത്ത് വിവാഹം കഴിച്ച് ഇരുപതും മുപ്പതും ദിവസത്തെ ജീവിതത്തിനു ശേഷം തിരിച്ചു പോകും. പിന്നെ ഒരറിവും കാണില്ല. അങ്ങനെ കെട്ടുദോഷം തീർത്ത ഒരുപാട് ഉമ്മമാർ ബാപ്പയില്ലാത്ത തങ്ങളുടെ മക്കളുമായി വിധിയെ പഴിച്ച് നെടുവീർപ്പിട്ട് ഇന്നും മലപ്പുറത്തും കാസർകോടും, കോഴിക്കോടും,

കൊണ്ടോട്ടിയിലും ഒക്കെ ജീവിക്കുന്നുണ്ട്.

മരുമകനോട് ഒരു വാക്കു പോലും സംസാരിക്കാനറിയാത്ത അമ്മായിയമ്മ. ലൈല പറയുന്നത് തമന്ന ക്രിസ്റ്റഫറിനോട് ഇംഗ്ലീഷിൽപറയും ക്രിസ്റ്റഫർ പറയുന്നത് തമന്ന ലൈലയോട് മലയാളത്തിൽ പറയും. പൊന്നുപോലെ വളർത്തിക്കൊണ്ടു വന്ന മകളെ പേപ്പറ് വിലയ്ക്ക് വിറ്റു കളഞ്ഞ ലൈല എന്ന ഉമ്മ.

കാലിഫോർണിയയിൽ ചെന്ന ആ പതിനെട്ടുകാരിയുടെ ജീവിതം പലരോടൊപ്പമായിരുന്നു. അവസാനം അബോർട്ട് ചെയ്ത് ചെയ്ത് ഗർഭപാത്രവും നാശമായി, ഗുഹ്യ രോഗവും പിടിച്ച് ഒന്നിനും കൊള്ളാതായപ്പോൾ ക്രിസ്റ്റഫർ എന്ന അബ്ദുറഹിമാൻ മുസ്ലീമിന്റെ തന്നെ നിയമപ്രകാരം മൂന്ന് 'തലാഖ്' ചൊല്ലി ഡിവോഴ്സ് നോട്ടീസുമായി ഇന്ത്യയിലേയ്ക്ക് ആറു വർഷങ്ങൾക്ക് ശേഷം തിരിച്ചുവിട്ടു. കൊല്ലാതിരുന്നത് ഇങ്ങനെ ഒരു വിവാഹം ലോകരറിയെ നടന്നതു കൊണ്ടു മാത്രം. ആദ്യം ഗണേഷേട്ടന്റെ ചികിത്സയിലായിരുന്നു തമന്ന. ആന്തരികാവയവങ്ങളെ ബാധിച്ചിരുന്ന രോഗങ്ങളിൽ നിന്നൊക്കെ അവൾ മുക്തയായി. തിരികെ വന്ന അവൾ മൗനിയായിരുന്നു. ഉമ്മായെ കാണുമ്പോൾ തന്നെ അവൾ വയലന്റാവും. അവളുടെ കണ്ണിൽ അവളുടെ ഏറ്റവും വലിയ ശത്രു ഉമ്മയാണ്. പ്രശസ്തിക്കും പൊങ്ങച്ചത്തിനും, പണത്തിനും വേണ്ടിയുള്ള ചിലരുടെചപലമായ മനസ്സിന്റെ വികലമായ ചിന്തകളും, കുത്സിതപ്രവൃത്തികളും അത് തകർത്തത് ജീവിതം എന്തെന്നു പോലും അറിയാൻ കഴിയാത്ത പ്രായത്തിൽ ഉള്ള ഒരു ചെറിയ പെൺകുട്ടിയെ എന്നോർത്ത് ഞാൻ നെടുവീർപ്പിട്ടു.

ഊണ് കഴിഞ്ഞ് സുഭഗ വീണ്ടും കൺസൾട്ടിങ്ങ് റൂമിലേയ്ക്ക് പോയി.

ഞാൻ മനസ്സിൽ ലൈലാത്തയോട് ചോദിച്ചു നിങ്ങൾക്കവളെ ഇവിടെ ആർക്കെങ്കിലും കെട്ടിച്ചു കൊടുത്താൽ പോരായിരുന്നോ? ഒരു നല്ല സ്നേഹം എന്നത് ഒരിക്കലും വഴക്കിടാത്തത് എന്നല്ല. എത്ര വഴക്കുണ്ടെങ്കിലും ഉലയാതെ നിൽക്കുന്ന സ്നേഹവും, പരിഗണനയും, വിശ്വാസവുമാണ്. അതല്ലേ ലോകത്ത് മറ്റൊരിടത്തും കാണാൻ കഴിയാത്ത നമ്മുടെ ഭാരത സംസ്കാരത്തെ ഇത്ര ഉത്കൃഷ്ടമാക്കിയതും മഹത്തരമാക്കിയതും... എത്ര സമ്പാദിക്കുന്നു എന്നതിലല്ല എത്ര സന്തോഷിക്കുന്നു എന്നതിലാണ് ജീവിതവിജയവും നേട്ടവും.

ഇനി നാട്ടുകാരുടേയും, വീട്ടുകാരുടേയും മുഖത്തെങ്ങിനെ നോക്കും എന്നു കരുതിയാവും ലൈലാത്ത ആൺമക്കളുടെ പഠനത്തിന് നല്ലത്

ചെന്നൈയാണെന്ന് പറഞ്ഞ് നാട്ടിലുള്ളതെല്ലാം പെട്ട വിലയ്ക്ക് വിറ്റു പെറുക്കി പോയത്. വിവാഹശേഷം തമന്നയെ പിന്നെ ആരും കണ്ടിട്ടില്ല. സ്വന്തം അമ്മയുടെ അക്കരപ്പച്ച ചിന്താഗതിയ്ക്ക് വേണ്ടി ബലിയാടാകേണ്ടി വന്ന പാവം പെൺകുട്ടി.

സുഭഗ പോകാനായി വന്നപ്പോൾ ഞാൻ പറഞ്ഞു

“എനിയ്ക്ക് തമന്നയെ ഒന്നു കാണണമെന്ന്. ഷോക്ക് ട്രീറ്റ്മെന്റിന്റെ തളർച്ചയിൽ വാടിയ ചീരത്തണ്ടു പോലെ തളർന്നുറങ്ങുന്ന തമന്ന യുടെ തലയിൽ തടവി മൂർദ്ധാവിൽ ചുംബിച്ചിട്ട് “മോളേ നിനക്കെ ത്രയും പെട്ടെന്ന് സുഖമാകാൻ ഈശ്വരൻമാർ അനുഗ്രഹിക്കട്ടെ ” എന്നുള്ള പ്രാർത്ഥനയോടെ നിറഞ്ഞൊഴുകുന്ന കണ്ണുകളുമായി സുഭഗയ്ക്കൊപ്പം ഞാൻ തിരിഞ്ഞു നടന്നു. തിരികെ വീട്ടിലെത്തിയിട്ടും മനസ്സു മുഴുവൻ തമന്നയായിരുന്നു. പിറ്റേ ദിവസവും ഞാൻ സുഭഗ യ്ക്കൊപ്പം പോയി. ഞാൻ ചെല്ലുമ്പോൾ തമന്ന നല്ല ഉറക്കമായിരുന്നു. ഞാനവളുടെ അടുത്തു തന്നെയിരുന്നു. പഴയ നിറവും ഓജസ്സും ഒക്കെ നഷ്ടപ്പെട്ട പാവം കുട്ടി. കണ്ണു തുറന്ന അവൾ ആദ്യം കുറച്ചു സമയം മുകളിലേയ്ക്ക് നോക്കിക്കിടന്നു. പിന്നീട് നെടുവീർപ്പുതിർക്കുന്നതു കണ്ടു. പിന്നെ എന്റെ മുഖത്തേയ്ക്ക് തന്നെ നോക്കി. ഞാൻ മോനേ നന്ദൂ എന്നു വിളിച്ചപ്പോൾ ആ മുഖത്ത് വിവിധ ഭാവങ്ങൾ മാറി മാറി വന്നു. കുഞ്ഞിലേ തൊട്ടേ വീട്ടിൽ കൊണ്ടുവരുമ്പോൾ ഞങ്ങൾ മാത്രം അവളെ ഓമനിച്ച് വിളിച്ചിരുന്ന വിളിയായിരുന്നു “നന്ദൂ” . “കലയാന്റീ...” എന്നു കാറിക്കരഞ്ഞുകൊണ്ടവൾ ചാടിയെഴുന്നേറ്റു. ഞാനവളെ നെഞ്ചോടു ചേർത്തു പിടിച്ചപ്പോൾ എന്നെ കെട്ടിപ്പിടിച്ചു കൊണ്ടവൾ ഹൃദയം നുറുങ്ങു മാറേങ്ങലടിച്ചു.

ഫോൺ ചെയ്ത് സുഭഗയോട് വിവരം പറഞ്ഞപ്പോൾ അത് നല്ല മാറ്റത്തിന്റെ ലക്ഷണം ആണെന്ന് പറഞ്ഞു.

ഞാനവൾക്കും കൊടുക്കാൻ ഇന്ന് ചോറെടുത്തിരുന്നു. എന്നെ തിരിച്ചറിഞ്ഞില്ലെങ്കിലും ഒരുരുളയെങ്കിലും വായിൽ വച്ച് കൊടുക്കണം എന്ന ആഗ്രഹത്തോടെ. പണ്ട് ഞാൻ അരകല്ലിൽ ചമ്മന്തിയരച്ച ശേഷം ആ കല്ലിൽ കുറച്ച് ചമ്മന്തിയിട്ട്, ചോറും, ഉപ്പും ഇട്ട് പുരട്ടുമ്പോൾ നന്ദുവും, ആഷിക്കും, ഫൈസുവും എല്ലാം വളരെ ഇഷ്ടത്തോടെ എന്റെ കൈയ്യിൽ നിന്നും ഉരുളവാങ്ങി തിന്ന ശേഷം അവസാനം എന്റെ വിരലുകൾ വരെ വായിൽ വച്ച് കല്ലേലിട്ടു പുരട്ടിയ ചമ്മന്തിച്ചോറിന്റെ സ്വാദു നുണയുമായിരുന്നു.

ഞാൻ കൊണ്ടുവന്ന ചമ്മന്തിയും ഉപ്പും ഇട്ട് പുരട്ടിയ ചോറ് മീൻ വറുത്തതും, കടുകുമാങ്ങയും കൂട്ടി വാരി കൊടുത്തപ്പോൾ ഒരു പാട്ടു

നാളായി ഭക്ഷണം കഴിക്കാതിരുന്നവരെപ്പോലെ അവൾ ആർത്തിയോടെ കഴിച്ചു. കൂട്ടത്തിൽ പാകത്തിനുപ്പിട്ട ചെറുചൂടുള്ള കുത്തരി കഞ്ഞിവെള്ളവും. അപ്പോഴും അവൾ കരയുന്നുണ്ടായിരുന്നു. നന്നായി ഊണുകഴിച്ച ക്ഷീണത്തിലാവാം ഒരു കൊച്ചു കുട്ടിയെപ്പോലെ എന്റെ മടിയിൽ തല വച്ചവളുറങ്ങി.

അടുത്ത ദിവസവും ഞാനവളുടെ കൂടെ കഥ പറയുകയും പാട്ടു പാടുകയും ഒക്കെ ചെയ്ത് വൈകുന്നേരം വരെയിരുന്നു. സുഭാഷേട്ടൻ തിരികെ വന്നപ്പോൾ ഞാൻ തമന്നയുടെ കാര്യം പറഞ്ഞു. സുഭാഷേട്ടനും വലിയ ഇഷ്ടമുള്ള കുട്ടിയായിരുന്നു അവൾ. ഞങ്ങൾ രണ്ടാളും കൂടി അവളെപ്പോയി കണ്ടു. സുഭാഷേട്ടനെ കണ്ടിട്ടവൾക്ക് മനസ്സിലായില്ല. ആന്റി ഇടയ്ക്ക് വരാം എന്ന് പറഞ്ഞ് തിരികെ പോന്നു.

റഷീദിക്ക മരിച്ച ശേഷം ആരും അവളെ തിരക്കി വന്നിട്ടില്ല എന്ന് സുഭഗ പറഞ്ഞിരുന്നു. ഇനിയാർക്കും അവളെ വേണ്ടായിരിക്കും എന്നറിയാവുന്ന ഞാൻ സുഭാഷേട്ടനോട് ആലോചിച്ച ശേഷം പറഞ്ഞു. "അവളുടെ ട്രീറ്റ്മെന്റിന് എന്ത് തുക ചിലവായാലും അത് ഞങ്ങൾ നോക്കിക്കൊള്ളാം ഒരലംഭാവവും വരുത്തരുത്" .

ആർക്കും ഇനി അവളെ വേണ്ട എങ്കിൽ പെൺമക്കളില്ലാത്ത എനിയ്ക്ക് ദൈവം തന്ന മകളായി കരുതി ജീവിതകാലം മുഴുവൻ നോക്കിക്കൊള്ളാം എന്ന എന്റെ ഉറച്ച തീരുമാനവും അവരെ അറിയിച്ചു.

സുഭാഷേട്ടൻ വന്നു കഴിയുമ്പോൾ സദ്ഗുരുവിന്റെ ആശ്രമത്തിൽ പോയി ആ ശാന്തതയിൽ കുറച്ച് മനശ്ശാന്തിയും സമാധാനവും അനുഭവിക്കണം എന്നു കരുതിയിരുന്ന ഞാൻ ഒരാശ്രമത്തിലും പോകാതെ തന്നെ ഒരിക്കലും അനുഭവിച്ചിട്ടില്ലാത്ത ശാന്തിയുടേയും, സമാധാനത്തിന്റേയും തുരുത്തിലായിരുന്നു. ഓം ശാന്തി ശാന്തി ശാന്തി.

●

ഇരു മാംഗല്യ യോഗം

"അമ്മേ ഒരുപാടു രാത്രിയായില്ലേ?ഇനി നമുക്കുറങ്ങാം"

"മോൻ പോയി കിടന്നോളൂ കുട്ടാ അമ്മ കുറച്ചു സമയം കൂടി ഇവിടിരിക്കട്ടെ. ഇന്നൊരു രാത്രി കൂടിയേ നമുക്കിവിട്ടുള്ളൂലോ" എന്ന് പറഞ്ഞപ്പോൾ ഒന്നും മിണ്ടാതെ എന്റെ മടിയിൽ നിന്നെഴുന്നേറ്റ് അവൻ അകത്തു പോയി കിടന്നു.

പണ്ടുമുതലേ എനിക്കിഷ്ടമുള്ള കാര്യമാണ് മുകളിലത്തെ ചവിട്ടുപടിയിൽ കാൽ ചവുട്ടി അരപ്ലേസിന്റെ ഭിത്തിയിൽ ചാരി ഇരിക്കുക എന്നത്. എത്ര നേരം വേണമെങ്കിലും വാതിൽക്കലെ ലൈറ്റ് ഓഫ് ചെയ്ത് അരണ്ട വെളിച്ചത്തിൽ ഓർമ്മകളുടെ ലോകത്തങ്ങിനെ പാറി നടക്കാൻ ഒരു മടുപ്പുമില്ലെനിയ്ക്ക്. ഏകാന്തതയിൽ കടൽക്കാറ്റേറ്റ് പ്രകൃതിയിൽ ലയിച്ചങ്ങനെയങ്ങനെ... ആ സമാനതയാണെനിക്കിവിടുത്തെ ഇരിപ്പിലും തോന്നാറുള്ളത്.

നാളെ നേരം വെളുത്താൽ ഇവിടം എനിക്കന്യമാവും. ഇനി ഒരിക്കലും എനിക്കീ തിണ്ണയിലിരിക്കാനാവില്ല. ഓർത്തപ്പോൾ സങ്കടം തോന്നി. സാരമില്ല എല്ലാം വിധിയുടെ നിയോഗം പോലെയല്ലേ വരൂ.

'Man proposes, God disposes.' എന്നല്ലേ. എന്റെ കാര്യത്തിൽ

അതെത്ര ശരിയായിരുന്നു.

അമ്മയുടേയും അച്ഛന്റെയും ഒറ്റ മോളായ എല്ലാവരും നന്ദു എന്നു വിളിക്കുന്ന നന്ദിനി. തറവാട് വീട്ടിലായിരുന്നു താമസം. എനിക്കൊരേയൊരപ്പച്ചി. അപ്പച്ചിക്കും ഒരുമകൻ വിനയചന്ദ്രൻ. ഞാൻ വിനയേട്ടൻ എന്നു വിളിക്കുന്ന മുറച്ചെറുക്കനുമായി കുഞ്ഞുനാളിലേ പറഞ്ഞു വച്ചിരുന്ന എന്റെ വിവാഹം. എന്നേക്കാളും എട്ട് വയസ്സിന് മൂത്തതായ വിനയേട്ടൻ കോളേജദ്ധ്യാപകനായിരുന്നു.

നേരത്തേ വിവാഹം വാക്കാൽ പറഞ്ഞു വച്ചിരുന്ന എങ്കിലും ഒരിക്കലും വിനയേട്ടനുമായിട്ട് വീട്ടിൽ വരുമ്പോൾ സംസാരിക്കാമെന്നല്ലാതെ പുറത്തു വച്ച് സംസാരിക്കാനോ, കറങ്ങാനോ ഞങ്ങൾക്കനുവാദമില്ലായിരുന്നു. അച്ഛൻ എപ്പോഴും പറയുമായിരുന്നു.

"കഴുത്തിൽ താലി വീഴുന്ന സമയം വരെ ആരാണ് ഭർത്താവ് എന്ന് പറയാനാവില്ല. ഇല വന്ന് മുള്ളിൽ വീണാലും, മുള്ള് വന്ന് ഇലയിൽ വീണാലും കേട് ഇലയ്ക്കു തന്നെ. നമ്മൾ ശ്രദ്ധിക്കാനും സൂക്ഷിക്കാനും ഉള്ളത് നമ്മൾ തന്നെ ശ്രദ്ധിക്കണം അല്ലേ ഭാനുമതിയേ".

ഞാൻ കോളേജിൽ പഠിക്കുന്ന സമയത്ത് വിനയേട്ടൻ ബോട്ടണി അദ്ധ്യാപകനായിരുന്നു. ഞാൻ ബി. എ മലയാളത്തിനും. തൻമൂലം വിരളമായേ കാണാറുണ്ടായിരുന്നുള്ളൂ. എന്നാലും വിനയൻ സാറിന്റെ മുറപ്പെണ്ണ്, പ്രതിശ്രുത എന്നൊക്കെപ്പറഞ്ഞ് ചിലർ കളിയാക്കുകയും മറ്റു ചിലർ അസൂയയോടെ നോക്കുകയും ചെയ്തിരുന്നത് ഞാൻ ശരിയ്ക്കാസ്വദിച്ചിരുന്നു.

അപ്പച്ചിക്ക് എന്നെ ജീവനായിരുന്നു. അപ്പച്ചിയപ്പൻ ഒരു പ്രത്യേക സ്വഭാവക്കാരനും. ഒരു ദിവസം അമ്മ അച്ഛനോട് പറയുന്നതു കേട്ടു.

"മാധവ കണിയാര് പറഞ്ഞാൽ അച്ചട്ടാ. നന്ദുവിന് ഇരു മാംഗല്യ യോഗം ഉണ്ടെന്നല്ലേ പറയണത്. അദ്ദേഹത്തോട് ചോദിച്ചിട്ട് വേണ്ട പ്രതിവിധി ചെയ്യിച്ചിട്ടു മതി വിവാഹം".

അപ്പച്ചിക്ക് തറവാടു വീതമായി കിട്ടിയ സ്ഥലത്തായിരുന്നു അച്ഛച്ഛനേയും, അച്ഛമ്മയേയും അടക്കം ചെയ്തിരുന്നത്. വീതമായി കൊടുക്കുന്ന സമയത്തേ അച്ഛൻ അപ്പച്ചിയപ്പനോട് പറഞ്ഞിരുന്നു.

"രാഘവാ ഇതെപ്പോഴെങ്കിലും കൊടുക്കുകയാണെങ്കിൽ ഇതെനിയ്ക്കു തന്നെ തരണം. അച്ഛനുമമ്മയും ഉറങ്ങുന്ന മണ്ണാണ്. നീ പറയുന്ന വില ഞാൻ തരാം"

"ശരിയളിയാ" എന്ന് അപ്പച്ചിയപ്പൻ സമ്മതിക്കുകയും ചെയ്തു.

ടൗണിലുള്ള വീടും സ്ഥലവും വാങ്ങാനായി അപ്പച്ചിയപ്പൻ ആ

തറവാട്ടു സ്ഥലം ആരുമറിയാതെ ഒരന്യമതസ്ഥന് വിറ്റു. അച്ഛനോടാണെങ്കിൽ വിലപേശാൻ പറ്റില്ലല്ലോ. വാങ്ങിയവർ അച്ഛമ്മയുടേയും, അച്ഛച്ഛന്റേയും പട്ടടയ്ക്ക് മുകളിലാണ് വീടുവച്ചത്. അതച്ഛന് വലിയ ആഘാതമായിരുന്നു. ആനയുടെ വൈരനിര്യാതനബുദ്ധിയാണച്ഛനെന്ന് അച്ഛമ്മ പറഞ്ഞു ഞാൻ കേട്ടിട്ടുണ്ട്. എന്റെ അനുഭവത്തിൽ അത് സത്യമായി.

ഡിഗ്രി കഴിഞ്ഞപ്പോൾ എനിയ്ക്ക് എംപ്ലോയ്മെന്റ് എക്സ്ചേഞ്ച് വഴി ആറു മാസത്തേയ്ക്ക് എറണാകുളത്തെ ഒരു സ്കൂളിൽ ക്ലർക്കായി ജോലി കിട്ടി. ഞാൻ ഹോസ്റ്റലിൽ നിന്നു. വെള്ളിയാഴ്ച വൈകുന്നേരത്തെ ബസിൽ സ്റ്റാൻഡിൽ വന്നിറങ്ങുമ്പോൾ രാത്രിയാകും. അപ്പോൾ അച്ഛൻ വന്നു നിൽക്കുന്നുണ്ടാകും എന്നെ കൂട്ടികൊണ്ടു പോകാൻ.

ഒരു ദിവസം അപ്പച്ചിയെന്നെ വഴിയിൽ വച്ച് കണ്ടപ്പോൾ പറഞ്ഞു.

"ഈ ആറു മാസക്കാലമത്രയും വിനയൻ എല്ലാ വെള്ളിയാഴ്ചയും ഉച്ചയ്ക്ക് കോളേജിൽ നിന്നിറങ്ങി എറണാകുളത്ത് വന്ന് നീ ഏതു ബസിലാണ് കയറുന്നതെന്നു നോക്കി ആ ബസിന്റെ പിന്നാലെ കാറോടിച്ച് വരുമായിരുന്നു. നിന്റെ അച്ഛനുമായി നീ പോകുന്നതു കണ്ടാലേ അവന് സമാധാനമാകുമായിരുന്നുള്ളൂ"

അപ്പച്ചിയത് പറഞ്ഞപ്പോഴും മനസ്സ് മഴക്കാറു കണ്ട മയിലിനെപ്പോലെ നൃത്തം ചവിട്ടി തുള്ളിച്ചാടുകയായിരുന്നു.

ജോലി തീർന്നു വന്ന ഒരു ഞായറാഴ്ച എന്നെ പെണ്ണുകാണാൻ ഒരു കൂട്ടർ വന്നു. അച്ഛന്റെ ദേഷ്യം അറിയാവുന്ന ഞാൻ സങ്കടത്തോടെ പെണ്ണുകാണൽ ചടങ്ങിന് നിന്നു കൊടുത്തു. കുറച്ചകലെയുള്ള സ്കൂളിൽ അധ്യാപകനായിരുന്നു ശ്രീകുമാർ. പോകാൻ നേരം ആ അമ്മ എന്റെ നെറ്റിയിൽ ഉമ്മ തന്നിട്ടു പറഞ്ഞു.

"ദൈവമേ! എനിയ്ക്കു തന്നെ കിട്ടാൻ ഇടയാകണേ".

അത് കൂടി കണ്ടപ്പോൾ അച്ഛനും, അമ്മയ്ക്കും കൂടുതൽ താൽപ്പര്യമായി.

അപ്പച്ചി വിവരമറിഞ്ഞ് കരഞ്ഞുപറഞ്ഞു അച്ഛനോട്.

"കുട്ടികളെന്തു തെറ്റു ചെയ്തു? വലിയവർ ചെയ്ത തെറ്റിന് അവരെ ശിക്ഷിക്കരുതേ ഏട്ടാ". അച്ഛൻ അണുവിട തീരുമാനത്തിൽ നിന്നും പിൻമാറിയില്ല. ആത്മഹത്യ ചെയ്യാൻ എനിയ്ക്ക് ധൈര്യവുമില്ലായിരുന്നു. നിസ്സഹായയായ ഞാൻ എന്തു ചെയ്യാൻ? വിനയേട്ടനെ പിന്നെ ഞാൻ കണ്ടതേയില്ല.

അങ്ങനെ ഞാനും ശ്രീകുമാറുമായിട്ടുള്ള വിവാഹം നടന്നു.

ശ്രീയേട്ടന്റെ അമ്മ എനിയ്ക്ക് അമ്മായിയമ്മ അല്ലായിരുന്നു. ഒരേയൊരു പുത്രവധുവിനെ അവർ സ്വന്തം മകളായി തന്നെ കണ്ടു. ശ്രീയേട്ടൻ അധികം സംസാരിക്കാത്ത ഉൾവലിഞ്ഞ പ്രകൃതമായിരുന്നു. ഞങ്ങൾക്കൊരു മകൻ പിറന്നു. പ്രസവത്തിനും ഞാൻ തറവാട്ടിൽ പോയില്ല. അപ്പച്ചിയേയും, വിനയേട്ടനേയും നേരിടാൻ എനിയ്ക്കാവില്ലായിരുന്നു. ആ സമയത്തായിരുന്നു അപ്പച്ചിയപ്പന്റെ മരണം.

കുഞ്ഞിന് എന്റേയും ശ്രീയേട്ടന്റേയും പേര് ചേർത്ത് 'ശ്രീനന്ദ്' എന്നു പേരിട്ടു. വിളിപ്പേര് 'കുട്ടു' എന്നും.

ഒരു ബുധനാഴ്ച ഞാൻ കുഞ്ഞിനെ കുളിപ്പിച്ചു കൊണ്ടിരിക്കുന്ന സമയത്താണ് ഫോൺ വന്നത്. സ്കൂൾ വാതിൽക്കലുള്ള റോഡ് മുറിച്ചു കടക്കുമ്പോൾ നിയന്ത്രണംതെറ്റി വന്ന ലോറി ശ്രീയേട്ടനെ...

എല്ലാ ചടങ്ങുകളും കഴിഞ്ഞപ്പോൾ അച്ഛൻ പറഞ്ഞു.

"ഒന്നര വയസ്സുള്ള ഈ കുഞ്ഞുമായി നീയെന്തു ചെയ്യാനാണിവിടെ? അവിടെ തറവാട്ടിലേയ്ക്ക് പോരൂ"

ഞാൻ സമ്മതിച്ചില്ല. "ശ്രീ യേട്ടന്റെ അമ്മയെ വിട്ട് ഞാനെവിടേയ്ക്കും ഇല്ല" എന്ന് പറഞ്ഞു.

ജോലിയിലിരിക്കെ മരണപ്പെട്ടതുകൊണ്ട് ശ്രീയേട്ടന്റെ സ്കൂളിൽ തന്നെ എനിയ്ക്ക് ക്ലർക്കായി നിയമനം കിട്ടി. രണ്ട് വർഷം കഴിഞ്ഞപ്പോൾ വീണ്ടും അച്ഛൻ വന്നു പറഞ്ഞു.

അപ്പച്ചി പറഞ്ഞത്രേ എന്നെ ഇപ്പോഴും സ്വീകരിക്കാൻ വിനയേട്ടൻ തയ്യാറാണെന്ന്. ഞാനച്ഛനോട് പറഞ്ഞു

"ഇപ്പോൾ എന്റെ മനസ്സിൽ കുട്ടുവും, അമ്മയും മാത്രമേയുള്ളൂ. അവരോടൊത്ത് ഞാൻ ജീവിച്ചോളാം" .

അച്ഛൻ മരിച്ച സമയത്തും, അപ്പച്ചി മരിച്ച സമയത്തും ഈ രണ്ട് പ്രാവശ്യം ആണ് ഞാൻ വിനയേട്ടനെ കണ്ടത്. എന്നെ നേർക്കുനേർ കണ്ടപ്പോൾ തന്നെ ആ മുഖമാകെ ചുവന്ന് സങ്കടം താങ്ങാനാവാത്ത വിധം താടിയും, ചുണ്ടും ഒക്കെ വിറകൊള്ളുകയായിരുന്നു. ഞാനും സമാന സ്ഥിതിയിൽ ആയിരുന്നെങ്കിലും പെട്ടെന്ന് ഒഴിഞ്ഞു മാറിപ്പോയി.

അച്ഛൻ മരിച്ച ശേഷം അമ്മയും എന്റെ കൂടെയായി. ഞങ്ങൾ മൂന്നമ്മമാരുടെ ലാളനയേറ്റ് കുട്ടു വളർന്നു. പഠിക്കാൻ അത്ര മോശമല്ലായിരുന്നു. ബോംബെയിൽ ജോലി കിട്ടി. പിന്നെ ഒരു ആംഗ്ലോ ഇന്ത്യൻ ഫെർണാണ്ടസുമായി പങ്കാളിത്തത്തിൽ ചെറുകിട വ്യവസായത്തിന്റെ ഫാക്ടറി ഇട്ടു. ഇതിനിടയിൽ എന്റെ അമ്മയും മരിച്ചു.

വീണ്ടും ഞാനും ശ്രീയേട്ടന്റെ അമ്മയും മാത്രം.

പാർട്ണറുടെ മകൾ ഫ്ലോറൻസുമായി കുട്ടു പ്രണയത്തിലായി. എന്റെ അനുഭവം എന്റെ കുട്ടിക്കുണ്ടാകരുതെന്നു കരുതി ഞാൻ പൂർണ്ണ സമ്മതമേകി. അങ്ങനെ അവൻ ഫ്ലോറൻസിനെ രജിസ്റ്റർ വിവാഹം ചെയ്തു. ഭാഷയറിയില്ലെങ്കിലും ഞാനും, അമ്മയും അവളോട് ആംഗ്യ ഭാഷയിൽ സംസാരിച്ചു. അവൾ തിരിച്ചും

ശ്രീയേട്ടന്റെ അമ്മയ്ക്കും പ്രായത്തിന്റെ അസ്കിതയൊക്കെയുണ്ടായിരുന്നു. കൂട്ടത്തിൽ ബ്രോങ്കൈറ്റീസും മിക്കപ്പോഴും ആശുപത്രിയിൽ ആയിരുന്നു. രണ്ട് മാസം മുൻപൊരു ശനിയാഴ്ച അമ്മയും പോയി... ഇങ്ങനെ ഓരോരുത്തരായി വേർപെട്ടു പോകുമ്പോഴും കുറച്ച് കാലത്തേയ്ക്ക് ആ മരണത്തെ മനസ്സ് അംഗീകരിക്കില്ല. ജീവിതമാകുന്ന സത്രത്തിൽ ഒരുമിച്ചശേഷം " പാന്ഥർ പെരുവഴിയമ്പലം തന്നിലേ താന്തരായ് കൂടി വിയോഗം വരുമ്പോലെ " എന്ന കവിവാക്യം പോലെ മരണമെന്ന യാത്രയിലൂടെ വേർപിരിയുക എന്നതും നിയതിയുടെ നിയോഗമാണല്ലോ! അതംഗീകരിച്ചല്ലേ പറ്റൂ.

മോൻ മരണാനന്തര ചടങ്ങുകൾക്കായി വന്നതാണ്. പിന്നെ പോയില്ല. ഫ്ലോറൻസ് ബെഡ് റെസ്റ്റിലായതിനാൽ യാത്ര ചെയ്യാൻ പാടില്ല.

ബിസിനസ് ആകെ തകർച്ചയിലാണ്. ഒന്നു പിടിച്ചു നിൽക്കണമെങ്കിൽ അവന് കുറച്ച് പൈസ കൂടിയേ കഴിയൂ. എത്രയാണെന്ന് ചോദിച്ചപ്പോൾ അൻപതിനായിരം എന്നവൻ പറഞ്ഞു.

" അമ്മയിനി ഒറ്റയ്ക്ക് നിൽക്കണ്ട എന്റെ കൂടെ പോരൂ"

"അത് ശരിയാവില്ല. ഈ നാടുവിട്ട് ഞാനെങ്ങോട്ടും ഇല്ല."

"നമുക്കൊരു കാര്യം ചെയ്യാം ഈ വീട് വിൽക്കാം" എന്ന് കുട്ടു പറഞ്ഞപ്പോൾ എനിയ്ക്ക് സങ്കടമായിരുന്നു. ഞാനിതെല്ലാം കാത്തു വച്ചിരിക്കുന്നത് അവന് വേണ്ടി തന്നെയല്ലേ? ആവശ്യമുള്ളപ്പോഴല്ലേ ഉപയോഗപ്പെടേണ്ടത് എന്ന് ചിന്തിച്ച് ഞാൻ സമ്മതിച്ചു. ഒറ്റപ്പെടുന്നവർക്കായുള്ള ഒരു സ്ഥാപനത്തിൽ എനിയ്ക്കായി ഒരു മുറി ബുക്കു ചെയ്തിട്ടുണ്ടെന്നും അവൻ പറഞ്ഞു. അവിടെയാകുമ്പോൾ സുരക്ഷിതമാണ്.

ഞാനും കരുതി ഒറ്റയ്ക്ക് താമസിക്കുന്നതിനേക്കാൾ നല്ലതല്ലേ തുല്യ ദുഃഖിതരോടൊപ്പം ജീവിക്കുന്നത്. എനിയ്ക്ക് ഇനിയും രണ്ട് വർഷം കൂടിയുണ്ട് ജോലിയിൽ നിന്നും വിരമിക്കാൻ. ആരോഗ്യത്തിനും കുഴപ്പമില്ല.

വീടും പറമ്പും വിറ്റു. ഇന്നായിരുന്നു രജിസ്ട്രേഷൻ.

നാളെ എന്നെ അവിടെ ആക്കിയിട്ട് മോനും പോകും.

തീരെ ഉറങ്ങിയില്ല. രാവിലെ തന്നെ കുളിച്ച് തയ്യാറായി നിന്നു. സാധനങ്ങളെല്ലാം കുട്ടുവിന്റെ ഫ്രണ്ടിന്റെ ആളൊഴിഞ്ഞ വീട്ടിലേയ്ക്ക് മാറ്റി എന്ന വൻ പറഞ്ഞു.

എനിക്കാവശ്യമുള്ള സാധനങ്ങളുടെ പെട്ടിയെടുത്ത് മോന്റെ കൂടെ കാറിൽ കയറി. അവന്റെ കൂട്ടുകാരൻ പ്രശോഭിന്റെ കാറാണിത്. ഒരിക്കൽ കൂടി വീട് നോക്കി കണ്ടു. സബ് രജിസ്ട്രാർ ഓഫീസിന്റെ മുൻപിൽ വണ്ടി നിർത്തിയപ്പോൾ ഞാൻ ചോദ്യരൂപേണ അവനെ നോക്കി. ഇന്നലെ ഒപ്പിട്ടപ്പോൾ എന്റെയും അമ്മയുടേയും ഓരോ ഒപ്പ് കൂടി വേണമായിരുന്നു അതും കൂടി ഇട്ടിട്ട് പോകാം എന്ന് പറഞ്ഞ് കുട്ടു വണ്ടിയുടെ കതകു തുറന്നു തന്നു. രജിസ്ട്രാർ ഓഫീസിലേയ്ക്ക് കയറും മുൻപ് വിനയേട്ടന്റെ ഒരു സുഹൃത്തിനെ കണ്ടു. കുശലം ചോദിച്ച ശേഷം ഞാനും മോനും അവർ പറഞ്ഞ സ്ഥലത്ത് ഒപ്പിട്ടശേഷം ഇറങ്ങി.

കാറിൽ കയറാൻ നേരം വണ്ടിയിൽ പിൻസീറ്റിൽ വിനയേട്ടനെ കണ്ട് ഞാൻ ഞെട്ടിപ്പോയി. വിനയേട്ടൻ ഇവിടെ?‹... ഒന്നും പറയാതെ വിനയേട്ടൻ ചിരിച്ചു. കുട്ടുവും, വിനയേട്ടന്റെ സുഹൃത്തും മുൻ സീറ്റിലും. ഒരു നിർവാഹവുമില്ലാതെ ഞാൻ വിനയേട്ടനോടൊപ്പം ഇരുന്നു.

വണ്ടി നേരേ പോയത് അപ്പച്ചിയുടെ വീട്ടിലേയ്ക്കാണ്. എല്ലാവരും വീട് ലക്ഷ്യമാക്കി നടന്നപ്പോൾ കൂടെ ഞാനും നടന്നു. കുട്ടുവിന്റെ സുഹൃത്ത് പ്രശോഭ് ഒരു കത്തിച്ച നിലവിളക്കുമായി വന്ന് കുട്ടുവിന്റെ കൈയ്യിൽ കൊടുത്തു. അവനത് എന്റെ കൈയ്യിൽ തന്ന് വലതുകാൽ വച്ച് കയറാൻ പറഞ്ഞപ്പോൾ വീണ്ടും ഞാൻ ഞെട്ടിപ്പോയി.

കുട്ടു തന്നെ പറയാൻ തുടങ്ങി.

“രജിസ്ട്രാർ ഓഫീസിൽ വച്ച് നടന്ന ഒപ്പിടീൽ ചടങ്ങ് വിനയൻ മാമനുമായുള്ള അമ്മയുടെ വിവാഹത്തിന്റേതായിരുന്നു. ഞാനൊപ്പിട്ടത് സാക്ഷി കോളത്തിലും വിനയൻ മാമന്റെ സുഹൃത്തായ രജിസ്ട്രാറോട് വിവരങ്ങളൊക്കെ നേരത്തേ പറഞ്ഞിരുന്നു. പറഞ്ഞാൽ ഒരിക്കലും അമ്മ സമ്മതിക്കില്ലല്ലോ. അതാ ഇങ്ങനെ ചെയ്തത്. ഇനിയെങ്കിലും അമ്മയ്ക്കും വിനയൻ മാമനും ഒരുജീവിതം വേണ്ടേ. വിളക്കുമായി അകത്തു കയറിയ എനിക്കുള്ള അടുത്ത വിസ്മയം അച്ഛന്റേയും, അമ്മയുടേയും, അപ്പച്ചിയപ്പന്റേയും, അപ്പച്ചിയുടേയും മാലയിട്ട ഫോട്ടോകൾക്കൊപ്പം ശ്രീയേട്ടന്റേയും അമ്മയുടേയും ഫോട്ടോകളും. അവരെല്ലാവരും എന്നെ നോക്കിച്ചിരിക്കുന്നതായി എനിയ്ക്കു തോന്നി.

ഓരോ ഫോട്ടോയിലും ഉള്ള പൂമാലകളിലെ അനക്കത്തിലൂടെ എന്നെ അനുഗ്രഹിക്കുന്നതായും.

കുട്ടുവിന്റെ കൂട്ടുകാർ ഒരു ചെറിയ സദ്യവട്ടം തന്നെ ഒരുക്കിയിട്ടുണ്ടായിരുന്നു. അപ്പോഴും അമ്പരപ്പ് മാറാതിരുന്ന എന്റെ അരികിലേയ്ക്ക് കുട്ടുവും വിനയേട്ടനും വന്നു. കുട്ടു എന്റെ കൈയ്യിൽ ഒരു പാസ്ബുക്ക് വച്ചു തന്നിട്ടു പറഞ്ഞു.

"ആ വീട്ടിൽ താമസിക്കുന്നിടത്തോളം കാലം അമ്മ ഒന്നിനും സമ്മതിക്കില്ല. അതാ ആ വീട് വിൽക്കാം എന്ന് തീരുമാനിച്ചത്. അമ്മയെ ഏതെങ്കിലും വൃദ്ധസദനത്തിൽ ആക്കാൻ എനിയ്ക്ക് കഴിയുമോ? അമ്മയുടെ തറവാട് വിറ്റ് തുടങ്ങിയ ബിസിനസ് നല്ല രീതിയിൽ പോകുന്നുണ്ട്. ഇത് വീട് വിറ്റ പണം അമ്മയുടെ പേരിലിട്ട ബാങ്ക് രേഖയാണ്."

"എനിയ്ക്ക് വേണ്ട നീയെടുത്തോളൂ" എന്ന് പറഞ്ഞപ്പോൾ

"ആവശ്യമുള്ളപ്പോൾ ഞാൻ ചോദിച്ചോളാം ഇപ്പോഴിതമ്മയുടെ കൈയ്യിൽ തന്നെ ഇരിക്കട്ടെ". "ആ വിനയൻ മാമാ" എന്റെ അച്ഛനെ കണ്ട ഓർമ്മ എനിക്കില്ല. ഇനി മാമനാണെനിക്കച്ഛൻ ഇനി ഞാനച്ഛനെന്നേ വിളിക്കൂ" എന്നു പറഞ്ഞവൻ വിനയേട്ടന്റെ കാൽതൊട്ടു വണങ്ങി. നിറഞ്ഞ കണ്ണുകളോടെ വിനയേട്ടൻ അവനെ ചേർത്തു പിടിച്ചു.

ഇനി മനുഷ്യരുടെ മുഖത്ത് എങ്ങനെ നോക്കും എന്ന് ചിന്തിച്ചിരുന്ന എന്റെയടുത്ത് വന്ന് കുട്ടു പത്രം നിവർത്തി കാണിച്ചിട്ട് നോക്കാൻ പറഞ്ഞു. ഇന്ന് വിവാഹിതരായി എന്ന വധൂവരൻമാരുടെ കൂട്ടത്തിൽ എന്റെയും വിനയേട്ടന്റേയും കൂടി ഫോട്ടോ കണ്ട് ഞാൻ തരിച്ചിരുന്നു പോയി. ഒരു മകൻ ഒരമ്മയ്ക്ക് വേണ്ടി ഇത്രയൊക്കെ ചെയ്തത് ലോകത്തു തന്നെ ആദ്യമായിരിക്കും. ഊണുകഴിക്കുമ്പോൾ കുട്ടു ചിരിച്ചു കൊണ്ട് പറഞ്ഞു

"മാധവ കണിയാന്റെ പ്രവചനം തെറ്റിയില്ല. അമ്മയുടെ 'ഇരുമംഗല്യ യോഗം' ഇന്ന് അച്ചട്ടായി." എല്ലാവരും ചിരിച്ചു.

കുട്ടുവും, സുഹൃത്തുക്കളും പോകാൻ തയ്യാറായി. ഞാൻ കരയുന്നതു കണ്ടപ്പോൾ "അമ്മ സന്തോഷായിരിക്കണം എന്നാലേ എനിയ്ക്ക് സമാധാനം കിട്ടൂ" എന്ന് പറഞ്ഞവൻ എന്റെ നെറ്റിയിൽ ചുംബിച്ച് കാറിൽ കയറി. അവന്റെ കാറ് കണ്ണിൽ നിന്നും മറയുന്നതു വരെ നിറകണ്ണുകളോടെ നോക്കി നിന്ന എന്റെ കൈയ്യിൽ ബലമായി പിടിച്ച് വീട്ടിലേയ്ക്ക് നടക്കുന്നതിനിടയിൽ വിനയേട്ടൻ പറഞ്ഞു

"നിന്റെ അമ്മ പറഞ്ഞ് അവനെല്ലാ വിവരവും അറിയാമായിരുന്നു.

ഇതുപോലൊരു മകനെ കിട്ടാൻ നമ്മൾ സുകൃതം ചെയ്യണം".

അപ്പോഴും ഞാൻ മനസ്സിൽ ചോദിച്ചു കൊണ്ടിരുന്നു. കുഞ്ഞേ നിന്നോടുള്ള ഈ കടം വീട്ടാൻ ഇനിയുള്ള എല്ലാ ജന്മങ്ങളിലും ഞാൻ നിന്നെ ഉദരത്തിൽ പേറി എത്ര മുലപ്പാൽ തന്നാലും മതിയാവുമോ... എന്റെ മനസ്സ് വായിച്ചതുപോലെ ഭൂമിയാകുന്ന അമ്മ തന്റെ ആകാശ മാകുന്ന കച കുംഭങ്ങൾ ചുരത്തി മഴയാകുന്ന മുലപ്പാൽ വർഷിക്കാൻ തുടങ്ങി. ആ പീയൂഷത്തിൽ ആറാടി ഞാനും വിനയേട്ടനും പ്രായത്തെ മറന്ന പ്രണയിതാക്കളായി. നക്ഷത്രങ്ങൾ പോലെയാണ് ആത്മാർ ത്ഥ സ്നേഹവും ഇടയ്ക്ക് കാണാതായാലും അതവിടെത്തന്നെയുണ്ടാകും പൂർവ്വാധികം തേജസ്സോടെ... മനസ്സുകൊണ്ട് മനസ്സിനെ അറിഞ്ഞാൽ ഹൃദയം കൊണ്ട് സ്നേഹത്തെ മനസ്സിലാക്കിയാൽ തമ്മിൽ കാണു ന്നില്ല എന്ന ഒറ്റക്കാരണത്താൽ അവസാനിക്കുന്നില്ല ഒന്നും. പാരിട ത്തിലെ ആ സ്വർഗ്ഗത്തിലേയ്ക്കുള്ള വഴിയിൽ നിയതിയുടെ നിയോഗ ത്താൽ നാം ഒരിക്കൽ എത്തിച്ചേരുക തന്നെ ചെയ്യും.

●

പാഷാണം

"എന്റമ്മച്ചീ ഈ വയസ്സാം കാലത്ത് ഇതിന്റെ വല്ല ആവശ്യവു മുണ്ടായിരുന്നോ ? എവിടെയെങ്കിലും രാമനാമം ജപിച്ചിരി ക്കാനുള്ള നേരത്ത്""

"എന്റെ മോളേ ഇപ്പോൾ തന്നെ നിനക്ക് ദേഷ്യം വരുന്നു. അപ്പോൾ നീ എന്റെ സ്ഥാനത്തായിരുന്നെങ്കിലോ? അനുഭവിക്കുന്ന വർക്കേ മാത്രമേ അതിന്റെ വ്യഥയും, കാഠിന്യവും മനസ്സിലാവൂ മക്കളേ"

"ഈ എൺപതാമത്തെ വയസ്സിനിടെ എന്തായിരുന്നു എന്റെ ജീവിതം? എന്റെ ജാതകത്തിൽ തന്നെയുണ്ടായിരുന്നു അച്ഛനെ കൊണ്ടോ, ഭർത്താവിനെ കൊണ്ടോ, മക്കളെ കൊണ്ടോ ഈ ജന്മ ത്തിൽ ഒരു സുഖവും ഉണ്ടാകില്ല. ഒരുപാട് വിഷമതകൾ അനുഭവി ക്കേണ്ടിവരും, മോക്ഷജൻമമാണെന്ന്."

സത്യമായിരുന്നു എനിയ്ക്ക് രണ്ട് വയസ്സുള്ളപ്പോൾ അച്ഛൻ ജയന്തൻ നമ്പൂതിരി അമ്മയുമായുള്ള ബാന്ധവം മതിയാക്കി പ്പോയി. പണ്ടത്തെ നായർ തറവാട്ടിലെ സ്ത്രീകളെ നമ്പൂരിമാർ ഒരു പുടവ കൊടുത്ത് സംബന്ധം ചെയ്യാറുണ്ടായിരുന്നു. അങ്ങനെ ഒരു ബലിയാടായിരു ന്നു എന്റെ അമ്മ ദേവകി. പിന്നെ അമ്മാവൻമാരുടെ സംരക്ഷണ യിൽ. പതിനാറാം വയസ്സിൽ എന്റെ സംബന്ധവും നടന്നു. അതും എന്നേക്കാൾ നാൽപ്പത് വയസ്സിന് മൂപ്പുള്ള വലിയ മനയ്ക്കലെ ശങ്കുണ്ണി

നമ്പൂരിയുമായിട്ട്. ഒരു രാത്രി വന്ന അമ്മാവൻമാരുടെ മുൻപിൽ വച്ച് അകത്തു നിന്ന് വാതിലിന്റെ മറവു പറ്റി നോക്കുന്ന അമ്മയുടെ നിറക ണ്ണുകളെ സാക്ഷിയാക്കി എനിയ്ക്ക് പുടവ തന്നു. അങ്ങനെ എന്നേക്കാൾ വലിയ മക്കൾ ഉണ്ടായിരുന്ന ശങ്കുണ്ണി നമ്പൂതിരിയുമായി ഞാനെന്ന പത്മിനിയുടേയും ബാന്ധവം കഴിഞ്ഞു.

സംബന്ധം കഴിഞ്ഞ് ഒരു വർഷത്തിനുള്ളിൽ തന്നെ ഞാൻ ഗർഭിണിയായിരിക്കേ നമ്പൂരാര് വസൂരി വന്ന് മരിച്ചു. പിന്നെയും രണ്ട് വർഷങ്ങൾ കൂടി കഴിഞ്ഞപ്പോൾ മരുമക്കത്തായവും, കൂട്ടുകുടുംബ വ്യവസ്ഥിതിയും പടിയിറങ്ങിപ്പോയി. അമ്മയ്ക്കും എനിയ്ക്കും കിട്ടിയ അൻപതു സെന്റ് പുരയിടത്തിൽ ഉണ്ടായിരുന്ന സ്വർണ്ണം വിറ്റ് ഒരു ചെറിയ വീട് വച്ചു. ഉണ്ണാനുള്ള നെല്ല് തരണം എന്ന വ്യവസ്ഥയിൽ പത്തു പറ കണ്ടം പാട്ടത്തിനും കൊടുത്തു. പറമ്പിലുള്ള കൃഷിപ്പണിക ളും, പശുവളർത്തലും പാൽവിൽക്കലും ഒക്കെയായിട്ട് അല്ലലില്ലാതെ ഞങ്ങൾ കഴിഞ്ഞു.

എന്റെ മോൾ വരദ പഠിക്കാൻ മിടുക്കിയായിരുന്നു. കാണാൻ ചന്ത മുണ്ടായിരുന്നതു കൊണ്ട് അവളെ വിവാഹം ആലോചിച്ച് ഒരുപാട് പേർ വരുന്നുണ്ടായിരുന്നു. എന്റെ അനുഭവം മോൾക്കുണ്ടാവരുത്. പക്വതയെത്തി കാര്യപ്രാപ്തി വന്ന ശേഷം മതി അവളുടെ വിവാഹം എന്ന് ഞാൻ തീരുമാനിച്ചിരുന്നു. ബിരുദം കഴിഞ്ഞപ്പോൾ മോൾ ഒരു തുണിക്കടയിൽ കണക്കെഴുതാൻ പോയിത്തുടങ്ങി. ഇതിനിട യിൽ ഞാൻ ചിട്ടിയെടുക്കാനും തുടങ്ങി. കിട്ടിയ വരുമാനത്തിലൂടെ മോൾക്ക് കുറേശ്ശേ സ്വർണ്ണം ഉണ്ടാക്കി വച്ചു.

തുണികളുടെ ഹോൾ സെയിൽ വ്യാപാരം നടത്തിയിരുന്ന ജയകൃഷ്ണൻ തുണിക്കടയിൽ വച്ച് മോളെ കണ്ടതിനു ശേഷം വിവാ ഹമാലോചിച്ചു. സാമാന്യം തരക്കേടില്ലാത്ത കുടുംബം. അമ്മയും ഒരു ചേട്ടനും മാത്രം. ചേട്ടന്റെ വിവാഹം കഴിഞ്ഞു. അവർക്ക് സ്ത്രീധനം ഒന്നും വേണ്ട. അങ്ങനെ ആ വിവാഹം നടത്തിക്കൊടുത്തു.

ആദ്യത്തെ മൂന്ന വർഷം സുഖപ്രദമായ ജീവിതമായിരുന്നു വരദയുടേത്. അതിനിടയിൽ രണ്ടു കുട്ടികളും. ക്രമേണ ജയകൃഷ്ണൻ കൂട്ടുകെട്ടിൽ പെട്ട് മദ്യപാനവും, ചൂതുകളിയും തുടങ്ങി. ബിസിനസ് ആകെ താറുമാറായി. വരദയുടെ സ്വർണ്ണം മുഴുവൻ ഓരോന്നായി ഊരിവാങ്ങിക്കൊണ്ടു പോയി. പിന്നീട് ജയകൃഷ്ണനുള്ള കുടുംബവീട് ചേട്ടന് കൊടുത്ത് പണം വാങ്ങി വീണ്ടും ബിസിനസ്സ് തുടങ്ങി.

ഇതിനിടയിൽ എന്റെ അമ്മയും മരിച്ചു. ഇതു തന്നെ അവസരം എന്നു കണ്ട ജയകൃഷ്ണൻ വരദയേയും മക്കളേയും എന്റെ കൂടെ

നിർത്തി. പിന്നെയും ബിസിനസ്സിന്റെ കാര്യം തഥൈവ. അതിനു ശേഷം ഞങ്ങൾക്കാകെയുണ്ടായിരുന്ന അൻപതു സെന്റിൽ ഇരുപതും വിൽപ്പിച്ചു, വിദേശത്തു പോകുന്നെന്നും പറഞ്ഞ് പോയി. ആറുമാസം കഴിഞ്ഞപ്പോൾ അറിവായി അവിടെ എന്തോ കാപട്യം കാണിച്ചതിന്റെ പേരിൽ ജയിലിലായെന്ന്. പിന്നെ ഒന്നര വർഷത്തിനു ശേഷം ദുബായ് ഗവൺമെന്റു തന്നെ ഇങ്ങോട്ട് കയറ്റി വിട്ടു. മൊട്ടയടിച്ച് പ്രാകൃതമായ വേഷത്തിൽ തിരിച്ചെത്തി.

വരദയുടെ കുഞ്ഞുങ്ങളെ വളർത്താനും പഠിപ്പിക്കാനും വേണ്ടി ഞാനും അവളും രാപകലില്ലാതെ അദ്ധ്വാനിക്കുകയായിരുന്നു. മുളകും, മല്ലിയും, മസാലയും ഒക്കെ കഴുകി ഉണക്കിപ്പൊടിച്ച് പായ്ക്കറ്റുകളിലാക്കി വീടുവീടാന്തരം കൊടുത്തു വിൽപ്പന നടത്തി. അച്ചാറുകൾ ഇട്ടു കൊടുക്കുകയും, ഓർഡർ അനുസരിച്ച് ഭക്ഷണം വെച്ചുണ്ടാക്കി കൊടുക്കുകയും ചെയ്തു.

ജയകൃഷ്ണൻ വന്നതിനു ശേഷം അവന് ഭക്ഷണം കൊടുക്കുന്നതു കൂടാതെ കുടിക്കാനും, വലിക്കാനും വരെ കാശ് കൊടുക്കേണ്ടതായി വന്നു. കൊടുത്തില്ലെങ്കിൽ അവൻ ഒച്ചയുണ്ടാക്കി വഴക്കിട്ട് അവളെ ഉപദ്രവിക്കാനും തുടങ്ങി. അയൽവാസികൾ കേൾക്കണ്ട നാണക്കേടാവുംഎന്നു കരുതി വരദയും ഞാനും ഒന്നും പറയാതിരുന്നത് അവന് കൂടുതൽ സൗകര്യമായി. ഓരോ മൗനവും ഒരു ഭാഷയാണ്. നിസ്സഹായതയോ, അവഗണനയോ ഭീരുത്വമോ, ഭയമോ പറയാതെ അറിയിക്കുന്ന ഭാഷ.

മക്കൾ രണ്ടു പേരും പൂച്ചയെ കാണുമ്പോൾ എലികൾ മാളത്തിൽ ഒളിക്കുന്നതു പോലെയായി. അവർക്ക് ജയകൃഷ്ണനെ ഭയമായിരുന്നു.

ദിവസവും നാലുനേരം മൃഷ്ടാന്ന ഭോജനം കഴിക്കുക. ഇഷ്ടമായില്ലെങ്കിൽ പാത്രത്തോടെ ഭക്ഷണം വലിച്ചെറിയുക, സിഗററ്റ് വലിക്കുക, കുടിക്കുക, റോഡിൽ പോയി ഉലാത്തുക. എന്നെയും, വരദയേയും കുറിച്ച് ഇല്ലാവചനങ്ങൾ മറ്റുള്ളവരോട് പറയുക ഇതാക്കെയായിരുന്നു ജയകൃഷ്ണന്റെ പ്രതിദിന പരിപാടികൾ.

ഇതിനിടയിൽ വരദയ്ക്ക് ഇടത്തേ സ്തനത്തിലൊരു മുഴ വന്നു. അത് ദോഷം ചെയ്യും എന്ന് കണ്ടപ്പോൾ മുഴയടക്കം ഇടത്തേ സ്തനവും സർജറിയിലൂടെ നീക്കം ചെയ്തു. ഡിസ്ചാർജായി ആകെ തകർന്ന് വീട്ടിലേയ്ക്ക് കയറി വന്ന അവളോട് ജയകൃഷ്ണൻ ചോദിച്ചത് "എന്തിനാ ഒരെണ്ണം ആയിട്ട് കളഞ്ഞിട്ടു വന്നത് മറ്റേത് ഞാനും കൂടി അടിച്ചു പൊട്ടിച്ചു കളയട്ടേ" എന്നാണ്. പൊട്ടിക്കരഞ്ഞു കൊണ്ട് അകത്തേയ്ക്കു പോയ അവളെ കണ്ട അമ്മയായ ഞാൻ അവിടെ നിൽക്കാൻ

ശക്തിയില്ലാതെ അടുത്തുള്ള മഹാദേവക്ഷേത്രത്തിലേയ്ക്ക് പോയി നന്ദികേശ്വരനെ കെട്ടിപ്പിടിച്ച കരഞ്ഞു.

എന്റെ തൊട്ടടുത്ത മുറിയിലാണ് വരദ സർജറിക്കു ശേഷം കിടന്നത്. കതകടയ്ക്കാത്തതു കൊണ്ട് എനിക്കവളെ കാണാമായിരുന്നു. ആ മുറിയുടെ കതകിന് കുറ്റിയില്ലായിരുന്നു. പിന്നീട് പല രാത്രികളിലും ഞാൻ കണ്ടിട്ടുണ്ട് കുടിച്ചിട്ടു വരുന്ന അവൻ സുഖമില്ലാത്ത എന്റെ കുഞ്ഞിനെ അവന്റാവശ്യത്തിലേയ്ക്ക് വലിച്ചിഴയ്ക്കാൻ ശ്രമിക്കുന്നത്. അവളെതിർത്ത് പിടിവലിയാകുമ്പോൾ ഞാൻ ശബ്ദമുണ്ടാക്കി കൊണ്ട് എഴുന്നേറ്റ് ചെല്ലും. എന്നെയും, അവളെയും പിടിച്ച തള്ളിയിട്ടവൻ അസഭ്യവർഷങ്ങളുടെ ശരവർഷം നടത്തി തിരികെ പോകും.

ആശാരിയെ വിളിച്ച് കതകിന് കുറ്റിയും കൊളുത്തും പിടിപ്പിച്ച് അടച്ചുറപ്പുള്ള മുറിയാക്കി. പാവം എന്റെ കുട്ടി ജീവിതത്തിലേയ്ക്ക് പതിയെ തിരിച്ചു വന്നു. എനിക്കെപ്പോഴും ആധിയായിരുന്നു ഞാനില്ലാതായാൽ അതിന്റെ അവസ്ഥ എന്താവും എന്നോർത്ത്.

ഇതിനിടയിൽ അവന്റെ അമ്മയ്ക്ക് അസുഖം കൂടി. അറിയിച്ചിട്ടും അവൻ പോയില്ല. അമ്മ മരിച്ചു കഴിഞ്ഞപ്പോൾ പോയി അന്യ ആൾക്കാരെ കാണുന്നതു പോലെ ഒന്നെത്തി നോക്കി. ശവദാഹം കഴിഞ്ഞ ഉടനേ അവൻ പോയി ചിക്കൻ ബിരിയാണിയും തിന്ന് കള്ളും കുടിച്ചു.

കഴിഞ്ഞ വെള്ളിയാഴ്ച അവൻ വച്ചിരുന്ന കുപ്പി കണ്ടില്ല എന്നു പറഞ്ഞ് അവളുടെ കരണത്തടിച്ച് വരദ ഉണ്ടാക്കി വച്ചിരുന്ന ഭക്ഷണം മുഴുവൻ വലിച്ചെറിഞ്ഞ് തടസ്സം പിടിക്കാൻ ചെന്നതിന് അസഭ്യം പറഞ്ഞു കൊണ്ടതിനെ ഒരുപാടുപദ്രവിച്ചു. അടിവയറ്റിൽ ചവിട്ടാൻ കാലുയർത്തിയപ്പോൾ ഞാൻ വിളിച്ചു കൂട്ടിയ നാട്ടുകാർ വന്നതു കൊണ്ടാണത് രക്ഷപ്പെട്ടത്. കുപ്പിവെച്ച സ്ഥലം അവൻ മറന്നതിനും ശിക്ഷ വരദയ്ക്ക്.

കരയാൻ മാത്രമറിയാവുന്ന എന്റെ കുഞ്ഞിനോട് ഞാൻ പറഞ്ഞു "നമ്മൾ കരയുമ്പോൾ പൊഴിയുന്ന കണ്ണീരിനു പോലും ഒരു വിലയുണ്ട്. നമ്മളെ ഒരു വിലയും കൽപ്പിക്കാത്തവർക്ക് വേണ്ടി കരയുമ്പോൾ അത് കണ്ണീരിനോടു പോലും കാണിക്കുന്ന നന്ദികേടാണ്. നാം വരയ്ക്കുന്ന വരയിലൂടെ മറ്റൊരാൾ സഞ്ചരിക്കണം എന്ന സ്വാർത്ഥതയും നിർബന്ധബുദ്ധിയുമല്ല സ്നേഹം മറ്റൊരാളുടെ ഇഷ്ടങ്ങളെ ബഹുമാനിക്കാനും, അംഗീകരിക്കാനും പങ്കിടാനുമുള്ള നൻമയാണ് സ്നേഹം. പ്രണയമല്ല സ്ത്രീയ്ക്ക് വേണ്ടത്. വ്യക്തി എന്ന

നിലയിലുള്ള അംഗീകാരമാണ്. കുറ്റപ്പെടുത്താതിരിക്കലാണ്. ഏത് നേരവും ഉപദ്രവിക്കാതിരിക്കലാണ് അവളുടെ ആത്മാഭിമാനത്തെ ഹനിക്കാതിരിക്കലാണ്"

എനിക്കാകെ ഭയമായി. ഇങ്ങനെ പോയാൽ ബാക്കിയുള്ള സ്വത്തിനു വേണ്ടി അവൻ എന്റെ കുഞ്ഞിനേയും മക്കളേയും ഇല്ലാതാക്കും എന്റെ കാലം കഴിയുക കൂടി കഴിഞ്ഞാൽ... ???

ഞാനൊരു ഉറച്ച തീരുമാനം എടുത്തു. ഇത്രയും പ്രായമായ എനിയ്ക്ക് വരദാനം പോലെ ലഭിച്ച എന്റെ മകൾ വരദയ്ക്കും, പേരക്കുട്ടികൾക്കും വേണ്ടി മറ്റൊന്നും ചെയ്യാൻ ത്രാണിയില്ലായിരുന്നു. എനിയ്ക്ക് ഉറക്കം വരാതിരിക്കുമ്പോൾ കഴിക്കാനായി ഡോക്ടർ തന്നിരുന്ന ഉറക്കഗുളികകൾ ഞാനവന്റെ മദ്യകുപ്പിയിലെ മദ്യത്തിൽ ചേർത്തു. ജയകൃഷ്ണൻ മരിച്ചു. പാഷാണമായ അവന്റെ കൂടെ ജീവിച്ച് എന്റെ കുഞ്ഞ് പലപ്രാവശ്യം മരിക്കാതെ തന്നെ മരിച്ചു. ജയകൃഷ്ണൻ എന്ന കൊടിയ പാഷാണത്തെ ഞാൻ പാഷാണംകെടുത്തു തന്നെ ഇല്ലാതാക്കി. ജീവിതത്തിൽ നാം ചെയ്യുന്ന പ്രവൃത്തികളുടെ നൻമയാണ് നമ്മെ ധന്യരാക്കുന്നത്. ആ ധന്യതയിലാണ് പത്മിനി എന്ന വരദയുടെ അമ്മയായ ഞാൻ. എന്റെ കുഞ്ഞും മക്കളും ഇനിയെങ്കിലും സമാധാനമായി ജീവിക്കട്ടെ. എന്റെ ബാക്കിയുള്ള ജീവിതം കാരാഗൃഹത്തിലും. സാരമില്ല എന്റെ കുഞ്ഞിനെ ബന്ധന വിമുക്തയാക്കിയ ഞാനിനി എവിടെയാണെങ്കിലും സമാധാനത്തോടെ ഉറങ്ങും. എന്റെ കുഞ്ഞേ നിന്നോടു പറയാൻ എനിക്കൊന്നേയുള്ളൂ...

"നദി പോലെയാവണം നിന്റെ മനസ്സ്. എത്ര കലങ്ങിയാലും ശരി പിന്നാലെ വരുന്ന ജലം നദിയെ ശുദ്ധീകരിക്കും. അത് വീണ്ടും തെളിയും അതുപോലെയാവണം നീയും. സങ്കടങ്ങളെ കൊണ്ട് കലങ്ങിയാലും നല്ല ഓർമ്മകളെ കൊണ്ട് തെളിനീരാക്കണം നിന്റെ മനസ്സ്. തടസ്സങ്ങളെപ്പോലും ഒഴുക്കി കളഞ്ഞ് ലക്ഷ്യത്തിലെത്തും വരെ ഒഴുകി കൊണ്ടേയിരിക്കണം. തളരരുത്. തനിയ്ക്ക് താങ്ങായും തണലായും താൻ മാത്രമേ ഉള്ളൂ എന്ന അവസ്ഥ വരുമ്പോൾ സ്വയം സ്നേഹിച്ചു തുടങ്ങുക. എന്തും ചിരിയോടെ നേരിടുക. അർഹത ഇല്ലാത്തത് ആഗ്രഹിക്കാതിരിക്കുക. എന്നും തനിച്ചാണെന്ന ബോധത്തോടെ ജീവിച്ച് ജീവിതത്തിൽ വിജയിച്ച് മുന്നേറുക."

●

തുലാസ്

“പ്രമീളയുടെ ഭർത്താവ് രവീന്ദ്രൻ അല്ലേ?”

“അതെ.”

“ദാ ഇവിടെ ഒപ്പിട്ടോളൂ”

അവർ പറഞ്ഞ സ്ഥലത്തൊക്കെ ഒപ്പിട്ടശേഷം പുറത്തു വന്ന് ഓപ്പറേഷൻ തിയറ്ററിന് കുറച്ചകലെയായി ഇട്ടിട്ടുള്ള കസേരകളൊന്നിൽ ഞാനും ഇരുന്നു.

ചുറ്റും കണ്ണോടിച്ചു ദൂരെയായി വച്ചിരിക്കുന്ന ശുദ്ധജലം കണ്ട് അങ്ങോട്ടു പോയി രണ്ട് ഗ്ലാസ്സ് വെള്ളം കുടിച്ചു. വീണ്ടും പഴയ സ്ഥാനത്തിരുന്നപ്പോൾ അലങ്കാരത്തിനായി വച്ചിരിക്കുന്ന പൂപ്പാത്രത്തിനരികെ പൂക്കളിൽ നിന്നും തേൻ കുടിക്കാനെന്നതു പോലെ ഒരു പൂമ്പാറ്റ വട്ടമിട്ടു പറക്കുന്നു. കുറച്ചു സമയം വട്ടമിട്ടു പറന്നിട്ട് പൂവിൽ ചെന്നിരുന്ന ശേഷം അത് വേഗം പറന്നു പോയി.

ഇതു പോലെയല്ലേ പല ജീവിതങ്ങളും യഥാർത്ഥ പൂക്കളുടെ മണവും സൗരഭ്യവും തിരിച്ചറിയാതെ കൃത്രിമ പൂക്കളുടെ ഭംഗിയുടെ പുറകേ പോകുന്ന ജൻമങ്ങൾ.

എത്ര സുന്ദരവും സമാധാനം നിറഞ്ഞതുമായിരുന്നു എന്റെ ജീവിതം. ഞാനും പ്രമീളയും തങ്കം എന്നു ഞങ്ങൾ വിളിക്കുന്ന

തങ്കക്കുടം പോലുള്ള കാർത്തിക മോളും. ഒറീസ്സയിലെ ബ്രഹ്മപൂർ എന്ന സ്ഥലത്താണ് ഞങ്ങൾ താമസിച്ചിരുന്നത്. സ്വന്തമായൊരു ഫ്ലാറ്റും, ചെറുകിട കമ്പനികൾക്ക് വേണ്ട മോൾഡ് ഉണ്ടാക്കി കൊടുക്കുന്ന ഒരു യൂണിറ്റും ഉണ്ടായിരുന്നു. കുറച്ചു കൂടി ബിസിനസ്സിന് നല്ലത് ചെറുകിട കമ്പനികൾ ധാരാളമുള്ള ഭുവനേശ്വർ ആണെന്ന് മനസ്സിലായപ്പോൾ അവിടെ ഇൻഡസ്ട്രിയൽ ഏരിയയിൽ ഒരു ഫാക്ടറി എടുത്ത് മോൾഡിന്റെ യൂണിറ്റ് അങ്ങോട്ട് മാറ്റി. ബഹ്മപൂരിൽ നിന്ന് ഏകദേശം ഇരുന്നൂറ് കിലോമീറ്റർ അകലമുണ്ടായിരുന്ന ഭുവനേശ്വ റിലേയ്ക്ക്. രാവിലെ ആറരയുടെ ട്രെയിനിന് പോകും. വൈകിട്ട് ഏഴ് മണിയുടെ ട്രെയിനിന് തിരികെ വരും. തിരക്കുപിടിച്ച നഗരമായ ഭുവനേശ്വറിനേക്കാൾ ജീവിക്കാൻ നല്ലത് ബഹ്മപൂർ ആയിരുന്നു.

വെളുപ്പിന് എഴുന്നേറ്റ് പ്രമീള ചോറും കറികളും ഉണ്ടാക്കി തന്നു വിടുമായിരുന്നു. ഞാൻ പോകുമ്പോൾ മോളെഴുന്നേറ്റിട്ടുണ്ടാവില്ല. വരുമ്പോൾ ഉറങ്ങിയിട്ടുണ്ടാവും. ഞായറാഴ്ചകളിൽ മാത്രമാവും മോളുമായി സംസാരിക്കുന്നത്. ഓർഡർ കൂടുതലുള്ളപ്പോൾ ഞായ റാഴ്ചയും പോകുമായിരുന്നു.

വീട്ടുജോലികളും, ടി വി കാണലും, പ്രാർത്ഥനയുമൊക്കെയായി പ്രമീള സമയം പോക്കി. നാട്ടിലെ രീതിയനുസരിച്ച് അധികം വീടുകളിൽ പോയി സംസാരിക്കുന്ന പതിവില്ലായിരുന്നു അവൾക്ക്.. ഒരു സാധാരണ കുടുംബിനി ആയിരുന്നവൾ. ഞാനും മോളും മാത്രമ ടങ്ങുന്നതായിരുന്നവളുടെ ലോകം.

ഞങ്ങളുടെ ബിൽഡിംഗിന്റെ മുൻവശത്തുള്ള ബിൽഡിംഗിലാണ് മോൾ ട്യൂഷന് പൊയ്ക്കോണ്ടിരുന്നത്. അവളുടെ സ്കൂളിലെ ടീച്ചറിന്റെ തന്നെ ട്യൂഷൻ സെന്ററായിരുന്നു അത്. മോൾ ട്യൂഷന് പോകുമ്പോഴും വരുമ്പോഴും പ്രമീള മുൻവശത്തെ ബാൽക്കണിയിൽ നോക്കി നിൽ ക്കാറുണ്ടായിരുന്നു.

ഒരു ദിവസം പ്രമീള പറഞ്ഞു മോളുടെ കൂടെ ട്യൂഷന് വരുന്ന കുട്ടിയെ വിളിക്കാൻ അതിന്റെ അച്ഛൻ താഴെ കാറുമായി നിൽക്കും. ഒരു ദിവസം മോളെ നോക്കി നിൽക്കുന്ന എന്നോട് അദ്ദേഹം മലയാ ളിയാണോ എന്ന് ചോദിച്ചു. ഞാൻ അതേന്നു പറഞ്ഞു. പിന്നീട് കാണുമ്പോൾ ചിരിക്കാൻ തുടങ്ങി. നേരത്തെ വരുന്ന ദിവസം അദ്ദേഹം വീട്ടിൽ വന്ന് പ്രമീളയുമായി സംസാരിച്ചിരിക്കാൻ തുടങ്ങി. ഞായറാഴ്ചകളിൽ ട്യൂഷനുള്ളപ്പോൾ ഞാനുമായും.

വളരെ ഹൃദ്യമായി പെരുമാറുന്ന നല്ലൊരു വ്യക്തി ആയിരുന്നു മുരളീധരൻ. ബിൽഡർ ആയിരുന്നു അദ്ദേഹം. പിന്നീടദ്ദേഹം

ഞങ്ങളുടെ കുടുംബസുഹൃത്തായി മാറിയത് പെട്ടെന്നായിരുന്നു. മലയാളി അസോസിയേഷന്റെ പ്രസിഡന്റുകൂടിയായിരുന്നു അദ്ദേഹം. അസോസിയേഷനിൽ ഞങ്ങളെയും അംഗങ്ങളാക്കി. ഓണ പ്രോഗ്രാമിന് പ്രമീളയായിരുന്നു തിരുവാതിര സംഘത്തെ തിരുവാതിര പഠിപ്പിച്ചത്.

ഒരു സൊസൈറ്റി ലേഡിയിലേയ്ക്കുള്ള പ്രമീളയുടെ മാറ്റം പെട്ടെന്നായിരുന്നു.

വർഷങ്ങൾ പോയതറിഞ്ഞില്ല. മോൾ പ്ലസ് റ്റു കഴിഞ്ഞപ്പോൾ ബോംബെയിൽ പോയി ബി. ബി. എ ചെയ്യണം എന്നു പറഞ്ഞു. ഞാൻ സമ്മതിച്ചില്ല. പ്രമീളയ്ക്കു താൽപ്പര്യമായിരുന്നു. മുരളിയും പറഞ്ഞു മോളെ ഇഷ്ടമുള്ളിടത്ത് വിടാൻ.

ഒരു ദിവസം എനിക്കൊരു ഫോൺ വന്നു മുരളിയുടെനാട്ടിലുള്ള ഭാര്യയുടേത്. മുരളി ഭാര്യയേയും മക്കളേയും നാട്ടിലാക്കിയിരുന്നു. പ്രമീള മുരളിയെ കൈയ്യടക്കി വച്ചിരിക്കുകയാണെന്നും അവരൊരുമിച്ച് ബോംബെയിൽ താമസിക്കാൻ പോകുകയാണെന്നും. ഞാനെതിർത്തു. ഒരിക്കലും അങ്ങനെ സംഭവിക്കില്ല എന്നു പറഞ്ഞ്. വീട്ടിലെത്തി പ്രമീളയോട് ചോദിച്ചപ്പോൾ സത്യമാണെന്നവൾ പറഞ്ഞു. തകർന്നു പോയി ഞാൻ. ഇനി മുരളിയില്ലാതെ ജീവിക്കാൻ പറ്റില്ല എന്നും. അന്നവൾ ആദ്യമായി എന്നോട് ചോദിച്ചു.

"നിങ്ങൾ എപ്പോഴെങ്കിലും എന്നെ അറിഞ്ഞിട്ടുണ്ടോ? പണമുണ്ടാക്കണം എന്ന ഒറ്റവിചാരം മാത്രം. എല്ലാ സുഖ സൗകര്യങ്ങളും ഒരുക്കി നിങ്ങളുടെ വീട് നോക്കാനും, ഭക്ഷണം ഉണ്ടാക്കിത്തരാനും, നിങ്ങൾക്ക് നിങ്ങളോട് തന്നെയും, മറ്റുള്ളവരിൽ നിന്നും കിട്ടുമ്പോഴുള്ള വിദ്വേഷം മുഴുവൻ അടിച്ചേൽപ്പിക്കാനും വേണ്ടി ഒരു വേലക്കാരിയെ മാത്രം മതിയായിരുന്നു. എന്നെ ഒന്ന് സ്നേഹപൂർവ്വം വിളിക്കുകയോ, സംസാരിക്കുകയോ ചെയ്യാറുണ്ടോ? വീട്ടിൽ വന്നാൽ ബിസിനസ് കാര്യങ്ങളും, ഫോൺ ചെയ്യലും, ന്യൂസ് കാണലും കഴിഞ്ഞു നിങ്ങളുടെ ഒരു ദിവസം. പരിഗണിച്ചില്ലെങ്കിലും വേണ്ട അവഗണിക്കാതിരുന്നുകൂടേ. സ്നേഹം ഇല്ലാതെയുള്ള ജീവിതം ശ്വാസം കിട്ടാത്ത ശരീരം പോലെയാണ്. പണം വേണം അതുണ്ടാക്കണം, അതിനോടൊപ്പം കുടുംബ ബന്ധങ്ങൾക്കും കൂടി വില കൽപ്പിക്കണം. യന്ത്രമല്ല ഭാര്യ. മനസ്സും ശരീരവും, വികാരവും, വിചാരവും, മജ്ജയും മാംസവും, ഉള്ളവളാണ്.

എല്ലാ ജീവികളും ആഗ്രഹിക്കുന്നത് സ്നേഹമാണ്. അത് നിങ്ങൾക്കറിയില്ല... ഒരു ഭർത്താവെന്ന നിലയിൽ മറ്റൊന്നും തരാൻ

സാധിക്കാതിരുന്നിട്ടും ഞാൻ നിങ്ങളോടെന്തെങ്കിലും പരാതി പറഞ്ഞിട്ടുണ്ടോ? സ്നേഹവും, പരിഗണനയും നിഷേധിച്ചപ്പോഴാണ് എന്നിലെ ഭാര്യ മരിച്ചത്."

മോളും അമ്മയോടൊപ്പമായിരുന്നു. അവർക്ക് എല്ലാം മുരളിയായിത്തീർന്നിരുന്നു. ഞാനാരുമല്ലാതായി. അവർ പോയി.

പിന്നീട് പ്രമീള ഡിവോഴ്സ് നോട്ടീസയച്ചു. എന്റെ പേരിലുണ്ടായിരുന്ന നാട്ടിലെ സ്ഥലം തങ്കത്തിന് എഴുതി കൊടുത്ത ശേഷം ഞാൻ ഡിവോഴ്സും വാങ്ങി പോന്നു.

പിന്നീട് മോളും വിളിക്കാതായി. ഇപ്പോൾ പതിമൂന്ന് വർഷങ്ങൾ കഴിഞ്ഞിരിക്കുന്നു. പ്രമീളയുടെ വീട്ടുകാർ ഇപ്പോഴും എന്നെ വിളിക്കുകയും സഹകരിക്കുകയും ചെയ്യും. പ്രമീളയെ പടിയടച്ച് പിണ്ഡം വച്ചു.

കുറച്ചു കാലത്തെ ജീവിതത്തിനു ശേഷം മുരളി മോളെ വശത്താക്കി. പിന്നെ പ്രമീളയുടെ മുൻപിൽത്തന്നെ അവളെ ആരുമല്ലാതാക്കി അവർ ജീവിച്ചു. അതും മടുത്തപ്പോൾ മുരളി പോയി. അമ്മയെ ഉപേക്ഷിച്ച് തങ്കം തനിയ്ക്കു സ്നേഹം വച്ചുനീട്ടിയ വിഭാര്യനായ ഒരു പഞ്ചാബിയുടെ കൂടെപോയി.

സ്വന്തമാക്കാനോ വിട്ടുകളയാനോ കഴിയാത്ത ചില ബന്ധങ്ങൾ ഉണ്ട്. മൗനം കൊണ്ടു പോലും നമ്മെ ഭ്രാന്തു പിടിപ്പിക്കുന്നവർ. വാക്കുകൾ കൊണ്ട് ജീവിപ്പിക്കുന്നവർ. ചിന്തകൾ കൊണ്ട് നിറം പിടിപ്പിക്കുന്നവർ. ചേർത്ത് നിർത്താനോ അകറ്റി നിർത്താനോ കഴിയാത്തവർ ആസ്വദിച്ചു കാണുന്ന സ്വപ്നം പോലെ ഒന്നുണർന്നു കഴിഞ്ഞാൽ മാഞ്ഞുപോകാവുന്നവർ. അതായിരുന്നു അവരുടെ ജീവിതത്തിൽ മുരളി.

രോഗങ്ങൾക്കൊപ്പം മനസ്സും തകർന്ന പ്രമീളയ്ക്ക് ആരുമില്ലാതായി. അടുത്ത വീട്ടിലെ വൃദ്ധരായ മക്കൾ വിദേശത്തായ രാജസ്ഥാനി ദമ്പതികളുടെ കൂടെയായിരുന്നു അവൾ - അവർക്കു വേണ്ട സഹായങ്ങൾ ചെയ്യും ഭക്ഷണം ഉണ്ടാക്കിക്കൊടുത്തും ശരിക്കും ഒരു വീട്ടുവേലക്കാരി.

പ്രമേഹം ഉണ്ടായിരുന്ന പ്രമീളയ്ക്ക്. കാലിന്റെ തള്ളവിരൽ പഴുത്തു. കാര്യമാക്കിയില്ല: ആദ്യം വിരൽ മുറിച്ചു പഴുപ്പ് മുകളിലേയ്ക്ക് ബാധിച്ചു. മുട്ടിന് മുകളിൽ വച്ച് കാൽ മുറിക്കണം.

രാജസ്ഥാനിവൃദ്ധനാണ് എന്നെ വിളിച്ചത്. അവർക്കിനി ഉത്തരവാദിത്തം ഏറ്റെടുക്കാൻ സാധിക്കില്ല എന്നു പറഞ്ഞ്.

എന്റെ mould - ന്റെ കമ്പനിയുടെ പേരിൽ നിന്നാണ് അവർ നമ്പർ കണ്ടു പിടിച്ചത്. പ്രമീളയുടെ പേരായിരുന്നു കമ്പനിയ്ക്ക്. മക്കളും ഭാര്യയുമില്ലാത്ത ഞാൻ സമ്പാദിച്ചതൊക്കെ കമ്പനിയിൽ തന്നെ

നിക്ഷേപിച്ചു. ഇപ്പോൾ സാമാന്യം അറിയപ്പെടുന്ന കമ്പനിയായി വളർന്നു. പ്രമീളയുടെ പേരും ഞാൻ മാറ്റിയില്ല. അവളെന്റെ ഭാഗ്യം ആയിരുന്നു. അവളെന്റെ ജീവിതത്തിൽ വന്നശേഷമാണ് എനിക്കീ ഉയർച്ചകളൊക്കെ ഉണ്ടായത്. എനിക്കവളേയും മോളേയും മറക്കാൻ കഴിഞ്ഞിട്ടില്ല, വെറുക്കാനും.

തെറ്റുകൾ എന്റെ ഭാഗത്തു നിന്നും ഉണ്ടായിട്ടുണ്ട്. ജീവിതത്തിൽ ഏറ്റവും വലുത് പണമാണെന്ന് കരുതിയ ഞാൻ അതുണ്ടാക്കാനുള്ള നെട്ടോട്ടത്തിൽ ആയിരുന്നു. എനിക്കവരെ സ്നേഹിക്കാൻ, ശ്രദ്ധിക്കാൻ സമയമില്ലായിരുന്നു. സൗകര്യങ്ങൾ ഒരുക്കി കൊടുക്കാനേ ശ്രമിച്ചുള്ളൂ. എന്റെ ബലഹീനതകൾ പോലും അവളിലെ തെറ്റായി ഞാൻ എപ്പോഴും സമർത്ഥിച്ചുകൊണ്ടിരുന്നു. ഒരു കുറ്റവുമില്ലാതിരുന്നിട്ടും വേണമെന്നു കരുതി കുറ്റങ്ങൾ കണ്ടു പിടിച്ച് കുറ്റപ്പെടുത്തികൊണ്ടിരുന്നു. എന്റെ അപകർഷതാബോധത്തിൽ നിന്നുള്ള ഒരു തരം ഒളിച്ചോട്ടമായിരുന്നു അത്. നാടും വീടും വിട്ടുവന്ന അവൾക്ക് ഞാനടക്കം ആരുമില്ലായിരുന്നു ഒന്നു മനസ്സ് തുറക്കാൻ പോലും. നമ്മൾ പറയാനാഗ്രഹിക്കുന്നവയെ സ്നേഹത്തോടെ കേൾക്കാനൊരാളുണ്ടാവു ക. അതില്ലാതാവുമ്പോഴാണ് വാക്കുകൾ മുറിയുകയും കണ്ണുകൾ നനയുകയും ചെയ്യുന്നത്.

മരങ്ങൾ ആണെങ്കിലും വെയിൽ കിട്ടുന്ന ഭാഗത്തേയ്ക്ക് ചായില്ലേ. മുരളിയെപ്പോലുള്ള തന്ത്രശാലിയായ ഒരാളുടെ സ്നേഹത്തിലും വാക്കുകളിലും അവൾ വീണു പോയത് സ്വാഭാവികമല്ലേ???...

അവളെ നഷ്ടപ്പെട്ടപ്പോഴാണ് അവളുടെ വില എനിയ്ക്കും മനസ്സിലായത്. ആരോടും എതിർത്തൊന്നും പറയാതിരുന്ന, എന്റെയും എന്റെ വീട്ടുകാരുടേയും കുറ്റപ്പെടുത്തലുകൾക്കും, ഭർത്സനങ്ങൾക്കും മുന്നിൽ അവൾ മൗനംആയി നിന്നത് ഉത്തരങ്ങൾ ഇല്ലാഞ്ഞിട്ടല്ല. വിളക്കിച്ചേർക്കാൻ പറ്റാത്ത വിധം ബന്ധങ്ങളുടെ കണ്ണി അറ്റുപോകരുതെന്ന് കരുതി മാത്രം. ക്ഷമയിൽ സ്വയമുരുകുകയായിരുന്ന ഒരു നാടൻ പെണ്ണായിരുന്ന അവൾ ഇങ്ങനെ ഒക്കെ ആയിത്തീരണമെങ്കിൽ അതിന്റെ മൂല ഹേതു ഭർത്താവായ ഞാൻ തന്നെയാണ്. സ്ത്രീ പലപ്പോഴും പലതിനും പ്രതികരിച്ചില്ല എന്നു വരാം. പേടി കൊണ്ടാണെന്ന് കരുതരുത്. തീർത്തും സഹനമാണത്. മുതലെടുക്കാൻ ശ്രമിച്ചാൽ പൊട്ടിത്തെറിക്കാൻ സാധ്യതയുള്ള അഗ്നിപർവ്വതമായി മാറിയേക്കും അവൾ.

എന്റെയും അവളുടേയും ജീവിതത്തിലുണ്ടായ അനിവാര്യമായ ചില മാറ്റങ്ങൾ നല്ലതിനാണ്. മനസ്സിലുള്ളവരെല്ലാം മനസ്സറിഞ്ഞവരല്ലെന്ന് സ്വയം മനസ്സിലാക്കിത്തരുവാൻ മാറ്റങ്ങൾക്കല്ലാതെ

മറ്റാർക്കാണ് സാധിക്കുക?

എന്തൊക്കെ തെറ്റു ചെയ്താലും അതിന്റെ ശിക്ഷ അവൾക്ക് കിട്ടി. അവൾ അനുഭവിച്ചു. ഞാനിപ്പോഴും അവളെ സ്നേഹിക്കുന്നു. ആത്മാവുള്ളിടത്തോളം കാലം ആത്മബന്ധങ്ങളും കൂടെ കാണും. ഒരു പക്ഷേ എന്റെ തെറ്റു തന്നെയാവാം. അവളെ ഇങ്ങനെ ഒരു ജീവിതത്തിലേയ്ക്ക് നയിച്ചത്. പണം മാത്രം ഉണ്ടാക്കാനുള്ള തത്രപ്പാടിൽ ഞാൻ ഭാര്യയേയും മകളേയും ശ്രദ്ധിച്ചില്ല. ഒരു ലോഡ്ജ് വാസിയെപ്പോലെ രാവിലെ പോയി രാത്രി കിടക്കുന്ന ഒരുവൻ മാത്രമായി. ഒന്നു ചിരിച്ചാൽ തീരുന്ന പിണക്കങ്ങളുണ്ട്.

ഒരു വാക്കിൽ ഒഴിവാകുന്ന സങ്കടങ്ങൾ ഉണ്ട്.

ഒന്നു ക്ഷമിച്ചാൽ തീരുന്ന തർക്കങ്ങളുണ്ട്. ഇതൊന്നും തിരിച്ചറിയാത്ത മനുഷ്യരുമുണ്ട്.

ഞാനെന്നും ഇഷ്ടപ്പെട്ടിരുന്നത് എന്റെ നഷ്ടങ്ങളെ ആയിരുന്നു. കാരണം ആ നഷ്ടങ്ങളായിരുന്ന പ്രമീളയും, മകളും എന്റെ ഇഷ്ടങ്ങളായിരുന്നു.

ജീവിതത്തിൽ ഉണ്ടായഎന്റെ തെറ്റുകളും എനിയ്ക്ക് തിരുത്തണം'. തെറ്റു ചെയ്യാത്തവരും, പറ്റിപ്പോയവരുമായി ആരാണില്ലാത്തത്. താഴ്ത്തികൊട്ടുക്കുന്നവനാണ് കരുത്തൻ എന്ന് തെളിയിച്ചവനാണ് "ത്തുലാസ്". ഞാനും ആ ത്തുലാസാവാൻ തീരുമാനിച്ചു. ഞാൻ പ്രമീളയെ ഭുവനേശ്വറിന് കൊണ്ടുപോകുകയാണ്... മോളേയും കണ്ടുപിടിക്കണം. കാലം മായ്ക്കാത്ത മുറിവുകളില്ലല്ലോ. ഇനിയൊരു പുതിയ ജീവിതത്തിലേയ്ക്ക്...

കാലം ആർക്കുവേണ്ടിയും കാത്തു നിൽക്കാറില്ല. എന്നാൽ സ്നേഹവും ക്ഷമയും ഉള്ള മനസ്സ് എന്ന ത്തുലാസ് അത് കാലങ്ങളോളം കാത്തു നിൽക്കും. കാരണം സ്നേഹവും ക്ഷമയും കാലത്തിനതീതമാണ്.

●

നോട്ടം

കുളി കഴിഞ്ഞു വന്ന് തുണികൾ അയയിൽ വിരിച്ചിടുമ്പോഴാണ് കണ്ടത് വേലിക്കപ്പുറത്ത് രണ്ടു കണ്ണുകൾ എന്നെത്തന്നെ തുറിച്ചു നോക്കുന്നു. എന്റെ മുഖത്തു നിന്നും കണ്ണെടുക്കാതെയുള്ള ആ നോട്ടം കണ്ടപ്പോൾ ഞാൻ വല്ലാതായി. എങ്ങനെയോ തുണികൾ വിരിച്ചിട്ട് ഞാൻ വേഗം അകത്തേയ്ക്ക് പോയി.

വിവാഹം കഴിഞ്ഞിട്ട് ഒരാഴ്ചയേ ആയിട്ടുള്ളൂ. പുതിയ ആളുകൾ, പുതിയ ചുറ്റുപാടുകൾ എല്ലാം ഒന്നു പരിചയമായി വരുന്നതേ ഉള്ളൂ...

ശനിയാഴ്ച ഞങ്ങൾ ബന്ധുവീടുകളിൽ പോകാനായി ഇറങ്ങി. രണ്ടാൾക്ക് മാത്രം കടന്നു പോകാനാവുന്ന ഇടവഴിയിലൂടെ കുറച്ചു സമയം നടന്നാൽ മാത്രമേ വീട്ടിൽ നിന്നും മെയിൻ റോഡിലെത്തൂ. ഞങ്ങൾ നടന്നു പോകുമ്പോൾ വഴിയരികിലുള്ള വീട്ടിൽ നിന്നും ഒരു ചേച്ചി വിളിച്ചു പറഞ്ഞു.

"വിജയാമോനേ ഒന്നു നിന്നേ പുതിയ പെണ്ണിനെ കാണട്ടെ. ഞാൻ കല്യാണത്തിന് വരാതിരുന്നതുകൊണ്ട് കണ്ടില്ല. അങ്ങോട്ടു വരണം എന്നു കരുതി ചോദിച്ചപ്പോൾ നിങ്ങൾ വിരുന്നിനു പോയി എന്നു പറഞ്ഞു."

സാമാന്യം പൊക്കമുള്ള കറുത്തു തടിച്ച സ്ത്രീ ചിരിച്ചു കൊണ്ടുവന്നു.

"എന്താ മോളുടെ പേര്?"

"പൂർണ" ഞാൻ ചിരിച്ചു. അവരും അപ്പോഴാണ് ആ വീടിന്റെ ജന്നലിൽ കൂടി ഞാൻ വേലിക്കൽ കണ്ട ആ കണ്ണുകൾ എന്നെ നോക്കുന്നത് കണ്ടത്. എനിയ്ക്ക് വല്ലാതായി തങ്കമ്മ ചേച്ചിയോട് സംസാരിച്ചുകൊണ്ടിരുന്ന വിജയേട്ടനെ ഞാൻ ദയനീയമായി നോക്കി. അപ്പോഴും ആ കണ്ണുകൾ എന്നെത്തന്നെ നോക്കുകയായിരുന്നു.

തങ്കമ്മ ചേച്ചിയോട് യാത്ര പറഞ്ഞ് ഞങ്ങൾ മെയിൻ റോഡിലെത്തി മറുവശം കടന്ന് ഓട്ടോയ്ക്കായി നോക്കി നിൽക്കുമ്പോൾ ഞാൻ കണ്ടു ഞങ്ങൾക്കെതിർ വശത്തായിട്ട് റോഡരികിനോടുള്ള മതിലിൽ ചാരി എന്നെത്തന്നെ നോക്കി നിൽക്കുന്ന അയാൾ. ഏകദേശം അറുപത് വയസ്സ് തോന്നിക്കുന്ന കറുത്തിരുണ്ട രൂപം. എനിക്കാകെ ഭയം തോന്നി. ഓട്ടോയിൽ കയറിയ ശേഷം നോക്കുമ്പോഴും അയാളെന്നെത്തന്നെ നോക്കുന്നു.

പുതുമോടിയുടെ സന്തോഷത്തിൽ ഞാനത് മറന്നു. രണ്ട് ദിവസം കഴിഞ്ഞ് കൊരണ്ടിപ്പലകയിട്ട് പുറത്തിരുന്ന് മീൻ വെട്ടിയ ശേഷം വേലിക്കരികിലുള്ള വാഴച്ചുവട്ടിൽ മീൻ വെള്ളം ഒഴിക്കാനായി ചെല്ലുമ്പോൾ ഞാൻ കണ്ടു വീണ്ടും ആ കണ്ണുകൾ എന്നെത്തന്നെ നോക്കി നിൽക്കുന്നത്. ഈശ്വരാ ഇത്രയും സമയം ഇയാൾ ഞാൻ മീൻ വെട്ടുന്നതും നോക്കി നിൽക്കുന്നുണ്ടായിരുന്നോ പരിഭ്രമത്തോടെ വേഗം മീൻ തേച്ചു കഴുകി ഞാൻ അകത്തു കയറി.

വിജയേട്ടനോടും, അമ്മയോടും പറയണം എന്നുണ്ടായിരുന്നു. അവർ എന്തു കരുതും എന്ന് ഭയന്ന് പറഞ്ഞില്ല.

രണ്ട് വീടുകൾക്കപ്പുറമുള്ള ജമീലാത്തയുടെ മകൾ മെഹറുന്നീസയുടെ കല്യാണത്തലേന്ന് ഞങ്ങളും പോയിട്ടുണ്ടായിരുന്നു. മൈലാഞ്ചിയിടൽ ചടങ്ങ് പന്തലിൽ വച്ചായിരുന്നു. ഒപ്പനയുടെ താളത്തിലും മേളത്തിലും ലയിച്ചിരിക്കേ പെട്ടെന്നാണ് കണ്ടത് എന്നെത്തന്നെ നോക്കുന്ന ആ കണ്ണുകൾ. അവിടെ നിന്നും എഴുന്നേൽക്കാൻ ശ്രമിച്ചപ്പോൾ മെഹറു വിന്റെ ഉമ്മുമ്മ എന്റെ കൈകളിൽ പിടിച്ച് പറഞ്ഞു

"അബിടിരി മൊഞ്ചത്തീ... അന്നെ എല്ലാരും ഒന്ന് കാണട്ടെ... ങ്ങടേം നിക്കാഹ് കഴിഞ്ഞതല്ലേള്ളൂ... നിക്കാഹ് കഴിഞ്ഞോര് ആദ്യം തന്നെ മൈലാഞ്ചി കല്യാണോം, നിക്കാഹും കൂടണത് നല്ലതാ... ഇത് മുയുവൻ കയിഞ്ഞിട്ട് ബിരിയാണീം തിന്നിട്ട് പോയാമതി. അല്ലാതെ അന്നെ ഞമ്മള് ബിടൂല്ലാ..."

അവിടെ ഇരുന്ന സമയമത്രയും ആ കണ്ണുകളും എന്റെ മുഖത്തു തന്നെയായിരുന്നു.

ചടങ്ങ് കഴിഞ്ഞ് ഞാനും വിജയേട്ടനും വരുമ്പോൾ പുറകേ

അയാളും ഉണ്ടായിരുന്നു. അപ്പോഴും ആ കണ്ണുകൾ എന്നെ പിന്തുടരുകയാണെന്നെനിക്കറിയാമായിരുന്നു.

പിറ്റേന്ന് കല്യാണത്തിന് പോകാൻ വിജയേട്ടൻ വിളിച്ചപ്പോൾ ആ നോട്ടത്തെ ഭയന്ന് തലവേദനയാണെന്ന് പറഞ്ഞ് ഞാനൊഴിഞ്ഞു മാറി. ഉച്ചകഴിഞ്ഞ് ഉണങ്ങാനിട്ട മാങ്ങ എടുത്തുവയ്ക്കാൻ പുറകുവശത്തുള്ള പടികൾ കയറി ടെറസിൽ ചെന്ന് മാങ്ങയെടുത്ത് തിരിഞ്ഞപ്പോൾ എന്നെത്തന്നെ നോക്കി നിൽക്കുന്ന ആ കണ്ണുകൾ. ഭയപ്പാടോടെ വിളറിയ മുഖവുമായി ഞാൻ വിറയ്ക്കുന്ന കാലുകളോടെ ഒരു വിധം പടികളിറങ്ങി അകത്തു കയറി വാതിലടച്ചു.

കുറേ ദിവസത്തേയ്ക്ക് ആ കണ്ണുകൾ ഞാൻ കണ്ടില്ല. മെല്ലെ ഞാനതു മറന്നു. ഇന്ന് വിജയേട്ടനും അമ്മയും അമ്മയുടെ മൂത്ത ജ്യേഷ്ഠനെ കാണാൻ പോയിരിക്കുകയാണ്. അമ്മാവന് സുഖമില്ലാതെ ആശുപത്രിയിൽ ആണ്. എനിയ്ക്ക് യാത്ര ചെയ്യാൻ പാടില്ലാത്തതു കൊണ്ട് ഞാൻ പോയില്ല. മൂന്ന് മാസം വരെ സൂക്ഷിക്കണം എന്നാണ് ഡോക്ടർ പറഞ്ഞിരിക്കുന്നത്.

ഉച്ചയ്ക്കുള്ള ചോറും കറികളും വയ്ക്കാൻ തുടങ്ങുമ്പോഴാണ് ആരോ ചുമയ്ക്കുന്നതായി തോന്നിയത്. വേഗം ഉമ്മറത്തേയ്ക്ക് വന്നപ്പോൾ ഞാൻ വല്ലാതായി. മുറ്റത്ത് അയാൾ. എന്നെ കണ്ടപ്പോൾ വീണ്ടും ആ പഴയ നോട്ടം. ഞാനാകെ ഭയന്നു. വേഗം തന്നെ അയാൾ പരവശനായ പോലെ ഉമ്മറത്തിണ്ണയിൽ ഇരുന്നു. കുറച്ച് കഞ്ഞി വെള്ളം ഉപ്പിട്ട് തരുമോ എന്ന് ചോദിച്ചു. ഭയം കൊണ്ട് വറ്റിവരണ്ട നാവും ചുണ്ടും അനക്കാൻ കഴിയാതെ ഞാൻ യാന്ത്രികമായി തലയാട്ടി. അപ്പോഴും അയാളുടെ നോട്ടം എന്റെ മുഖത്തേയ്ക്കായിരുന്നു.

ചോറ് വയ്ക്കാതിരുന്നതുകൊണ്ട് കഞ്ഞി വെള്ളം ഇല്ലായിരുന്നു. നാഴിപ്പാൽ വെള്ളം ചേർക്കാതെ തിളപ്പിച്ച് കുറുക്കി വറ്റിച്ച് രണ്ട് തുടമാക്കി പാകത്തിന് മധുരം ചേർത്ത ചെറുചൂടുള്ള പാലാണ് വിജയേട്ടനിഷ്ടം.

പോകാനുള്ള തിരക്കിൽ അത് കുടിച്ചില്ല. ഞാനാകെ ആലില പോലെ വിറയ്ക്കുകയായിരുന്നു. രണ്ട് പ്രാവശ്യം ഗ്ലാസ്സ് താഴെ വീണു. ഒരു വിധം ഗ്ലാസ്സിൽ പാലൊഴിച്ച് അതുമായി നടക്കുമ്പോഴാണോർത്തത് ഷാൾ ഇട്ടിട്ടില്ല. മേശപ്പുറത്ത് പാൽഗ്ലാസ്സ് വച്ച് കിടപ്പുമുറിയിൽ നിന്നും ചുരീദാറിന്റെ ഷാളെടുത്ത് പുതയ്ക്കുന്നതു പോലെയിട്ടു. പിന്നെ പാൽ എടുത്ത് വിറയ്ക്കുന്ന കാലടികളോടെ നടന്നു ചെന്ന് ഉമ്മറത്തിണ്ണയിലിരിക്കുന്ന അയാൾക്ക് കൊടുത്തു. അപ്പോഴും നോട്ടം പഴയതു തന്നെ. ഒന്നുമൊത്തി കുടിച്ച ശേഷം എന്നെ വീണ്ടും നോക്കി, അപ്പോഴാ കണ്ണുകൾ നിറഞ്ഞിരിക്കുന്നതു പോലെ

തോന്നി. ആ കണ്ണുകളിൽ നോക്കാൻ പേടിയായതുകൊണ്ട് ഞാൻ കുനിഞ്ഞു നിന്നു. ഗ്ലാസ്സ് തിരികെ തരുമ്പോഴും നോട്ടം അതു തന്നെ. പോകാനായി എഴുന്നേറ്റ അയാൾ പെട്ടെന്ന് എന്റെ വലംകൈയ്യിൽ കയറിപ്പിടിച്ചു. ആ നെഞ്ചിൽ ചേർത്തു വച്ചു. അലറി വിളിക്കാൻ തുടങ്ങിയ എന്റെ തൊണ്ടയിലെ സ്വന തന്ത്രികൾ എല്ലാം അടഞ്ഞു പോയതു കൊണ്ട് ശബ്ദം പുറത്തേയ്ക്ക് വന്നില്ല. എന്റെ കൈയ്യിലേയ്ക്ക് ഒരു കടലാസു പൊതി പിടിപ്പിച്ച ശേഷം വേഗം തിരിഞ്ഞു നടന്നു പോയി. പ്രതിമ കണക്കേ നിന്നു പോയ ഞാൻ കണ്ടു വീട്ടുപടിക്കലെത്തി ഒന്നുകൂടി എന്നെ തിരിഞ്ഞു നോക്കുന്നത്.

തളർന്നു പോയ ഞാൻ തിണ്ണയിലിട്ടിരുന്ന കസേരയിൽ ഇരുന്നു. എന്റെ ശരീരം മുഴുവനും അപ്പോഴും വിറയ്ക്കുകയായിരുന്നു. കാവിലെ സർപ്പം പാട്ടിനൊപ്പം പൂക്കുല പിടിച്ച് തുള്ളുന്ന അതേ അവസ്ഥയിലായിരുന്നു ഞാൻ. പൂക്കുലയ്ക്ക് പകരം ഗ്ലാസ്സായിരുന്നു കൈയ്യിൽ.

എത്ര സമയം അങ്ങനെ ഇരുന്നു എന്നറിയില്ല. ഒരു വിധം മനസ്സ് ശാന്തമായപ്പോൾ ഞാൻ മെല്ലെ എഴുന്നേറ്റ് നടക്കുമ്പോഴാണ് കാലിൽ എന്തോ തട്ടിയത്. നോക്കുമ്പോൾ അയാൾ തന്ന പൊതി. അതെന്താണെന്നു തുറന്നു നോക്കാൻ പേടിയായതുകൊണ്ട് ഞാനതു മേശപ്പുറത്ത് വച്ചു. പിന്നെ ചോറും കറികളും വയ്ക്കാൻ ഒരുത്സാഹവും തോന്നാതിരുന്നതുകൊണ്ട് കഞ്ഞിയും, പയറും പപ്പടവും ആക്കി കഴിച്ചെന്നു വരുത്തി പോയി കിടന്നു. വൈകിട്ട് വിജയേട്ടനും, അമ്മയും വന്ന് വിളിച്ചപ്പോഴാണറിഞ്ഞത്.

വേഗം മേൽ കഴുകി വന്ന് നാമം ജപിച്ച ശേഷം കഞ്ഞിയും പയറും ചൂടാക്കി കൊണ്ടിരുന്നപ്പോൾ മഴ തുടങ്ങി. മൂവരും കഞ്ഞി കുടിച്ച ശേഷം പാത്രം കഴുകുമ്പോൾ കറണ്ടും പോയി. അവർക്ക് രണ്ടാൾക്കും യാത്രാ ക്ഷീണമുള്ളതിനാൽ ഉറങ്ങാൻ കിടന്നു.

രാവിലെ പുട്ടുണ്ടാക്കി കൊണ്ടു നിൽക്കുമ്പോഴാണ് അടുത്ത വീട്ടിലെ ശാന്തമ്മചേച്ചി അമ്മയോട് പറയുന്നതു കേട്ടത് ആ പുരുഷൻ മരിച്ചു എന്ന്.

"ആരാമ്മേ മരിച്ചത്" എന്ന് ചോദിച്ചപ്പോൾ അമ്മ പറഞ്ഞു

"ആ തങ്കമ്മേടെ ആങ്ങള പുരുഷൻ. അവനൊരു പാവമായിരുന്നു. ആരോടും അധികം സംസാരമില്ലായിരുന്നു. നല്ല അദ്ധ്വാനിയും. കയറു തടുക്കുനെയ്ത്തലായിരുന്നു പണി. ഭാര്യയും ഒരു മകളും ഉണ്ടായിരുന്നു. അവരുമായിട്ട് കന്യാകുമാരി കാണാൻ പോയതാ. ഏതോ ശംഖുമാലക്കടയിൽ മണിക്കുട്ടിയ്ക്ക് മാല വാങ്ങാൻ കയറിയതാമൂവരും. അപ്പോഴാണ് സുനാമി വന്നത്. മണിക്കുട്ടീം, രാധയും അവന്റെ കൈകളിലെ പിടി വിട്ടാണ് ഒലിച്ചുപോയത്. അവൻ മാത്രം

രക്ഷപ്പെട്ടു. അന്ന് തുടങ്ങിയ കുടിയാ. കരളെല്ലാം ദ്രവിച്ചുപോയി. കുടിക്കരുതെന്ന് പറഞ്ഞിട്ടും കേട്ടില്ല. കുറച്ചു ദിവസമായി ആശു പത്രിയിൽ ആയിരുന്നു. ഇന്നലെ അവിടുന്ന് പറയാതെ പോന്നു. അവന് തോന്നിക്കാണും മരിക്കാൻ പോവുകയാണെന്ന് എന്നാൽ വീട്ടിൽക്കിടന്നാവാം എന്ന് ചിന്തിച്ചു കാണും. പാവം. ഇന്ന് രാവിലെ നോക്കുമ്പോൾ. മരിച്ചു കിടക്കുകയായിരുന്നു."

ഏതോ ഒരുൾപ്രേരണയാലെന്നവണ്ണം ഞാനും പോയി പുരുഷൻ ചേട്ടനെ കാണാൻ. എന്നെ കണ്ടതേ തങ്കമ്മ ചേച്ചി പതം പറഞ്ഞ് കരയാൻ തുടങ്ങി.

"ദേടാ പുരുഷാ നിന്റെ മണിക്കുട്ടി വന്നിരിക്കുന്നു. എഴുന്നേറ്റു നോക്കടാ. ഇന്നലെയും എന്നോട് പറഞ്ഞില്ലേ മണിക്കുട്ടീടടുത്തു പോയി. മണിക്കുട്ടി എനിയ്ക്ക് കഞ്ഞി വെള്ളം ചോദിച്ചപ്പോൾ പാലാണ് തന്നതെന്ന്. മോളേ നിനക്കവന്റെ മോൾ മണിക്കുട്ടീടെ ഛായയാണെന്ന് ഞങ്ങളെപ്പോഴും പറയുമായിരുന്നു."

ഞാൻ സ്തബ്ധയായിപ്പോയി. ഈശ്വരാ! ഈ മനുഷ്യന്റെ മകൾ മണിക്കുട്ടിയായിരുന്നോ ഞാൻ. അറിയാതെ പറ്റുന്ന ചെറിയ തെറ്റുകൾ മതി നിങ്ങൾ ക്രൂശിക്കപ്പെടാൻ. കാലങ്ങളായി തുടരുന്ന ആത്മാർത്ഥതയെ ചോദ്യം ചെയ്യപ്പെട്ട് സംശയങ്ങളുടെ നിഴലിൽ ഒറ്റപ്പെടുത്തിയേക്കാം ചെയ്തു പോയ ആയിരം ശരികൾക്ക് ഇവിടെ പ്രസക്തിയില്ല. അതല്ലേ ദൈവമേ സംഭവിച്ചത്. വേഗം തന്നെ രണ്ട് തള്ളവിരലുകളും കൂട്ടിക്കെട്ടിയ ആ കാലുകളിൽ വിറയ്ക്കുന്ന കൈകളാൽ തൊട്ട് വന്ദിക്കുമ്പോൾ എന്റെ ഹൃദയത്തിൽ നിന്നടർന്ന് കണ്ണിൽ കൂടി പ്രവഹിച്ച കണ്ണീർപ്പൂക്കൾ ആ കാൽപ്പാദങ്ങളെ ഈറനാക്കി... തൊഴുകൈകളോടെ 'മാപ്പ്' എന്ന് പറഞ്ഞ് നോക്കുമ്പോൾ ശരിക്ക് അടഞ്ഞിട്ടില്ലാത്ത ആ കണ്ണുകൾ അപ്പോഴും എന്നെ നോക്കുകയാ യിരുന്നു.

വീട്ടിലെത്തി കുളിച്ചു കൊണ്ടു നിൽക്കുമ്പോഴാണോർത്തത് ആ പൊതിയുടെ കാര്യം. കുളി കഴിഞ്ഞു വന്ന് വേഗം മേശപ്പുറത്തു നിന്നും പൊതിയെടുത്തഴിച്ചു നോക്കിയപ്പോൾ വർണക്കടലാസിൽ പൊതിഞ്ഞ കുറച്ച് മിഠായികളും, കന്യാകുമാരിയിൽ മാത്രം കിട്ടുന്ന ചെറിയ ശംഖുകൾ കോർത്ത ഒരു ശംഖുമാലയും. ഒരു ഭയവുമില്ലാതെ ഞാനാ മാല കഴുത്തിലണിഞ്ഞ്, വർണക്കടലാസുപൊതിയഴിച്ച് മിഠായി വായിലിട്ട് നുണയുമ്പോൾ "മണിക്കുട്ടി" എന്ന് വിളിച്ച് പുരുഷൻ എന്ന അച്ഛൻ എന്റെ മുഖത്തേയ്ക്ക് പഴയതുപോലെ സാകൂതം നോക്കി നിൽക്കുന്നതായി തോന്നി.

●

ഭ്രാന്തിപ്പൂവ്

നദി ഒഴുകുകയായിരുന്നു. ഓളങ്ങളിൽ ചാഞ്ചാടി കരയോടടുത്തിരുന്ന എന്നെ പെട്ടെന്നാണ് രണ്ടു കുഞ്ഞി കൈകൾ പൊക്കിയെടുത്തത്.

"എന്തിനാ മോളേ ആ കമ്പ്. അത് കളഞ്ഞേയ്ക്കു"

"എനിച്ചു വേണം" എന്ന് കൊഞ്ചിക്കൊണ്ടാ കുഞ്ഞു കൈകൾ എന്നെ ചേർത്തുപിടിച്ചു. ആ കുഞ്ഞെന്നെ വീടിന്റെ നടവാതിൽക്കൽ വയ്ക്കാൻ പോയപ്പോൾ

"മോളേ ഇതാരും മുറ്റത്ത് വയ്ക്കില്ല പ്രത്യേകിച്ചും നടവാതിൽക്കൽ അതാ വേലിക്കരികിൽ വച്ചോളൂ "

എന്ന് പറയുന്നത് കേട്ടിട്ടും എനിയ്ക്ക് സങ്കടം തോന്നിയില്ല. കാരണം എനിക്കറിയാം ഇപ്പോഴെന്റെ സ്ഥാനം എന്താണെന്ന്. സ്വപ്നം കാണുന്നതല്ല യാഥാർത്ഥ്യം എന്ന് ഞാനറിഞ്ഞതല്ലേ. സത്യത്തിൽ എന്താണ് സ്വപ്നം ? ഒരിക്കലും നടക്കാത്ത മനസ്സിന്റെ മോഹങ്ങളിലേയ്ക്കുള്ള യാത്രയല്ലേ സ്വപ്നം.

കുഞ്ഞി കൈകൾ വീണ്ടുമെന്നെയെടുത്താ വേലിക്കരികിൽ കുഴിച്ചു വച്ചു. ഒരു കുഞ്ഞ് പാത്രത്തിൽ വെള്ളവും ഒഴിച്ചു. ഞാൻ ചുറ്റും നോക്കിയപ്പോൾ കുഞ്ഞു കമ്പായതു കൊണ്ട് കുറച്ച് ആയാസപ്പെടേണ്ടി വന്ന

എനിയ്ക്ക് ചുറ്റുമുള്ള പൊക്കമുള്ളവരെ നോക്കാൻ. എന്റെ ആയാസപ്പെട്ടിട്ടുള്ള നോട്ടം കണ്ടിട്ടാവണം അവരൊക്കെ വളരെ സൗഹാർദ്ദപൂർവ്വം ചിരിച്ചു കൊണ്ടു ചോദിച്ചു

"എവിടുന്നാണ്?"

"കുറേ ദൂരേന്നാ"

"എങ്ങനെയാണ് വന്നത്?"

"നദിയിലൂടെ ഒഴുകി കരയ്ക്കടിഞ്ഞു."

ഞാനെന്റെ കഥ പറയാൻ തുടങ്ങി.

ഒരു നല്ല വീട്ടിൽ ആയിരുന്നു ഞാൻ. ചെടികളേയും, പൂക്കളേയും ഒരുപാട് സ്നേഹിക്കുന്ന ഒരു ചേച്ചി എനിയ്ക്കും ഉണ്ടായിരുന്നു. ആത്മജ ചേച്ചി. ചേച്ചി എന്നും അതിരാവിലെ ഉണർന്ന ശേഷം മുറ്റം ത്തുത്തു തളിച്ച് കഴിഞ്ഞ് ഞങ്ങൾക്കെല്ലാം വെള്ളം തരുമായിരുന്നു. തുളസിയെ പൂജിച്ച് തുളസിയ്ക്ക് വെള്ളം കൊടുത്ത ശേഷം ഇലത്തുമ്പിൽ നിന്നും വരുന്ന ജല കണങ്ങൾ കുടിച്ച ശേഷമേ ചേച്ചി ജലപാനം ചെയ്യാറുള്ളായിരുന്നു. ചേച്ചി എന്നും ഞങ്ങളെ താലോലിക്കുമായിരുന്നു. ഒരു പൂവു പോലും പറിക്കുമായിരുന്നില്ല. കോളേജിൽ പോയി വന്ന ശേഷം വൈകിട്ട് വീണ്ടും ഞങ്ങൾക്ക് വെള്ളം ഒഴിച്ച ശേഷം ഞങ്ങളുടെ ഓരോ ഇലയും പൂവും പരിശോധിച്ചു കൊണ്ട് അതിൽ പിടിച്ച പ്രാണിയേയും, പുഴുക്കളേയും കളഞ്ഞു കൊണ്ട് അന്നത്തെ കോളേജ് വിശേഷം ഒക്കെ അമ്മയോടും അനിയത്തിമാരോടും പറയുമായിരുന്നു.

ചേച്ചി കല്യാണം കഴിഞ്ഞു പോയപ്പോൾ ഞങ്ങളെ ആരും ശ്രദ്ധിക്കാതായി. വീണ്ടും ചേച്ചി വന്നപ്പോൾ ഞങ്ങളെ ഓരോരുത്തരെയായി കമ്പ് മുറിച്ച് ചേച്ചിയുടെ പുതിയ വീട്ടിലേയ്ക്ക് കൊണ്ടുവന്നു. അപ്പോൾ ചേച്ചിയുടെ രണ്ടു കൈകളിലും സ്വർണ്ണ വളകളുണ്ടായിരുന്നു. ഓരോരോ സ്ഥലത്ത് ഞങ്ങളെ നട്ടു വച്ച് പരിപാലിച്ചു. ഞാനൊഴികെ മറ്റെല്ലാവരും പൂവിട്ടു തുടങ്ങിയപ്പോൾ തന്നെ അവിടം ഒരു പൂങ്കാവനം തന്നെയായി. ചേച്ചിയുടെ ഭർത്താവിന്റെ ചേട്ടന്റെ ഭാര്യ ആയിരുന്നു ഊർമ്മിള ചേച്ചി. തടിച്ച ഒരു ഐശ്വര്യവും ഇല്ലാത്ത സ്ത്രീ. എന്റെ ആത്മജ ചേച്ചി നല്ല ഐശ്വര്യമുള്ള ശാലീന സുന്ദരിയായിരുന്നു. ഊർമ്മിള ചേച്ചി ആത്മജ ചേച്ചിയോടുള്ള അസൂയ കൊണ്ട് ചേച്ചി ഇല്ലാത്തപ്പോൾ ഓരോരോ ചെടിയും പൊക്കിയ ശേഷം വീണ്ടും കുഴിച്ചു വയ്ക്കുമായിരുന്നു. പാവം എന്റെ ആത്മജ ചേച്ചി ചെടികൾ വാടിയതു കാണുമ്പോൾ കണ്ണു നിറഞ്ഞ് വാടിയ ചെടിക്കെന്താണെന്നറിയാതെ പരിഭ്രമിക്കുമായിരുന്നു.

അപ്പോൾ കാണാമായിരുന്ന ചേച്ചിയുടെ അമ്മായിയമ്മയും, ചേട്ടനും, ചേട്ടത്തിയും കലി തുള്ളി വന്ന് "ഓരോരോ നാശങ്ങൾ വീട്ടിൽ കാലെടുത്തു വച്ചാൽ നന്നായി നിൽക്കുന്ന ചെടികൾ വരെ കരിഞ്ഞു പോകുമല്ലോ ദൈവമേ! ഇനി എന്തൊക്കെ ദോഷങ്ങളാണോ വരാനിരിക്കുന്നത്" എന്ന് പറഞ്ഞ് പിന്നേയും ഓരോന്ന് പറഞ്ഞ് പറഞ്ഞ് വേദനിപ്പിച്ചു കൊണ്ടിരിക്കും. പാവം ചേച്ചി കരയുകയേ ഉള്ളൂ. ഒന്നും തിരിച്ച് പറയില്ല. അപ്പോൾ ഞങ്ങളെല്ലാം ചില്ലകളാട്ടി ചേച്ചിയെ സമാധാനിപ്പിക്കാൻ നോക്കുമായിരുന്നു. ആ സാധു അതൊന്നുമറിഞ്ഞില്ല.

ആ വീട്ടിലെ എല്ലാ പണിയും ആത്മജ ചേച്ചിയാണ് ചെയ്യുന്നത്. വലിയ പോരുകാരിയും ഭയങ്കരിയും, കുശാഗ്രയുമായിരുന്നു ഊർമ്മിള ചേച്ചി. അഴുക്കിന് മുകളിൽ ചായം തേയ്ക്കാം. ഒരു ഭംഗിയും വരുത്താം. അപ്പോഴും അതിലൊരു അഴകില്ലായ്മ ഒളിഞ്ഞിരിക്കുന്നുണ്ടാകും. അതായിരുന്നു ഊർമ്മിള. ചക്കിക്കൊത്ത ചങ്കരൻ എന്നു പറഞ്ഞ പോലെ ആയിരുന്നു അവരുടെ ഭർത്താവ് കുഞ്ഞിരാമൻ. ഒരു പണിക്കും പോകില്ല. അമ്മയും, മകനും, ഊർമ്മിളയും കൂടി ഏതു സമയവും നാട്ടുകാരുടേയും, വീട്ടുകാരുടേയും കുറ്റം പറഞ്ഞിരിക്കും. ആ സമയത്ത് അവരാരെങ്കിലും വന്നാൽ ഒരു മടിയോ കൂസലോ ചമ്മലോ ഇല്ലാതെ അവരെപ്പറ്റി പറയുകയായിരുന്നു എന്ന് പറഞ്ഞ് നിന്ന നിലയിൽ തകിടം മറിഞ്ഞ് അവരെ വാഴ്ത്തിപ്പാടും. ഒന്നുമറിയാത്ത അവരെ വിഢ്ഢികളാക്കും...

വലിയ സൗകര്യങ്ങൾ ഒരുക്കി മറ്റുള്ളവരുടെ മുൻപിൽ സ്നേഹ പൂർവ്വമായ പ്രകടനങ്ങളിലും സംസാരത്തിലും കൂടെ അഭിനയിച്ച് ഫലിപ്പിക്കുന്നതല്ല യഥാർത്ഥ സ്നേഹം. അത് കൂടെ ജീവിക്കുന്നവർക്ക് മാത്രം മനസ്സിലാകുന്ന ഒന്നാണ്. മറ്റുള്ളവരെയെല്ലാം വിഢ്ഢികളാക്കുകയാണവർ മനസ്സിലാക്കിയവർ പറഞ്ഞാലും വിശ്വസിക്കാത്ത തരത്തിൽ.

ചിലപ്പോൾ ചേച്ചിയെ പറയുന്നതു കേട്ടാൽ ഞങ്ങൾ ചെടികളെല്ലാവരും ചെവി പൊത്തിപ്പിടിക്കും. റോസ ചേച്ചിയക്ക് ദേഷ്യം വരുമ്പോൾ പറയും എനിയ്ക്ക് ചലിക്കാമായിരുന്നെങ്കിൽ ഞാനീ മുള്ളുകൊണ്ടവരുടെ ദേഹമാസകലം വരഞ്ഞേനേ എന്ന്. അപ്പോൾ മണിപ്ലാന്റ് ചേട്ടൻ പറയും ഞാനവരുടെ കഴുത്തിൽ ചുറ്റി ശ്വാസം മുട്ടിച്ച് കൊന്നേനേ എന്ന്.

പാവത്തിന് അവർ ഭക്ഷണം പോലും കൊടുക്കില്ലായിരുന്നു. ഒരു ദിവസം അവരെല്ലാം പുറത്തുപോയ സമയത്ത് ചേച്ചി പറിച്ചിട്ടു തെങ്ങിൻ ചുവട്ടിലിട്ടിരുന്ന ചേമ്പിന്റെ തടയെടുത്ത് പുഴുങ്ങി

ഞങ്ങളുടെയിടയിൽ ഒരു വാഴയിലയിൽ പൊതിഞ്ഞു വച്ചു. രാത്രി എല്ലാവരും ഉറങ്ങി കഴിഞ്ഞപ്പോൾ ആർത്തിയോടെ ആ ചേമ്പിൻ തട തിന്നുന്നതു കണ്ടപ്പോൾ ഞങ്ങളെല്ലാവരും വായ പൊളിച്ചിരുന്നു പോയി. പാവം എത്രമാത്രം വിശന്നിട്ടാണ് ഇങ്ങനെ കഴിക്കുന്നതെന്നോർത്ത്. അയൽക്കാരുമായിട്ടും ചേച്ചി സഹകരിക്കാൻ അവർ സമ്മതിക്കില്ലായിരുന്നു. ആരെങ്കിലുമായിട്ട് അടുത്തു പോയാൽ അവരുടെ കള്ളി വെളിച്ചത്താവില്ലേ?

ആത്മജ ചേച്ചിയുടെ ഭർത്താവ് ബലരാമൻ ചേച്ചിയെ സംബന്ധിച്ച് ഒരു നിർഗുണൻ ആയിരുന്നു. അയാളുടെ വരുമാനത്തിൽ ആയിരുന്നു അവരുടെ കുടുംബം കഴിഞ്ഞിരുന്നത്. അമ്മായിയമ്മ ഒരു അവസരവാദിയും, മനസ്സാക്ഷിയില്ലാത്തവരും, ദുഷ്ടതയുടെ കൂടാരവും ആയിരുന്നു. കുഞ്ഞിരാമൻ പറയുന്നതായിരുന്നു അവർക്ക് വേദവാക്യം. ഊർമ്മിളയായിരുന്നു ഭരണകർത്താവ്. ഊർമ്മിള ബലരാമനേയും കൈവശപ്പെടുത്തി വച്ചിരിക്കുകയായിരുന്നു. അയാൾക്കും അവരെ ഭയമായിരുന്നു. വൃത്തികെട്ട സ്ത്രീ ആയിരുന്നു ഊർമ്മിള ചേച്ചിയുടെ വീട്ടുകാർ വരുമ്പോഴും ഇവരാരും നോക്കുകയും, സംസാരിക്കുകയും ഇല്ലായിരുന്നു. അവരെയും അസഭ്യം പറയും. അതുകൊണ്ട് അവരാരും വരാതായി. ചേച്ചിയുടെ സ്വർണ്ണം മുഴുവൻ അവർ കവർന്നെടുത്തു വെട്ടി തേച്ചു കഴുകിയ പരുവത്തിൽ ഒരാഭരണവുമില്ലാതാക്കിയിട്ടും എന്റെ ചേച്ചിയുടെ ഐശ്വര്യം കുറഞ്ഞില്ല. പാവം ചേച്ചി എപ്പോഴും കരച്ചിലായിരുന്നു. ഒരു സ്വാതന്ത്ര്യവുമില്ലായിരുന്നു. ഞങ്ങൾ പുറത്ത് നിൽക്കുന്നത് കൊണ്ട് അകത്ത് എന്തൊക്കെയാണ് നടക്കുന്നതെന്നറിയില്ലായിരുന്നു. അവരുടെ പുറത്തെ പെരുമാറ്റത്തിൽ നിന്നും അകത്തു നടക്കുന്ന സംഭാഷണങ്ങൾ കേൾക്കുന്നതിൽ നിന്നുമാണ് ഞങ്ങളെല്ലാം മനസ്സിലാക്കിയിരുന്നത്.

ഞാനപ്പോഴാണ് മൊട്ടിടാൻ തുടങ്ങിയത്. മൊട്ടിട്ടപ്പോഴേ എനിയ്ക്ക് സന്തോഷമായിരുന്നു. ഞാനും ചെം ചുവപ്പിൽ വിരിയുമ്പോൾ എന്നെ കണ്ട് എല്ലാവരും മോഹിക്കും, ആരാധിക്കുംഎന്ന സ്വപ്നത്തിലായിരുന്നു ഞാനും. മെല്ലെ മെല്ലെ ഞാൻ അഞ്ചിതളുകളുള്ള ചുവന്ന ചെമ്പരത്തിയായി വിരിഞ്ഞു തുടങ്ങി.

ആ സമയത്താണ് ചേച്ചി ബലരാമൻ ചേട്ടനും, ഊർമ്മിള ചേച്ചിയുമായുള്ള ബന്ധം നേരിട്ട് കണ്ടത്. അന്നാദ്യമായി ചേച്ചി പൊട്ടിത്തെറിച്ചു. ഒരു ബലൂൺ പോലെയാണ് മനസ്സ്. അതിന് താങ്ങാവുന്നതിനും അധികം ആകുമ്പോൾ അത് പൊട്ടിത്തെറിക്കും. ആ പൊട്ടിത്തെറി ഒരു ബലഹീനതയായല്ല കാണേണ്ടത്. മറിച്ച് അമിത ചൂഷണത്തിന് വഴങ്ങാത്ത ആത്മാഭിമാനം ഉള്ള ഒരു മനസ്സാണത്.

ബലരാമൻ ചേട്ടൻ ചേച്ചിയെ ഒരുപാട് ഉപദ്രവിച്ചു. കൂടെ ആ അമ്മായിയമ്മയും, കുഞ്ഞിരാമനും, ഊർമ്മിളയും. എന്തു കണ്ടാലും മിണ്ടാതെ സഹിക്കണം ചിലർക്ക് ബന്ധങ്ങളിൽ പരിഭവമരുത് വേദനയരുത്, ദേഷ്യമരുത്, പിണക്കമരുത്. അങ്ങനെ ആ അരുതുകളിൽ മരിച്ചു ജീവിക്കുന്ന ആത്മാഭിമാനത്തെ ഹനിച്ചു ജീവിക്കുന്ന നിസ്സഹായരായവർ. സഹികെട്ട ചേച്ചി അടുക്കളയിൽ നിന്നും വെട്ടുകത്തിയെടുത്ത് ആഞ്ഞു വീശി. അത് കുഞ്ഞിരാമന്റെ കൈയ്യിൽ കൊണ്ടു. ഊർമ്മിള വലിയവായിൽ കരഞ്ഞ് ഒച്ചയുണ്ടാക്കി ഇവൾക്ക് ഭ്രാന്താണെന്നു പറഞ്ഞ്. ചേച്ചിയുടെ മുടിക്കു കുത്തിപ്പിടിച്ചവർ പുറത്തു കൊണ്ടുവന്ന് ആത്മജേച്ചിയുടെ സാരി ഉരിഞ്ഞ് ഞങ്ങളുടെ മുകളിലേയ്ക്ക് വലിച്ച് എറിഞ്ഞു. കൈകൾ കൊണ്ട് മാറു മറയ്ക്കാൻ ശ്രമിച്ച ചേച്ചിയുടെ കൈകൾ അവർ മൂവരും ചേർന്ന് കെട്ടിവച്ചു. ശബ്ദം കേട്ട് ഓടി വന്ന നാട്ടുകാരോടവർ ചേച്ചിയ്ക്ക് ഭ്രാന്താണെന്നു പറഞ്ഞു. "ഇത്രയും കാലം ഞങ്ങൾ സഹിക്കുകയായിരുന്നു. ഞങ്ങളുടെ പാവം പിടിച്ച ചെറുക്കന്റെ ജീവിതം അവൾ കളഞ്ഞേ. അവളുടെ വീട്ടുകാരും ഭ്രാന്തിയെ കെട്ടിവച്ച് ഞങ്ങളെ ചതിക്കുകയായിരുന്നേ അവരാരും പിന്നെ തിരിഞ്ഞു കേറീല്ല. എന്റെ കുഞ്ഞിരാമേട്ടന്റെ കൈയ്യും മുറിച്ചേ ബാക്കിയുള്ള തുണി കൂടി അവൾ പറിച്ചെറിയും അതാവിഷമമുണ്ടായിട്ടും കൈയ്യ് കെട്ടിയത് "എന്ന് പറഞ്ഞവർ സാരിയെടുത്ത് ചുറ്റിയുടുപ്പിച്ച് അഭിനയത്തിന്റെ ഉത്തുംഗ പാരമ്യതയിൽ ആടിത്തിമിർത്തു.

"ഭ്രാന്താശുപത്രിയിൽ ആക്കി എന്തിനാ ഭ്രാന്തിന് ചികിത്സിച്ചവൾ, ഭ്രാന്തി എന്നൊക്കെ വിളിപ്പിക്കുന്നത്. അത് ഞങ്ങൾക്ക് സങ്കടാണ്" അമ്മായിയമ്മ ഇങ്ങനെ നാട്ടുകാരോട് പറഞ്ഞ് സങ്കടപ്പെട്ട് ഭ്രാന്തില്ലാത്ത എന്റെ ആത്മജേച്ചിയെ മറ്റുള്ളവരുടെ മുൻപിൽ തന്ത്രപൂർവ്വം കുബുദ്ധിയുടെയും, കാപട്യത്തിന്റേയും പൊയ്മുഖമണിഞ്ഞ് ഭ്രാന്തിയാക്കി മാറ്റിയപ്പോൾ പാവം കുഞ്ഞിരാമനും ബലരാമനും അതുങ്ങളുടെ ഒരു യോഗം എന്ന് പറഞ്ഞ് നാട്ടുകാർ സഹതപിച്ചു. നാട്ടുകാരൊക്കെ പോയി കഴിഞ്ഞപ്പോൾ ഊർമ്മിള വന്ന് നന്നായി വിരിഞ്ഞു നിന്ന എന്നെ കമ്പോടു കൂടിയൊടിച്ച് ചേച്ചിയുടെ തലയിൽ വച്ചു കെട്ടി. പിന്നെ എന്റെ മൂന്ന് സഹോദരിപ്പൂക്കളേയും ചേച്ചിയുടെ മുടിയിലും രണ്ട് ചെവിയിലും തിരുകി വച്ചു. ആത്മജേച്ചിയുടെ തലയ്ക്കു മുകളിൽ മറ്റൊരു ചെമ്പരത്തി ചെടിയായി ഞാൻ ഉയർന്നു നിന്നു. "ഇനി എന്നും നീ ഭ്രാന്തിയായി വാഴ്ന്നാൽ മതി. ഇനി നീ എന്തു പറഞ്ഞാലും ആര് വിശ്വസിക്കാനാ ഒരു ഭ്രാന്തത്തിയുടെ വെറും ജല്പനങ്ങൾ അല്ലാതെന്താ?" അവരെന്റെ ചേച്ചിയെ നോക്കി പരിഹസിച്ചു ചിരിച്ചു. എനിക്കാകെ സങ്കടമായി. പാവം ചേച്ചി എന്നെ

നട്ടുവളർത്തി ആദ്യമായി പൂവിട്ടപ്പോൾ എന്റെ പൂക്കൾ കൊണ്ടു തന്നെ എന്റെ പ്രിയപ്പെട്ട ചേച്ചിയെ ഭ്രാന്തിയാക്കി മുദ്രകുത്താൻ അവർ ശ്രമിച്ചപ്പോൾ ഞാനും അതിന് കാരണഭൂതയായല്ലോ എന്നോർത്ത്.

ചേച്ചി ആ പുറത്തെ തിണ്ണയിൽ തന്നെയിരുന്നു. അനങ്ങിയില്ല. കരഞ്ഞില്ല. ബഹളം വച്ചില്ല. ഒരു തരം ശൂന്യതയിൽ കണ്ണുനട്ട് നിർവികാരയായി ഇരുന്നു. രാത്രിയായിട്ടും ചേച്ചിയെ അവർ അകത്ത് കയറ്റിയില്ല. രാവേറെയായി ലോകം മുഴുവൻ സുഖസുഷുപ്തിയിൽ ലയിച്ചപ്പോൾ രാപ്പുള്ളുകളുടെ ശബ്ദം മാത്രം നിശ്ശബ്ദതയെ ഭേദിച്ചു കൊണ്ടിരുന്നു. ചേച്ചി എഴുന്നേറ്റ് നടന്നു. കൈ അപ്പോഴും കെട്ടിയ പടി തന്നെ. എത്തിയത് പുഴയുടെ തീരത്ത്. അപൂർവ്വം ചില വെളിച്ചമുണ്ട് നമുക്ക് മുന്നിൽ ചിലപ്പോൾ നാം അത്യധികം തളർന്നിരിക്കുമ്പോൾ, ചിലപ്പോൾ എല്ലാം നഷ്ടമായെന്ന് തോന്നുമ്പോൾ നമുക്ക് മുന്നിൽ നമുക്ക് മാത്രമായ് തെളിയുന്നവ. അതായിരുന്നു ആത്മജ ചേച്ചിയ്ക്ക് പുഴ. മെല്ലെ മെല്ലെ പുഴയിലേയ്ക്കിറങ്ങി പുഴയുടെ അഗാധതയിൽ ശ്വാസം കിട്ടാതെ പിടഞ്ഞ് പിടഞ്ഞ് ആത്മാവ് വേർപെട്ട ആത്മജേച്ചിയുടെ ശരീരം അനക്കമറ്റ് താഴേയ്ക്ക് പോയി അടിയൊഴുക്കിൽ പെട്ട് ഒഴുകി. അവർ കെട്ടിയ തലമുടിയഴിഞ്ഞ് ഞാനും ഒഴുകാൻ തുടങ്ങി.

എനിക്കൊരപേക്ഷയുണ്ട്. ഹേ മനുഷ്യാ, നിന്റെ സ്വാർത്ഥലാഭങ്ങൾക്കു വേണ്ടി ഭ്രാന്തില്ലാത്തവരെ ഭ്രാന്തി എന്ന് മുദ്രകുത്തി ജന്മം തുലയ്ക്കുമ്പോൾ നീ ഓർക്കുന്നില്ല അത്യാർത്തി കൊണ്ടും, താൻ പോരിമ കൊണ്ടും, ഉള്ളഹന്ത കൊണ്ടും തിമിരം പിടിച്ച നിനക്കാണ് മുഴുഭ്രാന്തെന്ന്. അതിന്റെ കർമ്മഫലം ഇന്നല്ലെങ്കിൽ നിന്റെ കഷ്ടത സമയത്ത് നീ അനുഭവിച്ചിരിക്കും. അതല്ലെങ്കിൽ നിന്റെ തലമുറകളോളം ആ ശാപം ഗ്രസിച്ച് നിന്റെ കുലം തന്നെ മുടിയും. ഭ്രാന്തില്ലാത്ത അവർക്ക് ചെമ്പരത്തി വച്ച് ഭ്രാന്തിന്റെ പട്ടം കൊടുത്ത് അപഹാസ്യരാവുന്നതിന്റെ ഹൃദയ വേദന അത് അനുഭവിക്കുന്നവർക്കേ അറിയൂ. ശരീരത്തിനുണ്ടാകുന്ന മുറിവിന്റെ വേദനയേക്കാൾ പതിൻ മടങ്ങ് ശക്തമാണ് മനസ്സിന്റെ വേദന. അതൊരിക്കലും ഉണങ്ങാത്ത വ്രണം ആയിരിക്കും. ആ വേദന കണ്ട ഈശ്വരന്റെ കണക്കു പുസ്തകത്തിൽ നീയും എഴുതപ്പെട്ടു കഴിഞ്ഞു എന്ന സത്യം കാലം തെളിയിക്കും തീർച്ച. ഭ്രാന്തുള്ളവരേയും നിങ്ങൾ കളിയാക്കി ചിരിക്കുമ്പോഴും ചെമ്പരത്തി വയ്ക്കുമ്പോഴും ഓർക്കുക. സാഹചര്യമോ, ദുരനുഭവമോ ഒക്കെയാണ് അവനെ അല്ലങ്കിൽ അവളെ ഭ്രാന്തിനടിമയാക്കിയത്. അതും നിങ്ങളെപ്പോലെ ഒരു സഹജീവി തന്നെ. തന്നാലാവുംവിധം സഹായിക്കുക. ഒന്നും ചെയ്തില്ലെങ്കിലും ഭ്രാന്തി, ഭ്രാന്തൻ എന്നു

വിളിച്ച് അവരെ അധിക്ഷേപിച്ച് കല്ലെറിയാതിരിക്കുക. ഒരൽപ്പം മനുഷ്യത്വം കാണിക്കുക. നാളെ നമ്മുടെ വീട്ടിലും ഒരു ഭ്രാന്തനോ, ഭ്രാന്തിയോ ഉണ്ടായി. എന്നു വരാം. അങ്ങനെയെങ്കിലും ചിന്തിച്ച് ഒരു സാഡിസ്റ്റ് ആവാതിരിക്കുക. എല്ലാവരും ഭൂമിയിൽ ജീവിക്കാൻ വേണ്ടി തന്നെയാണ് വന്നതെന്ന സത്യം കൂടി മനസ്സിലാക്കുക.

എനിക്കൊരു പാട് ചോദ്യങ്ങളുണ്ട്. ഭൂമിയിൽ എത്രമാത്രം പൂക്കളുണ്ട്? എന്താ എനിക്കുള്ള കുറ്റം? ഞാൻ നല്ല ചെഞ്ചുവപ്പിൽ അഞ്ചിതളുള്ള മനോഹരിയല്ലേ? മറ്റെല്ലാപ്പൂവിനേയും പോലെ എന്നേയും കാണാത്തതെന്താ? ഭ്രാന്തില്ലാതിരുന്നിട്ടും എന്റെ ആത്മജേച്ചിയെ ഭ്രാന്തിയാക്കാൻ വേണ്ടി, ലോകത്തുള്ള എല്ലാ ഭ്രാന്തുള്ളവർക്കും വേണ്ടി മാത്രം ഭ്രാന്തിപ്പൂവായി എന്നെ തിരഞ്ഞെടുത്തതെന്തിനാ? എനിക്കിനി വളരാൻ മോഹമില്ല. ഞാനിപ്പോൾ പ്രാർത്ഥിക്കുന്നതിതാണ്. "ആരേയും ഭ്രാന്തരാക്കി അപഹാസ്യപ്പെടുത്താതിരിക്കാൻ ചുവന്ന അഞ്ചിതൾ ചെമ്പരത്തി എന്ന ഭ്രാന്തിപ്പൂവിന്റെ അതായത് എന്റെ വംശം തന്നെ നാമാവശേഷം ആയെങ്കിൽ".

●

എന്റെ ഈശ്വർ ഭഗവാൻ

വണ്ടി ഓടിച്ച കൊണ്ടിരിക്കുമ്പോഴാണ് ഞാനാ കാഴ്ച കണ്ടത്. ദൈവമേ! ശ്വാസം നിലച്ച പോലെ. വേഗം തന്നെ ഹോണടിച്ച്, ഡിപ്പർ ഇട്ട് ആ ഇരുചക്ര വാഹനക്കാരന്റെ ശ്രദ്ധയാകർഷിച്ച് ഗ്ലാസ്സ് താഴ്ത്തി ഞാൻ പറഞ്ഞു "വണ്ടി ഒന്ന നിർത്തു"

റോഡരികിലായി ഞാനും വണ്ടി പാർക്ക് ചെയ്ത ശേഷം ഇരുചക്ര വാഹനക്കാരന്റെ അടുത്തെത്തി. എന്താണ് കാരണമെന്നറിയാതെ ആകാംക്ഷയോടെ എന്നെ നോക്കി കൊണ്ടിരിക്കുന്ന അദ്ദേഹത്തെ നോക്കി ഞാൻ ചിരിച്ചു. പുറകിലിരിക്കുന്ന അഞ്ച് വയസ്സുകാരന്റെ തലയിൽ തടവി കൊണ്ട് ഞാൻ പറഞ്ഞു

"കുഞ്ഞ് ഉറക്കം തൂങ്ങുകയാണ്. ഒന്നുകിൽ നിങ്ങൾ കുഞ്ഞിനെ മുൻപിലിരുത്തി വണ്ടിയോടിക്കൂ. അല്ലെങ്കിൽ ഇത്ര ചെറിയ കുട്ടിയെ കൊണ്ടു വരാതിരിക്കൂ. കുഞ്ഞ് ഉറങ്ങിപ്പോയാൽ നിങ്ങളറിയില്ല ഒരു നിമിഷത്തെ അശ്രദ്ധ മതി."

"ശരി സാർ വലിയ ഉപകാരം" എന്ന പറഞ്ഞയാൾ ഉറക്കം വന്ന് തൂങ്ങിയ കുഞ്ഞിനെ എടുത്ത് മുൻപിലായി തന്റെ ദേഹത്തോട് ചാരി യിരുത്തി. ഞാൻ വേഗം തന്നെ പോക്കറ്റിലിട്ടിരുന്ന രണ്ട് മിൽക്കി ബാർ കൊടുത്തപ്പോൾ അവന്റെ ഉറക്കം പമ്പ കടന്നു. കുഞ്ഞതിന്റെ പൊതി കടിച്ച വലിച്ച് മധുരം നുണയാൻ തുടങ്ങി. ആ മനുഷ്യൻ

ഒന്നുകൂടി നന്ദിപൂർവ്വം എന്നെ നോക്കി ചിരിച്ച് തലയാട്ടിയ ശേഷം വണ്ടിയോടിച്ചു പോയി.

തിരികെ വണ്ടിയിൽ വന്നിരുന്ന ഞാൻ ഡാഷ്ബോർഡ് തുറന്ന് അതിലിരുന്ന പേഴ്സെടുത്തു തുറന്നു നോക്കി അതിലെന്റെ ഗോകുവിന്റെ ഫോട്ടോ എന്നെ നോക്കി ചിരിക്കുന്നു. കണ്ണു നിറഞ്ഞ ഞാൻ വേഗം തന്നെ വെള്ളത്തിന്റെ കുപ്പിയെടുത്ത് കുറച്ച് മാറി നിന്ന് മുഖം നന്നായി കഴുകിയശേഷം ഒന്നുരണ്ടു കവിൾ വെള്ളം കുടിച്ചു.

വീണ്ടും വണ്ടിയിൽ വന്നിരുന്ന ശേഷം സീറ്റിൽ കണ്ണടച്ച് ചാരി ക്കിടന്നപ്പോൾ ഓർമ്മകളുടെ തിരമാലകൾ മനസ്സിന്റെ പരപ്പിലേയ്ക്ക് ആഞ്ഞടിച്ചു വന്നപ്പോൾ അതിലേയ്ക്ക് ഞാൻ വഴുതിവീണു.

ഓർമ്മകൾ അങ്ങനെയാണ്. ചാരം മൂടികിടക്കുന്ന കനലുകൾ പോലെയാണവ. കൂട്ടുകാരൻ ഗോവിന്ദിന്റെ കൂടെ അവന്റെ പെങ്ങൾ രാധ നൃത്തം പഠിക്കുന്നിടത്ത് മറന്നു വച്ച ചിലങ്ക കൊടുക്കാൻ പോയതാണ്. ചിലങ്ക വാങ്ങാൻ വന്ന രാധയുടെ കൂടെ മാറ്റൊരു ചിലങ്ക പോലെ ചിരിച്ചുകൊണ്ട് വെളുത്തു കൊലുന്നനെയുള്ള ഒരു സുന്ദരി. ഒറ്റനോട്ടത്തിൽ തന്നെ എന്റെ മനസ്സിലേയ്ക്കവൾ പദചലനം സൃഷ്ടിച്ചു. ചിലങ്ക കൊടുത്ത് തിരികെ വരുമ്പോഴും മനസ്സു മുഴുവൻ ആ മുഖമായിരുന്നു. ഞാനാണെങ്കിൽ വിവാഹം കഴിക്കാൻ അമ്മ നിർബ ന്ധിക്കുന്ന സമയവും. ഗോവിന്ദിനോട് പറഞ്ഞു രാധയോട് ചോദിച്ച് ആ കുട്ടിയെ കുറിച്ചുള്ള വിവരങ്ങൾ ആരായാൻ. അവൻ പറഞ്ഞു കുട്ടിയുടെ പേര് താര. അച്ഛൻ സെയിൽ ടാക്സിൽ, അമ്മ വീട്ടമ്മ, ഒരു ചേട്ടൻ കുടുംബ സമേതം വിദേശത്ത്. വീട്ടിൽ വിവരം അറിയിച്ച തനുസരിച്ച് എല്ലാവരും കൂടി പെണ്ണുകാണാൻ പോയി. താരകം ഉദിച്ചതു പോലുള്ള അവളുടെ മുഖം കണ്ടപ്പോൾ അമ്മ പറഞ്ഞു ഈ കുട്ടിയ്ക്ക് താര എന്നല്ലാതെ മറ്റൊരു പേരും യോജിക്കില്ലാന്ന്. എന്നും അമ്മയുടെ പരാതിയായിരുന്നു "പുറത്തിറങ്ങി നടക്കുമ്പോൾ എത്ര നല്ല സുന്ദരി പെൺകുട്ടികളെയാണ് കാണുന്നത്. എന്നാൽ പെണ്ണുകാ ണാൻ നടക്കുമ്പോൾ ഒരെണ്ണം കാണില്ല കാണാൻ കൊള്ളാവുന്നതാ യിട്ട്. എന്റെ ജയനുമായിട്ട് കൂടെ നടക്കാൻ പറ്റിയ ഒരെണ്ണത്തിനെ എന്നാണോ ആവോ കിട്ടുക" . എന്തായാലും എല്ലാവർക്കും ഇഷ്ടായി. ജാതകവും നല്ല ചേർച്ച. ഒരു മാസത്തിനുള്ളിൽ തന്നെ വിവാഹവും നടന്നു. കൂട്ടുകാരും, ബന്ധുക്കളും എല്ലാവരും അഭിനന്ദിച്ചു. രണ്ടാളും തമ്മിൽ നല്ല ജോഡിപ്പൊരുത്തം. ആങ്ങളയും, പെങ്ങളും പോലയേ തോന്നൂ . ശരിക്കും അഭിമാനം തോന്നിയ നിമിഷങ്ങൾ ആയിരുന്നു അത്.

ഞങ്ങളുടെ രണ്ടുപേരുടേയും ജോഡി പ്പൊരുത്തം പോലെ തന്നെ യായിരുന്ന മനപ്പൊരുത്തവും. നൃത്തം പഠിച്ചിരുന്നതു കൊണ്ട് അത് മുടക്കണ്ട എന്ന് പറഞ്ഞ് താരയെ ഞാൻ വീണ്ടും നൃത്തം പഠിക്കാൻ വിട്ടു. ഒരു ദിവസം ഓഫീസിൽ ഇരിക്കുന്ന സമയത്താണ് ഫോൺ വന്നത് താരയ്ക്കെന്തോ അരുതാഴിക. വേഗം തന്നെ വന്ന് നൃത്ത ക്ലാസ്സിൽ നിന്നും നേരേ കുടുംബ ഡോക്ടറുടെ അടുത്തേയ്ക്ക് പോയി. ഡോക്ടർ പറഞ്ഞതനുസരിച്ച് ഗൈനക്കോളജിസ്റ്റിനെ കാണിച്ചു. താര ഗർഭിണിയാണെന്നറിഞ്ഞ നിമിഷം വല്ലാത്ത ആഹ്ലാദം തോന്നി. പിന്നെ പുതിയ അതിഥിയുടെ വരവും പ്രതീക്ഷിച്ചിരുപ്പായി... താര പ്രസവിച്ചു. ഒരാൺകുട്ടി. ഗോകുൽ എന്ന് പേരിട്ടു. ഗോകുവിന്റെ ഓരോ വളർച്ചയും ഞങ്ങൾ വളരെ കൗതുകത്തോടെയാണ് നോക്കി കണ്ടത്.

കുസൃതിക്കുടുക്ക തന്നെയായിരുന്നു ഗോകു. എന്ത് സാധനം കിട്ടിയാലും താമസിക്കുന്ന ഫ്ലാറ്റിന്റെ മുൻവശത്തെ ബാൽക്കണി യിൽ കൂടി താഴേയ്ക്കിടും. നമ്മൾ പടികളിറങ്ങി ചെന്ന് നോക്കുമ്പോൾ അത് ആവശ്യക്കാരെടുത്തിട്ടുണ്ടാവും. ആരെങ്കിലും അതിഥികൾ വീട്ടിൽ വന്നാലുടനെ പ്രാഞ്ചി പ്രാഞ്ചി ഓടിപ്പോയി ഫ്രിഡ്ജ് തുറന്ന് വെള്ളം കുപ്പിയുമായി വന്ന് വെല്ലം വെല്ലം എന്ന് പറഞ്ഞ് അവർക്ക് കൊടുക്കും.

ഒരു ദിവസം താര കുളിക്കാൻ പോയ നേരത്ത് കുഞ്ഞുറക്കമാ യിരുന്നു. തുവർത്ത് ബാൽക്കണിയിൽ വിരിക്കുമ്പോഴാണ് കണ്ടത് ഗോകു നടന്നു പോകുന്നു. കൈയ്യിൽ കിട്ടിയത് ചൂലാണ്. താര വേഗം അതെടുത്ത് സ്റ്റെപ്പുകളിറങ്ങി ഓടിച്ചെന്ന് പിടിച്ച് അടി കൊടുത്തു. ഇനി തനിയേ കതകു തുറന്നിറങ്ങിപ്പോകുമോ എന്ന് ചോദിച്ച്. ഗോകു കസേര വലിച്ചിട്ട് അതിൽ കയറി കുറ്റി ഊരിയാണിറങ്ങി പ്പോയത്. "അമ്മ നേണ്ട നേണ്ട" എന്ന് പറഞ്ഞ് കുഞ്ഞ് കരഞ്ഞു. സങ്കടം തോന്നിയ താര ആ ചൂലെടുത്ത് കുത്തിയൊടിച്ചു കളഞ്ഞു. ഒറ്റയ്ക്ക് നടന്നു പോകുന്ന കുഞ്ഞിനെ ആരെങ്കിലും കൊണ്ടുപോയി ട്ട്, അതിനെ നഷ്ടപ്പെട്ടിട്ട് പിന്നെ നമ്മൾ ജീവിച്ചിരിക്കുന്നതിൽ അർത്ഥമുണ്ടോ എന്നു പറഞ്ഞാണവൾ കരഞ്ഞത്. അന്ന് രാത്രി താര ഉറങ്ങിയിട്ടില്ല. കുഞ്ഞിന്റെ ചുവന്ന് തിണർത്തപാടുകളിൽ തഴുകി തലോടിയിരുന്ന് കണ്ണീർ വാർത്തു. അടി കൊണ്ട് ഒരു ഗുണമുണ്ടായി പിന്നെ സ്റ്റെയർകേസ് കാണുമ്പോഴേ ഗോകുന് പേടിയായിരുന്നു താഴേയ്ക്കിറങ്ങില്ല.

താര നാമം ജപിക്കുമ്പോൾ കുഞ്ഞിനേയും പിടിച്ചിരുത്തും. ദൈവമേആർക്കും ഒരാപത്തും വരുത്തല്ലേ എല്ലാവരേയും കാത്തു രക്ഷിക്കണേ എന്ന് കുഞ്ഞിനെ കൊണ്ട് പറയിപ്പിക്കും. ഒരു ദിവസം

വിളക്കു കത്തിച്ച ഉടനേ " ദൈവമേ ആർക്കും ഒരാപത്തും വരുത്തല്ലേ. എല്ലാവരേയും കാത്തു രക്ഷിക്കണേ, അല്ലെങ്കിൽ ഞാൻ വെടിവെച്ചു കൊല്ലും." എന്ന് പ്രാർത്ഥിച്ചു. ചിരിച്ചുപോയി.

ഇടയ്ക്കിടയ്ക്ക് കതകിന്റെ മൂലയിൽ പോയി മൂത്രമൊഴിച്ചു വയ്ക്കും. താര വടിയെടുത്താലുടനെ "അമ്മ നേണ്ട നേണ്ട" എന്ന് പറഞ്ഞ് കരയും. പിന്നെ അത് ചെയ്യില്ല. ഭക്ഷണം കൊടുക്കുമ്പോഴും കഴിക്കാൻ മടിയാണെങ്കിൽ കതകിന്റെ മൂലയിൽ കൊണ്ടു വയ്ക്കും. അപ്പോൾ താര വടിയെടുത്ത് ഒരു പാത്രത്തിൽ ചോറും, തൈരും, ഉപ്പും കൂട്ടി കുഴച്ച് വച്ചിട്ട് "കഴിക്കെടാ " എന്ന് പറഞ്ഞാൽ പേടിച്ചിട്ട് നിലത്തിരുന്ന് വേഗം വേഗം വാരിക്കഴിക്കുമായിരുന്നു. താര കുളിക്കാനോ മറ്റോ പോകുമ്പോൾ തുണി കഷണം കൊണ്ട് കൈ രണ്ടും ഡൈനിംഗ് ടേബിളിന്റെ കാലിൽ കെട്ടിയിടുമായിരുന്നു. അനങ്ങില്ല അവിടിരുന്നോളും താരവരുന്നതു വരെ. പക്ഷേ ഞാൻ വന്ന് താരയെ കൂടാതെ കുഞ്ഞിനെ പുറത്തേയ്ക്ക് കൊണ്ടുപോകുമ്പോൾ കുറച്ച് സമയം കഴിഞ്ഞാലുടനെ പറയും "അച്ഛാ അമ്മയെ കാണണം". അമ്മയിൽ നിന്നും അടി വാങ്ങിയ ശേഷം അമ്മയെ തന്നെ വിളിച്ച് കരയുന്ന ലോകത്തിലെ അദ്ഭുത പ്രതിഭാസം ഇത് മാത്രമേ ഉള്ളൂ.

മൂന്നു വയസ്സായപ്പോൾ പ്രീ-സ്കൂളിൽ ഒന്നും വിട്ടില്ല. താര തന്നെ വീട്ടിലെ ഓരോരോ സാധനങ്ങൾ കാണിച്ച് പഠിപ്പിച്ചു കൊടുക്കുമായിരുന്നു. അങ്ങനെ കുഞ്ഞിനെ എൽ. കെ. ജി. യിൽ ചേർക്കാനുള്ള ഇന്റർവ്യൂവിന് ഞാൻ ക്രിസ്ത്യൻ മിഷനറിമാരുടെ സ്കൂളിൽ കൊണ്ടുപോയി. ഒരു ഫാദർ ആയിരുന്നു ചോദ്യങ്ങൾ ചോദിച്ചത്. പേര് ചോദിച്ചു പറഞ്ഞു.

അച്ഛന്റെയും, അമ്മയുടേയും പേര് ചോദിച്ചു അതും പറഞ്ഞു.

ABCD ചൊല്ലാൻ പറഞ്ഞു. അതും ചൊല്ലി. ഓരോ അക്ഷരങ്ങൾ കാണിച്ച് ചോദിച്ചപ്പോഴും പറഞ്ഞു.

വൺ, ടു. ത്രീ - യും ചൊല്ലി. അവസാനം വഴുതനങ്ങ കാണിച്ചിട്ട് അതെന്താണെന്ന് ചോദിച്ചപ്പോൾ ഒന്നും മിണ്ടിയില്ല. തിരികെ ഇറങ്ങി വന്നപ്പോൾ ഞാൻ ചോദിച്ചു "കുഞ്ഞെന്താ അതു മാത്രം പറയാതിരുന്നത്? അറിയുമ്പോൾ അമ്മയ്ക്ക് വിഷമാവില്ലേ" .

"അയ്യേ ഇത്രയും വലിയ കോട്ടിട്ട ആൾക്ക് ബ്രിൻ ജാൾ എന്താണെന്നറിയില്ലേ? ഞാനെങ്ങും പറഞ്ഞു കൊടുക്കാൻ പോയില്ല". ഇതായിരുന്നു ഗോകുവിന്റെ മറുപടി. ചിരിച്ചുപോയി ഞാൻ.

ആദ്യ ദിവസം സ്കൂളിൽ കരിനീലയും വെള്ളയും ചെക്ക് ഷർട്ടും, കരിനീല ട്രൗസറും, ടൈയും, ഷൂവും സോക്സും ഒക്കെ ഇട്ട ഗോകുവിനെ

കാണാൻ നല്ല ഭംഗിയുണ്ട് സായിപ്പിന്റെ കുഞ്ഞിനെപ്പോലുണ്ട് എന്ന് ഫ്ലാറ്റിലെല്ലാവരും പറഞ്ഞപ്പോൾ താര വേഗം അമ്പലത്തിൽ പൂജി ച്ചുവന്ന കുങ്കുമം നെറ്റിയിൽ വരച്ച് താടിയുടെ താഴെ ഒരു കറുത്ത കുത്തും ഇട്ടു കൊടുത്തു. കണ്ണു കിട്ടണ്ട എന്ന് പറഞ്ഞ്. ചെറിയ ബാഗും, വാട്ടർ ബോട്ടിലും എടുത്ത് ഞാൻ തന്നെയാണ് കുഞ്ഞിനെ സ്കൂളിൽ കൊണ്ടു വിട്ടത്. ഒരു ബഹളവും, വഴക്കും ഉണ്ടാക്കാതെ ഞാൻ തിരികെ പോന്നപ്പോൾ എനിയ്ക്ക് ചിരിച്ചു കൊണ്ട് റ്റാറ്റാ തന്നു. പിറ്റേ ദിവസം മുതൽ സ്കൂൾ വാനിൽ പോകാൻ തുടങ്ങി.

സ്കൂളിലെ ഓട്ട മത്സരത്തിന് ഗോകുവും ഉണ്ടായിരുന്നു. ഫിനിഷിംഗ് പോയിന്റിൽ ഒന്നാമതെത്താറായപ്പോൾ തിരിഞ്ഞു നിന്നു. പുറകേ വന്ന കുട്ടികൾ വന്നപ്പോൾ അവരോടൊപ്പം ചേർന്നു. എന്താ തിരിഞ്ഞു നിന്നത് എന്ന് ചോദിച്ചപ്പോൾ അവരൊക്കെ ഒപ്പം എത്താൻ വേണ്ടിയാണ് നിന്നതെന്ന് പറഞ്ഞു. അതായിരുന്നു ഗോകു കുഞ്ഞുങ്ങളുടെ എല്ലാ നിഷ്കളങ്കതയും ഉള്ള എന്റെ ഗോകു.

മാർച്ച് പന്ത്രണ്ട് ഒരു ബുധനാഴ്ച ദിവസം പതിനൊന്നര ആയപ്പോൾ ഞാൻ വീട്ടിൽ വച്ചിരുന്ന ഫയൽ എടുക്കാൻ വന്നതാണ്. എക്സൈസ് ഓഫീസിൽ പോകേണ്ട കാര്യം ഉണ്ടായിരുന്നു. അപ്പോഴാണ് ഗോകുവും സ്കൂളിൽ നിന്നും വന്നത്. ഞാൻ പോകുന്നത് കണ്ടപ്പോൾ ഒപ്പം വരണമെന്നായി. ഒരു ഒപ്പ് വാങ്ങിക്കുന്ന കാര്യമേയുള്ളൂ, ഊണ് കഴിക്കാൻ വരികയും വേണം. ഞാൻ കുഞ്ഞിനേയും കൂടെ കൂട്ടി. പുറകിൽ എന്നെ പിടിച്ചിരുന്ന് അന്ന് പഠിച്ച "ജോണി ജോണി എസ് പപ്പാ" എന്ന നഴ്സറി ഗാനം മുഴുവൻ എന്നെ പാടി കേൾപ്പിച്ചു. എക്സൈ സ്ഓഫീസിൽ നിന്നിറങ്ങി കുഞ്ഞിന് ഐസ്ക്രീമും, ചോക്ളേറ്റും വാങ്ങി കൊടുത്ത് കുഞ്ഞുമായിട്ട് വീടിനടുത്തുള്ള നാലുംകൂടിയ ജംഗ്ഷനിൽ എത്താറായപ്പോഴാണ് എന്റെ പുറകിലിരുന്ന കുഞ്ഞ് എന്റെ മേലുള്ള പിടിവിട്ട് പുറകോട്ട് മറിഞ്ഞു വീണത്. കുറച്ചു കൂടി മുന്നോട്ട് പോയാണ് വണ്ടി നിന്നത്. ഓടിക്കൂടിയ ആളുകളെ വകഞ്ഞു മാറ്റി നോക്കുമ്പോൾ തലയിൽ നിന്നും രക്തം വാർന്ന് എന്റെ ഗോകു...

ഉറങ്ങിപ്പോയി കുഞ്ഞ്. അത് ഞാനറിഞ്ഞില്ല. സ്കൂളിൽ നിന്നു വന്നാൽ ഉറക്കം പതിവുള്ളതാണ്. എന്റെ കുഞ്ഞിനെ പുറകിലിരു ത്താൻ തോന്നിയ നിമിഷത്തെ ഞാൻ ശപിച്ചു.

വെട്ടിക്കീറി, തുന്നിക്കെട്ടി പെട്ടിയിലാക്കിയ ആ നാലര വയസ്സു കാരനെ നോക്കാനുള്ള ശക്തി എനിക്കില്ലായിരുന്നു. ഇതുപോലൊരു മഹാ പാപിയായ അച്ഛൻ വേറെ കാണില്ല. എന്റെ അശ്രദ്ധ വരുത്തിയ തീരാനഷ്ടം... ഏറ്റവും കഠിനമായ ദുരനുഭവമാണ് സ്വന്തം കുഞ്ഞിന്റെ ചലനമറ്റ ശരീരം കാണുക എന്നത്. മക്കളില്ലെങ്കിൽ ഇല്ല

എന്ന ഒരൊറ്റ ദുഃഖമേയുള്ളൂ. മക്കളുണ്ടായിട്ട് അവരില്ലാതാവുന്ന ദുഃഖം അതസഹനീയമാണ്. അതിലും ദുസ്സഹമാണ് അവരില്ലാതാവാൻ അറിഞ്ഞു കൊണ്ടല്ലെങ്കിലും കാരണഭൂതരാവുന്നത്. ഉമിത്തീയിൽ നീറുന്നതാണാ വേദന. ഏത് ഗംഗയിൽ നീരാടിയാലാണാ പാപം തീരുക... ഇല്ല... ഒന്നിനും ശാന്തി തരാനാവില്ല...

താര തകർന്നു പോയി. പിന്നെ അവൾ മിണ്ടിയിട്ടില്ല. എപ്പോഴും എവിടെയോ നോക്കി ഒരേയിരുപ്പ്. വർഷങ്ങൾ പലത് കഴിഞ്ഞു പോയി. എന്നെ കണ്ടാൽ മാത്രം ദേഷ്യത്തോടെ നോക്കും. ഞാനടുത്തു ചെന്നാൽ ഓടി മുറിയിൽ പോയി കതകടയ്ക്കും. ഇഷ്ടമുള്ളവരോട് സംസാരിക്കുമ്പോൾ മനസ്സിലെ വിഷമതകൾക്ക് ഒരാശ്വാസമാണ്. പക്ഷേ നമുക്ക് ഇഷ്ടമുള്ളവർക്ക് കൂടി ഇഷ്ടമുണ്ടാവണ്ടേ നമ്മോട് സംസാരിക്കാൻ...

അഞ്ച് വർഷമായി താര ഡോക്ടർ നന്ദഗോപാൽ എന്ന സൈക്യാട്രിസ്റ്റിന്റെ ചികിത്സയിലായിരുന്നു. ഒരു ദിവസം ഡോക്ടർ എന്നെ വിളിച്ചിട്ട് ട്രീറ്റ്മെന്റിന്റെ ഭാഗമായിട്ട് ഒരു കാര്യം ചെയ്യാൻ പറഞ്ഞു.

താരയുടെ പീരീഡ്സിന്റെ കണക്കു നോക്കിയാണ് ഡോക്ടർ പറഞ്ഞത്. അത് മാത്രമേ ഇനി പരിഹാരമായിട്ടുള്ളൂ. അല്ലെങ്കിൽ ഡിപ്രഷന്റെ മൂർദ്ധന്യാവസ്ഥയിൽ താര ആത്മഹത്യ ചെയ്യും. ഒരിക്കലും എന്റെ താരയെ എനിയ്ക്ക് നഷ്ടപ്പെടാൻ വയ്യ. അതും കൂടി താങ്ങാനെനിക്കാവില്ല. ഡോക്ടർ പറഞ്ഞ പ്രതിവിധി ചെയ്യാൻ തന്നെ ഞാൻ തീരുമാനിച്ചു.

മനസ്സാക്ഷിയുള്ള ഒരു ഭർത്താവും ഒരു ഭാര്യയോടും ചെയ്യാൻ പാടില്ലാത്ത കാര്യം ഞാൻ ചെയ്തു. ഗുളികകളുടെ ശക്തിയാൽ ഉറങ്ങിക്കിടന്ന എന്റെ താരയെ എല്ലാ അർത്ഥത്തിലും ഞാൻ എനിയ്ക്ക് പ്രാപ്യമാക്കി. ഒന്നല്ല ഡോക്ടർ പറഞ്ഞ ദിവസങ്ങളിലൊക്കെയും...

അതിനു ഫലമുണ്ടായി. താര വീണ്ടും ഗർഭിണിയായി. തുടക്കം മുതൽ പ്രസവം വരെയും ആശുപത്രിക്കാരുടെ മേൽനോട്ടത്തിൽ ആശുപത്രിയിൽ തന്നെ ആയിരുന്നു. താര പ്രസവിച്ചു. ഇരട്ടക്കുട്ടികൾ. രണ്ടു പേരും ഗോകുവിനെ പോലെ തന്നെയാണ്. ഒരു മാറ്റവും ഇല്ല. താര ഇപ്പോൾ പഴയ താരയാണ്. ഞാനും ജീവിതം തിരിച്ചു പിടിച്ചു. എന്റെ ഒരു കുഞ്ഞിനെ എടുത്തതിന് "ഈശ്വരൻ"

ഞാൻ വിളിക്കുന്ന "ഭഗവാൻ" എനിയ്ക്ക് ഒരുപോലെയുള്ള രണ്ട് കുഞ്ഞുങ്ങളെ അൽപ്പം വൈകിയിട്ടാണെങ്കിലും തിരിച്ചു തന്നു. ആ മഹാശക്തിയോട് എപ്പോഴും അവിടുത്തെ നാമം ഉച്ചരിച്ച് നന്ദി പറയാൻ ഞാനെന്റെ മക്കൾക്ക് "ഈശ്വർ, ഭഗവാൻ" എന്ന് പേരിട്ടു.

അല്ലാതെ എന്ത് പേരിട്ടാണ് ഞാനവരെ വിളിക്കേണ്ടത്?... ഓർമ്മകളിൽ പലതും സ്വപ്നങ്ങളാണ്. ആ സ്വപ്നങ്ങളിൽ പലതും ആഗ്രഹങ്ങളും ആ അഗ്രഹങ്ങളിൽ പലതും പ്രതീക്ഷകളും. ആ പ്രതീക്ഷകളാണ് ജീവിതത്തെ മുന്നോട്ട് നയിക്കുന്നത്. നമ്മുടെ ഒരു നിമിഷത്തെ അശ്രദ്ധ മതി പിന്നീടുള്ള ജീവിതം തന്നെ ഇല്ലാതെയാക്കാൻ എല്ലാ പ്രതീക്ഷകളും അസ്തമിക്കാൻ.

“രഘുപതി രാഘവ രാജാറാം, പതീത പാവന സീതാറാം, ഈശ്വര്, അള്ളാ തേരേ നാം “ എന്ന ഫോണിന്റെ റിംഗ്ടോണാണ് എന്നെ ചിന്തകളിൽ നിന്നുണർത്തിയത്. താരയാണ്. “ജയേട്ടാ ഇതെവിടെയാ? ഞങ്ങൾ മൂന്നുപേരും പാർക്കിൽ പോകാൻ ഒരുങ്ങീട്ട് എത്ര നേരായി... കഷ്ടമുണ്ടേട്ടോ”

“ദാ വരുന്നു. ഒരു പത്ത് മിനിട്ട് കൂടി” എന്ന് പറഞ്ഞ് ഞാൻ വണ്ടി സ്റ്റാർട്ട് ചെയ്തു.

●

മനസാ
വാചാ
കർമ്മണാ

മോന് ഫ്രഞ്ച് ഫ്രൈസ് ഉണ്ടാക്കി കൊണ്ടു നിൽക്കുമ്പോഴാണ് ഫോൺ ശബ്ദിച്ചത്. എന്തായാലും ഉണ്ടാക്കി ത്തീർന്നിട്ട് ഫോണെടുക്കാം എന്ന് കരുതിയപ്പോൾ ആണ് ഒന്നടിച്ചു നിന്ന ഫോൺ വീണ്ടും ശബ്ദമുണ്ടാക്കിത്തുടങ്ങിയത്. ആരെങ്കിലും അത്യാവശ്യക്കാരായിരിക്കും എന്നു കരുതി ആ മൂത്ത കിഴങ്ങുയും കോരിയിട്ട് തീ അണച്ച് ഫോണിന്റെ അടുത്തെത്തിയപ്പോൾ അത് നിന്നു. നോക്കിയപ്പോൾ പരിചയമില്ലാത്ത നമ്പർ ആണ്. അങ്ങനെയുള്ള നമ്പർ എടുക്കാൻ എനിയ്ക്ക് ഭയമാണ്. ചില ഞരമ്പു രോഗികൾ വിളിക്കാറുണ്ട്. അതുകൊണ്ട് അബദ്ധവും പറ്റിയിട്ടുണ്ട്. വേണ്ടപ്പെട്ടവർ അത്യാവശ്യത്തിന് വിളിക്കുമ്പോൾ പരിചയമില്ല എന്ന ഒറ്റക്കാരണത്താൽ ഞാൻ ഫോണെടുക്കാത്തതിന് ശരിക്കും വഴക്കു കേൾക്കേണ്ടിയും വന്നിട്ടുണ്ട്. തിരിഞ്ഞു നടന്നപ്പോൾ വീണ്ടും മണി മുഴങ്ങി. എന്തും വരട്ടെ ! എന്നു കരുതി ഫോണെടുത്തു. "ഹലോ" പറഞ്ഞപ്പോഴേയ്ക്കും "ശിവദയല്ലേ?" എന്ന ചോദ്യമാണ് മറുതലയ്ക്കൽ.

"അതേ ആരാണ് സംസാരിക്കുന്നത്?"

"മോളേ ഞാൻ ശിവാനി ചേച്ചിയാണ്."

"ക്ഷമിക്കണം എനിയ്ക്ക് ശരിക്കങ്ങോർമ്മ വരുന്നില്ല"

"ഞാൻ ശിവകുമാറിന്റെ ചേച്ചി ശിവാനി"

"ആരാ ശിവകുമാർ ? എനിയ്ക്കറിയില്ല. മാഡം ഒരു പക്ഷേ ഉദ്ദേശിച്ച ആൾ ഞാനല്ലായിരിക്കും."

" കേളോത്തെ കൃഷ്ണേട്ടന്റെ മോൾ ശിവദയല്ലേ?"

"അതേ".

"മോളോർക്കുന്നുണ്ടോ എന്നറിയില്ല പുതിയ കാവ് ദേവീക്ഷേത്രത്തിൽ വച്ച് നമ്മൾ തമ്മിൽ ഒരിക്കൽ കണ്ടിട്ടുണ്ട്... അന്ന് കുട്ടി ഡിഗ്രിയ്ക്ക് പഠിക്കുകയാണ്. മോളും അമ്മൂമ്മയും കൂടി തൊഴുതിറങ്ങുമ്പോൾ ഞാൻ തൊഴാൻ വരികയായിരുന്നു.

"അമ്മേ... എനിയ്ക്കിവിടം പരിചയമില്ല ഒന്ന് മോളേക്കൂടി വിട്ടുമോ എന്റെ കൂടെ തൊഴാൻ ? എന്ന് ചോദിച്ചപ്പോൾ മോൾ അമ്മൂമ്മയുടെ അനുവാദത്തോടെ എന്റെ കൂടെ വന്നതോർമ്മയുണ്ടോ?"

"ആ ഇപ്പോൾ ഓർക്കുന്നു"

"എന്റെ വിവാഹം നിശ്ചയിച്ച സമയം ആയിരുന്നു അത്. വിവാഹ ശേഷം ഞാൻ ഭർത്താവുമൊത്ത് വിദേശത്തേയ്ക്ക് പോകുമായിരുന്നു. എന്റെ ആങ്ങള ശിവകുമാറിന് മോളെ ഇഷ്ടമായിരുന്നു. ശിവദയെ എനിയ്ക്ക് കാണിച്ചു തരാൻ വേണ്ടിയാണ് അവനവിടെ എന്നെ കൊണ്ടുവന്നത്. മോൾ എല്ലാ വെള്ളിയാഴ്ചയും പുതിയകാവ് ദേവി ക്ഷേത്രത്തിൽ ദീപാരാധന തൊഴാൻ വരുന്നത് അവനറിയാമായിരുന്നു.""""

"മോളിപ്പോൾ ഓർക്കുന്നുണ്ടാവും എനിയ്ക്ക് മോളുടെ നമ്പർ എങ്ങനെ കിട്ടി എന്ന്? ശിവൻ തന്നതാണ്. നിങ്ങളുടെ ബാച്ചിന്റെ ഗ്രൂപ്പിൽ മോളുടെ സുഹൃത്ത് മോളുടേയും നമ്പർ ആഡ് ചെയ്തില്ലേ. അവിടെ നിന്നും അവന് അവന്റെ സുഹൃത്ത് ആണ് നമ്പർ കൊടുത്തത്. നിങ്ങളുടെ ഗ്രൂപ്പ് തുടങ്ങിയ സമയം തൊട്ടേ അവൻ ഉറ്റു നോക്കിയിരിക്കുകയായിരുന്നു മോളുടെ നമ്പർ കിട്ടാൻ."

ഞാനൊന്നും മിണ്ടിയില്ല. അപ്പോഴും ഞാൻ ചിന്തിച്ചു എന്തിനാണീശ്വരാ! ഇപ്പോൾ അയാൾക്കെന്റെ ഫോൺ നമ്പർ.? ഞാനാ ചേച്ചിയോട് പറഞ്ഞു

"ചേച്ചി എനിയ്ക്ക് ചേച്ചിയുടെ സഹോദരനെ അറിയുക പോലുമില്ല പിന്നെന്തിനാ ഇപ്പോൾ?" ഞാൻ അർദ്ധോക്തിയിൽ നിർത്തി.

"ഇനിയെങ്കിലും മോൾ എല്ലാം അറിയണം. മോളോർക്കുന്നുണ്ടോ പ്രീഡിഗ്രിയ്ക്ക് കുട്ടി പഠിക്കുന്ന സമയത്ത് എന്തോ കണ്ട് പേടിച്ചോടി വന്ന് ഒരു ബൈക്കിന് വട്ടം ചാടിയത്?"

“ശരിയാണ് ചേച്ചി അതൊന്നും മറന്നിട്ടില്ല. ക്ലാസ്സ് തുടങ്ങി കുറച്ച് ദിവസങ്ങൾക്ക് ശേഷം കോളേജിലെ ഒരു പയ്യൻ എന്നെ വല്ലാതെ ശല്യപ്പെടുത്താൻ തുടങ്ങി. എന്നെ ഇഷ്ടമാണെന്നും പറഞ്ഞ്. എങ്ങനെയോ എന്റെ പേരും മനസ്സിലാക്കി. എന്റെ ക്ലാസ്സിൽ വന്നും ശല്യപ്പെടുത്താൻ തുടങ്ങി. ശല്യം സഹിക്കവയ്യാതായപ്പോൾ ഞാനെന്റെ ടീച്ചറിനോട് പരാതി പറഞ്ഞു. ടീച്ചർ അയാളെ വഴക്കു പറഞ്ഞു. ആ ദിവസം ക്ലാസ്സ് കഴിഞ്ഞ് ഞാൻ പോകാനിറങ്ങി നടന്നപ്പോൾ ദൂരെ നിന്നും അയാൾ സൈക്കിളിൽ എന്നെ ലക്ഷ്യമാക്കി വരുന്നതു കണ്ടു. സ്വതവേ തന്നെ ഭയമുള്ള ഞാൻ ശരിക്കും പേടിച്ചു പോയി. കോളേജ് ഗ്രൗണ്ടിൽ നിന്നും റോഡിലെത്താനുള്ള ചൊരിമണൽ നിറഞ്ഞ വെളിയിലേയ്ക്ക് ഞാൻ ഓടാൻ തുടങ്ങി. തിരിഞ്ഞു നോക്കാതെ ബുക്കും, കുടയും, പാവാടയും എല്ലാം കൂട്ടിപ്പിടിച്ച് വെപ്രാളത്തോടെ ഊരും വാരിപ്പിടിച്ചെന്ന പോലെ സകല ദൈവങ്ങളേയും വിളിച്ചുള്ള ഓട്ടമായിരുന്നു അത്. പൂതമണ്ണിൽ കൂടി സൈക്കിൾ ഓടിക്കാൻ പറ്റില്ലല്ലോ എന്നോർത്താണ് ആ വഴി ഞാൻ ഓടിയത്. രക്ഷപ്പെടാനുള്ള തത്രപ്പാട്ടു നിറഞ്ഞ ഓട്ടത്തിനിടെ ബൈക്കിന്റെ മുൻപിലാണ് ചാടിയത്. ബൈക്കുകാരൻ നിർത്തിയില്ലായിരുന്നെങ്കിൽ ഇടിച്ചേനേ. എന്നെ തൊട്ടു തൊട്ടില്ല എന്ന രീതിയിൽ വണ്ടി നിന്നപ്പോഴുണ്ടായ ഞെട്ടലിൽ കൈയ്യിൽ നിന്നും കുട താഴെ വീണു. അതെടുക്കാൻ നിൽക്കാതെ ആരേയും നോക്കാതെ ഞാൻ വീണ്ടും ഓടി. എങ്ങനെയും സൈക്കിള് കാരന്റെ കൈയ്യിൽ നിന്നും രക്ഷപ്പെട്ട് വീട്ടിലെത്തുക എന്നത് മാത്രമായിരുന്നു എന്റെ ലക്ഷ്യം. സത്യത്തിൽ ഞാനാ ബൈക്കുകാരന്റെ മുഖത്തു പോലും നോക്കിയില്ല. എന്നാലും ചേച്ചി എന്റെ ഓട്ടം കൊണ്ട് ഒരു ഗുണമുണ്ടായി. ആ സൈക്കിളുകാരൻ പിന്നീടെന്നെ ശല്യപ്പെടുത്താൻ വന്നില്ല. ഇപ്പോൾ അതൊക്കെ ഓർക്കുമ്പോൾ ചിരിവരും “അന്ന് മോളുടെ കുട കൈയ്യിലെടുത്ത് പുറകേ അവൻ വിളിച്ചു. മോളതൊന്നും ശ്രദ്ധിക്കാതെ ഓടിപ്പോയി. അന്നവന്റെ മനസ്സിലേയ്ക്കാണ് മോൾ ഓടിക്കയറിയത്. പിന്നെ മോളുടെ കുടയുമായി അവൻ വീട്ടിൽ വന്നു. ആ കുടയിൽ മോളുടെ പേരുണ്ടായിരുന്നു. ശിവദ. അത് കൂടി കണ്ട് കഴിഞ്ഞപ്പോൾ അവന് കൂടുതൽ ഇഷ്ടമായി. തന്റെ പേരിനോട് യോജിക്കുന്ന പേര് തന്നെ. ശിവദയും, ശിവകുമാറും. അന്ന് മുതൽ അവൻ വളരെ സന്തോഷവാനായി കണ്ടു. പിന്നെ അവൻ നിങ്ങളുടെ ഡിപ്പാർട്ട്മെന്റിൽ വന്ന് ക്ലാസ്സ് ഏതാണെന്ന് കണ്ടുപിടിച്ചു. കുട തരാൻ വേണ്ടി രണ്ടു ദിവസം വന്നിട്ടും മോളെ കണ്ടില്ല.”

“അതെനിയ്ക്ക് പേടിച്ച് പനിപിടിച്ചു. അതാ പിന്നീട്ടുള്ള രണ്ട് ദിവസം ക്ലാസ്സിൽ വരാതിരുന്നത്”

പിന്നീട്ടുള്ള ദിവസങ്ങളിലും അവൻ കുട തരാനായി വന്നു. മോളുടെ പരിഭ്രമിച്ച മുഖഭാവവും ആരേയും നോക്കാതെയുള്ള വേഗത്തിലുള്ള നടപ്പും കണ്ടപ്പോൾ ആ കുട തരാൻ അവന് തോന്നിയില്ല. അവനത് വീണ്ടും വീട്ടിൽ കൊണ്ടു വന്ന് അതിലെ പേരിൽ വിരലുകളോടിക്കുന്നത് കണ്ടു. പിന്നെ ഭദ്രമായി അലമാരയിൽ വച്ചു. പിന്നീടവൻ പലപ്പോഴും ഒരു ചെറുചിരിയോടെ അതെടുത്ത് നോക്കാറുണ്ടായിരുന്നു.”

“എന്റെ അനിയത്തിക്കും എനിയ്ക്കും ഒരുപോലെയുള്ള കുടയാണുണ്ടായിരുന്നത്. അവൾ ഒരു സാധനവും സൂക്ഷിക്കുന്ന പ്രകൃതക്കാരിയല്ലായിരുന്നു. ഒന്നുകിൽ കളയും അല്ലെങ്കിൽ കമ്പി ഒക്കെ ഒടിച്ച് കൊണ്ടുവരും. എന്നിട്ട് എന്റെ കുടയെടുത്തിട്ട് ഞാനാണ് കുട നശിപ്പിച്ചത് എന്നവൾ നുണ പറയും. ആർക്കായാലും വഴക്ക് കിട്ടും അവള് ചെറുതല്ലേ എനിയ്ക്ക് തന്നെ കിട്ടട്ടെ എന്നു കരുതി ഞാൻ മിണ്ടാതിരിക്കും. ആ വർഷം പുതിയ കുടവാങ്ങിയപ്പോൾ അമ്മ ആ കറുത്ത കുടകളിൽ കട്ടും ചുവപ്പ് നിറമുള്ള നൂലിൽ ഞങ്ങളുടെ രണ്ടാളുടേയും പേര് തുന്നിചേർത്തു.”

“അധികം ആരോടും സംസാരിക്കാത്ത പ്രകൃതം ആയിരുന്നു ശിവൻ. പിന്നീട്ടുള്ള ഓരോ ദിവസവും അവൻ നീയറിയാതെ നിന്നെ കാണാൻ വരുമായിരുന്നു. ഒന്നാം വർഷ ബി എസ്സിയ്ക്കായിരുന്നു അവനന്ന്. കണക്കായിരുന്നു ഐച്ഛിക വിഷയം. ഞാൻ ഡിഗ്രി അവസാന വർഷവും, അവൻ പത്താം ക്ലാസ്സിലുമായിരുന്നപ്പോഴാണ് അച്ഛനും അമ്മയും ഒരു മരണാനന്തര ചടങ്ങിന് തിരുവനന്തപുരത്ത് പോയിട്ടു വരുമ്പോൾ കാർ ആക്സിഡന്റിൽ മരണപ്പെട്ടത്. അമ്മയായിരുന്നു അവന്റെ എല്ലാം. അതോടെ വല്ലാത്ത ഒറ്റപ്പെടലായിരുന്നു അവന്... അമ്മ മരിച്ച് രണ്ട് ദിവസം കഴിഞ്ഞാണ് അച്ഛൻ മരിച്ചത്. അച്ഛന്റെ വലിയ ആഗ്രഹം ആയിരുന്നു അവനെ എഞ്ചിനീയറാക്കുക എന്നത്. ബി എസ്സി കഴിഞ്ഞവൻ എഞ്ചിനീയറിങ്ങിന് പോയി. എന്നാലും ഇടയ്ക്കവൻ വരുമ്പോൾ മറ്റുള്ളവരോട് ചോദിച്ചറിഞ്ഞ് മോളുടെ ട്യൂഷന്റെ സമയം മനസ്സിലാക്കി അവിടെയും വരുമായിരുന്നു. മോൾ കയറുന്ന ബസിൽ കയറുമായിരുന്നു. നിന്നെ കണ്ട ശേഷമാണ് അവൻ പിന്നെ അമ്മയുള്ളപ്പോഴുള്ളതു പോലെ ആഹ്ലാദിച്ചു കണ്ടത് - മൂളിപ്പാട്ടു പാടിയത്. നിനക്കൊരു പേരു ദോഷവും കേൾക്കാൻ ഇടവരരുത് എന്ന് കരുതിയാണവൻ കോളേജിൽ വച്ചോ, പുറത്തു വച്ചോ മിണ്ടാതിരുന്നത്. അത്രയ്ക്കിഷ്ടമായിരുന്നു അവന് നിന്നെ.”

“നീ ഡിഗ്രി മൂന്നാം വർഷമായപ്പോൾ അവൻ എല്ലാ വിവരങ്ങളും വച്ച് നിനക്കൊരു കത്തയച്ചിരുന്നു. ജോലിയായി വരുന്നതു വരെ കാത്തിരിക്കണം എന്ന് പറഞ്ഞ്. അവന് പ്രശസ്തമായ ജലവൈദ്യു തപദ്ധതിയിൽ തന്നെ എഞ്ചിനീയറായി നിയമനം ലഭിച്ചു. അതിനു ശേഷം അവന്റെ കൂടെ ജോലി ചെയ്യുന്ന നിങ്ങളുടെ വീടിനടുത്തുള്ള റഷീദിനെ മോളുടെ വീട്ടിലേയ്ക്ക് അയച്ചു. മോളെ കണ്ടിട്ടുണ്ടെന്നും വിവാഹം കഴിക്കാൻ താൽപ്പര്യമാണെന്നും പറഞ്ഞ്. പക്ഷേ ജാതിയിലുള്ള വ്യത്യാസം പറഞ്ഞ് മോളുടെ വീട്ടുകാർ സമ്മതിച്ചില്ല. ഞാനും നന്ദേട്ടനും പലപ്രാവശ്യം ഫോണിൽ വിളിച്ച് സംസാരിച്ചു. സാമുദായികമായ ഏറ്റക്കുറച്ചിൽ ഞങ്ങൾക്ക് പ്രശ്നമല്ല. നിങ്ങളുടെ കുട്ടിയെ മാത്രം മതി എന്നിട്ടും സമ്മതിച്ചില്ല.

അതോടെ അവനാകെ തകർന്നു. രണ്ട് മൂന്ന് പെണ്ണ് കാണൽ ചടങ്ങ് ഞങ്ങൾ നടത്തി. അവൻ വന്നില്ല. ആ ഫോട്ടോകളാക്കെ കാണിച്ചപ്പോഴും അവൻ പറഞ്ഞത് “ഒരാൾക്ക് ജീവിതത്തിൽ ആത്മാർത്ഥമായി ഹൃദയത്തിൽ പ്രതിഷ്ഠിച്ച് സ്നേഹിക്കാൻ കഴിയു ന്നത് ആദ്യമായി മനസ്സിൽ ഇഷ്ടപ്പെട്ട ആളെയായിരിക്കും. അതല്ലാ തെയുള്ളവരുമായി ജീവിതം അതിന്റെ ശരിയായ അർത്ഥത്തിൽ ജീവിക്കാതെ തന്നെ ജീവിച്ചു തീർക്കാം യാന്ത്രികമായി. എനിയ്ക്ക് ശിവദയെ മറന്നൊരു ജീവിതമില്ല. അവളെന്റെ ജീവിതത്തിൽ വന്നാലും ഇല്ലെങ്കിലും അവളായിരിക്കും ഈ ജൻമത്തിലെ എന്റെ ഭാര്യ, അതിനിനി മരണം വരെ മാറ്റമില്ല. ഈ ലോകത്തിലെ ഏറ്റവും മനോഹരമായ ഒരു അവകാശങ്ങളിൽ ഒന്നാണ് നാം സ്നേഹിക്കു ന്നവരുടെ അവകാശവും അനുവാദവും നമുക്കില്ലെങ്കിലും അവരെ മനസ്സുകൊണ്ട് ഇഷ്ടപ്പെട്ട് ഹൃദയത്തിൽ കുടിയിരുത്തി അവരുടെ കൂടെ മനസ്സുകൊണ്ട് ജീവിക്കുക എന്നത്.”

പിന്നെ അവൻ അഞ്ച് വർഷത്തെ ലീവെടുത്ത് ഞങ്ങളുടെ കൂടെ വിദേശത്ത് വന്ന് ജോലി ചെയ്തു. പിന്നീട് റഷീദ് പറഞ്ഞറിഞ്ഞു മോളെ അന്യ സംസ്ഥാനത്ത് ജോലിയുള്ളയാൾ വിവാഹം ചെയ്തു എന്ന്. അതറിഞ്ഞ ദിവസം അവൻ വല്ലാത്ത ഒരവസ്ഥയിൽ ആയിരുന്നു. പിന്നീടറിഞ്ഞു നിങ്ങൾ വീടു വിറ്റ് മറ്റെവിടേക്കോ പോയി എന്ന്. ഇന്നും അവന്റെ കെയ്യിൽ മോളുടെ പേരിനൊപ്പം അവന്റെ പേര് കൂടി തുന്നിച്ചേർത്ത ആ കുടയുണ്ട്. തുളസിക്കതിർ എന്നാണ് അവൻ മോളെ പറഞ്ഞിരുന്നത്. അവൻ പറഞ്ഞ് പറഞ്ഞ് തന്നെ നിന്നെ എനിക്കിഷ്ടമായിരുന്നു. കണ്ടു കഴിഞ്ഞപ്പോൾ ഒരു പാടിഷ്ടമായി, ഇന്നും അവൻ വിവാഹം കഴിച്ചിട്ടില്ല. മോൾ നാട്ടിൽ വന്ന സമയത്ത് വെള്ളിയാഴ്ച പുതിയ കാവ് ക്ഷേത്രത്തിൽ വന്നില്ലേ.

അന്നവൻ നന്ദേട്ടനമായാണ് നിന്നെ കാണാൻ വന്നത്. അവനോട് പഴയ സുഹൃത്തുക്കൾ തന്നെയാണ് നീ നാട്ടിലെത്തിയ വിവരം പറഞ്ഞത്.

അമ്പലത്തിൽ വച്ച് നിന്റെ ഭർത്താവിനേയും, മകനേയും, ചേച്ചിയേയും കണ്ടു. മകൻ നിന്നെപ്പോലെയാണെന്നാണ് പറഞ്ഞത്. നിന്റെ പഴയ വെപ്രാളവും പരിഭ്രമവും മാറിയിട്ടുണ്ടെന്നവൻ പറഞ്ഞു. നീ സന്തോഷവതിയാണ്. നിന്റെ ചിരി കാണാൻ ഇപ്പോഴും നല്ല ഭംഗിയാണെന്നവൻ പറഞ്ഞു. നീ പൂജാരിയ്ക്ക് കൊടുത്ത പണം നാല് നൂറു രൂപ നോട്ടുകൾ ചില്ലറ ആവശ്യമുണ്ടെന്ന് പറഞ്ഞവൻ വാങ്ങിയിട്ട് അഞ്ഞൂറ് രൂപ കൊടുത്തു. നീ സ്പർശിച്ച ആ നോട്ടുകളും അവൻ നിധിപോലെ സൂക്ഷിച്ച വച്ചിട്ടുണ്ട്. നന്ദേട്ടനം നിന്നെ ഒരുപാടിഷ്ടമായി. വിധിയില്ലാതെ പോയി എന്നദ്ദേഹം പറഞ്ഞു. രണ്ടാമതും നിന്നെ കണ്ടു കഴിഞ്ഞപ്പോൾ അവന് വല്ലാത്ത നഷ്ടബോധം ആയിരുന്നു, കണ്ണൊക്കെ നിറഞ്ഞ് വലിയ സങ്കടം ആയിരുന്നു."

"വീട്ടിൽ ആണെങ്കിലും അവൻ ഒറ്റയ്ക്കാണ്. ഒരു വെപ്പുകാരൻ എപ്പോഴും കൂടെ കാണും. അച്ഛനം അമ്മയും ഇല്ലാതായ ശേഷം ഞങ്ങളെ വളർത്തിയിരുന്ന അമ്മൂമ്മയും അപ്പൂപ്പനം മരിച്ചു പോയി. മക്കളുടെ രണ്ടാളുടേയും വിവാഹം കഴിഞ്ഞതു കൊണ്ട് ഞാനം നന്ദേട്ടനം ഇടയ്ക്ക് അവന്റെ കൂടെ വന്ന് നിൽക്കും. എന്നോട് അവനൊരാഗ്രഹം പറഞ്ഞു മോളുമായിട്ട് അവനൊന്ന് സംസാരിക്കണമെന്ന്, മോളുടെ അനുവാദം വാങ്ങാൻ പറഞ്ഞു.

"വേണ്ട ചേച്ചി അതൊരിക്കലും ശരിയാവില്ല."

"എന്നാൽ മോളെ നമുക്ക് രണ്ടാൾക്കും റിലേഷൻ വച്ചാലോ. അപ്പോൾ മോളുടെ വിവരങ്ങൾ അറിയുകയും ചെയ്യാമല്ലോ."

"വേണ്ട ചേച്ചി. ഇതു തന്നെയാണോ ചേച്ചിയുടെ whats App നമ്പർ ?"

"അതേ."

"ഞാൻ അതിലൂടെ എനിയ്ക്ക് പറയാനുള്ള കാര്യങ്ങൾ എഴുതാം. അദ്ദേഹം വന്നു. ശരി ചേച്ചി."

ഞാൻ വന്ന് കതകുതുറന്നപ്പോൾ രവി. "എന്താ തന്റെ മുഖം വല്ലാതെ?" എന്നു ചോദിച്ചപ്പോൾ "ഒന്നുമില്ല" എന്ന് പറഞ്ഞ് ഞാൻ കാപ്പിയെടുക്കാനായി പോയി.

മനസ്സ് വല്ലാതെ അസ്വസ്ഥമായിരുന്നു. ഈശ്വരാ! ഞാനെന്തൊക്കെയാണ് കേട്ടത്? ഞാനറിയാതെ എന്നെ സ്നേഹിച്ച് എനിയ്ക്ക് ഒരു പേരു ദോഷവും വരരുത് എന്ന് കരുതി ഒന്നു സംസാരിക്കാൻ പോലും ശ്രമിക്കാതെ മാന്യമായി എന്നെ വിവാഹമാലോചിച്ച ഞാൻ

ഒരിക്കലും കണ്ടിട്ടില്ലാത്ത ശിവകുമാർ എന്ന ആ വലിയ മനുഷ്യൻ. എന്നെ ഏറ്റവും വേദനിപ്പിക്കുന്നത് അദ്ദേഹം ഇന്നും വിവാഹം കഴിച്ചിട്ടില്ല എന്ന സത്യം ആണ്. ഇപ്പോഴും ഞാൻ മറ്റൊരാളുടേതായി എന്നറിഞ്ഞിട്ടും, എന്റെ വീട്ടുകാർ സമ്മതിക്കാതിരുന്നിട്ടും എന്നെ സ്നേഹിച്ചും ഓർത്തും ജീവിക്കുന്ന വ്യക്തി. കാപട്യം നിറഞ്ഞ സ്വന്തം ഭാര്യയെ വിഷജന്തുക്കളെ ഉപയോഗിച്ച് കൊല്ലുന്ന മനസ്സാക്ഷിയില്ലാത്ത കാപാലികരുടെ. ഈ ലോകത്ത് അതിനൊരപവാദം എന്നതു പോലെ ഇപ്പോഴും ഇതുപോലെയുള്ള നല്ലവരായ മനുഷ്യരുണ്ടോ?, ആ ചേച്ചി പറഞ്ഞ കാര്യങ്ങൾ ഒക്കെ എന്റെ ജീവിതത്തിൽ സംഭവിച്ചവയാണ്. അല്ലെങ്കിൽ ഞാനിതൊന്നും വിശ്വസിക്കില്ലായിരുന്നു. വിശ്വസിച്ചേ മതിയാവൂ. സത്യം മാത്രമാണവർ എന്നോട് പറഞ്ഞത്.

ഞാനാ ചേച്ചിയ്ക്ക് എഴുതാൻ തന്നെ തീരുമാനിച്ചു. ചേച്ചി ഞാൻ ശിവദയാണ്. ചേച്ചിയും, സഹോദരനും കരുതുന്നതു പോലെ അല്ലായിരുന്നു ഞാൻ. 'ഞാൻ എന്റെ കൂടെ പഠിക്കുന്ന ഒരു കുട്ടിയുമായി പ്രണയത്തിൽ ആയിരുന്നു. ആ രവി തന്നെയാണ് ഇന്നെന്റെ ഭർത്താവ്. ഒരു വെള്ളരിപ്രാവിന്റെ പരിശുദ്ധിയുള്ള രവിയ്ക്ക്സ്നേഹിക്കാൻ മാത്രമേ അറിയൂ... ഇത്രയും പ്രായമായിട്ടും ഞങ്ങളിലെ പ്രണയം നഷ്ടമായിട്ടില്ല. ഞങ്ങൾ ഇപ്പോഴും പരസ്പരം ജീവന്റെ ജീവനായി പ്രണയിച്ചു കൊണ്ടിരിക്കുകയാണ്.

ചേച്ചിയുടെ സഹോദരൻ അന്നേ ഈ കാര്യം എന്നോട് തുറന്ന് പറഞ്ഞിരുന്നെങ്കിൽ ഞാനദ്ദേഹത്തെ പിന്തിരിപ്പിച്ചേനേ. ഇതിപ്പോൾ എന്നെ സ്നേഹിച്ചതിന്റെ പേരിൽ ഒരു ജൻമം മുഴുവൻ ഒറ്റപ്പെടുക എന്നുള്ളത് വല്ലാത്ത വിഷമം ഉണ്ടാക്കുന്നു. ഞാൻ മനസാ വാചാ, കർമ്മണാ അറിയാത്ത കാര്യമാണിത്. എങ്കിലും അദ്ദേഹത്തോട് ഞാൻ മാപ്പ് ചോദിക്കുകയാണ് അറിയാതെ ആണെങ്കിലും ഒരു നല്ല മനുഷ്യന്റെ ജീവിതം ഇല്ലാതാക്കാൻ കാരണക്കാരി ആയതിൽ... ചേച്ചി ഇതദ്ദേഹത്തെ കാണിക്കണം. എനിയ്ക്ക് അദ്ദേഹത്തോട് അപേക്ഷിക്കാനുള്ളത് ഒന്നേയുള്ളൂ... ഇനിയും വൈകിയിട്ടില്ല. ഇനിയെങ്കിലും മറ്റൊരു വിവാഹത്തെ കുറിച്ച് ചിന്തിക്കണം. നല്ലൊരു വിവാഹ ജീവിതം നയിക്കാൻ അങ്ങേയ്ക്കു സാധിക്കും എന്ന വിശ്വാസത്തോടെ ഒരിക്കൽ കൂടി മാപ്പു ചോദിച്ചു കൊണ്ട് ഞാൻ നിർത്തുന്നു. ഇനി എന്റെ പ്രാർത്ഥനകളിൽ ഒന്നു കൂടി ഉണ്ടാവും. അങ്ങേയ്ക്ക് മറ്റൊരു ജീവിതം കെട്ടിപ്പെടുക്കാൻ സാധിക്കണേ അതിനുള്ള ആയുസ്സും, ആരോഗ്യവും മനസ്സും നൽകണേ എന്നും. എപ്പോഴും നൻമകൾ ഉണ്ടാവട്ടെ.

●

ട്രാൻസ്ഫർ

ഈശ്വരാ! വീണ്ടും ട്രാൻസ്ഫറോ? അതും വയനാട്ടിലെ മാനന്തവാടിയിലേയ്ക്ക് ഇനിയെങ്കിലും കുറച്ച് പരിഷ്കാരമുള്ള എവിടെയെങ്കിലും കിട്ടും എന്ന് പ്രതീക്ഷിച്ചിട്ട്? എന്താ ചെയ്ക?

വേഗം തന്നെ ഉണ്ണിയേട്ടനെ വിളിച്ചു. കാര്യം പറഞ്ഞപ്പോൾ "സാരമില്ല. സർക്കാര് ജോലിയായാൽ അങ്ങനെയാണ്. അവരെവിടെയാണ് ജോലി ചെയ്യാൻ പറയുന്നതെന്നു വച്ചാൽ അവിടെപ്പോയി ജോലി ചെയ്യണം. നമുക്കും സർക്കാരിനോട് ഒരുത്തരവാദിത്തം ഇല്ലേ. എല്ലാ ജനങ്ങളും അടയ്ക്കുന്ന നികുതിയിൽ ഒരു ഭാഗമല്ലേ സർക്കാർ നമുക്ക് തരുന്ന ശമ്പളം. അപ്പോൾ എല്ലായിടത്തേയും ജനങ്ങളേയും നമ്മൾ സേവിക്കണ്ടേ ഇപ്പോൾ നമ്മൾ ചെയ്യുന്ന ജോലിയ്ക്ക് പകരമായി ജീവിത കാലം മുഴുവൻ പെൻഷൻ തന്ന് സർക്കാർ നമ്മെ സംരക്ഷിക്കില്ലേ... ഒരു പ്രൈവറ്റ് സ്ഥാപനത്തിൽ എന്ത് സുരക്ഷയാണുള്ളത്. ഇത് ജോലികിട്ടിക്കഴിഞ്ഞാൽ ആജീവനാന്ത സുരക്ഷയും സ്ഥിരതയും അല്ലേ ലഭിക്കുന്നത്. ആദ്യം നിനക്ക് മലപ്പുറത്തെ വണ്ടൂര് പോകാൻ എന്തായിരുന്നു ബുദ്ധിമുട്ട്? അതുപോലെ ഇതും ശരിയാവും. നിന്റെ ഏറ്റവും വലിയ ആഗ്രഹമല്ലായിരുന്നോ സർക്കാർ ജോലി. അത് വിട്ടുകളയണ്ട. തന്നെയുമല്ല വീട്ടിൽ നിന്നും മാറി നിൽക്കുന്നതാവും നല്ലത്. അല്ലെങ്കിൽ ഇതിലും വലിയ ബുദ്ധിമുട്ടാകും. ഞാൻ വരാം മാനന്തവാടിയിൽകൊണ്ടുപോയി

ആക്കാൻ. സമാധാനമായിട്ടിരിക്ക്."

"ശരി ഉണ്ണിയേട്ടാ."

ഉണ്ണിയേട്ടൻ പറഞ്ഞതാണ് ശരി. ട്രാൻസ്പോർട്ട് ബസിലെ ഡ്രൈവറാണ് ഉണ്ണിയേട്ടൻ. സ്ഥിരമായുള്ള യാത്രയിൽ പരിചയപ്പെട്ടു. പിന്നീടത് ഇഷ്ടമായി, പ്രണയമായി. ഉണ്ണിയേട്ടന്റെ വീട്ടുകാർക്ക് ഒട്ടും താൽപ്പര്യം ഇല്ലായിരുന്ന വെറും G.N.M ആയ അനാഥയായ എന്നെ വിവാഹം കഴിക്കുന്നതിൽ എന്നിട്ടും ഞങ്ങളുടെ വിവാഹം നടന്നു. അമ്മയും, വിവാഹ ബന്ധം വേർപെടുത്തിയ ഒരു സഹോദരിയും ആണ് ഉണ്ണിയേട്ടനുള്ളത്. അവരാൽ കഴിയാവുന്ന പോരൊക്കെ എടുത്തു. പേടിയാണെനിക്കവരെ എന്നോട് കാണിക്കുന്നത് കണ്ട് ഉണ്ണിയേട്ടൻ എന്തെങ്കിലും പറഞ്ഞാൽ രണ്ടു പേരും വലിയവായിൽ കരയാൻ തുടങ്ങും. അവനിപ്പോൾ കെട്ടിയവളെ മതി. ഞങ്ങളെ വേണ്ട. ഞങ്ങളവനൊരു ശല്യമാണ് എന്ന് പറഞ്ഞ് അവസാനം ആത്മഹത്യാ ഭീഷണിയും. രണ്ട് വർഷം ഒരു വിധം പിടിച്ച നിന്നു. പിന്നെ കുട്ടികളാവാത്തതിന്റെ കുറ്റപ്പെടുത്തലുകളും. ആ സമയത്താണ് ഭാഗ്യം കടാക്ഷിച്ചെന്ന പോലെ കട്ടപ്പന ഹെൽത് സെന്ററിലെ നേഴ്സായി ജോലി ലഭിച്ചത്. അവിടെ രണ്ട് വർഷം ജോലി ചെയ്തപ്പോൾ മലപ്പുറം വണ്ടൂരേക്ക് ട്രാൻസ്ഫറായി. ഇനി വയനാട്ടിലെ മാനന്തവാടിയിലേക്കും.

ജോലി കിട്ടിയ ശേഷം ഞാൻ വീട്ടിലേക്ക് അധികം പോയിട്ടില്ല. കട്ടപ്പന ആയിരുന്നപ്പോൾ രണ്ട് പ്രാവശ്യം ചെന്നു. അന്ന് അസഭ്യ വർഷങ്ങളുടെ ശരമഴയോടൊപ്പം അനാവശ്യവും കൂടി കേൾക്കേണ്ടി വന്നു. വീട്ടിൽ നിന്ന് പണി ചെയ്യാൻ കഴിയാതിരുന്നിട്ട് ഭർത്താവിനേയും വിട്ട് പറഞ്ഞാലറയ്ക്കുന്ന വാക്കുകളും. അമ്മയേയും പെങ്ങളേയും ഉപേക്ഷിക്കാനും കഴിയില്ല. എന്നെ ജീവനു തുല്യം സ്നേഹവുമാണ്. അവസാനം ഉണ്ണിയേട്ടൻ തന്നെ പോംവഴി കണ്ടുപിടിച്ചു. ശ്രീജേ നീ ജോലിസ്ഥലത്ത് തന്നെ നിന്നാൽ മതി. അവധി കിട്ടുമ്പോൾ ഞാൻ അങ്ങോട്ടേയ്ക്ക് വന്നോളാം എന്ന്. അവധി കിട്ടുമ്പോൾ ഒക്കെ ആ പാവം എന്റെയടുത്തേയ്ക്ക് വരും. അപ്പോഴാണ് സ്വർഗ്ഗീയ ജീവിതം എന്താണെന്ന് ഞങ്ങളറിയുന്നത്.

ഉണ്ണിയേട്ടനോടൊപ്പം മാനന്തവാടിയിൽ വന്നു. വളരെ വിജനമായ പ്രദേശം ആണ്. കുറച്ചാളുകൾ മാത്രം. അവിടുത്തെ ഹെൽത് സെന്ററിനടുത്തായി താമസിക്കുവാൻ ഒരു ചെറിയ വീടും ഉണ്ട്. രണ്ട് ദിവസം എന്റെ കൂടെ നിന്ന് ഒന്ന് പരിചയമായി കഴിഞ്ഞപ്പോൾ ഉണ്ണിയേട്ടൻ പോയി. ആഴ്ചയിൽ ഒരു ദിവസം ആണ് ഡോക്ടർ വരുന്നത്. ബാക്കിയുള്ള സമയമത്രയും ഞാൻ തന്നെ ഡോക്ടറും, നഴ്സും, അറ്റൻഡറും എല്ലാം. നാട്ടിലുള്ളവരെപ്പോലെയല്ല

അവിടുത്തുകാർ നിഷ്കളങ്കരായിരുന്നു. എല്ലാവർക്കും എന്നോട് വലിയ കാര്യം ആയിരുന്നു. വളരെ വേഗം ഞാനവിടവുമായി പൊരുത്തപ്പെട്ടു.

എട്ട് മാസം കഴിഞ്ഞപ്പോൾ ആണ് വണ്ടൂര് താമസിച്ചപ്പോൾ തൊട്ടടുത്ത വീട്ടിലുണ്ടായിരുന്ന ആസിയാത്ത എന്നെ വിളിച്ചത്. അവിടെ എന്റെ കൂടപ്പിറപ്പായിരുന്നു ആസിയാത്ത. എല്ലാ സഹായത്തിനും എപ്പോഴും ഉണ്ടായിരുന്നു. വീട്ടുപണിയ്ക്കും, റോഡുപണിയ്ക്കും ഒക്കെയുള്ള കല്ല് ചുമന്നും, കൂലിപ്പണിയെടുത്തുമാണ് ആസിയാത്ത കുടുംബം പുലർത്തിയിരുന്നത്. ഒരു മകൾ നിദ പ്രായത്തിന്റെ മാനസ്സിക വളർച്ചയില്ലാത്ത ഊമയായിരുന്നു. ഞാനവിടെ ഉള്ളപ്പോഴാണ് നിദ പതിനൊന്നാം വയസ്സിൽ പ്രായമായി. ഒരു മലയുടെ മുകളിലായിരുന്നു ഹെൽത്ത് സെന്ററും, അതിനോടൊപ്പമുള്ള ഞാൻ താമസിക്കുന്ന വീടും, പിന്നെ ആസിയാത്തയുടെ വീടും. ബാക്കിയുള്ള വീടുകളെല്ലാം കുറേ ദൂരെയായിരുന്നു. ആസിയാത്ത പണിക്ക് പോകുമ്പോൾ നിദയെ എന്റെയടുത്ത് നിർത്തുമായിരുന്നു. നിദയുടെ ബാപ്പ കാസിം ഒരാഭാസനും വൃത്തികെട്ടവനും ആയിരുന്നു. ഏതൊക്കെയോ കേസിൽ പെട്ട് ജയിലിലായിരുന്നു. എനിയ്ക്ക് ട്രാൻസ്ഫർ ആയപ്പോൾ ഏറ്റവും വിഷമം ആസിയാത്തായ്ക്കായിരുന്നു. ഉണ്ണിയേട്ടനും നിദയെ വലിയ ഇഷ്ടമായിരുന്നു. നിദയ്ക്ക് പാവകളോട് ഭയങ്കര ഇഷ്ടമായിരുന്നു. ഉണ്ണിയേട്ടൻ വരുമ്പോഴെല്ലാം നിദയ്ക്കായി പാവയും ചോക്ലേറ്റും കരുതുമായിരുന്നു.

“എന്താ ആസിയാത്താ നിദ സുഖമായിരിക്കുന്നോ?”

“ശ്രീജ മോളേ ഒരു കാര്യം ഉണ്ട്. മോൾ തന്ന വിലാസം വച്ച് ഞങ്ങൾ അങ്ങോട്ട് വരട്ടേ? കാശ്ശും അധികം കൈയ്യിലില്ല. ഉപേക്ഷിക്കല്ലേ മോളേ മോളേയുള്ളൂ അവസാനത്തെ അത്താണി.””

“എന്താ ആസിയാത്താ കാര്യം പറയൂ”

“ഫോണിൽ പറയാൻ പറ്റിയ കാര്യംല്ല. ഞങ്ങള് വന്നോട്ടേ. ഇല്ലെങ്കിൽ കയറേ ഉള്ളൂ ഞങ്ങൾക്ക്.”

“അയ്യോ അങ്ങനെ ഒന്നും പറയല്ലേ ആസിയാത്താ ഞാനൊന്നു ഉണ്ണിയേട്ടനോട് ചോദിക്കട്ടെ. എന്നിട്ട് വിളിക്കാം.”

ഉണ്ണിയേട്ടനോട് പറഞ്ഞപ്പോൾ “അവിടെയായിരുന്നപ്പോൾ നിനക്ക് അവരല്ലേ ഉണ്ടായിരുന്നുള്ളൂ. എന്തെങ്കിലും ഗൗരവമുള്ള കാര്യം ആയിരിക്കും വരാൻ പറയൂ” എന്ന് പറഞ്ഞു.

ഞാനപ്പോൾ തന്നെ ആസിയാത്തയ്ക്ക് ഫോൺ ചെയ്ത് വരാൻ പറഞ്ഞു.

ആസിയാത്തയും നിദയും വന്നിറങ്ങിയപ്പോൾ വല്ലാത്ത

സന്തോഷം തോന്നി. ആസിയാത്ത എന്നെ കെട്ടിപ്പിടിച്ച് കരഞ്ഞു. നിദയും വല്ലാതെ മെലിഞ്ഞ് വയറുന്തിപ്രസരിപ്പില്ലാത്തതു പോലെ.

ടാക്സിക്കാരന് പണം കൊടുത്ത് നന്ദിപറഞ്ഞു വിട്ടശേഷം രണ്ട് സഞ്ചിയിലാക്കിയിരുന്ന തുണിയെടുത്ത് അകത്തേയ്ക്ക് പോയി. അവർക്ക് കപ്പ പുഴുങ്ങിയതും, ചോറും, ആറ്റമീൻ കറിയും, കിളുന്ത് മുള കറിവച്ചതും കൂട്ടി കഴിക്കാൻ കൊടുത്തു. പിന്നെ മുളയരി പായസവും കൊടുത്തു.

ഭക്ഷണ ശേഷം നിദ ഉറക്കമായി. ആസിയാത്ത എന്റെ കൈ രണ്ടും കൂട്ടിപ്പിടിച്ച് ഇതിന് വിഷം കൊടുത്ത് കൊല്ലാനുള്ള ധൈര്യമി ല്ലാഞ്ഞിട്ടാ ശ്രീജേ മോളെ തേടി വന്നത്. കൈവിട്ട് കളയല്ലേ മോളേ എന്ന് പറഞ്ഞ് പൊട്ടിക്കരഞ്ഞു.

"എന്തായാലും പരിഹാരം ഉണ്ടാക്കാം ആസിയാത്താ" എന്ന് ഞാൻ പറഞ്ഞു.

ആസിയാത്താ പറഞ്ഞു തുടങ്ങി. ഈ പ്രാവശ്യം ജയിലിൽ നിന്നും വന്ന ശേഷം കാസിമിക്കായ്ക്ക് വലിയ സ്നേഹം ആയിരുന്നു. നിദയോടും നല്ല സ്നേഹമായിരുന്നത്രേ. നിദ ഊമയാണെന്നറിഞ്ഞ ശേഷം അതിനെ നോക്കുക പോലും ഇല്ലായിരുന്നു. ആസിയാത്ത യേയും വല്ലാതെ ഉപദ്രവിക്കുമായിരുന്നു. കോൺട്രാക്ടറുടെ കീഴിൽ ആയതു കൊണ്ട് ആസിയാത്തയ്ക്ക് എപ്പോഴും പണിയുണ്ടായിരുന്നു. കാസിം വന്ന് മൂന്ന് മാസമായപ്പോൾ വീണ്ടും വഴക്കു വക്കാണവു മായി എതിരാളികളുടെ കുത്ത് കൊണ്ട് മയ്യത്തായി. നിദ എപ്പോഴും അനങ്ങാതിരിക്കുന്ന പ്രകൃതം ആയിരുന്നു. ഇടയ്ക്കിടയ്ക്ക് ഛർദ്ദിലും ഉണ്ടാകാൻ തുടങ്ങിയപ്പോൾ വായുവിന്റെ ശല്യം ആയിരിക്കും എന്നു കരുതി ആസിയാത്ത ചുക്കും ജീരകവും ഇട്ട വെള്ളം തിള പ്പിച്ച് കൊടുത്തു. പിന്നെ അത് മാറി. മഴയായതിനാൽ കുറച്ചു ദിവസമായി പണിയില്ലായിരുന്നു. അപ്പോഴാണ് ആസിയാത്ത നിദയെ ശ്രദ്ധിച്ചത്. നോക്കിയപ്പോൾ ആണ് മനസ്സിലായത് നിദ ഗർഭിണിയാണെന്ന്. പതിമൂന്ന് വയസ്സുള്ള മാനസ്സിക വളർച്ചയി ല്ലാത്ത മിണ്ടാൻ വയ്യാത്ത ഈ കുഞ്ഞിനെ ആരാണ്? ?? തകർന്നു പോയി ആസിയാത്ത. ഒരുപാട് ചോദിച്ചപ്പോൾ ആണ് നിദയ്ക്ക് മനസ്സിലായത് ആരാണ് ശരീരത്ത് തൊട്ടതെന്ന്. അപ്പോഴവൾ കാണിച്ചത് സ്വന്തം ബാപ്പയായ കാസിമിന്റെ ഫോട്ടോ.

ആസിയാത്ത പറഞ്ഞപ്പോൾ ഞാനും ഞെട്ടിപ്പോയി. നിഷ്ക ളങ്കമായി ഉറങ്ങുന്ന ആ പതിമൂന്നുവയസ്സുകാരിയുടെ മുഖത്തേയ്ക്കും, വീർത്തു വരുന്ന വയറിലേയ്ക്കും നിറകണ്ണുകളോടെ നോക്കി. ആസി യാത്തയോട് കിടക്കാൻ പറഞ്ഞിട്ട് ഞാൻ ഉണ്ണിയേട്ടനെ വിളിച്ചു.

ഉണ്ണിയേട്ടൻ വന്ന് നിദയെ കണ്ടപ്പോൾ വല്ലാതായി. അദ്ദേഹം ഈ പ്രാവശ്യവും നിദയ്ക്ക് പാവക്കുട്ടിയും ചോക്ളേറ്റും കൊണ്ടു വന്നു കൊടുത്തു. ഒരു കാരണവശാലും പുറത്താരും അറിയാതെ ശ്രദ്ധിക്കണം. അവർക്കെന്താണ് ആവശ്യം എന്ന് മനസ്സിലാക്കി വേണ്ടതു ചെയ്തു കൊടുക്കാനും നിദയെ വീടിന്റെ പുറത്തേയ്ക്കിറക്കണ്ട എന്നും പറഞ്ഞു.

ഞാൻ സമയാസമയത്ത് നിദയ്ക്ക് വേണ്ട മരുന്നുകളൊക്കെ കൊടുത്തു. മാസങ്ങൾ കഴിഞ്ഞു പോയത് പെട്ടെന്നായിരുന്നു. എനിയ്ക്ക് ശരിക്കും ഭയമുണ്ടായിരുന്നു. ഉണ്ണിയേട്ടനും, ആസിയാത്തയും ധൈര്യം തന്നു. ആസിയാത്ത ഖുറാൻ പാരായണത്തിലും ഞാൻ ഭാഗവതം വായനയിലും മുഴുകി. കാരാഗൃഹത്തിൽ ആയപ്പോൾ പോലും കൃഷ്ണനെ കംസന്റെ കൈയ്യിൽ നിന്നും രക്ഷിച്ച ശക്തിയല്ലേ ആ ശക്തി ഞങ്ങളേയും കാത്തോളും എന്ന വിശ്വാസമുണ്ടായിരുന്നു എനിയ്ക്ക്. അങ്ങനെ ആ ദിവസവും വന്നെത്തി. നിദ പ്രസവിച്ചു. പെൺകുട്ടി. അമ്മയും കുഞ്ഞും രണ്ട് പാത്രമായി. അപ്പോഴാണ് എനിയ്ക്ക് സമാധാനമായത്. നിദ ഊമയായതു കൊണ്ട് ഒരു ശബ്ദവും ഇല്ലായിരുന്നു.

ആസിയാത്ത ആ കുഞ്ഞിനെ നിദയുടെ കൈയ്യിൽ കൊടുത്തില്ല. നിദയുടെ പാലും കൊടുക്കാൻ സമ്മതിച്ചില്ല. പാൽ വറ്റിപ്പോകാൻ ഏതാക്കെയോ ഇലകൾ അരച്ച് അവളുടെ സ്തനങ്ങളിൽ പുരട്ടി. കുഞ്ഞിന് പശുവിൻ പാൽ നേർപ്പിച്ച് കൊടുത്തു. രണ്ട് ആഴ്ച കഴിഞ്ഞപ്പോൾ എനിയ്ക്ക് വീണ്ടും ട്രാൻസ്ഫർ ഓർഡർ വന്നു. ഇപ്രാവശ്യം കുട്ടനാട് ഹെൽത്ത് സെന്ററിലേയ്ക്കാണ്. ഉണ്ണിയേട്ടൻ വീണ്ടും എന്നെ കൊണ്ടുപോകാനായി വന്നു. ആസിയാത്തയും, നിദയും, കുഞ്ഞും ഒരു ചോദ്യചിഹ്നമായി നിന്നു.

ആസിയാത്ത ആ കുഞ്ഞിനെ കൈയ്യിലെടുത്തു. എന്നിട്ട് നിറഞ്ഞ കണ്ണുകളോടെ ഞങ്ങളോടായി ചോദിച്ചു. ഞാനും ഈ കുഞ്ഞും തമ്മിലുള്ള ബന്ധമെന്താണ്? എന്റെ ഭർത്താവിന്റെ കുട്ടി. അപ്പോൾ എനിക്കെന്റെ മോൾ ആരാ? പിന്നീടവർ പൊട്ടിക്കരഞ്ഞു. ഇതുമായി നാട്ടിൽ ചെന്നാൽ പ്രായത്തിന്റെ മാനസ്സിക വളർച്ചയില്ലാത്ത ഈ ഊമക്കുട്ടിയും ഞാനും എന്ത് ചെയ്യും. പള്ളിക്കമ്മറ്റിക്കാർക്ക് ഇപ്പോഴുള്ള സഹതാപവും കൂടി നഷ്ടമാകും. എന്റെ കാലം കഴിഞ്ഞാൽ ഇവളെങ്ങിനെ ഈ കുഞ്ഞിനെ വളർത്തും. ഇതും ഒരു പെൺകുട്ടി തന്നെയല്ലേ? മനസ്സാക്ഷി മരവിച്ച കാപാലികരായ എത്ര പേർക്കായിരിക്കും ഇവളും ഇരയാകേണ്ടത്???

പെട്ടെന്ന് തന്നെ ഉണ്ണിയേട്ടൻ ആ കുഞ്ഞിനെ വാങ്ങി എന്റെ

കൈയ്യിൽ തന്നു.

"ഇതാണ് ശ്രീജേ ഇനി നമ്മുടെ കുഞ്ഞ്." എന്ന് പറഞ്ഞ്. അന്ന് രാത്രി എന്നോട് ഒരു കാര്യം കൂടി പറഞ്ഞു.

"അന്ന് കുട്ടികളുണ്ടാകാത്തതിന്റെ പേരിൽ നമ്മൾ ഡോക്ടറെ കണ്ടില്ലേ. പരിശോധനകളൊക്കെ നടത്തിയില്ലേ. അതിൽ നിനക്കൊരിക്കലും ഒരമ്മയാവാനുള്ള കഴിവില്ല എന്നാണ് കണ്ടത്. നീയതറിഞ്ഞാൽ ഒരുപാട് വിഷമിക്കും എന്നറിയാവുന്നതു കൊണ്ടാണ് പറയാതിരുന്നത്. ആദ്യം ഇവിടെ വന്നപ്പോൾ തന്നെ ഞാനിക്കാര്യം ആസിയാത്തയോട് പറഞ്ഞു. കുഞ്ഞിനെ ഞങ്ങൾ വളർത്താം എന്നും. അന്ന് വീട്ടിൽ പോയപ്പോൾ ഞാൻ അമ്മയോടും, ലതികയോടും പറഞ്ഞു നീ ഗർഭിണിയാണെന്ന്. അത് കേട്ടപ്പോഴേ അവര് പറഞ്ഞു പ്രസവത്തിന് ഇങ്ങോട്ടൊന്നും കൊണ്ടു വന്നേക്കരുത് ഞങ്ങളെ കൊണ്ട് പറ്റില്ല എന്ന്. ഉർവശീ ശാപം ഉപകാരമായതു പോലെ അത് നമുക്കും ഉപകാരമായി. നിന്റെ പ്രാർത്ഥന പോലെ തന്നെ ഞാൻ ബസോടുന്ന റൂട്ടിൽ തന്നെ നിനക്ക് ട്രാൻസ്ഫറും കിട്ടി." വണ്ടൂരേയ്ക്കും, മാനന്തവാടിയിലേയ്ക്കും ട്രാൻസ്ഫർ തന്നതിന് ഞാൻ ദൈവത്തോട് നന്ദി പറയുകയായിരുന്നു. ഈശ്വരൻ ചെയ്യുന്ന ഓരോ കാര്യങ്ങൾക്കും ഓരോ അർത്ഥങ്ങളുണ്ട് എന്ന് പറയുന്നത് എന്റെ കാര്യത്തിൽ സത്യമായി. ആദ്യം വീട്ടിലെ പോരിൽ നിന്നും രക്ഷപെടാൻ കട്ടപ്പനയിലേയ്ക്ക്. ആസിയാത്തയേയും, നിദയേയും പരിചയപ്പെടാൻ വണ്ടൂരേയ്ക്ക് ട്രാൻസ്ഫർ... അവരിൽ നിന്നും ഒരു കുഞ്ഞിനെ സ്വന്തമായി കിട്ടാൻ മാനന്തവാടിയിലേയ്ക്ക് ട്രാൻസ്ഫർ. ഇപ്പോൾ എന്റെ ഉണ്ണിയേട്ടനും ഞങ്ങളുടെ കുഞ്ഞുമായി ഒരുമിച്ച് ജീവിക്കാൻ കുട്ടനാട്ടിലേയ്ക്ക് ട്രാൻസ്ഫർ. നന്ദി ദൈവമേ! നന്ദി...

ഉണ്ണിയേട്ടൻ തന്ന നോട്ടുകൾ ഞാൻ ആസിയാത്തയുടെ കൈയ്യിൽ വച്ചു കൊടുത്തു. ഇനി കുറച്ചു നാൾ പണിയ്ക്കു പോകാതെ നിദയ്ക്ക് വേണ്ട രക്ഷ ചെയ്യണം എന്ന് പറഞ്ഞ്. നിദയേയും ആസിയാത്തയേയും ട്രെയിനിൽ കയറ്റി ഇരുത്തിയപ്പോഴും നിദ പാവക്കുട്ടിയെ കൈയ്യിൽ എടുത്തിട്ടുണ്ടായിരുന്നു. അവരുടെ ട്രെയിൻ പോയ ശേഷം ഞങ്ങളവിടെ ഇരിക്കുമ്പോൾ എന്റെ കൈയ്യിലിരുന്ന ആ ചോരക്കുഞ്ഞ് മെല്ലെ ചിരിക്കുന്നുണ്ടായിരുന്നു. സ്വപ്നത്തിൽ മാലാഖമാർ വന്ന് കളിപ്പിക്കുമ്പോഴാണ് കുഞ്ഞുങ്ങൾ ചിരിക്കുന്നത്. അര മണിക്കൂർ കഴിഞ്ഞപ്പോൾ ഞങ്ങളും കോഴിക്കോടുനിന്നും ആലപ്പുഴയ്ക്കുള്ള ട്രെയിനിൽ കയറി. എനിയ്ക്ക് ട്രാൻസ്ഫർ കിട്ടിയ പുതിയ സ്ഥലത്ത് ജോയിൻ ചെയ്യാൻ...

●

ആത്മാവ്

കരുണാകരനദ്ദേഹം മരിച്ചു. നാമജപവും ആരുടെയൊക്കെയോ അടക്കിപ്പിടിച്ച തേങ്ങലുകളും കേൾക്കാം. കുറേ നാളായി രോഗശയ്യയിൽ ആയിരുന്നല്ലോ. എന്നാലും അദ്ദേഹം കിടക്കുന്നത് ഞാൻ ജന്നലഴികൾക്കുള്ളിൽ കൂടി കാണാറുണ്ടായിരുന്നു. അദ്ദേഹവും ആ കിടപ്പിൽ കണ്ടിരുന്നത് എന്നെ മാത്രമായിരുന്നു. കാറ്റിലിളകുന്ന എന്റെ ചില്ലകളും ഇലകളും നോക്കിയാണ് അദ്ദേഹം കിടന്നിരുന്നത്.

അദ്ദേഹത്തിന്റെ മുത്തച്ഛൻ തമിഴ്നാട്ടിലെ താംബരത്ത് ജോലിയായിരുന്നപ്പോൾ അവിടെ നിന്നും എന്നെ കൊണ്ടുവന്നതാണ്. അങ്ങനെ ഞാൻ ശങ്കരൻ മുത്തച്ഛന്റെ വീട്ടിലും വളരാൻ തുടങ്ങി. നാണി മുത്തച്ഛിക്ക് വലിയ ഇഷ്ടമായിരുന്നു മൽഗോവ മാമ്പഴം. ഭാര്യയുടെ ഇഷ്ടത്തിന് ആവശ്യം പോലെ മാമ്പഴം തിന്നട്ടെ എന്നു കരുതിയാണ് അന്നത്തെ യാത്ര ദുർഘടം പിടിച്ചതായിരുന്നിട്ടും ഒരു കുഞ്ഞു മൺകലത്തിൽ അവിടുത്തെ പശിമയുള്ള മണ്ണ് നിറച്ച് അതിൽ നട്ടു വച്ചാണ് എന്നെ കൊണ്ടുവന്നത്. പിന്നീട് കലമുടച്ച് മാറ്റിമണ്ണ് പോകാതെ തന്നെ എന്റെ വേരുകൾ ഇളകാതെ വീടിന്റെ കുറച്ചകലെയായി കിഴക്കുവശത്തായി എന്നെ നട്ടു. ഞാൻ പതുക്കെ വളരാൻ തുടങ്ങി. മുത്തച്ഛൻ ജോലിയിൽ നിന്നും വിരമിച്ചു വന്ന ശേഷമാണ് ഞാൻ മെല്ലെ തളിർത്ത് പൂവിട്ട് ഉണ്ണിമാങ്ങകൾ

ഉണ്ടാകാൻ തുടങ്ങിയത് അന്ന് മുത്തച്ഛനും മുത്തച്ഛിക്കും വലിയ സന്തോഷം ആയിരുന്നു... പിന്നെ ആദ്യത്തെ മാമ്പഴം പഴുത്തപ്പോൾ മുത്തച്ഛൻ അത് പറിച്ച് മുത്തച്ഛിക്ക് കൊടുത്തു. ഉടൻ തന്നെ മുത്തച്ഛി അത് കഴുകി ഗണപതി ഭഗവാന് വിളക്ക് കൊളുത്തിയ ശേഷം നേദ്യമായി വച്ചു. എന്നിട്ട് കൈകൂപ്പി പ്രാർത്ഥിച്ചു. "ഭഗവാനേ മാവിലെ ആദ്യത്തെ മാങ്കനി അങ്ങേയ്ക്കുള്ള നേദ്യം. ഈ ഒരു മാമ്പ ഴത്തിനു വേണ്ടിയല്ലേ അങ്ങും കാർത്തികേയനും പിണങ്ങിയത്. ആകെയുള്ള ഒരു മാമ്പഴം കുഞ്ഞ് കാർത്തികേയന് വേണമെന്ന് അദ്ദേഹവും തനിയ്ക്ക് വേണമെന്ന് കുഞ്ഞു ഗണപതിയും വാശി പിടിച്ചു. അവസാനം അച്ഛനമ്മമാരായ ശിവപാർവ്വതിമാർ ആരാണ് അവരവ രുടെ വാഹനത്തിൽ മൂന്നു പ്രാവശ്യം മൂവുലകം ചുറ്റി ആദ്യം വരുന്നത് അവർക്കായിരിക്കും മാമ്പഴം എന്ന് പറഞ്ഞു തന്റെ വാഹനമായ മയിലിന്റെ പുറത്തു കയറി കാർത്തികേയൻ മൂന്നു ലോകവും വലംവ യ്ക്കാനായി പോയി. മൂന്നു ലോകങ്ങൾക്കും തുല്യരാണ് അച്ഛനമ്മമാർ എന്നറിയാവുന്ന ഗണപതി തന്റെ വാഹനമായ എലിയുടെ പുറത്തു കയറി മൂന്നു പ്രാവശ്യം അച്ഛനമ്മമാരെ വലം വച്ചു. മാമ്പഴം വാങ്ങി. ജയിച്ചു എന്ന് കരുതി വന്ന കാർത്തികേയന് മാമ്പഴം കിട്ടാത്തതിൽ പിണക്കമായി. അങ്ങനെയാണ് അദ്ദേഹം പഴനിയിൽ പോയി കുടി യിരുന്നത്... അതു കൊണ്ട് അങ്ങേയ്ക്കിഷ്ടപ്പെട്ട ഈ മാമ്പഴം സ്വീക രിച്ച് ഞങ്ങളുടെ മാവിന് ഒരു കേടുപാടും വരാതെ ഞങ്ങളുടെ വരും തലമുറകളുടേയും വിശപ്പടക്കാൻ ഒരു പാടൊരുപാട് വർഷങ്ങളിൽ നില നിൽക്കാൻ ഇടയാക്കണേ... ഭഗവാനേ..." എന്നുള്ള പ്രാർത്ഥന... പണ്ട് കാലത്തെ മനുഷ്യർ അങ്ങനെയാണ് എല്ലാം ആദ്യം തന്നെ ദൈവത്തിലർപ്പിച്ചിട്ടേ എന്തും ചെയ്യുമായിരുന്നുള്ളൂ.

അങ്ങനെ എന്റെ മാമ്പഴം നാട്ടിലെല്ലാം പ്രശസ്തമായി. വലിയ മാമ്പഴം ആണ് മൽഗോവ. ദക്ഷിണേന്ത്യയിൽ മാത്രമേ കാണപ്പെടൂ. മാങ്ങയണ്ടി ചെറുതായതു കൊണ്ട് നല്ല ദശക്കട്ടിയാണ്. പഴുത്തു കഴിഞ്ഞാൽ തേനിന്റെ മധുരവുമാണ്.

മുത്തച്ഛനും മുത്തച്ഛിയും ആവോളം മാമ്പഴം കഴിക്കുകയും മറ്റുള്ള വർക്ക് നൽകുകയും ചെയ്യുമായിരുന്നു. വിളഞ്ഞു കഴിയുമ്പോൾ പറിച്ച് വൈക്കോലിന്റെ ഇടയിൽ ഒരാഴ്ച അനക്കം തട്ടാതെ വയ്ക്കും. അതു കഴിയുമ്പോൾ പഴുത്ത സുഗന്ധം അവിടമാകെ പരക്കും. അപ്പോൾ അടുത്തുള്ളവർക്കും, ബന്ധുക്കൾക്കും, വീട്ടിൽ വരുന്നവർക്കും ഒക്കെ കൊടുക്കും. മാമ്പഴം ഉടച്ച് വെള്ളത്തുണിയിൽ ഒഴിച്ച് ഉണങ്ങാൻ വയ്ക്കും. എന്നിട്ട് ഉണങ്ങിക്കഴിയുമ്പോഴുള്ള മാമ്പഴതെരയെടുത്ത് കുപ്പികളിലാക്കി വയ്ക്കും. താഴെ വീഴുന്ന കണ്ണിമാങ്ങ ഉപ്പിലിടുകയും,

അച്ചാറിടുകയും ചെയ്യും. വിളഞ്ഞ പച്ച മാങ്ങയും ഉപ്പിലിടുകയും, കടുമാങ്ങ ഉണ്ടാക്കുകയും ചെയ്യും. വിളഞ്ഞ മാങ്ങയുടെ പച്ചടിക്കും, കടുമാങ്ങയ്ക്കുമുള്ള സ്വാദ് ആഹാ!നാവിലങ്ങനെയങ്ങനെ... പറഞ്ഞറിയിക്കാനാവില്ല അത് രുചിച്ച തന്നെ മനസ്സിലാക്കണം. വിളഞ്ഞ പച്ച മാങ്ങ ചതച്ച് പിഴിഞ്ഞ് നീരെടുത്ത് അതിൽ തിളപ്പിച്ചാറിയ വെള്ളം ചേർത്ത് നേർപ്പിച്ചതിൽ പഞ്ചസാരയും ഉപ്പും ചേർത്ത് ഉണ്ടാക്കുന്ന പാനീയം വേനൽക്കാലത്തെ ചൂടിൽ നിന്നുള്ള നമ്മുടെ ശരീര സംരക്ഷണത്തിന് ഏറ്റവും ഉത്തമമാണ്. ഉപ്പിലിട്ട പച്ച മാങ്ങയും ചക്കക്കുരുവും കൂടിയുള്ള ഒഴിച്ചുകൂട്ടാൻ മഴക്കാലത്തെ ഒരു പ്രധാന വിഭവമാണ്. അതു പോലെ കഞ്ഞിയുടെ കൂടെ ഉപ്പുമാങ്ങയും, കാന്താരിമുളകുടച്ചതും നാവിൽ കൊതിയൂറും. പച്ചമാങ്ങ അരിഞ്ഞുണങ്ങിയത് ഒരു വർഷത്തേയ്ക്ക് പിന്നത്തെ മാമ്പഴക്കാലം വരെ സൂക്ഷിച്ച വച്ച് കറികളിലും മറ്റും ഉപയോഗിക്കുകയും, അച്ചാറിടുകയും ചെയ്യും. പഴുത്തു കഴിഞ്ഞാൽ പഴത്തിനു പകരം പുട്ടിന്റെ കൂടെ മാമ്പഴമാണ് കഴിയ്ക്കുക. പഴുത്ത മാമ്പഴം വായിൽ വയ്ക്കുമ്പോൾ തന്നെ നാവിൽ കപ്പലോട്ടും. പഴുത്ത മാമ്പഴവും മുളകും ചേർത്ത് വേവിച്ചതിൽ തൈരൊഴിച്ചുള്ള മാമ്പഴ പുളിശ്ശേരി ഉണ്ടെങ്കിൽ അന്നത്തെ ഊണ് കുശാലായി. അത് വിവരിക്കാൻ വാക്കുകളില്ല അത്രയ്ക്ക് ബഹുകേമമാണത്. കുട്ടികൾ കണ്ണിമാങ്ങ തിന്നിട്ട് അതിലെ കുഞ്ഞു വെളുത്ത അണ്ടിപ്പരിപ്പ പോലുള്ള മാങ്ങയണ്ടി കൈയ്യിൽ വച്ച് ആണാണോ?, പെണ്ണാണോ? എന്ന് ചോദിച്ച് തള്ളവിരലിന്റേയും ചൂണ്ടുവിരലിന്റെയും അറ്റത്തു വച്ച് തെറിപ്പിക്കുമായിരുന്നു. ദൂരെ പോയാൽ ആണ്. അടുത്തു തന്നെ വീണാൽ പെണ്ണ്. ഇത് കാണുമ്പോൾ സന്തോഷത്താൽ ഞാൻ കൂടുതൽ ഉണ്ണിമാങ്ങകൾ അവർക്കായി വീഴ്ത്തി കൊടുക്കും. ഇന്നത്തെ കുട്ടികൾക്ക് ഇത് വല്ലതും മനസ്സിലാവുമോ അവർക്ക്എല്ലാം മൊബൈൽ ഫോണല്ലേ. കലികാലവൈഭവം എന്നല്ലാതെ എന്താ പറയേണ്ടത്?

ശങ്കുണ്ണി മുത്തച്ഛന്റെയും നാണി മുത്തച്ഛിയുടേയും മക്കൾ ഓരോരുത്തരായി വിവാഹം കഴിച്ച് മാറിയപ്പോൾ ഏറ്റവും ഇളയ ഗോവിന്ദനും ദേവുവുമായി അടുത്ത കാര്യക്കാർ.

അവരോടും മുത്തച്ഛനും, മുത്തച്ഛിയും മൽഗോവ മാവായ, എത്ര പറഞ്ഞാലും മതിവരാത്ത എന്റെ കഥയും എന്നെ നന്നായി സംരക്ഷിക്കണം എന്നുള്ള കാര്യവും എന്റെ ചുവട്ടിൽ വച്ച തന്നെ പറയുമായിരുന്നു. പടർന്നു പന്തലിച്ച എന്റെ തണലിൽ ഇരുന്ന് സുഖശീതളമന്ദമാരുതനേറ്റിരിക്കുക എന്നത് ഒരു നിത്യവൃത്തി തന്നെയായിരുന്നു പഴമക്കാരായ അവർക്കേവർക്കും... എന്റെ തണലിൽ ചിക്കുപായ

വിരിച്ചിട്ട് അതിൽ എല്ലാവരും വട്ടം വളഞ്ഞിരുന്ന് വീട്ടുവിശേഷങ്ങളും നാട്ടുവിശേഷങ്ങളും പറഞ്ഞ് മാങ്ങയുള്ള സമയമാണെങ്കിൽ പച്ച മാങ്ങ അരിഞ്ഞതിൽ ഉപ്പും, മുളകു ചതച്ചതും, അൽപ്പം വെളിച്ചെണ്ണയും കൂട്ടിത്തിരുമ്മിയത് ആസ്വദിച്ച് കഴിക്കുകയും കൂടി ചെയ്യുന്നത് കാണുമ്പോൾ എനിയ്ക്ക് ഭയങ്കര സന്തോഷമായിരുന്നു. ആ സമയത്ത് കാറ്റത്ത് എന്റെ പഴുത്ത ഇലകൾ പൊഴിക്കും എന്നല്ലാതെ ഒരു കുഞ്ഞു ചില്ല പോലും അവരുടെ ശരീരത്ത് വീഴാതെ ശ്രദ്ധിക്കുമായിരുന്നു. അന്നെന്റെ മാവിൻ ചുവട് സംഭാഷണശകലങ്ങളുടേയും, പൊട്ടിച്ചിരികളുടേയും വെടിവട്ടശാല തന്നെയായിരുന്നു അവർക്ക് ഏവർക്കും.

എന്റെ ഇലകൾ കൊണ്ടാണ് അവർ പല്ലുതേച്ചിരുന്നത്. എന്റെ പഴുത്തിലകളാണ് നാട്ടിലെ പെൺകുട്ടികളുടെ വേതു വെള്ളത്തിൽ ഇട്ട് തിളപ്പിച്ചിരുന്നത്. എന്റെ കൊമ്പുകളിലാണ് ഊഞ്ഞാൽ കെട്ടുക. ഓണക്കാലമായാൽ മാവിൻ ചുവട്ടും ഉത്സവമേളത്തോടെ എപ്പോഴും തിമിർത്തുല്ലസിക്കും. അന്നത്തെ മനുഷ്യരൊക്കെ പരസ്പര സ്നേഹവും, ബഹുമാനവും പുലർത്തിയിരുന്ന കാപട്യം തീണ്ടാത്തവരായിരുന്നു.

മൂന്നാം തലമുറ ആയപ്പോൾ കരുണാകരന്നദ്ദേഹവും അദ്ദേഹത്തിന്റെ ഭാര്യ മീനാക്ഷിയും ആയിരുന്നു. അവർക്ക് നാലായിരുന്നു ആൺമക്കൾ ഓരോരുത്തരും ജോലിക്കാരായിരുന്നു. ഇപ്പോൾ ആർക്കും മാഞ്ചുവട്ടിൽ ഇരിക്കാനൊന്നും നേരമില്ല. കരുണാകരനദ്ദേഹം കിടപ്പിലാകുന്നതുവരെ എന്റെ കാറ്റേൽക്കുന്നതൊരു സുഖമാണെന്നും പറഞ്ഞ് ഇവിടെ കസേരയിട്ടിരിക്കുമായിരുന്നു. മക്കൾഫാനിന്റെ കാറ്റേറ്റിരിക്കാൻ പറയുമ്പോൾ "പ്രകൃതിയുടെ കനിവിലുള്ള വരദാനം പോലെയുള്ള ഒരു സുഖവും ഒരു യന്ത്രത്തിനും തരാനാവില്ല. വൃക്ഷങ്ങൾ പൂജിക്കപ്പെടേണ്ട കാണപ്പെട്ട ദൈവങ്ങളാണ്. അവ തണലേകുകയേ ഉള്ളൂ. നമുക്കൊരിക്കലും വൃക്ഷങ്ങളെ പോലെ തണലേകാൻ കഴിയില്ല. തണലിലേയ്ക്ക് മാറാനേ കഴിയൂ. ഈ മാവിവിടെ ഉള്ളതുകൊണ്ടാണ് ഈ കിളികളും അണ്ണാറക്കണ്ണനും ഒക്കെ ഇവിടെ വരുന്നത്. നിങ്ങൾ വീടുവയ്ക്കാനും, വിൽക്കാനും ഒക്കെയായി ഓരോരോ വൃക്ഷങ്ങൾ മുറിച്ചു കളഞ്ഞില്ലേ. വനം പോലെ നിന്നിരുന്ന പറമ്പിപ്പോൾ കോൺക്രീറ്റ് മരുഭൂമിയായില്ലേ? നീ പറഞ്ഞ ഫാനിന്റെ കാറ്റ് ഇവിടെ ആവശ്യമുണ്ടായിരുന്നില്ല. നിന്റെ ഫാനിന്റെ കാറ്റിനും ചൂടില്ലാതാവുന്നത് ഈ മാവ് ഇവിടെ പടർന്നു പന്തലിച്ചു നിൽക്കുന്നതുകൊണ്ടാണ് "

മൂന്നാമത്തെ മകൻ ഗോപിയുടെ വീതത്തിൽ ആണ് ഞാനിപ്പോൾ നിൽക്കുന്നത്. നാലാമത്തെ മകൻ രഘുവിനാണ് വീട് കിട്ടിയത്. ചേട്ടൻമാരേക്കാൾ കഴിവു കുറഞ്ഞ തനിയ്ക്ക് എല്ലാം കൂടി വേണമെന്ന

സ്വാർത്ഥനം, അത്യാർത്തിക്കാരനായിരുന്നു രഘു. തന്റെ വീതത്തിൽ അല്ലായിരുന്ന ചേട്ടൻമാരുടെ വീതത്തിൽ ഉണ്ടായിരുന്ന ഓരോ മരങ്ങളും അവൻ ഓരോരോ കാരണങ്ങൾ പറഞ്ഞ് വെട്ടിക്കളഞ്ഞു. ചിലത് തെർമോമീറ്ററിലെ മെർക്കുറി കുത്തിവച്ച് ഉണക്കി കളഞ്ഞു. കുടം പുളിയും പ്ലാവും, ആഞ്ഞിലിയും അങ്ങനെ എന്തെല്ലാം നശിപ്പിച്ചു. തനിയ്ക്ക് കിട്ടാത്തത് മറ്റാർക്കും കിട്ടരുത് എന്നുള്ള കാഴ്ചപ്പാടായിരുന്നു രഘുവിന്.

ഗോപിയുടെ ഭാര്യ രമയോടും പറയുന്നതു കേട്ടു ഈ മാവ് വെട്ടിക്കളയണം. നൂറിനും നൂറ്റമ്പതിനും ഒക്കെ എത്ര നല്ല മാമ്പഴങ്ങൾ ആണ് മാർക്കറ്റിൽ കിട്ടുന്നത്?വെറുതേ ഇത് നിർത്തി മുറ്റം നിറയെ ഇലകളും വൃത്തിയാക്കാൻ എന്ത് പാടാണ്. ആരോടും നേരിട്ട് പ്രതികരിക്കാത്ത സ്വഭാവക്കാരിയായ രമ ഗോപി കേൾക്കാതെ ആരോടെന്നില്ലാതെ പറഞ്ഞു "അങ്ങനെ മാർക്കറ്റിൽ കിട്ടാത്ത എന്ത് സാധനമാണുള്ളത്. ഇയാളെന്തിനാ വീട്ടിൽ താമസിക്കുന്നത്? അതിന് പകരം വല്ല ലോഡ്ജിലും പോയാൽ പോരേ ? ഒരു വിഷവും ഇല്ലാതെയുള്ള ശുദ്ധമായ തേൻ മധുരമുള്ള മാമ്പഴം സ്വന്തം മുറ്റത്ത് തന്നെയുള്ള മാവിൽ നിന്ന് സുലഭമായി ലഭിക്കുമ്പോഴാണ് ഉള്ള മാവ് വെട്ടിക്കളഞ്ഞിട്ട് പണം കൊടുത്ത് വിഷമടിച്ച മാമ്പഴം മാർക്കറ്റിൽ നിന്ന് വാങ്ങാൻ ഇവനെന്താ സ്ഥിരബുദ്ധി നഷ്ടമായോ? ഓരോരോ ജൻമങ്ങൾ. മരുന്നില്ലാത്ത രോഗമാണ് രഘുവിന് അസൂയ "

അപ്പോഴും ഞാൻ ഭയന്നു. എത്ര തലമുറ കണ്ടയാളാണ് ഞാൻ. എന്തേ രഘുവിനെ പോലെ ഒരുത്തൻ ഇവിടെ ഈ കുടുംബത്തിൽ വന്നു പിറന്നത്?എന്ന്!. മാവ് വെട്ടുന്ന കാര്യം പറഞ്ഞപ്പോൾ കുറേ നാളുകൾ കൂടി കരുണാകരനദ്ദേഹത്തിന്റെ സ്വരം ഉയർന്നു കേട്ടു. "ആ മാവ് അവിടെ നിൽക്കുന്നത് കൊണ്ട് നിനക്കെന്താ ഇത്ര ബുദ്ധിമുട്ട്? അങ്ങനെയാണെങ്കിൽ ഞാനും നിനക്ക് ബുദ്ധിമുട്ടായോ? പെൻഷൻ കിട്ടുന്നത് കൊണ്ട് വരുമാനം നിലയ്ക്കാതിരിക്കാനായിരിക്കും അല്ലേ എന്നേയും കൊല്ലാതിരിക്കുന്നത്. ഞാനിവിടെ ജീവനോടെ ഉള്ളിടത്തോളം കാലം ആ മാവ് അവിടെ തന്നെ നിൽക്കും". പിന്നെ രഘു ഒന്നും പറഞ്ഞില്ല.

ആരൊക്കെയോ ചോദിക്കുന്നതു കേട്ടു. "ശവദാഹത്തിന്റെ കാര്യങ്ങൾ എങ്ങനെയാണ്? ഇവിടെ അടുത്തല്ലേ ക്രിമിറ്റോറിയം അവിടെയാക്കുന്നതല്ലേ നല്ലത്?" ഉടൻ തന്നെ വന്നു രഘുവിന്റെ മറുപടി.

"അത് വേണ്ട അച്ഛനെ ഇവിടെ ദഹിപ്പിച്ചാൽ മതി. ഗോപിയേട്ടന്റെ പറമ്പിലെ ആ മാവുണ്ടല്ലോ അത് വെട്ടാം."

ആരോ ചോദിക്കുന്നതു കേട്ടു.

“അത് വേണോ രഘു? എത്ര നല്ല മാവാണത്. ഇപ്പോഴും എത്ര നല്ല കായ്ഫലമാണ് അത് തരുന്നത്. ഇനി ഇതുപോലൊരു മാവ് നമ്മൾ നട്ട് വച്ചാൽ തന്നെയും ഈ ജൻമത്ത് കാണാൻ കഴിയും എന്ന് തോന്നുന്നില്ല. ”

“അച്ഛന് ഏറ്റവും ഇഷ്ടമുള്ള മാമ്പഴം ആയിരുന്നു ആ മാവിലേത്. അതു കൊണ്ട് അതിന്റെ തടി തന്നെ മതി അച്ഛനെ ദഹിപ്പിക്കാൻ.” തന്ത്രശാലിയായ രഘുവിന് ഒരു വെടിക്ക് രണ്ടു പക്ഷി എന്നു പറഞ്ഞതു പോലെയായി അച്ഛനെ ദഹിപ്പിക്കുകയും ചെയ്യാം. അവനാഗ്രഹിച്ച പോലെ എന്നെ വെട്ടിനശിപ്പിക്കുകയും ചെയ്യാം.

ഞാനാകെ പരവശനായി. മരിച്ചവർക്ക് സംസാരിക്കാനാവുമായിരുന്നെങ്കിൽ കരുണാകരനദ്ദേഹം പറഞ്ഞേനേ എന്നെ മുറിക്കണ്ടെ എന്ന്.

വലിയ പരിസ്ഥിതി സംരക്ഷകനെന്ന് ഭാവിക്കുന്ന, നടിക്കുന്ന രഘു എന്ന മൂഢനായ മനുഷ്യാ പണ്ട് നിന്റെ കുലം ഇത്ര പുരോഗമിച്ചിട്ടില്ലാത്ത സമയത്ത്, ഇത്ര ജനസംഖ്യ ഇല്ലാതിരുന്ന സമയത്ത്, ദഹനത്തിന് വൃക്ഷങ്ങൾ മുറിച്ചുപയോഗിച്ചിരുന്നു. അന്ന് ആർക്കും ശ്വസന വായു വിലയ്ക്ക് വാങ്ങേണ്ട ആവശ്യം ഇല്ലായിരുന്നു. ഇത്ര അന്തരീക്ഷ മലിനീകരണവും ഇല്ലായിരുന്നു. ഇന്ന് കറണ്ട് ഉപയോഗിച്ചും, ഗ്യാസ് ഉപയോഗിച്ചും ഒരന്തരീക്ഷ മലിനീകരണവുമില്ലാതെ തന്നെ നിമിഷങ്ങൾക്കുള്ളിൽ ശരീരം ദഹിപ്പിക്കാമെന്നിരിക്കെ എന്തിനാണ് പച്ച വിറകുപയോഗിച്ച് അതും ഏറ്റവും നല്ല ഫലവൃക്ഷമായ മാവിനെ തന്നെ വെട്ടി നീ നശിപ്പിക്കുന്നത്? വൃക്ഷങ്ങൾ എന്ന് പറയുന്നത് കുടപോലെയാണ്. വെയിൽ കത്തി കാളുമ്പോഴും, മഴ ആടിത്തിമിർക്കുമ്പോഴും എല്ലാ ജീവജാലങ്ങളേയും പൊതിഞ്ഞ് പിടിക്കുന്നവർ. ഭൂമിയിലെ കാർബൺ ഡൈ ഓക്സൈഡിനെ വലിച്ചെടുത്ത് പ്രകൃതിക്കാവശ്യമായ ഓക്സിജൻ നൽകുന്നവർ, പക്ഷികൾക്കും, മറ്റു ജീവികൾക്കും ഭക്ഷണം നൽകുന്നതോടൊപ്പം അവർക്ക് കൂട്ടുകൂട്ടാൻ സ്ഥലമൊരുക്കുന്നവർ, പച്ചിലകളാൽ സംരക്ഷണമേകുന്നവർ, കൊഴിഞ്ഞ ഇലകൾ കൊണ്ട് വളമേകുന്നവർ.

എന്റെ ചില്ലകൾ ഓരോരോന്നോരോന്നായി മുറിക്കുമ്പോൾ നന്നായി വേദനിച്ച ഞാൻ ആഴത്തിൽ പടർന്ന വേരുകളാൽ ഭൂമിയെന്ന അമ്മയെ അമർത്തിപ്പിടിച്ച് അസഹ്യമായ വേദന കടിച്ചമർത്തുകയായിരുന്നു... സഹിക്കുകയായിരുന്നു... മൂന്നു തലമുറ വരെ കണ്ട ഞാൻ ഇനിയും വരും തലമുറയ്ക്ക് തണലും, ഫലവും നൽകേണ്ട ഞാൻ ഉയർന്നു കേട്ട നാമജപങ്ങൾക്കൊപ്പം അതിലേറെ ഉച്ചസ്ഥായിയിൽ

എന്നെ വെട്ടുന്ന ശബ്ദം കേട്ട് കേട്ട് മനുഷ്യന്റെ കരാളഹസ്തങ്ങളാൽ മഴു മുനയേറ്റ് കഷണങ്ങളായി നിലം പതിച്ചു. പിന്നെ ചെറു ചീളുക ളാക്കി മാറ്റി... അതോടൊപ്പം എന്റെ മരക്കൊമ്പുകളിൽ കൂടു കൂട്ടിയി രുന്ന കിളിക്കൂടുകളും നിപതിച്ചു. ഒപ്പം കിളിക്കുഞ്ഞുങ്ങുടേയും കിളി മുട്ടകളുടേയും പൊട്ടിച്ചിതറലുകളും. ഒന്നു ഞരങ്ങുക പോലും ചെയ്യാതെ കിളിക്കുഞ്ഞുങ്ങൾ ജീവൻ വെടിഞ്ഞതറിയാതെ പരിഭ്രാന്തരായ തള്ളക്കിളികൾ ശബ്ദമുണ്ടാക്കി പറന്നു വട്ടം ചുറ്റുന്നുണ്ടായിരുന്നു. എന്റെ കൊമ്പും, ചില്ലയും ഇലകളും എല്ലാം ആകെത്തകർന്നപോലെ എന്നെ നോക്കിക്കരഞ്ഞു. “സാരമില്ല മക്കളേ നിങ്ങളിനി വളവും അടുപ്പിന് ചൂടുപകരാനുള്ള ചുള്ളിക്കമ്പുകളുമാകൂ... നമ്മുടെ ജീവിതം അവസാനിച്ചു.”

ഞാൻ കരുണാകരനദ്ദേഹത്തിന്റെ ശരീരം വഹിച്ച് ചിതയായി അവർ ഒഴിച്ച നെയ്യുടേയും, എണ്ണയുടേയും ശക്തിയാൽ ജീവൻപോ കാതെ തന്നെ സതി അനുഷ്ഠിക്കുന്നവരെപ്പോലെ എന്റെ ശരീരവും തീനാളങ്ങളിൽ ലയിച്ചില്ലാതാവുമ്പോഴും ഞാൻ ചോദിച്ചു കൊണ്ടി രുന്നു. എല്ലാ കാര്യത്തിലും ആധുനികതയുടെയും, പുരോഗമനത്തി ന്റെയും പുറകേ പോകുന്ന പഴമയെ, പഴയ ആചാരങ്ങളെ പുച്ഛിക്കുന്ന നിങ്ങൾക്ക് ആധുനിക സൗകര്യങ്ങൾ ഉപയോഗിച്ചുകൂടേ?. അതല്ല വിറക് തന്നെ വേണമെങ്കിൽ ഏതെങ്കിലും വിറക് വാങ്ങി ഉപയോഗി ച്ചുകൂടേ ?. ചാണകവരളിയും ചിരട്ടയും, തൊണ്ടും ഉപയോഗിച്ചുകൂടേ? മരിച്ച് ആത്മാവ് നഷ്ടപ്പെട്ട് വെറും തടിയായി മാറിയവർക്ക് വേണ്ടി ജീവനുള്ള ഫലവൃക്ഷമായഎന്നെ ത്തന്നെ കൊല്ലണമായിരുന്നോ.?

●

ദൈവനിയോഗം

ലക്ഷം വീട് കോളനിയിലെ ആ ഒറ്റമുറി വീട്ടിലേയ്ക്ക് ഞങ്ങൾ കയറിച്ചെല്ലുമ്പോൾ ആ എഴുപത് വയസ്സുകാരി കഞ്ഞി കുടിക്കുകയായിരുന്നു. ഞങ്ങളേയും കഞ്ഞി കുടിക്കാൻ ക്ഷണിച്ചു. അമ്മ കഴിച്ചിട്ടു വരൂ അതുവരെ ഞങ്ങൾ വരാന്തയിലിരിക്കാം എന്ന് പറഞ്ഞു വരാന്തയിൽ ഇരിക്കുമ്പോൾ കണ്ടു അകത്തേയ്ക്ക് കയറുന്ന വാതിലിന്റെ മുകളിൽ ആയി പ്രായം ചെന്ന ഒരു സ്ത്രീയുടെ മാലയിട്ട വലിയ ഫോട്ടോ.

വേഗം തന്നെ കഞ്ഞി കുടിച്ച് വന്ന ആ അമ്മ ഞങ്ങളെ അകത്തേയ്ക്ക് ക്ഷണിച്ചു. ഞാനാ മുറിയാകെ കണ്ണോടിച്ചു. ഒരു പായ വിരിച്ച കട്ടിൽ അതിന്റെ ഒരു വശത്ത് ഒരു പെട്ടി. മുറിയുടെ മൂലയ്ക്ക് ഭംഗിയായിഅടുക്കി വച്ച ഏതാനും പാത്രങ്ങളും ഒരു സ്റ്റൗവും. നിറം മങ്ങിയ പരുത്തി സാരിയുടുത്ത ആ അമ്മ ഒരു കൂജയിൽ വച്ചിരുന്ന വെള്ളം ഗ്ലാസ്സുകളിലേയ്ക്ക് പകർന്ന് ഞങ്ങൾക്കു വച്ചുനീട്ടി. നല്ല തണുത്ത മൺകൂജയിലെ തനതായ രുചിയുള്ള വെള്ളം ഒറ്റവലിയ്ക്ക് തന്നെ കുടിച്ചു. പിന്നെ അമ്മയെ നോക്കി ചിരിച്ചു. ശാന്തത കളിയാടുന്ന ആ കണ്ണുകളിൽ എന്തോ ഒരിഷ്ടം തോന്നുന്ന ആകർഷണീയത ദൃശ്യമായി.

“അമ്മേ ഈ വർഷത്തെ ‘നാരീശക്തി’ പുരസ്കാരം അമ്മയ്ക്കാണല്ലോ.

ഇതുവരെ ലോകരറിയാതിരുന്ന അമ്മയെ കുറിച്ചുള്ള വിവരങ്ങൾ അറിയണമെന്നുണ്ട്."

"ഞാനെന്തു പറയാനാണെന്റെ കുട്ടികളേ? ഒരു സാധാരണ സ്ത്രീയ്ക്ക് ഉണ്ടാകാവുന്ന അനുഭവങ്ങൾ ഒക്കെ തന്നെയാണ് എന്റെ ജീവിതത്തിലും സംഭവിച്ചിട്ടുള്ളത്. നിങ്ങൾക്ക് അതിലൊരു പുതുമയും തോന്നാനിടയില്ല. ഇവിടംവരെ എന്നെത്തേടി നിങ്ങൾ വന്ന സ്ഥിതിയ്ക്ക് നിങ്ങളെ ഞാൻ നിരാശരാക്കുന്നില്ല. ഞാൻ പറയാം എന്റെ കഥ."

അപ്പനും അമ്മയും ചെറുപ്പത്തിലേ മരിച്ച എനിയ്ക്ക് മൂത്തതായി ഒരു ചേച്ചിയും രണ്ട് ഇച്ചായൻമാരുമായിരുന്നു ഉണ്ടായിരുന്നത്. ഇച്ചായൻമാര് രണ്ട്പേരും കൂലിപ്പണിക്കും കെട്ടിടം പണിക്കും ഒക്കെ പോകുമായിരുന്നു. ചേച്ചിയെ കൃഷിക്കാരനായിരുന്ന ജോസഫ് ചേട്ടൻ കെട്ടി. ഇച്ചായൻമാരും കല്യാണം കഴിച്ചു. കഷ്ടപ്പാട് കൊണ്ട് നന്നായി പഠിച്ചിരുന്ന ഞാൻ പത്താം ക്ലാസ്സിൽ പഠിത്തം നിർത്തി. ഇച്ചായൻമാരുടെ കൂടെ കെട്ടിടം വാർക്കപ്പണി ചെയ്തിരുന്ന ആരോരുമില്ലാത്ത അന്തോണിച്ചായനുമായി എന്റെയും കെട്ടു നടത്തി. ഒരു വർഷം ആകുന്നതിനു മുൻപേ ഒരു കെട്ടിടം വാർക്കുന്നതിന് മുന്നോടിയായി കമ്പി കെട്ടുന്നതിനിടെ കാൽ തെറ്റിവീണ് അന്തോണിച്ചായൻ മരിച്ചു. ഇച്ചായൻമാരുടെ ചേച്ചിമാർക്ക് എന്നെ കൂടെ നിർത്താൻ താൽപ്പര്യം ഇല്ലായിരുന്നു. അന്ന് ചേച്ചി വന്ന് എന്നെ കൂട്ടിക്കൊണ്ടു പോന്നു. കൃഷിപ്പണിയൊക്കെയുള്ളതുകൊണ്ട് ഭാരിച്ച പണിയായിരുന്നു അവിടെ. ശോശാമ്മ ചേച്ചിയുടെ മക്കളെ ഒക്കെ ഞാൻ ആണ് നോക്കി വളർത്തിയത്. ചേച്ചിയും ചേട്ടനും എപ്പോഴും പാടത്തും പറമ്പിലും ആയിരുന്നു. ആയിടയ്ക്ക് ചേച്ചിക്ക് രക്തസമ്മർദ്ദം അധികരിച്ച് തളർന്നു കിടപ്പിലായി. പിന്നീട് ചേച്ചിയേയും നോക്കേണ്ട ചുമതല എനിയ്ക്കായി. ജോസഫ് ചേട്ടൻ അനിയത്തി എന്ന പരിധി വിട്ട് ഇടയ്ക്കൊക്കെ എന്നെ തട്ടാനും മുട്ടാനും തുടങ്ങി. എനിയ്ക്ക് ഭയമായിരുന്നു. രാത്രി ഞാൻ ചേച്ചിയുടെ കൂടെയാണ് കിടന്നിരുന്നത്. മറ്റുള്ളവർ എങ്ങനെ ചിന്തിക്കണം, പെരുമാറണം എന്ന് തീരുമാനിക്കേണ്ടത് നമ്മളല്ല. എന്നാൽ മറ്റുള്ളവരുടെ ചിന്തകളോടും, പെരുമാറ്റങ്ങളോടും എങ്ങനെ പ്രതികരിക്കണം എന്ന് തീരുമാനിക്കേണ്ടത് നാം തന്നെയാണ്. എന്റെ പെരുമാറ്റത്തിൽ ഞാനത് ജോസഫ് ചേട്ടനോട് കാണിച്ചു. പിന്നെ അദ്ദേഹം അടങ്ങി. വർഷങ്ങൾ പലതും കടന്നുപോയി. ചേച്ചിയുടെ രണ്ട് പെൺമക്കളും വിവാഹിതരായി. മൂത്തവൾ റീനയെ ഒരു ബിസിനസ്സുകാരൻ കെട്ടി. അവൾ നല്ല നിലയിൽ ആയിരുന്നു. രണ്ടാമത്തവൾ ബീനയേയും ഒരു കൃഷിക്കാരൻ തന്നെയാണ് കെട്ടിയത്. അവൾക്കും കുഴപ്പമില്ല.

അവരുടെ രണ്ടുപേരുടേയും പ്രസവകാര്യങ്ങളും ഒക്കെ ഒരമ്മയുടെ സ്ഥാനത്ത് നിന്ന് നോക്കിയത് ഞാനായിരുന്നു. ഇളയമ്മയായിരുന്നു അവർക്കെല്ലാം. ആയിടയ്ക്കാണ് ചേച്ചി മരിച്ചത്. പിന്നെ ഞാനെന്തു ചെയ്യും എന്ന വിഷമവൃത്തത്തിലായി. ജോസഫ് ചേട്ടന്റെ കൂടെ പിന്നെ നിൽക്കുന്നത് ശരിയല്ലല്ലോ? അപ്പോഴും ജോസഫ് ചേട്ടൻ പറഞ്ഞത് "നീയെവിടേം പോകണ്ട അന്നാമ്മേ എന്റെ ചെറുപ്പം തൊട്ടുള്ള ഒരാഗ്രഹമാണ് ഞാൻ നിന്നെ പൊന്നുപോലെ നോക്കി ക്കോളാം. ഇത്രയും കാലം നിന്റെ ചേച്ചിയ്ക്കും മക്കൾക്കും വേണ്ടിയല്ലേ നീ ജീവിച്ചത്. ഇനിയുള്ള കാലം നീ എന്റെ കൂടെ നമുക്ക് വേണ്ടി ജീവിക്ക്" ഇത്ര പ്രായമായതിന് ശേഷവും ഉള്ള ആ മനുഷ്യന്റെ ആഗ്രഹം കേട്ടപ്പോൾ എനിയ്ക്ക് എന്നോട് തന്നെ അവജ്ഞ തോന്നി. ഞാൻ പള്ളിവക അനാഥാലയത്തിൽ ചേരാൻ തീരുമാനിച്ചു. അപ്പോഴാണ് റീന മോൾ പറഞ്ഞത് "ഇളയമ്മ എന്തിനാണ് അനാ ഥാലയത്തിൽ പോകുന്നത്? അത് വേണ്ട. ഞങ്ങൾ വച്ച പുതിയ വീടില്ലേ അവിടെ വന്ന് താമസിക്ക്. ഞങ്ങളവിടെ ഇല്ലല്ലോ വീട്ടിൽ ആളും ആകും, ഞങ്ങൾ വരുമ്പോൾ ബുദ്ധിമുട്ടും ഉണ്ടാകില്ല."

അങ്ങനെ റീനയുടെ ഭർത്താവ് ടോമിയുടെ ഒരു അകന്ന ബന്ധ ത്തിലുള്ള പെങ്ങളുടെ മകൻ ജോണി മോനും ഞാനും കൂടി അവിടെ താമസിച്ചു. ജോണി മോൻ അവിടെ നിന്ന് കോളേജിൽ പോയി വന്നു. റീന മോൾക്കും ടോമിക്കും ഒക്കെ വലിയ കാര്യമായിരുന്നു. അവര് വരുമ്പോൾ ഞാൻ അവർക്കിഷ്ടമുള്ള ഭക്ഷണം ഒക്കെ ഉണ്ടാക്കി കൊടുക്കുമായിരുന്നു. അവർക്ക് വീട്ടുജോലി ചെയ്യാൻ മടിയായിരുന്നു. ഒരഞ്ചു രൂപ താഴെപ്പോയാൽ ആർക്കെങ്കിലും രണ്ടു രൂപ കൊടുത്ത് ആ അഞ്ചു രൂപ എടുപ്പിക്കുന്നതല്ലാതെ അവര് അച്ഛനും അമ്മയും മക്കളും കുനിഞ്ഞെടുക്കില്ലായിരുന്നു. പണത്തിന്റെ തിമിരിൽ അത്ര മടിയായിരുന്നു അവർക്കെല്ലാം എന്ന് കാണിക്കാൻ വേണ്ടി ഞാനൊരു ഉദാഹരണം പറഞ്ഞതാണ്.

കുറച്ച് വർഷങ്ങൾ കഴിഞ്ഞപ്പോൾ റീനയുടെ മകൻ സാമിന്റെ വിവാഹം കഴിഞ്ഞു. സാമിന്റെ ഭാര്യയും ആളുകളും എന്നെ ഒരു വേലക്കാരിയുടെ സ്ഥാനത്താണ് കണ്ടത്. ആ സമയത്ത് ജോണി മോന് ജോലി കിട്ടി അവൻ ഉത്തരേന്ത്യയ്ക്ക് പോയി. വീട്ടിൽ ഞാനും, സാംകുട്ടനും, അവന്റെ ഭാര്യ നൻമയും, അവളുടെ അമ്മയും മാത്രമാ യിരുന്നു. പേരിൽ മാത്രം നൻമയുണ്ടായിട്ട് പ്രവൃത്തിയിൽ നൻമ ഒട്ടും ഇല്ലാത്ത വൈരുദ്ധ്യമായിരുന്നു സാംകുട്ടന്റെ ഭാര്യ.

പ്രായാധിക്യത്താലുള്ള മുട്ടുവേദന കൊണ്ട് പഴയ പോലെ വേഗത്തിൽ പണിയൊന്നും ചെയ്യാൻ വയ്യായിരുന്നു. നൻമയ്ക്ക്

കുടിക്കാൻ നാരങ്ങാ വെള്ളം എടുക്കാൻ താമസിച്ചതിന് അവളതെന്റെ മുഖത്തൊഴിച്ചു. അവൾക്ക് മൂന്നുനേരവും ചപ്പാത്തി മതി എന്നു പറഞ്ഞ് അവളും അമ്മയും എന്നെക്കൊണ്ട് അതുണ്ടാക്കിച്ചു. ചോറ് വയ്ക്കാൻ സമ്മതിച്ചില്ല. എനിക്കിത്തിരി ചോറ് തിന്നണം എന്നറിയാവുന്നതു കൊണ്ട് ചെയ്തതാണ്. നായയ്ക്ക് വയ്ക്കുന്ന ചോറിൽ നിന്ന് കുറച്ചെടുത്ത് ഞാൻ കഴിച്ചു കൊണ്ടിരുന്നപ്പോൾ"നായയ്ക്ക് വയ്ക്കുന്ന ചോറ് അതിനുള്ളതാ അല്ലാതെ നായയെപ്പോലെ വലിഞ്ഞു കയറി വന്നവർക്കല്ല" എന്നു പറഞ്ഞ് ഞാൻ കഴിച്ചു കൊണ്ടിരുന്ന പാത്രം വലിച്ചെറിഞ്ഞു. കൂടെ"നിങ്ങൾക്ക് ഒന്ന് ഒഴിവായിത്തന്നൂടേ ?" എന്നുള്ള ചോദ്യവും.

ഞാൻ റീനമോളെ വിളിച്ച് പറഞ്ഞപ്പോൾ അവൾ ഒന്നും മിണ്ടിയില്ല. അപ്പോഴെനിയ്ക്ക് മനസ്സിലായി എല്ലാവരും ചേർന്നുള്ള കളിയാണ് വയ്യാതായ എന്നെ പുറത്താക്കാൻ. പിന്നെ അവിടെ നിൽക്കാൻ തോന്നിയില്ല. ആകെയുണ്ടായിരുന്ന ഇരുന്നൂറ് രൂപയും, ഉടുതുണിയുമെടുത്ത് കോട്ടയത്ത് നിന്നും ബസ് കയറി കൊല്ലത്ത് ബസ്സ്റ്റാൻഡിൽ ഇറങ്ങി അവിടെയിരുന്നു. ഇനി എങ്ങോട്ടെന്നറിയില്ല.

ഒരു പ്രായം ചെന്ന ലോട്ടറി വിൽപനക്കാരി എന്നോട് "ടിക്കറ്റ് വേണോ ?"എന്ന് ചോദിച്ചു. എന്റെ കണ്ണ് നിറയുന്നതു കണ്ടപ്പോൾ അവർ ഒന്നും പറയാതെ വീണ്ടും ടിക്കറ്റ് വിൽപനയ്ക്കായി പോയി.

സന്ധ്യ കഴിഞ്ഞപ്പോൾ അവർ വീണ്ടും എന്റെയടുത്ത് വന്ന് ഒരു പേപ്പർ ഗ്ലാസ്സിൽ കാപ്പിയും രണ്ട് പഴവും വച്ചു നീട്ടി. നിറകണ്ണുകളോടെ ഞാനത് വാങ്ങി ആർത്തിയോടെ കഴിച്ചിട്ട് കാപ്പിയും കുടിച്ചു. പിന്നെ അവർ പറഞ്ഞു അവരുടെ കൂടെ ചെല്ലാൻ. ഞാനേതോ മാസ്മരിക ശക്തിയാലെന്നപോലെ അവരുടെ കൂടെ നടന്ന് എത്തിയതാണിവിടെ ഈ വീട്ടിൽ. ലക്ഷം വീട് കോളനിയിലെ ഈ വീട്ടിൽ.

അവരെനിയ്ക്ക് കഞ്ഞി വച്ചു തന്നു. പിന്നെ ഒന്നിനെ കുറിച്ചും ചിന്തിക്കണ്ട കിടന്നുറങ്ങാൻ പറഞ്ഞു. പിറ്റേന്ന് ഞാനുണരുമ്പോൾ അവർ പോകാൻ തയ്യാറായി നിൽക്കുകയായിരുന്നു. ഉച്ചയ്ക്ക് കഞ്ഞി വച്ചു കുടിക്കാൻ പറഞ്ഞിട്ട് അവർ പോയി.

ഒരു ചെറിയ കുപ്പിയിൽ വച്ചിരുന്ന ഉമിക്കരിയെടുത്ത് പല്ല് തേച്ച് പ്രാഥമിക കർമ്മങ്ങൾ ചെയ്ത ശേഷം ഞാൻ അലങ്കോലമായി കിടന്നിരുന്ന മുറിയാകെ തൂത്തു തുടച്ച് വൃത്തിയാക്കി എല്ലാ സാധനങ്ങളും അടുക്കിപ്പെറുക്കി വച്ചു. അന്ന് നേരത്തേ ടിക്കറ്റ് വിൽപന കഴിഞ്ഞ് അവരെത്തി. കൈയ്യിൽ ഒരു ചെറിയ ബ്രഡ്ഡും, കുറച്ച് സാധനങ്ങളും ഉണ്ടായിരുന്നു. മുറി കണ്ടപ്പോൾ തന്നെ അവർക്കാകെ സന്തോഷമായി.

ഞാൻ അവരോടെന്റെ കഥ പറഞ്ഞു, അവരും. അവരുടെ പേര് ശങ്കരി. കാലിൽ ഒരു മുടന്തുള്ളതു കൊണ്ട് ആരുമില്ലാത്ത ഒരാൾ മൂന്ന് പവനും, മൂവായിരം രൂപയും വാങ്ങി കല്യാണം കഴിച്ചു. രണ്ടാഴ്ച കഴിഞ്ഞപ്പോൾ മുൻപേ ഭാര്യയും കുഞ്ഞും ഉണ്ടായിരുന്ന അയാൾ അയാളുടെ കടം വീട്ടാനായി ചെയ്തതായിരുന്നു ഈ കല്യാണം. അയാളും ഭാര്യയും ശങ്കരിയെ ഒരു പരിചയവും ഇല്ലാത്ത തെരുവിൽ ഉപേക്ഷിച്ച് എങ്ങോ പോയി... അഷ്ടിക്ക് വകയില്ലാത്ത കല്യാണം നടത്തിയ കടം പോലും വീട്ടാത്ത വീട്ടിലേയ്ക്ക് തിരികെ പോയി അവരെ വിഷമിപ്പിക്കാൻ ശങ്കരിക്കാവുമായിരുന്നില്ല. അങ്ങനെ ശങ്കരി തെരുവിന്റെ സന്തതിയായി. നിസ്സഹായയായ അവരെ പലരും പല വിധത്തിൽ ഉപദ്രവിച്ചു. പിന്നെ ജീവിതാനുഭവത്തിൽ നിന്നാർജ്ജിച്ച ധൈര്യം കൊണ്ട് പണിയെടുത്ത് അവർ ജീവിക്കാൻ തുടങ്ങി. പുറമ്പോക്കിൽ ഒരു കൂര കുത്തിയുണ്ടാക്കി. പിന്നീട് പുറമ്പോക്കിലുള്ളവർക്ക് പതിച്ചു കിട്ടിയ കൂട്ടത്തിൽ ശങ്കരിക്കും കിട്ടി ലക്ഷം വീട് കോളനിയിൽ ഒന്നര സെന്റിൽ ഒരു മുറി വീട്.

"ഇനി എവിടെയും പോകണ്ട അറിയാവുന്ന പണി ചെയ്ത് നമുക്ക് രണ്ട് പേർക്കും ജീവിക്കാം." കൂടപ്പിറപ്പാവാൻ ഒരമ്മയുടെ വയറ്റിൽ പിറക്കണമെന്നില്ല എന്നവർ പറഞ്ഞപ്പോൾ ഞാൻ അതുവരെ അടക്കി നിർത്തിയിരുന്ന സങ്കടമെല്ലാം മലവെള്ളപ്പാച്ചിൽ പോലെ അണപൊട്ടിയൊഴുകി. ശങ്കരിയമ്മ എന്നെ ചേർത്തുപിടിച്ചു പറഞ്ഞു കരഞ്ഞോളൂ എല്ലാ ദുഃഖവും ഒലിച്ചു പോവട്ടെ.

പിന്നെ ഞാൻ ശങ്കരിയമ്മയോട് പറഞ്ഞതനുസരിച്ച് മീനും, ഇറച്ചിയും, നാരങ്ങയും ഒക്കെ വാങ്ങി അച്ചാറിട്ട് കുപ്പികളിലാക്കി വച്ചു. ശങ്കരിയമ്മ അത് ടിക്കറ്റിന്റെ ഒപ്പം വിൽക്കാൻ തുടങ്ങി. പിന്നീട് ആവശ്യക്കാരേറെയായി നല്ല രീതിയിൽ അച്ചാറ് വിൽപ്പന പുരോഗമിച്ചു. അതിൽ നിന്നുള്ള ലാഭത്തിൽ നിന്നും തെരുവിൽ ഭക്ഷണമില്ലാതെയും വസ്ത്രമില്ലാതെയും അലയുന്ന ഓരോരുത്തർക്കും ആവശ്യമായവ എത്തിച്ചു കൊടുത്തു. തുറന്ന് കിടക്കുന്ന ഭണ്ഡാരങ്ങൾ അല്ല നിറയ്ക്കേണ്ടത് ഒഴിഞ്ഞു കിടക്കുന്ന വയറുകളാണ് നിറയ്ക്കേണ്ടത്. ലോകത്തിലെ ഏറ്റവും മനോഹരമായ ദൃശ്യങ്ങളിലൊന്ന് വയറുനിറയെ ആഹാരം കിട്ടിയാൽ കാണാൻ കഴിയുന്ന പുഞ്ചിരിയാണെന്നെനിയ്ക്ക് മനസ്സിലായി.

ഇതിനിടയിൽ ശങ്കരിയമ്മയ്ക്ക് സുഖമില്ലാതെ ആശുപത്രിയിലായി. അപ്പോഴാണ് ഞാനറിയുന്നത് രക്താർബുദത്തിന്റെ അവസാന ഘട്ടത്തിൽ ആയിരുന്നു ശങ്കരിയമ്മ. ശങ്കരിയമ്മയ്ക്ക് നേരത്തേ അറിയാമായിരുന്നു. പറഞ്ഞില്ല. മരണത്തിന് മുൻപ് ഒരു കാര്യം കൂടി അവർ

പറഞ്ഞു. അവരുടെ പേരിലുള്ള ആ വീട്ടും, ലോട്ടറിയുടെ ഏജൻസിയും എന്റെ പേരിലാക്കിയ പ്രമാണം പെട്ടിയിൽ വച്ചിട്ടുണ്ടെന്ന്. തകർന്നിരുന്ന ഞാൻ അത് കൂടി കേട്ടപ്പോൾ ആകെ തകർന്നു പോയി. ശങ്കരിയമ്മ മരിക്കുന്നതിന് മുൻപ് എന്നോട് പറഞ്ഞു എരിഞ്ഞടങ്ങാനോ, നിരാശയിൽ ശിരസ്സ് കുനിക്കാനോ ഉള്ളതല്ല ജീവിതം. ജ്വലിക്കാനും പ്രതീക്ഷയോടെ മുന്നേറാനുമുള്ളതാണ്.

ശങ്കരിയമ്മ മരിച്ചു. പിന്നെ ഞാൻ തളർന്നില്ല. ശങ്കരിയമ്മയുടെ വാക്കുകൾ തന്ന ശക്തിയിൽ ലോട്ടറി വ്യാപാരവും, അച്ചാറിന്റെ വ്യാപാരവും നടത്തി. ലക്ഷം വീട് കോളനിയിലെ എല്ലാവരും എനിക്കൊപ്പം ഉണ്ടായിരുന്നു. തെരുവിൽ അലഞ്ഞ ഗർഭിണിയായ മാനസിക രോഗിയെ ഞാൻ കൂട്ടിക്കൊണ്ടുവന്നു. അവൾക്ക് ഞാൻ അനഘ എന്ന് പേരിട്ടു. സ്നേഹവും പരിചരണവും കൊടുത്തപ്പോൾ തന്നെ അവളാകെ മാറി. പിന്നീട് വേണ്ട ചികിത്സയും നൽകി. അവളുടെ കുട്ടിയും മിടുക്കിയായി വളർന്നു. അതായിരുന്നു തുടക്കം. അതിനിടയിൽ ചിലവാകാതിരുന്ന ടിക്കറ്റുകളിൽ ചിലതിന് നാലും, അഞ്ചും ലക്ഷം രൂപ വീതം സമ്മാനമായി കിട്ടി. അത് പലപ്രാവശ്യം ഉണ്ടായി. അങ്ങനെ അങ്ങനെ തെരുവിലാക്കപ്പെട്ട മാനസിക രോഗികൾക്കായി ഒരു സ്ഥാപനം തുടങ്ങി. അവരെ സൗജന്യമായി ചികിത്സിക്കാൻ പല ഡോക്ടർമാരും സന്നദ്ധരായി. സ്ഥാപനത്തിന്റെ പേരും അനഘ ശങ്കരി എന്നാക്കി. പിന്നീട് പല സന്നദ്ധ സംഘടനകളുടേയും സഹായ സഹകരണങ്ങൾ ലഭിച്ചു. അസുഖം ഭേദമായവർക്ക് വേണ്ടി തയ്യൽ സ്ഥാപനവും, തുണികളുടെ വ്യാപാരവും തുടങ്ങി. അതിനോടൊപ്പം പല കുടിൽ വ്യവസായങ്ങളും തുടങ്ങി. ഇന്ന് സുഖംപ്രാപിച്ച പലരും കുടുംബങ്ങളായി ഇവിടുത്തെ സ്ഥാപനത്തിൽ തന്നെ ജോലി ചെയ്യുന്നു. സന്തോഷമായി ജീവിക്കുന്നു. ഞാനവരുടെ അമ്മയായി ജീവിക്കുന്നു. ഇതാണെന്റെ കഥ".

"അമ്മേ, അമ്മ നമ്മുടെ പ്രേക്ഷകരോട് രണ്ട് വാക്ക് സംസാരിക്കണം. അതിലെ പ്രചോദനം ഉൾക്കൊള്ളാൻ ഒരുപാട് പേരുണ്ട്. അവർക്കായി അമ്മ സംസാരിക്കണം."

"എനിക്കങ്ങനെ സംസാരിക്കാൻ ഒന്നും അറിയില്ല കുട്ടികളേ. എങ്കിലും ഞാൻ മനസ്സിൽ തോന്നുന്ന ചില കാര്യങ്ങൾ പറയാം".

"നമ്മുടെ ജീവിതത്തിൽ നാം നല്ല കാര്യങ്ങൾ നമ്മെ കൊണ്ട് സാധിക്കുന്നതു പോലെ ചെയ്തു കൊണ്ടിരിക്കുക. വാക്കുകൾ കൊണ്ട് കൊട്ടാരങ്ങൾ തീർക്കാതെ പ്രവൃത്തി കൊണ്ട് ഒരു കുടിലെങ്കിലും തീർക്കാൻ ശ്രമിക്കുക. ആരേയും ബോധ്യപ്പെടുത്താൻ ശ്രമിക്കാതിരിക്കുക. ആളുകൾ ഒരിക്കലും നമ്മളിൽ സംതൃപ്തരാവുകയില്ല. ആരിൽ

നിന്നും ഒരു നന്ദി വാക്കുപോലും പ്രതീക്ഷിക്കേണ്ടതുമില്ല. ഫലം ഇച്ഛിക്കാതെ കർമ്മം ചെയ്യുക. വിജയം ഉറപ്പായും നമ്മെത്തേടി വരും. നമ്മുടെ സന്തോഷം നമ്മുടെ തീരുമാനമാണ്. ജീവിതത്തിൽ പല പ്രശ്നങ്ങളും പ്രതിസന്ധികളും ഉണ്ടാവാം എന്നാൽ അത് നമ്മുടെ ജീവിതത്തെ ബാധിക്കുന്നത് നമ്മുടെ ചിന്തകൾക്കനുസരിച്ചാണ്. ഓരോ മനുഷ്യന്റെ വാക്കുകളും പ്രവൃത്തികളും ഒരു കുട പോലെയാകണം. മറ്റുള്ളവരുടെ പുഞ്ചിരിക്ക് മീതേ കണ്ണീരിന്റെ മഴ വീഴാതിരിക്കാൻ സ്വയം നിവർന്നു നിൽക്കുന്ന കുട. വർണ്ണനകളിൽ ഒതുങ്ങാത്ത ഒരു സ്നേഹമുണ്ട്... "അമ്മ" എന്ന സ്നേഹം. മക്കളില്ലാത്ത എനിയ്ക്ക് ഒരുപാട് മക്കളുടെ അമ്മയാകാനും അവരുടെ സ്നേഹം അനുഭവിക്കാനും സാധിച്ചു. അത് ദൈവനിയോഗമായാണ് ഞാൻ കരുതുന്നത്. ബന്ധങ്ങളെ ഒരിക്കലും പണത്തിന്റെ ത്രാസിലിട്ട് അളക്കരുത്. സ്നേഹത്തിന്റെ ചങ്ങല കൊണ്ട് യോജിപ്പിച്ച് ഹൃദയത്തോട് ചേർത്ത് വയ്ക്കണം. പണമോ അധികാരമോ അതിന് മാനദണ്ഡം ആകരുത്. ആറടി മണ്ണിൽ കിടക്കുമ്പോൾ നമ്മുടെ സമ്പത്ത് നമ്മെത്തേടി വരില്ല. പക്ഷേ നിഷ്കളങ്കമായ സ്നേഹം കൊടുത്തവർ നമ്മെത്തേടി വരും. ഒരിക്കലും എഴുതി തീരാത്ത ഒരു കഥ പോലെ കാലം നിശ്ശബ്ദമായി കടന്നുപോകുകയാണ്. എന്റെ സ്വപ്നങ്ങളെ മുറുകെ പിടിച്ച് ഞാനും ഒപ്പം നടക്കുകയാണ് ഒരു ദൈവനിയോഗം പോലെ. തിരിഞ്ഞ് നോക്കുമ്പോൾ ഹൃദയം ഒന്നു തേങ്ങുമോ?... ഇനി ഒരിക്കലും തിരിച്ചു കിട്ടാത്ത ഇന്നലെകളെ ഓർത്ത്... ഇല്ല... എന്നെ സംബന്ധിച്ച് ഒരിക്കലും ഇല്ല, . കാരണം ആരും നമ്മുടെ കണ്ണുനീരിനെ കാണില്ല, സങ്കടങ്ങളെ ശ്രദ്ധിക്കില്ല, വേദനയെ മനസ്സിലാക്കില്ല. പക്ഷേ എല്ലാവരും നമ്മുടെ തെറ്റിനെ കണ്ടെത്തും അതാണ് ജീവിതം. നമ്മുടെ ഓരോ ഇന്നലെകളും ഓരോ കഥകളായി മാറുന്നു ചിരിയും, ചിന്തയും, കണ്ണുനീരും, പരിഭവങ്ങളും നിറഞ്ഞ ഓരോ ഓർമ്മകൾ. ചപലമായ ചില വ്യാമോഹങ്ങൾ ആണ് മനസ്സിനെ വല്ലാതെ മുറിവേൽപ്പിക്കുന്നത്. കാഴ്ചയിൽ അല്ല കാഴ്ചപ്പാടിൽ ആണ് വിലയിരുത്തേണ്ടത്. എന്തും നേരിടാനുള്ള ആർജവം, സൗമ്യമായ സഹനം എന്നിവയിൽ വിശ്വാസമുണ്ടെങ്കിൽ നമ്മുടെ സന്തോഷത്തെ തകർക്കാൻ ആരെക്കൊണ്ടും കഴിയില്ല. സങ്കടങ്ങൾ മൗനത്തിൽ ഒതുക്കിയവർക്കേ സന്തോഷങ്ങൾ ഒരു പുഞ്ചിരിയിൽ ഒതുക്കാനാകൂ... എല്ലാവരേയും സന്തുഷ്ടരാക്കാൻ നമുക്ക് കഴിയില്ല പക്ഷേ എല്ലാവരോടും സന്തോഷമായി പെരുമാറാൻ നമുക്ക് കഴിയും. കളങ്കമില്ലാത്ത നിസ്വാർത്ഥമായ മനസ്സിന് അന്യരുടെ സന്തോഷത്തിൽ ആത്മാർത്ഥമായി പങ്കുചേരാനാവും, അവരുടെ ദുഃഖത്തിൽ സഹതപിക്കാനും കഴിയും. നിർവ്വചനങ്ങൾക്കതീതമായ സ്നേഹത്തിൽ മുങ്ങിയ ബന്ധമാണത്.

ജീവിതം നമ്മെ ഓരോ ദിവസവും ഓരോ കാഴ്ചയിലൂടെയും, സംഭവത്തിലൂടെയും, വ്യക്തികളിലൂടെയും ഓരോ പാഠങ്ങൾ പഠിപ്പിക്കുന്നു. പഠിക്കണം നമ്മൾ, തെറ്റുകൾ തിരുത്തണം, ശരികളിൽ ഉറച്ചുനിൽക്കണം, ഒപ്പം തന്നെ ആസ്വദിക്കണം ജീവിതത്തെ അതിന്റെ എല്ലാ ചാരുതയോടും കൂടെ, അതോടൊപ്പം ഒരിക്കലും നഷ്ടപ്പെടുത്താതെ നമ്മിലുണ്ടാകണം സ്നേഹം, ചിരി, നല്ല ബന്ധങ്ങൾ എന്നിവ. നമ്മെ സ്നേഹിക്കുന്നവർക്ക് അവർ സ്നേഹിക്കുന്നതിനേക്കാൾ ഇരട്ടി സ്നേഹം തിരിച്ചു നൽകുക. ഒരിക്കലും സ്നേഹിച്ച് ജയിക്കാൻ ആരേയും അനുവദിക്കാതിരിക്കുക. അവർ അകന്നു പോയാലും അവർക്കായിരിക്കണം അതോർത്തുള്ള നഷ്ടബോധം. ഓരോ ദിവസവും ഒരു പുനർജൻമമാണ്, ഇന്നലെകളുടെ നഷ്ടങ്ങളെ മറന്നു കൊണ്ട്, ഇന്നിന്റെ നേട്ടങ്ങളെ കുറിച്ചോർത്ത്, നാളെയുടെ പ്രതീക്ഷകൾക്ക് വേണ്ടിയുള്ള പുനർജൻമം. ജീവിതത്തിൽ സംഭവിക്കുന്നതെല്ലാം ദൈവത്തിന്റെ തീരുമാനങ്ങൾ ആണ്, അതിൽ പിഴവ് സംഭവിക്കില്ല ഒരിക്കലും. കാത്തിരിക്കുക... ഒരു ദുഃഖത്തിനപ്പുറം ഒരു സന്തോഷം നമ്മെത്തേടി വരും എല്ലാ മക്കളും ക്ഷമയോടെ കാത്തിരിക്കുക..."

ആ അമ്മ പറഞ്ഞവസാനിപ്പിച്ചപ്പോൾ ഞങ്ങളെല്ലാവരും ആശ്ചര്യഭരിതരായി.

പിന്നെ ആ അമ്മ മെല്ലെ എഴുന്നേറ്റ് നടന്നു ചെന്ന് വാതിൽക്കൽ വച്ചിട്ടുള്ള ശങ്കരിയമ്മയുടെ ഫോട്ടോ നോക്കി തൊഴുതു. ആ അമ്മയോട് വല്ലാത്ത സ്നേഹവും, ആദരവും, ബഹുമാനവും ഒക്കെ തോന്നിയ ഞങ്ങൾ ഓരോരുത്തരും ആ സാധ്വിയുടെ കാൽ തൊട്ടു വന്ദിച്ചു. 'നാരീശക്തി' പുരസ്കാരമല്ല, ഇനിയും ഒരുപാടൊരുപാട് പുരസ്കാരങ്ങളും, സഹായ സഹകരണങ്ങളും ആ അമ്മയെ തേടി വരട്ടെ എന്ന് പ്രാർത്ഥിച്ചുകൊണ്ട് യാത്ര പറഞ്ഞ് ഞങ്ങൾ അതെത്രയും പെട്ടെന്ന് സംപ്രേഷണം ചെയ്യണം എന്ന ആഗ്രഹത്തോടെ വണ്ടിയിൽ കയറി.

●

സിന്ദൂരയുടെ പൊട്ട്

"അമ്മേ അതെങ്ങിനെയാണ് ശരിയാവുന്നത്? ഞാൻ അനികേതിനെ തന്നെയേ വിവാഹം കഴിക്കൂ. കല്യാണത്തിന് ശേഷമാണ് അനികേതിന് ഈ അസുഖം വന്നിരുന്നതെങ്കിലോ?അപ്പോൾ അമ്മ പറയുമായിരുന്നോ അനികേതിനെ ഉപേക്ഷിക്കാൻ?എന്തൊക്കെ കുറ്റങ്ങളും കുറവുകളും ഉണ്ടെങ്കിലും അതൊക്കെ ഒരു പോരായ്മയായി കാണാതെ മനസ്സുകൊണ്ട് ഒരുമിച്ച് സ്നേഹിച്ച് സ്നേഹിച്ച് ജീവിതാവസാനം വരെ ജീവിക്കുന്നതല്ലേ യഥാർത്ഥ സ്നേഹം. അമ്മ കൂടി അനികേതിനോട് പറയണം. അമ്മയ്ക്കും സമ്മതമാണെന്ന്... എന്നാലേ അനികേതിനും സമ്മതമാവൂ. അതല്ലെങ്കിൽ ഈ ജൻമത്തിൽ അപർണയ്ക്ക് ഒരു വിവാഹം കാണില്ല. എന്റച്ഛനാണെ സത്യം."

"അയ്യോ മോളേ നീയങ്ങിനെ ഒന്നും പറയാതെ നിന്റെ ഭാവിയെ കരുതിയാണ് അമ്മ പറഞ്ഞത്. നിന്റെ ഇഷ്ടമല്ലേ എന്റെയും ഇഷ്ടം. നിനക്ക് വേണ്ടിയല്ലേ ഞാൻ ജീവിക്കുന്നതു തന്നെ"

"അമ്മേ എന്ത് ഭാവി? നല്ലതുപോലെ കഴിഞ്ഞിരുന്ന നമ്മുടെ ഭാവി എന്തായി?. ജീവിതത്തിൽ പരസ്പരം മനസ്സുകൊണ്ട് ഇഷ്ടപ്പെട്ട ആളുമായി കുറച്ചു കാലമെങ്കിലും കഴിയാൻ സാധിച്ചാൽ അതല്ലേ ഏറ്റവും വലിയ കാര്യം. മനസ്സിന്റെ സംതൃപ്തിയല്ലേ അമ്മേ എറ്റവും

മുഖ്യമായത്. ദൈവത്തിന്റെ തീരുമാനം അല്ലേ അമ്മേ നമ്മെ ഇഷ്ടപ്പെടുത്തുന്നതും, നഷ്ടപ്പെടുത്തുന്നതും, ഒറ്റപ്പെടുത്തുന്നതും. ഉള്ള ജീവിതം ചെറുതാണെങ്കിലും ഉള്ളിൽ സമാധാനമുണ്ടായാൽ അതല്ലേ അമ്മേ വലുത്?. കണ്ണിൽ തോന്നുന്ന ഇഷ്ടമല്ല മനസ്സിൽ തോന്നുന്ന ഇഷ്ടം. അതിന് ജീവിതകാലം മുഴുവൻ ആയുസ്സുണ്ടാവും. അതാണമ്മേ എനിയ്ക്ക് അനികേതിനോടും, അനികേതിന് എന്നോടും ഉള്ള ഇഷ്ടം."

പിന്നെ ഞാനൊന്നും പറഞ്ഞില്ല. മൗനം എന്നാൽ സമ്മതമെന്നോ, സങ്കടമെന്നോ, മാത്രമല്ല പറഞ്ഞിട്ട് ഒരു കാര്യവുമില്ല എന്നു കൂടിയുണ്ട്. ഞാനെന്റെ മുറിയിലേക്ക് പോയി. അപർണ അവളുടെ മുറിയിലേയ്ക്കും. എത്ര ശ്രമിച്ചിട്ടും ഉറങ്ങാൻ കഴിഞ്ഞില്ല. ഓരോരോ ഓർമ്മകൾ തോരാമഴ പോലെ മനസ്സിലേയ്ക്ക് ഇരച്ചെത്തുകയാണ്. മനസ്സിൽ തെളിഞ്ഞത് സുകുവേട്ടന്റെ മുഖമായിരുന്നു. ഞാനെന്താ ചെയ്യേണ്ടത് സുകുവേട്ടാ? നമ്മുടെ മോൾടെ ജീവിതം അവൾ തന്നെ തീരുമാനിക്കുകയാണ്. അവൾ തീരുമാനിച്ചോട്ടെ, ഞാനെതിർക്കില്ലായിരുന്നു. പക്ഷേ! ഇത്...?

ചെറുകിട ഇലക്ട്രിക്കൽ വർക്കിന്റെ കോൺട്രാക്ടർ ആയിരുന്ന സമയത്താണ് സുകുവേട്ടൻ എന്നെ വിവാഹം ചെയ്തത്. മോൾ ഒന്നാം ക്ലാസ്സിൽ ആയപ്പോഴാണ് നമുക്കുള്ളത് ഒരു പെൺകുട്ടിയാണ്, എന്നും ഇങ്ങനെ വാടക വീട്ടിൽ കിടന്നാൽ പറ്റില്ല. അതിനെ നല്ല രീതിയിൽ പറഞ്ഞു വിടണ്ടേ? ഒരു വീട് വയ്ക്കണ്ടേ അതിന് ഇവിടെ നിന്നാൽ പറ്റില്ല എന്ന് പറഞ്ഞ് വിദേശത്തേയ്ക്ക് പോയത്. അഞ്ച് വർഷം ആയപ്പോൾ തന്നെ വാടക വീട്ടിൽ നിന്നും സ്വന്തം വീട്ടിലേയ്ക്ക് മാറി - പിന്നീട് കുറച്ച് സ്ഥലവും വാങ്ങിയിട്ടു.

മോൾ എട്ടാം ക്ലാസ്സിൽ ആയപ്പോൾ ആണ് ഒരു ദിവസം TV യുടേയും ഫോണിന്റേയും ഒക്കെ കണക്ഷൻ കട്ടായത്. എന്തു പറ്റി എന്നറിയാൻ ചോദിച്ചപ്പോൾ അടുത്തുള്ളവർ പറഞ്ഞത് അവർക്കും അങ്ങനെ തന്നെ ഏതോ അറ്റകുറ്റപ്പണികൾ നടക്കുന്നതിന്റെ ഭാഗമായിട്ടെന്നാണ്. ദിവസവും വിളിക്കുന്ന സുകുവേട്ടനോട് സംസാരിക്കാൻ പറ്റാത്തതിൽ വലിയ നൊമ്പരം ആയിരുന്നു. എന്നിട്ടും അന്നന്നത്തെ പറയാനുള്ള കാര്യങ്ങളെല്ലാം കത്തിലെഴുതി പോസ്റ്റ് ചെയ്യിച്ചു. മൊബൈൽ ഫോൺ പ്രചാരത്തിൽ ആകാത്ത കാലമായിരുന്നു അത്.

അന്ന് സുകുവേട്ടന്റെ അച്ഛനും, എന്റെ അച്ഛനും, അമ്മയും കൂടി വന്നു. അവരെ കണ്ട സന്തോഷത്തിൽ "ഇതെങ്ങനെ മൂന്നാളും ഒന്നിച്ച്?" എന്ന് ചോദിച്ച് ചിരിച്ചു കൊണ്ട് ഓടിച്ചെന്ന എന്നെക്കണ്ട് അമ്മ പൊട്ടിക്കരഞ്ഞു. "എന്താമ്മേ ?" എന്ന് ചോദിച്ചപ്പോൾ

കരച്ചിൽ കൂടിയതേ ഉള്ളൂ. മനസ്സാകെ പിടയുകയായിരുന്നു. എന്തോ അരുതാത്തത് സംഭവിച്ചു എന്നോർത്ത്.

പുറകേ ബന്ധുക്കൾ ഓരോരുത്തരായി വരാൻ തുടങ്ങി, അപ്പോഴാണറിയുന്നത് സുകുവേട്ടൻ മരിച്ചു. മരിച്ചതല്ല കൊന്നു. സൗദിയിലെ അമേരിക്കൻ കമ്പനിയിൽ ജോലി ചെയ്യിച്ചു കൊണ്ടിരുന്നപ്പോൾ കമ്പനിയിലേയ്ക്കിരച്ചു കയറി വന്ന അൽ കൊയ്ദ തീവ്രവാദികൾ സുകുവേട്ടനടക്കം മുപ്പത്തിയാറ് പേരെ വകവരുത്തി. ആ വിവരം ഞാനും മോളും അറിയാതിരിക്കാനാണ് ടി. വിയുടേയും, ഫോണിന്റേയും ബന്ധം വിച്ഛേദിച്ചത്. വിശ്വസിക്കാനായില്ല സുകുവേട്ടൻ മരിച്ചെന്ന്. നാളെ കൊണ്ടുവരും. അതറിഞ്ഞപ്പോൾ ആണ് എല്ലാവരും വന്നത്. പിറ്റേന്ന് എംബാം ചെയ്ത് പെട്ടിയിലാക്കിയ സുകുവേട്ടൻ വന്നു. ഒരു കണ്ണ് ശരിക്ക് അടഞ്ഞിട്ടില്ല. ഒരു നോക്ക് കണ്ടപ്പോൾ തന്നെ ഞാൻ ബോധമറ്റു. മോളും ദുഃഖം താങ്ങാനാവാതെ അവശയായി. രണ്ടു പേരും ആശുപത്രിയിലായി... ചടങ്ങുകൾ എല്ലാം കഴിഞ്ഞപ്പോൾ വീണ്ടും പഴയതുപോലെ ഞാനും മോളും മാത്രമായി. സുകുവേട്ടന്റെ ഇൻഷുറൻസ് തുകയും, കമ്പനി തന്ന തുകയും എല്ലാം ചേർത്തുള്ള നാൽപത് ലക്ഷം രൂപ ബാങ്കിലിട്ട് അതിന്റെ പലിശ കൊണ്ട് ഞാനും മോളും ജീവിച്ചു. മോൾ പത്താം ക്ലാസ്സിൽ ആയപ്പോൾ മുതൽ സുകുവേട്ടന്റെ പെങ്ങൾ സുരഭി ചേച്ചിയുടെ മകനുമായി ഇഷ്ടത്തിലായി. രണ്ടാളും ഒരേ പ്രായവും ഒരേ ക്ലാസ്സിലുമായിരുന്നു. സുരഭി ചേച്ചിയ്ക്ക് വിവാഹം കഴിഞ്ഞ് എട്ട് വർഷം കഴിഞ്ഞപ്പോൾ ആണ് അനികേത് ജനിച്ചത്. ഞങ്ങൾക്കും താൽപ്പര്യമായിരുന്നതുകൊണ്ട് അവരുടെ ആ ബന്ധത്തെ ആരും നിരുത്സാഹപ്പെടുത്തിയില്ല

അനികേത് PWDയിൽ ആണ്. മോൾ പ്രൈമറി സ്കൂൾ ടീച്ചറും. അപ്പോഴാണ് അശനിപാതം പോലെ ആ വിവരമറിഞ്ഞത്. അനികുട്ടന്റെ ദേഹമാസകലം നീര് വന്നു വീർത്തു. മൂത്രം പോകാനും ബുദ്ധിമുട്ട്. പരിശോധനാ ഫലം വന്നപ്പോഴാണറിയുന്നത് അനികുട്ടന്റെ രണ്ട് വൃക്കകളും പ്രവർത്തനരഹിതമായിക്കൊണ്ടിരിക്കുകയാണെന്ന്. പിന്നെ ഓരോ ആഴ്ചയിലും ഡയാലിസിസ്.

ആയിടയ്ക്കാണ് ഞങ്ങളുടെ ഡിഗ്രി ബാച്ചിന്റെ പൂർവ്വ വിദ്യാർത്ഥി സംഗമം നടക്കുന്ന വിവരം അവരറിയിച്ചത്. എനിയ്ക്ക് മടിയായിരുന്നു പോകാൻ. മോളുടെ നിർബന്ധത്തിന് വഴങ്ങി ഞാനും പോയി. പഴയ കൂട്ടുകാരെ ഒക്കെ കണ്ടപ്പോൾ ശരിക്കും സന്തോഷം തോന്നി. എല്ലാവർക്കും രൂപത്തിൽ ഉണ്ടായ പ്രായത്തിന്റേതായ മാറ്റം വരുത്തിയ ഭാവങ്ങൾ കൗതുകത്തോടെ നോക്കി കാണുമ്പോഴും, മറ്റുള്ളവരോട് സംസാരിക്കുമ്പോഴും എന്റെ കണ്ണുകൾ തിരഞ്ഞത് അദ്ദേഹത്തിനെ

ആയിരുന്നു. ഒന്നിനും വേണ്ടിയല്ല എങ്കിലും കാണാനൊരു കൊതി. ആദ്യ കാഴ്ചയിൽ തന്നെ മനസ്സിൽ ആദ്യമായിപ്രണയം തോന്നിയ വ്യക്തിയെ ഒരിക്കലും ആർക്കും മറക്കാനാവില്ല. മറ്റുള്ളവരുടെ കാര്യം എങ്ങനെയാണെന്നറിയില്ല പക്ഷേ എന്റെ കാര്യമതാണ്. വല്ലപ്പോഴും ആ മുഖം മനസ്സിൽ തെളിയാറുണ്ടായിരുന്നു. പെട്ടെന്നാണ് സിന്ദൂര എന്ന് വിളിച്ച് അദ്ദേഹം എന്റെ ചുമലിൽ തട്ടിയത്. പഴയ ആളല്ല. നന്നായി തടിച്ചിട്ടുണ്ട്. അങ്ങിങ്ങ് നരകയറിയ മീശയും, തലമുടിയും. കണ്ണട ആ മുഖത്തിന് കൂടുതൽ ആഢ്യത വരുത്തിയിരിക്കുന്നു. ഞാൻ ചിരിച്ചു, അദ്ദേഹവും.

പലരും ഉദ്യോഗത്തിൽ വിവിധ തലങ്ങളിലുള്ള ഓരോരോ സ്ഥാനം വഹിക്കുന്നവർ. ഞങ്ങൾ നാലഞ്ചു പേർ മാത്രം വീട്ടമ്മമാരായി ഒതുങ്ങിക്കൂടിയവർ. വന്ദ്യവയോധികരായ ഗുരുക്കൻമാരേയും, അവിടെ സന്നിഹിതരായിരുന്ന ഓരോരുത്തരേയും പേരെടുത്തു പറഞ്ഞ് ആദരിക്കുമ്പോഴും ഒക്കെ ഞാൻ കണ്ടു അദ്ദേഹത്തിന്റെ ആ കണ്ണുകൾ പഴയ ഡിഗ്രി ക്ലാസ്സിലേതുപോലെ എന്നെത്തേടി വരുന്നത്.

ഉച്ചയൂണിന് ശേഷമുള്ള സംസാരത്തിനിടയിൽ നിന്നും നമുക്കിത്തിരി നടക്കാം എന്നു പറഞ്ഞ് അദ്ദേഹം വന്നെന്നെ വിളിച്ചു. ഞാൻ കൂടെ ചെന്നപ്പോൾ ആദ്യം ചോദിച്ചത് " തന്റെ നെറ്റിയിലെ പൊട്ടെവിടെ?" എന്നാണ്.

"പൊട്ടു തൊടാനുള്ള യോഗ്യത ഇല്ലാത്തവളായി ഞാൻ."

"അതൊക്കെ പണ്ടത്തെ ഇടുങ്ങിയ ചിന്താഗതിക്കാരുടെ ആചാരമാണ്. തന്റെ മുഖത്തേയ്ക്ക് നോക്കുമ്പോൾ ആ വെളുത്ത നെറ്റിയിലെ ചുവന്ന കുങ്കുമപ്പൊട്ടാണ് ഞാനാദ്യം ശ്രദ്ധിച്ചിരുന്നത്. സിന്ദൂരയുടെ ആ സിന്ദൂരപ്പൊട്ട് തന്റെ വെളുത്ത മുഖത്തിന് നല്ല അഴകായിരുന്നു. ആ പൊട്ടിട്ടിരുന്ന ആളുടെ പേരും അന്വർത്ഥമാക്കുന്ന തരത്തിലായിരുന്നു തന്റെ ആ പൊട്ട്. തന്നെ ഒരു വിധവയുടെ രൂപത്തിൽ ദർശിക്കുന്നത് എന്റെ മനസ്സിന് അംഗീകരിക്കാനാവുന്നില്ല" എന്ന് പറഞ്ഞദ്ദേഹം എന്റെ കൈയ്യിൽ പിടിച്ചു. പിന്നെ പറഞ്ഞു

"അന്നത്തെ സാഹചര്യമാണ് നമ്മളെ വേർപിരിച്ചത്. രണ്ടാൾക്കും പരസ്പരം ഒരുപാടിഷ്ടമുണ്ടായിരുന്നു. പേടി കൊണ്ട് താനും വീട്ടിലെ സാഹചര്യമോർത്ത് ഞാനും ആ ഇഷ്ടം പറഞ്ഞില്ല. മൂന്ന് പെങ്ങന്മാരേയും വിവാഹം കഴിപ്പിച്ച് പ്രാരാബ്ധങ്ങൾ ഒഴിവാക്കി വന്നപ്പോഴറിഞ്ഞു താനേതോ ഗൾഫുകാരന്റെ ഭാര്യയായിക്കഴിഞ്ഞു എന്ന്. വല്ലാത്ത നഷ്ടബോധം തോന്നി. എന്റെ മനസ്സിന് തണലും, സുഗന്ധവും നൽകുന്ന അപൂർവ്വ ഭാഗ്യങ്ങളിൽ ഒന്നായിരുന്നു താൻ.

വാക്കിനാൽ തീർക്കുന്ന കൊട്ടാരമല്ല സ്നേഹം. വാക്കുകളുടെ ആഴങ്ങളിൽ തീർക്കുന്ന വിശ്വാസമാണ് സ്നേഹം പക്ഷേ പറയാനായില്ല. ആഗ്രഹിച്ചതെല്ലാം തന്നില്ലെങ്കിലും നമ്മൾ സ്വപ്നത്തിൽ പോലും കരുതാത്ത പലതും ജീവിതം നമുക്കായ് കരുതി വയ്ക്കും അല്ലേടോ?"

പിന്നീടദ്ദേഹം പറഞ്ഞു വിവാഹം കഴിച്ചത് പാർവ്വതിയെന്ന കുട്ടിയെ. വിവാഹ ജീവിതം നിഷിദ്ധമായിരുന്ന ഹൃദ്രോഗിയായിരുന്നു പാർവ്വതി. അവളുടെ രോഗം ഞങ്ങളോട് മറച്ച് വച്ചുള്ള വിവാഹം ആയിരുന്നു അത്. ഇടയ്ക്കിടക്ക് പാർവ്വതി വീട്ടിൽ പോയി നിൽക്കുമായിരുന്നു. ചികിത്സയ്ക്കാണെന്ന് എനിയ്ക്ക് മനസ്സിലായില്ല. ഗർഭിണിയായ ശേഷം അതും പറഞ്ഞില്ല ആരോടും. ഒരമ്മയാകാനുള്ള അദമ്യമായ ആഗ്രഹം ആയിരുന്നു പാർവ്വതിയ്ക്ക്. അതിനു വേണ്ടി ഒരുപാട് വൈഷമ്യങ്ങൾ അനുഭവിച്ചു. മൂന്ന് മാസം കഴിയുന്നതുവരെ ഓരോരോ കാരണങ്ങൾ പറഞ്ഞ് സ്വന്തം വീട്ടിൽ നിന്നു. പിന്നീടാണ് എന്നോടെല്ലാം പറയുന്നത്. അപ്പോഴേയ്ക്കും വൈകിപ്പോയിരുന്നു. മകന്റെ പ്രസവത്തോടെ പാർവ്വതി മരിച്ചു. പിന്നെ മകനു വേണ്ടിയുള്ള ജീവിതം. ഞാനോർത്തിരുന്നു നമുക്കോ ഒന്നാവാനായില്ല. നമ്മുടെ മക്കളെ എങ്കിലും ഒന്നാക്കിയാലോ?" ഞാൻ പറഞ്ഞാൽ മോൻ കേൾക്കും. താനെന്തു പറയുന്നു?"

"മോഹൻ എന്തറിഞ്ഞിട്ടാണ് പറയുന്നത്? എനിക്കൊരു മകളേ ഉള്ളൂ. അവൾ മോഹന്റെ മകനേക്കാളും പ്രായക്കൂടുതൽ ആവാനേ തരമുള്ളൂ. അതല്ല പ്രായം കൊണ്ട് ചേരുമെങ്കിൽ പോലും അത് നടക്കില്ലായിരുന്നു. ഞാനപ്പോൾ എന്റെ കഥ പറഞ്ഞു. മോഹൻ എന്നെത്തേടി വരും എന്നു തന്നെ ഞാൻ കരുതിയിരുന്നു. പരസ്പരം ഉള്ള ഇഷ്ടം വാക്കാൽ പറഞ്ഞില്ല എങ്കിലും മനസ്സ് കൊണ്ട് മനസ്സിനെ അറിഞ്ഞവരല്ലേ നമ്മൾ. വരും എന്ന നല്ല വിശ്വാസമായിരുന്നു എനിയ്ക്ക്. അപ്പോഴാണ് സുകുവേട്ടന്റെ ആലോചന വന്നതും ധ്രുതഗതിയിൽ തന്നെ നിശ്ചയം നടത്തുന്നതും. നിശ്ചയമാണെന്ന് പറഞ്ഞപ്പോൾ ഞാൻ പൊട്ടിക്കരഞ്ഞു. മോതിരം ഇട്ട ആ രാത്രിയിൽ എനിക്കുറങ്ങാനായില്ല. ഞാൻ എല്ലാവരും ഉറങ്ങിക്കഴിഞ്ഞപ്പോൾ അടുക്കളയിൽ പോയി കരഞ്ഞു. വെള്ളം കുടിക്കാനായി വന്ന അച്ഛൻ എന്നെ കണ്ടു. അച്ഛനും ശരിക്കും സങ്കടമായി. വൈകിപ്പോയല്ലോ കുഞ്ഞേ നേരത്തേ പറഞ്ഞിരുന്നെങ്കിൽ അച്ഛൻ പോയി കാണാമായിരുന്നല്ലോ എന്ന് പറഞ്ഞപ്പോൾ അച്ഛനെ കെട്ടിപ്പിടിച്ച് ഞാൻ കരഞ്ഞു. അപ്പോൾ ഞാൻ മനസ്സിലാക്കി. ചില നേരമെങ്കിലും ചില വാശികൾ കാട്ടണം അല്ലെങ്കിൽ തോറ്റ് പോകാൻ മാത്രമാവും നമ്മുടെ ജീവിതം. വാശികൾ ഇല്ലാത്തത് കൊണ്ട് ആരും എന്നോട്

എന്റെ ഇഷ്ടം ചോദിച്ചില്ല. മറ്റുള്ളവരുടെ തീരുമാനത്തിന് അനുസരിച്ച് പറയുന്നതെല്ലാം അനുസരിക്കുക. അതായിരുന്നു ഞാനെല്ലാവർക്കും. എനിക്കും ഒരു മനസ്സുണ്ട് എന്ന് ആരും ചിന്തിച്ചില്ല... പിന്നെ ആർക്കും ഞാൻ മൂലം ഒരു നാണക്കേടും, വിഷമവും ഉണ്ടാവണ്ട എന്നു കരുതി മൂകമായി കരഞ്ഞുകൊണ്ട് സുകുവേട്ടന്റെ ഭാര്യയായി. നമ്മൾ രണ്ടാളും മനസ്സുകൊണ്ട് അത്രയധികം സ്നേഹിച്ചതുകൊണ്ടായിരിക്കും നമ്മുടെ രണ്ടാളുടേയും ജീവിതം ഇങ്ങനെയായത്. അമ്മുമ്മ പറഞ്ഞ് കേട്ടിട്ടുണ്ട് സത്യമുള്ള മനസ്സറിഞ്ഞ സ്നേഹം നമുക്ക് ആരോടെങ്കിലും ഉണ്ടായിട്ട് അവരെ നമുക്ക് നഷ്ടപ്പെട്ടാൽ രണ്ടാളുടേയും ജീവിതം ഒരിക്കലും ശരിയാവില്ല എന്ന്. അതിപ്പോൾ ശരിയായില്ലേ. ?" ഞാനപ്പോൾ അപർണയുടെ കാര്യം പറഞ്ഞു. അത് കേട്ടപ്പോൾ അദ്ദേഹം പറഞ്ഞു

"നമുക്കില്ലാത്ത ജീവിത വീക്ഷണവും, ധൈര്യവും ആണ് ഇപ്പോഴത്തെ തലമുറയിലെ കുട്ടികൾക്ക്. താനത് നടത്തി കൊടുക്കണം. "

അങ്ങനെ ലളിതമായ ചടങ്ങോടെ വളരെയടുത്ത ബന്ധുക്കളുടെ സാന്നിദ്ധ്യത്തിൽ അപർണയുടെയും അനികേതിന്റെയും വിവാഹം നടന്നു. അനികേത് ഒരുപാടെതിർത്തു. അപർണയുടെ വിട്ടുവീഴ്ചയില്ലാത്ത നിലപാട് കൊണ്ടാണ് അനുക്കുട്ടൻ വിവാഹത്തിന് സമ്മതിച്ചത്. അനുകുട്ടന്റെ ഡയാലിസിസും മരുന്നും ഒക്കെയായി കുറച്ച് മാസങ്ങൾ കടന്നു പോയി. എനിയ്ക്ക് വല്ലാത്ത വിസ്മയമായിരുന്നു. എന്റെ മുൻപിൽ ഒരു ചെറിയ കുട്ടിയായി മാത്രം കണ്ടിട്ടുള്ള അപർണയുടെ പക്വതയേറിയ ഭാര്യയിലേയ്ക്കുള്ള പരിണാമം. അവൾ വളരെയധികം ശ്രദ്ധയോടെയാണ് അനികേതിനെ ശുശ്രൂഷിച്ചിരുന്നത്. പെട്ടെന്നൊരു ദിവസം ആണ് അനികേതിനെ ചികിത്സിക്കുന്ന ഡോക്ടറുടെ ഫോൺ വന്നത്. അനികേതിന് യോജിക്കുന്ന വൃക്ക ശരിയായിട്ടുണ്ട് വേഗം ആശുപത്രിയിൽ എത്താൻ. ഞാനും, മോളും, സുരഭി ചേച്ചിയും അനികുട്ടനുമായി വേഗം തന്നെ ആശുപത്രിയിൽ എത്തി. ഡോക്ടറെ കണ്ടപ്പോൾ അദ്ദേഹം പറഞ്ഞു " ഒരു ആക്സിഡന്റ് കേസാണ്. മസ്തിഷ്ക മരണം സംഭവിച്ച കഴിഞ്ഞു. ആ കുട്ടിയുടെ അച്ഛൻ സമ്മതിച്ചിട്ടുണ്ട് അവയവദാനത്തിന്. "

പെട്ടെന്ന് തന്നെ ഓപ്പറേഷനുള്ള പണം അടച്ചു. അനി കുട്ടനെ വിവിധ പരിശോധനകൾക്കായി കൊണ്ടുപോയി. പിറ്റേ ദിവസം തന്നെ അനികേതിനെ സർജറിക്കായി കയറ്റി. അപ്പോൾ മഴ ആർത്തലച്ച് പെയ്യുകയായിരുന്നു. അപർണയും ഞാനും സുരഭി ചേച്ചിയും പരിഭ്രമത്തിലായിരുന്നു. ഇടയ്ക്ക് മൂവരും ആശ്വസിപ്പിക്കാനെന്ന പോലെ കണ്ണിൽ കണ്ണിൽ നോക്കുമ്പോഴും, നോക്കി ചിരിക്കുമ്പോഴും

മൂവരുടേയും മനസ്സുകൾ ഉരുകുകയായിരുന്നു. അതിന്റെ പ്രതിഫലനം എന്നോണം കണ്ണുകൾ നിറഞ്ഞൊഴുകുകയായിരുന്നു. അപ്പോഴെനിയ്ക്കു തോന്നിയത് പുറത്ത് ആർത്തലയ്ക്കുന്ന മഴയ്ക്കും, ഞങ്ങളുടെ കണ്ണിൽ നിന്നും ഒഴുകുന്ന കണ്ണുനീരിനും ഒരേ ഭാവമാണെന്നാണ്. തോരുമെന്ന പ്രതീക്ഷ. സർജറി വിജയകരമായി പൂർത്തിയായി. അനികേതിന്റെ ശരീരം മാറ്റിവച്ച വൃക്കകളെ സ്വീകരിച്ചു. മാസങ്ങൾ കഴിഞ്ഞപ്പോൾ മരുന്നുകൾ മുടക്കാൻ പാടില്ല എങ്കിലും അനി കുട്ടൻ ജീവിതത്തിലേയ്ക്ക് മെല്ലെ തിരിച്ചു വന്നു. ഞാനെപ്പോഴും ഉള്ളിൽ സങ്കടമുണ്ടെങ്കിലും ദൈവത്തിന് നന്ദി പറയുമായിരുന്നു. ഏതോ ഒരച്ഛന് സ്വന്തം മകനെ നഷ്ടമായി എന്ന ദുഃഖവും ഒരു പൈസ പോലും വാങ്ങാതെ ഒരിക്കൽപ്പോലും ഞങ്ങളുടെ മുൻപിൽ വരാതെ ആ മകന്റെ വൃക്ക ദാനം തന്ന് എന്റെ മകൾക്ക് ജീവിതം നൽകിയതിനോടൊപ്പം അനികേതിന്റെ ജീവനും തിരിച്ചു തന്നല്ലോ എന്നോർത്ത്.

സുഖമായി യാത്ര ചെയ്യാറായപ്പോൾ അപർണയും, അനി കുട്ടനും ആദ്യം പോയത് മകന്റെ വൃക്ക ദാനം നൽകിയ ആ മനുഷ്യനെ കാണാനാണ്. അവർ ഒരുമിച്ച് പോകുന്നത് കണ്ടപ്പോൾ കണ്ണും മനസ്സും നിറഞ്ഞു. സുകുവേട്ടന്റെ ഫോട്ടോയിൽ നോക്കി നമ്മുടെ മക്കളെ നോക്കിക്കോളുണേ സുകുവേട്ടാ എന്ന് പറഞ്ഞ് തൊഴുതു.

ഉച്ചയ്ക്കലത്തെ ഊണ് കാലായി കഴിഞ്ഞപ്പോൾ ആണോർത്തത്. ദൈവമേ! മോഹനെ വിളിച്ചിട്ട് കുറേക്കാലായി. മോഹൻ ഇടയ്ക്കൊക്കെ വിളിച്ച് തിരക്കുമായിരുന്നു സുഖമല്ലേ എന്നിടയ്ക്കിടെ ഒരു അന്വേഷണം, ഒറ്റയ്ക്കെവിടെയെങ്കിലും പോകുമ്പോൾ സൂക്ഷിച്ചു പോണം എന്നൊരു ഉപദേശം, എത്തുമ്പോൾ ഒന്നു വിളിക്കാൻ മറക്കരുതേ എന്ന നിർദ്ദേശം. കൃത്യസമയത്ത് ആഹാരം കഴിക്കാത്തതിന് വഴക്ക്, ഒന്നിനുമല്ലാതെ, കാരണമില്ലാതെ ഇടവേളകളിൽ ഒരു വിളി. ബന്ധം അതെന്തുമാകട്ടെ. നീയെനിയ്ക്ക് ആരൊക്കെയോ ആണെന്ന് പറയാതെ പറയുന്നതുപോലെ. ഒരായിരം നല്ല മുഖങ്ങൾ കണ്ടെത്താം. അതിൽ അപൂർവ്വം ചില മനസ്സുകളിൽ മാത്രം കണ്ടെത്തുന്ന ഒന്നാണ് ആത്മാർത്ഥത. അതെനിയ്ക്ക് വീണ്ടും വീണ്ടും മനസ്സിലാക്കിത്തരുകയായിരുന്നു മോഹൻ. മോഹന്റെ മോൻ കണ്ണന് ജോലിയായ വിവരവും പറഞ്ഞതാണ്. അതിന് ശേഷം വിളിക്കാൻ സാധിച്ചില്ല. പിന്നീട് അനികേതിന്റെ സർജറിയും, ആശുപത്രി വാസവും, വീട്ടിൽ വന്ന ശേഷം അനികുട്ടനെ സന്ദർശിക്കാൻ വരുന്നവരും അവരെ ശ്രദ്ധിക്കലും ഒക്കെ കൂടി ഒന്നിനും സമയമില്ലായിരുന്നു. അതിനെല്ലാമുപരിയായി അനികുട്ടന്റെ ശരീരം വൃക്ക സ്വീകരിക്കുമോ നിരസിക്കുമോ എന്നുള്ള ഭയവും, പിരിമുറുക്കവും. ഇന്നാണ് കുറച്ചാശ്വാസമായത്.

ഫോണെടുത്ത് മോഹന്റെ നമ്പർ ഡയൽ ചെയ്തു. പതിഞ്ഞ ശബ്ദത്തിലുള്ള ഹലോ മറുതലയ്ക്കൽ ഞാനാദ്യം തന്നെ മാപ്പു പറഞ്ഞു. ഇത്രയും ദിവസം വിളിക്കാതിരുന്നതിൽ. പിന്നെ ഞാൻ അതിനുള്ള കാരണം പറഞ്ഞു. അപ്പോഴും മോഹൻ തിരക്കിയത് ഈ തിരക്കുകൾക്കിടയിൽ തന്റെ ആരോഗ്യം ശ്രദ്ധിച്ചോ? സമയത്ത് ആഹാരം കഴിക്കുന്നുണ്ടായിരുന്നോ? എന്തെങ്കിലും ക്ഷീണം തോന്നുന്നുണ്ടെങ്കിൽ വിശ്രമിക്കണം. എന്നിട്ട് ഒരു ഡോക്ടറെ കണ്ട് പരിശോധിപ്പിക്കണം എന്നൊക്കെയാണ്. സുകുവേട്ടൻ പോലും ഒരിക്കലും ഇങ്ങനെ എന്റെ കാര്യത്തിൽ ഔത്സുക്യം കാണിച്ചിട്ടില്ല. ശരിക്കും സന്തോഷം തോന്നി മോഹൻ അങ്ങനെ ഒക്കെ പറഞ്ഞപ്പോൾ... ഇനി ഞാനെന്തു ശ്രദ്ധിക്കാനാണ് എന്റെ ആരോഗ്യം. എത്രയും പെട്ടെന്ന് സുകുവേട്ടനുള്ള ലോകത്തേയ്ക്ക് പോകണം. അതു മാത്രമാണിപ്പോഴത്തെ ഒരേയൊരാഗ്രഹം.

"മോന്റെ ജോലിയൊക്കെ എങ്ങനെയുണ്ട്? കണ്ണൻ സുഖമായിരിക്കുന്നോ? ഇനി കണ്ണന് യോജിച്ച കുട്ടിയെ കണ്ടെത്തണം നമുക്ക്. ഞാനും നോക്കാം. മോന്റെ ഒരു ഫോട്ടോ അയച്ചു തരണം. മോഹനും ആരോഗ്യം ശ്രദ്ധിക്കണം."

"ആ മോൻ സുഖായിരിക്കുന്നു. ജോലിയും നല്ലതാണ്. ഒരു ടെൻഷനും ആവശ്യമില്ല ആ ഫോട്ടോ, മോൻ വന്നിട്ട് ഏറ്റവും പുതിയതെടുത്ത് ഞാൻ തനിക്കയച്ചു തരാം... ഞാൻ ആരോഗ്യം ശ്രദ്ധിച്ചോളാം."

പിന്നെ ഒന്നും പറയാനില്ലാതിരുന്ന കൊണ്ട് രണ്ടാളും കുറച്ചു സമയം നിശ്ശബ്ദരായിരുന്ന ശേഷം പിന്നീട് വിളിക്കാം എന്ന് പറഞ്ഞ് ഫോൺ വച്ചു.

അടുത്ത പൂർവ്വ വിദ്യാർത്ഥി സംഗമം ആയി. ഈ പ്രാവശ്യം ടൗൺ ഹാളിൽവച്ചായിരുന്നു. ഹാളും പരിസരവും ഒക്കെ നന്നായി അലങ്കരിച്ചിട്ടുണ്ടായിരുന്നു. എല്ലാവരേയും കണ്ടു. ഞാൻ വീണ്ടും ഒന്നു കാണാനുള്ള മോഹത്തോടെ അദ്ദേഹത്തെ അവിടെയൊക്കെത്തിരഞ്ഞു. കണ്ടില്ല. ലളിതമായ ചായ സൽക്കാരത്തിനു ശേഷം വീണ്ടും എല്ലാവരും ഹാളിലെത്തിയപ്പോൾ വിശിഷ്ടാതിഥികളുടെ കൂടെ മോഹനും സ്റ്റേജിൽ മുൻനിരയിലിരിക്കുന്നു. എന്നെ ഒന്നു നോക്കുക പോലും ചെയ്തില്ല. വല്ലാത്ത വിഷമം തോന്നി. ഈ പ്രാവശ്യവും ഗുരുജനങ്ങളെ ആദരിക്കുന്നുണ്ടായിരുന്നു. അതിനു ശേഷം പ്രൊഫസറും വാഗ്മിയുമായിരുന്ന വിവേക് പ്രസംഗിക്കാനായി വന്നു.

അദ്ദേഹം പറഞ്ഞു "നമ്മുടെ രണ്ടാമത്തെ പൂർവ്വ വിദ്യാർത്ഥി സംഗമം ആണിത്. ഇന്നത്തെ ഈ സംഗമത്തിന് ഒരു പ്രത്യേകത

കൂടിയുണ്ട്. നിങ്ങൾക്കെല്ലാവർക്കും അറിയാമെന്നു കരുതുന്നു.

ഞാൻ അടുത്തിരുന്ന സുധാമണിയോട് ചോദിച്ചു

"എന്താടീ പ്രത്യേകത?"

"ആ എനിക്കറിയില്ല. " വിവേക് പറഞ്ഞു കൊണ്ടിരിക്കുമ്പോൾ തന്നെ സ്റ്റേജിന്റെ ഒരു വശത്ത് മാലയിട്ട ഒരു ഫോട്ടോ കൊണ്ടു വച്ചു. അതിനു മുൻപിൽ തിരിയിട്ട കത്തിക്കാത്ത ഒരു നിലവിളക്കും. വിവേക് പറഞ്ഞു ഈ വിളക്ക് ഇന്നിവിടെ തെളിയിക്കാൻ പോകുന്നത് രണ്ട് വിശിഷ്ട വ്യക്തികളാണ്. അവരാ ദീപം ഒരുമിച്ച് കൊളുത്തിയാൽ മാത്രമേ ഈ മോന്റെ ആത്മാവിന് മോക്ഷം കിട്ടൂ. അതിന് മുന്നോടിയായിട്ടുള്ള ചടങ്ങ് ഇപ്പോൾ ഇവിടെ നടക്കും. പെട്ടെന്ന് അപർണയും അനികേതും സ്റ്റേജിൽ വന്നു. ഞാൻ ഞെട്ടിപ്പോയി. രാവിലെ എന്തോ അത്യാവശ്യമുണ്ടെന്ന് പറഞ്ഞ് പോയിട്ട് ഇവിടെ? അപർണ ഞാനിരിക്കുന്നിടത്ത് വന്ന് എന്റെ കൈയ്യിൽ പിടിച്ചു. "വാ അമ്മേ" എന്ന് വിളിച്ചു. ഞാനാകെ വല്ലാതായി. മടിച്ചു നിന്നപ്പോൾ എല്ലാവരും ഒരേ സ്വരത്തിൽ ചെല്ലൂ സിന്ദൂരേ എന്ന് പറഞ്ഞ് പ്രോത്സാഹിപ്പിച്ചു. നിർവാഹമില്ലാതെ ഞാനെഴുന്നേറ്റ് സ്റ്റേജിൽ ചെന്നു. ഗുരുക്കൻമാരുടെ കാൽ തൊട്ടു വന്ദിച്ചു. അപർണ എല്ലാവരേയും തൊഴുത ശേഷം മൈക്കിന്റെ അടുത്ത് ചെന്ന് സംസാരിക്കാൻ തുടങ്ങി. അനികേതും അവളും തമ്മിലുള്ള പ്രണയവും, വിവാഹവും അനികേതിന്റെ അസുഖവും, വൃക്ക മാറ്റിവച്ചതും എല്ലാം അവൾ വളരെ ചുരുങ്ങിയ വാക്കുകളിൽ വ്യക്തമായി അവതരിപ്പിച്ചു. പിന്നെ അവൾ മാലയിട്ട ഫോട്ടോ കാണിച്ച് പറഞ്ഞു ആ ഫോട്ടോയിലെ ബിജോയിയുടെ വൃക്കയാണ് അനികേതിന്റെ ജീവനിൽ തുടിക്കുന്നതെന്ന്. ഞാനാ ഫോട്ടോയിലേയ്ക്ക് നോക്കി അറിയാതെ കൈകൂപ്പി പോയി. അപ്പോഴാണ് അവൾ പറയുന്നത് ആ ബിജോയി എന്ന കണ്ണന്റെ അച്ഛനാണ് മോഹൻ എന്ന്. അടുത്ത ഒരു ആഘാതം ആയിരുന്നു എനിയ്ക്കത്.

അപർണയ്ക്കും, അനികേതിനും ജീവിതത്തിൽ ഒറ്റപ്പെട്ടു പോയ മോഹനോട് ചില കർത്തവ്യങ്ങൾ നിറവേറ്റാനുണ്ട്. അദ്ദേഹത്തിന് ജീവിതത്തിൽ ഒരു കൂട്ടു വേണം. വാർദ്ധക്യാവസ്ഥയിൽ ഒരു ഹോം നേഴ്സിനേക്കാൾ ഏറ്റവും നല്ലത് ഒരു ഭാര്യയായിരിക്കും. ഭാര്യയ്ക്ക് ഭർത്താവും. അദ്ദേഹത്തെ ആദ്യമായി കാണാൻ ചെന്നപ്പോഴാണറിഞ്ഞത്, അദ്ദേഹം സ്നേഹിച്ച് വിവാഹം കഴിക്കാനാഗ്രഹിച്ചിരുന്ന സിന്ദൂരയുടെ മകളുടെ ഭർത്താവിനാണ് വൃക്ക ആവശ്യമെന്ന് മനസ്സിലായതും അത് നൽകിയതും എന്ന്. ബി ജോയിയുടെ സ്ഥാനത്താണ് അനികേതിപ്പോൾ. മോഹനങ്കിൾ ആഗ്രഹിച്ചതാണ് അദ്ദേഹത്തിന്റെ

മകന്റേയും എന്റെയും വിവാഹം. അതു കൊണ്ട് ഞങ്ങൾ ഒരു തീരുമാനമെടുത്തു എന്റെ അമ്മയായ സിന്ദൂരയെ അങ്കിളിന് നൽകാൻ.

പെട്ടെന്ന് ഞാൻ സ്ഥലകാലബോധം മറന്ന് "ഇല്ല ഞാൻ സമ്മതിക്കില്ല എനിക്കതിനാവില്ല" എന്ന് പറഞ്ഞ്. അലറിക്കരഞ്ഞു. എല്ലാവരും വല്ലാതായി. നമ്പൂരി സാർ വന്ന് എന്നെ പിടിച്ച കൊണ്ടുപോയി കസേരയിൽ ഇരുത്തി. ശാന്തമായി ചിന്തിക്കാൻ പറഞ്ഞു. പിന്നെ അദ്ദേഹം മൈക്ക് വാങ്ങി പണ്ടത്തെ ഞങ്ങളുടെ മലയാളം ക്ലാസ്സിൽ പറയാറുണ്ടായിരുന്ന പോലൊരു കഥ പറയാൻ തുടങ്ങി.

ഒരിക്കൽ വിഷ്ണുവിന്റെ വാഹനമായിരുന്ന ഗരുഡൻ ഭൂമിയിൽ വന്നിട്ട് വിഷ്ണു ലോകത്തേയ്ക്ക് പോകുമ്പോൾ ഒരു അടയ്ക്കാ കുരുവിയെ കണ്ടു. കുരുവി പറഞ്ഞു തനിയ്ക്കും വിഷ്ണുലോകം കാണാനാഗ്രഹമുണ്ടെന്ന്. ഗരുഡൻ തന്റെ പുറത്തു കയറ്റിയിരുത്തി വിഷ്ണു ലോകത്തേയ്ക്ക് പറന്നു. പക്ഷേ ഒരു കാര്യം ഭഗവാനെ കാണാൻ സാധിക്കില്ല. ഭഗവാൻ അനുവദിച്ചിട്ടുള്ളവർക്ക് മാത്രമേ കവാടത്തിലൂടെ അകത്ത് കടന്ന് അനന്തശായിയെയും ലക്ഷ്മിയേയും കാണാൻ സാധിക്കു. ഗരുഡൻ പ്രവേശന കവാടം കടന്ന് അകത്തേയ്ക്ക് പോയപ്പോൾ കുരുവി പ്രവേശന കവാടത്തിന്റെ മുൻപിലായി നിലയുറപ്പിച്ചു. അപ്പോൾ അവിടേയ്ക്ക് വിഷ്ണുവിനെ കാണാനായി വന്ന യമധർമ്മൻ കുരുവിയെ ഒന്നു സൂക്ഷിച്ചു നോക്കിയ ശേഷം അകത്തേയ്ക്ക് പോയി. ഗരുഡൻ വന്നപ്പോൾ കുരുവി പറഞ്ഞു "യമധർമ്മൻ എന്നെ സൂക്ഷിച്ചു നോക്കി. എനിക്കാകെ പേടി തോന്നുന്നു. അദ്ദേഹത്തിന്റെ കണ്ണെത്താത്ത എവിടെയെങ്കിലും എന്നെ കൊണ്ടു പോയാൽ നന്നായിരുന്നു." ഗരുഡൻ ഏഴു കടലുകളും, മലകളും താണ്ടി ഭൂമിയിലെത്തി. ഒരു കുരുവിയ്ക്ക് ഒരിക്കലും എത്തിപ്പെടാനാവാത്ത ഒരു വനത്തിലെ വൃക്ഷക്കൊമ്പിൽ കുരുവിയെ പച്ചിലകൾക്കിടയിൽ ഒളിപ്പിച്ചിരുത്തി. ഗരുഡൻ തിരികെപ്പോയി. വനത്തിൽ പെട്ടെന്ന് കാറ്റും മഴയും വന്നു. ശക്തമായ കാറ്റിലും മഴയിലും കുരുവിയ്ക്ക് പറക്കാൻ വയ്യാതായി. കുരുവി വൃക്ഷക്കൊമ്പിൽ നിന്നും താഴെ വീണു. വീണു കിടന്ന കുരുവിയുടെ മേൽ മരത്തിന്റെ കൊമ്പൊടിഞ്ഞ് വീണ് ആ പാവം നിശ്ചേതനായി... തിരികെ പോകാനിറങ്ങിയ യമധർമ്മൻ ഗരുഡനോട് ചോദിച്ചു. "ഈ കവാടത്തിനരികിലിരുന്ന കുരുവി എന്തേ?". ഗരുഡൻ മറുപടി പറഞ്ഞു താനാ കുരുവിയെ വനത്തിലെ വൃക്ഷക്കൊമ്പിൽ ഇരുത്തിയ കാര്യം. അപ്പോഴാണ് യമധർമ്മൻ പറഞ്ഞത് "അതാണ് ഞാനോർത്തത് ആ കുരുവി ഇവിടെയിരുന്നാൽ എങ്ങനെയാണ് ശരിയാവുക. ആ വനത്തിലെ മരക്കൊമ്പ് കാറ്റിലും മഴയിലും പെട്ട്

പറക്കാനാവാതെ വീണ കുരുവിയുടെ മുകളിൽ വീണു വേണം അതിന്റെ ജീവൻ വെടിയാൻ... അതങ്ങിനെ തന്നെ നടന്നു."

"കുരുവിയുടെ കഥയിൽ നിന്നും നിങ്ങൾക്കെന്താണ് മനസ്സിലായത്. നിയതിയുടെ തീരുമാനം അനുസരിച്ച് ഓരോന്നും നടക്കേണ്ട സമയത്ത് നിശ്ചയിച്ചിട്ടുള്ള സ്ഥലത്ത് വച്ച് നടക്കും. അതാണ് നിയതിയുടെ നിയോഗം. ഇത്രയും വർഷങ്ങൾക്ക് ശേഷം ആണ് സിന്ദൂരയുടേയും, മോഹന്റെയും വിവാഹം നമ്മുടെയെല്ലാം സാന്നിധ്യത്തിൽ ഈ ടൗൺ ഹാളിൽ വച്ച് നടക്കുന്നത്. അതും സ്വന്തം മക്കളുടേയും, ഭർത്താവിന്റെ ബന്ധു ജനങ്ങളുടെയും പൂർണ്ണ സമ്മതത്തോടെ. സിന്ദൂരേ ഇതൊരിക്കലും ഒരു തെറ്റല്ല. മരിച്ചവർ ഇനി തിരിച്ചു വരില്ല. അവർക്കു വേണ്ടി മാത്രമല്ല പിന്നീടുള്ള ജീവിതം ജീവിക്കേണ്ടത്. ജീവിച്ചിരിക്കുന്നവർക്ക് കൂടി വേണ്ടിയാണ്. നിങ്ങൾക്ക് രണ്ടു പേർക്കും പരസ്പരം താങ്ങും തണലും ആയി ഇനിയുള്ള ജീവിതം ജീവിക്കാം. എത്ര ദൂരേയ്ക്ക് പോയ് മറഞ്ഞാലും നിലാവ് നീലാകാശത്തെ വിട്ട് അകന്നു പോവില്ല... ഒരിയ്ക്കലും... അതു പോലെയാണ് മനസ്സറിഞ്ഞ് സ്നേഹിച്ച ചില ബന്ധങ്ങളും, എത്ര ദൂരെയാണെങ്കിലും, എത്ര കാലം കാണാതിരുന്നാലും അവർ മനസ്സിൽ നിന്നും അകന്നു പോകില്ല ഒരിയ്ക്കലും... ജീവിതയാത്രയുടെ അവസാന ഘട്ടത്തിലെങ്കിലും അവർ കണ്ടുമുട്ടും. അതല്ലേ ആത്മാർത്ഥ സ്നേഹത്തിന്റെ ശക്തി... അത് കാണാതിരിക്കാൻ ദൈവങ്ങൾക്കും ആകില്ല. ഞാൻ നിങ്ങളുടെ അധ്യാപകനല്ലേ പറയുന്നത് അനുസരിക്കു കുട്ടീ. കണ്ണ് നനയിച്ച ഓർമ്മകളെ സൂക്ഷിച്ച് വയ്ക്കുക. അതോർത്ത് വീണ്ടുംകരയാനല്ല ജീവിതത്തിന്റെ യാഥാർത്ഥ്യങ്ങളിൽ ഒരിക്കൽക്കൂടി തോറ്റു പോകാതിരിക്കാൻ മാത്രം. എല്ലാ പ്രതിസന്ധികളേയും തരണം ചെയ്ത് ജീവിതത്തിൽ മുന്നേറാൻ. മറ്റുള്ളവരെന്തു കരുതും എന്നോർത്ത് ഉപേക്ഷിക്കപ്പെടുന്ന പല സ്വപ്നങ്ങളും ഉണ്ടാവാം. ഒരു പക്ഷേ കാലം കഴിയുമ്പോഴായിരിക്കും അവയൊക്കെ എത്രമാത്രം തീരാനഷ്ടങ്ങളായിരുന്നു എന്നറിയുന്നത്. നമ്മൾ നമ്മളായിരിക്കുക. ഇഷ്ടങ്ങൾക്കൊത്ത് ജീവിക്കുക. അതിലും മനോഹരമായി മറ്റെന്താണുള്ളത്? ഇനി എനിക്കൊന്നും പറയാനില്ല"

അപർണയും സുരഭി ചേച്ചിയും, അനികുട്ടനും കൂടി എന്നെ മോഹന്റെ അടുത്തേയ്ക്ക് പിടിച്ചു നിർത്തി. മോഹൻ എന്റെ കഴുത്തിൽ താലി കെട്ടി. പിന്നെ അദ്ദേഹം അപർണയുടെ കൈയ്യിൽ നിന്നും ചുവന്ന സിന്ദൂരം വാങ്ങി എന്റെ നെറ്റിത്തടത്തിലും, സീമന്തരേഖയിലും ചാർത്തി. ഞാനപ്പോഴും ഞെട്ടലിൽ നിന്നും മുക്തയായിരുന്നില്ല. അപ്പോഴും വിവേകിന്റെ ശബ്ദം കേൾക്കാമായിരുന്നു. മോഹനെ

കാണാൻ ചെന്നപ്പോൾ മോഹന്റെ പെങ്ങൾ ലളിത ചേച്ചിയാണ് മോഹന് സിന്ദൂരയെ ഇഷ്ടമായിരുന്ന കാര്യം പറഞ്ഞത്. ഞങ്ങൾക്ക് ജീവിതം തന്ന ഈ അങ്കിളിനേയും അമ്മയേയും ഒന്നിപ്പിക്കണം എന്ന് പറഞ്ഞ് അപർണയും, അനികേതും ഞങ്ങളെ എല്ലാവരേയും കണ്ട് ഈ കാര്യം അവതരിപ്പിച്ചു. ഞങ്ങളുടെ എല്ലാ പിന്തുണയും ഉണ്ടാവും എന്ന് പറഞ്ഞപ്പോൾ കല്യാണം നടക്കുന്നതു വരെ ഈ വിവരം രഹസ്യമാക്കി വയ്ക്കാൻ പറഞ്ഞു. അതാണിവിടെ ശുഭപര്യവസായിയായി നടന്നത്. അപർണ, അനികേത് എന്ന ആ മക്കളുടെ നല്ല മനസ്സിനും പുരോഗമന ചിന്താഗതിയ്ക്കും പ്രത്യേക അഭിനന്ദനങ്ങൾ.

പിന്നീട് സിന്ദൂരയും, മോഹനും ചേർന്ന് ബിജോയിയുടെ ഫോട്ടോയ്ക്ക് മുൻപിലായി വച്ചിരുന്ന നിലവിളക്കിലെ തിരി തെളിയിച്ചു. അപ്പോൾ എല്ലാവരും എഴുന്നേറ്റ് നിന്ന് അകാലത്തിൽ പൊലിഞ്ഞ ബിജോയി എന്ന കണ്ണന്റെ ആത്മാവിനായി പ്രാർത്ഥിച്ചു. ബിജോയിയുടെ ആത്മാവിനും സന്തോഷമായി എന്നതുപോലെ നിലവിളക്കിന്റെ പ്രഭയിൽ ആ ഫോട്ടോയിലെ ചിരിച്ച മുഖം കൂടുതൽ തേജോമയമായി പ്രശോഭിച്ചു. ഹാളിനെ ആകെ പ്രകമ്പനം കൊള്ളിച്ച കരഘോഷങ്ങൾക്കും, ആശംസകൾക്കും അവസാനം എല്ലാവരും സദ്യയുണ്ണാനായിപ്പോയി. അതും അപർണയുടേയും, അനികുട്ടന്റേയും ഏർപ്പാടായിരുന്നു.

തനിച്ചായപ്പോൾ മോഹൻ സിന്ദൂരയോടായി പറഞ്ഞു നെറ്റിയിൽ പൊട്ട് തൊട്ടപ്പോൾ താൻ വീണ്ടും പഴയ സിന്ദൂരയായി, ഇത്തിരി പ്രായക്കൂടുതലുണ്ടെന്നതൊഴിച്ചാൽ. അപ്പോൾ സിന്ദൂരയ്ക്കും കൊതിയായി താൻ പൊട്ട് കുത്തിയത് കാണാൻ. അതവൾ മോഹന്റെ കണ്ണിൽ പ്രതിബിംബിച്ച തന്റെ മുഖത്തിൽ കണ്ടു ആ ചുവന്ന പൊട്ട്. സിന്ദൂരയുടെ ചുവന്ന പൊട്ട്.

●

എന്റെ ദേവികുട്ടി

ആരായിരുന്നു എനിയ്ക്ക് ദേവികുട്ടി? എന്റെ എല്ലാമെല്ലാമായ നൈർമ്മല്യത്തിന്റെ പ്രതീകമായ എന്റെ പാവം ചേച്ചി... ഒരമ്മയുടെ വയറ്റിൽ പിറന്ന എന്റെ കൂടപ്പിറപ്പുകൾ കാട്ടാത്ത സ്നേഹം, ആ സ്നേഹസാഗരത്തിന്റെ അലയാണ് എന്റെ ദേവികുട്ടിയിൽ നിന്നും എനിയ്ക്ക് ലഭിക്കുന്നത്. എന്റെ അമ്മയുടെ ചേച്ചിയുടെ മകൾ ആണ് ദേവികുട്ടി. പല്ലവി ഓർക്കുകയായിരുന്നു 'ദേവികുട്ടീ'... എന്ന് താൻ വിളിക്കുന്ന തന്റെ പ്രിയപ്പെട്ട ചേച്ചിയെ കുറിച്ച്.

ആരോടും ഒരു പരിഭവവും പിണക്കവുമില്ലാത്ത എല്ലാവരേയും അകമഴിഞ്ഞ് സ്നേഹിക്കാൻ മാത്രമറിയാവുന്ന കാപട്യം തീണ്ടാത്ത മാടപ്പിറാവ്. അച്ഛന്റെ സ്നേഹമറിയാതെ വളർന്നു. അമ്മയും, മകളും മാത്രം. ഒരിയ്ക്കൽ പഠിക്കാൻ പോയിട്ട് വരുമ്പോൾ വീടിന് കുറച്ചകലെയുള്ള കടയിലെ ചേച്ചി വിളിച്ചു.

"മോളേ ഇങ്ങു വന്നേ"

വേഗം അവര് വിളിച്ച കടയിലേയ്ക്ക് ചെന്നപ്പോൾ കടയ്ക്കകത്തിരിക്കുന്ന മെലിഞ്ഞു വെളുത്ത മനുഷ്യൻ ചിരിച്ചു. വല്ലാത്ത ആർത്തിയോടെ നോക്കുന്നത് കണ്ടപ്പോൾ ഭയന്നു പോയി. അപ്പോൾ ആ ചേച്ചി ചോദിച്ചു.

“മോൾക്കിതാരാണെന്ന് അറിയാമോ?

വളരെ പതിഞ്ഞ ശബ്ദത്തിൽ പറഞ്ഞു

“അറിയില്ല. ”

അപ്പോൾ അവർ പറയുകയാണ്

“ഇതാണ് മോൾടെ അച്ഛൻ.”

ആ കൈകൾ നീട്ടിയ മിഠായികൾ വാങ്ങാൻ നിൽക്കാതെ വേഗം പേടിച്ചോടി. അതായിരുന്നു അച്ഛൻ എന്ന മനുഷ്യനെ കണ്ട നിമിഷം. വീട്ടിൽ വന്നിട്ടും അമ്മയോടും ആരോടും പറഞ്ഞില്ല. അച്ഛനുമായി പിണങ്ങി നിൽക്കുന്ന അമ്മയ്ക്ക് ദേഷ്യായാലോ എന്ന് ഭയന്ന്.

പഠിക്കാൻ മിടുക്കി ആയിരുന്നതുകൊണ്ട് നഗരത്തിലെ പ്രശസ്ത കോളേജിൽ പ്രവേശനം ലഭിച്ചു. വളരെ സുന്ദരിയായിരുന്നു എന്റെ ദേവികുട്ടി. വെളുത്ത് തുടുത്ത് ചുരുണ്ട മുടിയും ഉള്ള ആര് കണ്ടാലും നോക്കി നിന്നു പോകുന്ന സൗന്ദര്യം. ഒരുപാട് പേർ പ്രണയവും ആയി വന്നു. ഒന്നിനും വശംവദയായില്ല. കോളേജിൽ പോയിട്ട് വരുന്ന ഒരു വൈകുന്നേരം ആണ് വീട്ടിലെ മുറ്റത്ത് തൊട്ടടുത്ത ബന്ധു ക്കൾ വേഗം ദേഹം കഴുകി വന്നപ്പോഴേയ്ക്കും ഒരുങ്ങാൻ പറഞ്ഞു. അമ്മയും അടുത്ത ബന്ധുക്കളും ആയി എത്തിയത് ആൾക്കൂട്ടമുള്ള ഒരു വീടിന്റെ മുൻപിൽ. ചോദിക്കാൻ ഭയമായിരുന്നു. പറയുന്നത് മാത്രം കേട്ട് അനുസരിച്ച് ജീവിക്കുക അതായിരുന്നു വീട്ടിലെ ചട്ടം. ആൾക്കൂട്ടത്തെ വകഞ്ഞു മാറ്റി നടക്കുമ്പോൾ കണ്ടു വെള്ളപുതപ്പിച്ച ശരീരം. എല്ലാവരുടേയും കണ്ണുകൾ ഞങ്ങളുടെ മുഖത്ത്. സൂക്ഷിച്ച് നോക്കിയപ്പോൾ എവിടെയോ കണ്ട ഓർമ്മ. അപ്പോൾ ആരോ പറയുന്നത് കേട്ടു “വിദ്യാധരന്റെ ഭാര്യയും മകളുമാണിത്. ഇനി ചടങ്ങ് നടത്തിക്കോളൂ”.

യാന്ത്രികമായി ആ പുതപ്പിച്ച ശരീരത്തെ വലം വച്ച് അരിയും, പൂവുമിട്ട് കാൽതൊട്ട് വണങ്ങിയപ്പോൾ കണ്ണിൽ നിന്നുതിർന്ന രണ്ടു തുള്ളി കണ്ണീർ ആ പാദങ്ങളിൽ വീണു. അതായിരുന്നു ആ മകൾക്ക് അച്ഛനെ ആകെ കാണാനും, ആ അച്ഛന് നൽകാനും ഉണ്ടായിരുന്നത് രണ്ടു തുള്ളി കണ്ണീർ.

ഡിഗ്രി കഴിഞ്ഞപ്പോൾ വിവാഹം. സുന്ദരൻ. സുമുഖൻ, നാട്ടിലെ അറിയപ്പെടുന്ന ബിസിനസ് കാരൻ. ദേവികുട്ടിയെ കണ്ടിഷ്ടായി വിവാഹം ആലോചിച്ച് വന്നു. എല്ലാവർക്കും താൽപ്പര്യം. പറയു ന്നത് അനുസരിക്കാൻ മാത്രമറിയാവുന്ന ദേവിക്കുട്ടി താലികെട്ടാൻ കഴുത്ത് നീട്ടിക്കൊടുത്തു. വിവാഹ ശേഷമുള്ള ആദ്യ മൂന്ന് വർഷം സുന്ദര സുരഭില ജീവിതം. ഒരു പെൺകുട്ടിയും പിറന്നു. പിന്നീടുള്ള

ജീവിതത്തിൽ താളപ്പിഴകളായി. ഭർത്താവിന്റെ പിടിപ്പ് കേട് മൂലം ബിസിനസ്സ് തകർന്നു. ഉണ്ടായിരുന്ന ഓരോന്നും വിറ്റ് തീർത്തു. ആ സമയത്താണ് രണ്ടാമത്തെ കുട്ടിയുടെ ജനനം. ഒന്നിനും ഒരു പരാതിയും പറയാതെ അങ്ങേയറ്റം ക്ഷമയോടും സഹനശക്തിയോടും കൂടെ ജീവിച്ചു.

അച്ഛന്റെ വിൽപ്പത്ര പ്രകാരമുള്ള സ്വത്ത് ദേവികുട്ടിക്കായിരുന്നു. അത് വിൽപ്പന നടത്തി ഒരു വീട് വയ്ക്കാൻ തുനിഞ്ഞപ്പോഴാണ് താൻ ആ പണം കൊണ്ട് ഗൾഫിൽ പോയി രക്ഷപ്പെടട്ടെ എന്ന് ഭർത്താവായ സുജനപാലൻ പറഞ്ഞത്. ആരോടും ഒന്നിനും എതിർത്തു പറയാത്ത മറ്റുള്ളവർ പറയുന്നതെല്ലാം സത്യമാണെന്ന് വിശ്വസിക്കുന്ന ദേവികുട്ടി അതും സമ്മതിച്ചു. ആ സമയത്ത് ഭർത്താവിന്റെ വീടിനടുത്തുള്ള ഒരു സ്വകാര്യ സ്ഥാപനത്തിൽ ജോലിക്ക് പോകുവാനും തുടങ്ങി ദേവികുട്ടി. ഭർത്താവ് വിദേശത്ത് പോയി. ഭർത്താവിന്റെ വീട്ടിൽ അദ്ദേഹത്തിന്റെ അമ്മയും, ചേട്ടനും, ചേട്ടത്തിയും, മക്കളും ആയിരുന്നു ഉണ്ടായിരുന്നത്. കിട്ടുന്ന ശമ്പളത്തിന്റെ മുക്കാൽ ഭാഗവും ചേട്ടത്തിയുടെ കൈയ്യിൽ കൊടുക്കുമായിരുന്നു ദൈനംദിന ചിലവിനായി. ആഴ്ചാവസാനം രണ്ട് മക്കളേയും കൊണ്ട് വീട്ടിൽ വരുമായിരുന്നു. അങ്ങനെ ഒരാഴ്ച പോകാൻ ഒരുങ്ങി കൊണ്ടിരിക്കുമ്പോൾ ആണ് ചേട്ടൻ പറഞ്ഞത്.

“ഇപ്പോൾ തരുന്നതിലും ആയിരം രൂപ കൂടി കൂടുതൽ തരണം. വീട്ടിൽ പോയിട്ട് വരുമ്പോൾ കൊണ്ടുവരണം” . ചില നേരങ്ങളിലെ ചിലരുടെ വാക്കിന് ആളി കത്തുന്ന തീയേക്കാൾ പൊള്ളലേൽപ്പിക്കാൻ കഴിവുണ്ട്. ശമ്പള ബാക്കി അവർക്ക് കൊടുത്ത് കഴിഞ്ഞാൽ പിന്നെ കഷ്ടിയേ ഉണ്ടായിരുന്നുള്ളൂ. രണ്ട് മക്കൾക്കും ആവശ്യമുള്ളവയും മരുന്നും ഒക്കെ വാങ്ങിക്കഴിഞ്ഞാൽ പിന്നെ ഒന്നും ബാക്കി കാണില്ല. ആരോട് പറയാൻ. ആത്മാഭിമാനം നഷ്ടപ്പെടരുതല്ലോ... പരീക്ഷണവും പ്രയാസവുമില്ലാതെ ദൈവം ആരേയും മണ്ണിൽ സൃഷ്ടിച്ചിട്ടില്ലല്ലോ?'ആകെത്തകർന്ന പോലെ വീട്ടിലെത്തി. രണ്ട് ദിവസം കഴിയുമ്പോൾ തിരികെ പോകണം. പണത്തിന് എന്ത് ചെയ്യും? ആകെ വിഷമത്തിലായ സമയത്താണ് ദേവദൂതികയെപോലെ മാമന്റെ മകൾ വന്നത്.

പണ്ട് കുഞ്ഞിന് പാൽ കൊടുത്ത് കിടന്ന് ഉറങ്ങിപ്പോകുമ്പോൾ ചെറുതായിരുന്ന മാമന്റെ മോൾ കുഞ്ഞിനെ തള്ളി മാറ്റി ദേവികുട്ടിയുടെ പാൽ കുടിക്കുമായിരുന്നു. ആരെങ്കിലും ദേവികുട്ടിയെ എന്തെങ്കിലും പറഞ്ഞാൽ അയ്യോ! അക്കയെ വഴക്ക് പറഞ്ഞേ എന്ന് വലിയ വായിൽ കരയുമായിരുന്നു മാമന്റെ മോൾ പുണ്യ. വീട്ടിൽ

വന്ന ദേവികുട്ടിയുടെ മുഖത്തെ വിഷമം പുണ്യ ചെറിയ കുട്ടിയാണെങ്കിലും മനസ്സിലാക്കി. നിസ്സഹായയായ നല്ല മനസ്സുള്ള ദേവികുട്ടിയെ ധർമ്മസങ്കടത്തിൽ നിന്നും രക്ഷിക്കാനായി ദൈവം പുണ്യ എന്ന ആ കുഞ്ഞ് മനസ്സിൽ അവതരിച്ചു. ദേവികുട്ടി ഒന്നും പറയാതിരുന്നിട്ടും പുണ്യ തന്റെ അച്ഛനോട് പറഞ്ഞ് പിന്നെ ദേവികുട്ടിയെ തിരികെ വിട്ടില്ല.

ഗൾഫിൽ പോയ ഭർത്താവ് ഉണ്ടായിരുന്ന പൈസ മുഴുവൻ തീർന്നപ്പോൾ വെറുംകൈയ്യോടെ നാട്ടിലെത്തി. പാവം എന്റെ ദേവികുട്ടിയെ ഉപദ്രവിക്കുകയും ചെയ്യുമായിരുന്നു അയാൾ. ഒന്നും പ്രതികരിക്കാനറിയാത്ത ആ പാവം ആരോടും ഒന്നും പറഞ്ഞില്ല. തിരികെ വന്ന ശേഷം അയാൾ കാണുന്നവരോടൊക്കെ പണം കടം വാങ്ങി മദ്യപാനവും തുടങ്ങി. അതും ദേവികുട്ടിയുടെ തലയിലായി. കഴുത്തിലും കൈയ്യിലും ഉള്ളതൊക്കെ ഊരി കടക്കാർക്ക് കൊടുക്കേണ്ടി വന്നു. പിന്നീടയാൾ ഒരു പണിക്കും പോകാതെ ഒരു ഉത്തരവാദിത്തവും ഏൽക്കാതെ അലസ വിലാസനായി വിരാജിക്കാൻ തുടങ്ങി. നാല് നേരവും ഒരു കൂസലും ഇല്ലാതെ മൃഷ്ടാന്നം വെട്ടി വിഴുങ്ങി.

ഒരുപാട് ദുഃഖങ്ങളിലൂടെ കടന്നു പോകുമ്പോഴും എന്റെ ദേവികുട്ടിയെ കരഞ്ഞു ഞാൻ കണ്ടിട്ടില്ല. എപ്പോഴും ചിരിച്ച മുഖത്തോടെ ഒരു കടലോളം ദുഃഖം മനസ്സിൽ ഒളിപ്പിച്ച് വച്ച്

എല്ലാവരോടും സ്നേഹവും, ബഹുമാനവും, ആദരവും, ഭക്തിയും, സംരക്ഷണവും, വാത്സല്യവും, നൻമയും, ക്ഷമയും കാണിച്ച് പെരുമാറുന്ന എന്റെ ദേവികുട്ടി...

മകളുടെ വിവാഹം കഴിഞ്ഞു. മകന് ജോലിയുമായി. എന്നിട്ടും ദൈവത്തിന്റെ പരീക്ഷണം മാത്രം അവസാനിച്ചില്ല. ദേവികുട്ടിയുടെ സ്തനത്തിൽ കടന്നു കൂടി അർബുദം എന്ന മഹാ രോഗം. ഒരു സ്തനം നീക്കം ചെയ്ത് കിടക്കുമ്പോഴും ഭർത്താവ് എന്ന മനുഷ്യൻ തിരിഞ്ഞു നോക്കിയില്ല. അപ്പോഴും മദ്യപിച്ചിട്ട് ഓരോ വിക്രിയകൾ കാണിച്ചതിന്റെ പരാതികൾ ബന്ധുക്കളിൽ നിന്നും, നാട്ടുകാരിൽ നിന്നും കേൾക്കാനായിരുന്നു ദേവിക്കുട്ടിയുടെ യോഗം.

കീമോയ്ക്ക് ശേഷം ശരീരം ആകെ കറുത്ത പാടുകളോടെ, മുഴുവൻ മുടിയും, പുരികവും പൊഴിഞ്ഞ് പോയ എന്റെ ദേവികുട്ടിയ്ക്ക് എന്നെ കണ്ടപ്പോൾ വല്ലാത്ത സങ്കടം വന്നു. അതിലേറെ സങ്കടമായിരുന്നു എനിക്കെന്റെ ദേവികുട്ടിയെ കണ്ടപ്പോൾ. അന്നാദ്യമായി ദേവികുട്ടി എന്നെ കെട്ടിപ്പിടിച്ച് കരഞ്ഞു, അതിലേറെ ഉച്ചത്തിൽ ഞാനും. അത് കണ്ട് നിന്ന എന്റെ ഭർത്താവും മകനും കരഞ്ഞുപോയി. എല്ലാം

നേടിയവരായി ആരുമില്ല. സ്വപ്നങ്ങൾ ഒക്കെ പൂർത്തീകരിച്ച് മടങ്ങിയവരും ഇല്ല. എന്നാൽ പ്രതീക്ഷകളും സ്വപ്നങ്ങളും ആണ് നമ്മെ വീണ്ടും ജീവിക്കാൻ പ്രേരിപ്പിക്കുന്നത്.

ഇന്നെന്റെ ദേവികുട്ടി ആ രോഗത്തെ അതിജീവിച്ച് വീണ്ടും പഴയതിലും സുന്ദരിയായിരിക്കുന്നു. ചമഞ്ഞൊരുക്കങ്ങളൊന്നും ഇല്ലാത്ത എന്റെ ദേവികുട്ടിയുടെ സൗന്ദര്യം കണ്ടിട്ട് ഇപ്പോഴും എല്ലാവർക്കും അസൂയയാണ്. കടയിലും, മാർക്കറ്റിലും, എന്നു വേണ്ട എല്ലായിടത്തും പോയി വീട്ടാവശ്യത്തിനുള്ള എല്ലാ സാധനങ്ങളും വാങ്ങി നടന്നാണ് വരുന്നത് അത്രയും പൈസ ഓട്ടോയ്ക്ക് കളയണ്ടല്ലോ എന്ന് കരുതി. ഒരു അവയവം നീക്കം ചെയ്തതു കൊണ്ട് സാധനങ്ങൾ തൂക്കിപ്പിടിക്കുമ്പോൾ നെഞ്ചിനും, മുതുകിനും നല്ല വേദനയാണ്. എല്ലാം സഹിച്ചും അമ്മയ്ക്കും ഭർത്താവിനും ഭക്ഷണം പാകം ചെയ്ത് കൊടുക്കും. വീട്ടിലെ തൂക്കലും തുടയ്ക്കലും ഉൾപ്പെടെ മുഴുവൻ പണികളും ചെയ്യും.

സുജനപാൽ പോരെടുക്കുന്ന അമ്മായിയമ്മയെപ്പോലെയാണ് എന്റെ ദേവികുട്ടിയെ ബുദ്ധിമുട്ടിപ്പിക്കുന്നത്. ഒരിയ്ക്കലും വിസർജ്ജനത്തിന് ശേഷം ശുചി മുറിയിൽ വെള്ളമൊഴിക്കില്ല. വിസർജ്ജ്യത്തിന്റെ അവശിഷ്ടങ്ങൾ തുണിയിൽ പറ്റിച്ച് വൃത്തികേടാക്കും. അത് ദേവികുട്ടി വൃത്തിയാക്കണം എന്നാണ് അയാളുടെ നിലപാട്. മക്കൾ വീട്ടിൽ വരുന്ന സമയത്ത് ദേവികുട്ടി പറഞ്ഞാലും വിശ്വസിക്കാത്ത തരത്തിൽ വളരെ ശ്രദ്ധാലുവായ കൃത്യനിഷ്ഠയുള്ള അതിവൃത്തിയുള്ളവനായി നടിക്കുന്ന തന്ത്രശാലിയാണയാൾ. എല്ലാം ഒന്നും മിണ്ടാതെ സഹിച്ച് അയാളുടെ മുണ്ടുകൾ വെള്ളം ഒഴിച്ച് വാഴയില കൊണ്ട് തേച്ച് വൃത്തിയാക്കിയ ശേഷം അതിനായി പ്രത്യേകം മാറ്റി വച്ചിരിക്കുന്ന പാത്രത്തിൽ ചൂടുവെള്ളവും സോഡാ ക്കാരവും ചേർത്ത് മുക്കി കഴുകി ഉണക്കിയെടുക്കും. ക്ഷമയുടെ അവതാരം എന്ന് പറയുന്നത് എന്റെ ദേവികുട്ടിയല്ലേ. ആ ദേവികുട്ടിയ്ക്ക് ഇതിലും നല്ലൊരു പേര് ഏതാണ് ചേരുക. ആ പിന്നെ നാട്ടുകാർ വിളിക്കുന്ന ഒരു പേരുണ്ട്. “സുഖമില്ലാത്ത യാളിന്റെ ഭാര്യ”

എന്റെ ദേവികുട്ടിയുടെ എല്ലാ സങ്കടങ്ങളും അറിയുന്ന ആൾ ഞാനാണ്. ഒരു ദിവസം തമ്മിൽ സംസാരിച്ചില്ലെങ്കിൽ സങ്കടാണ് രണ്ടാൾക്കും. നമ്മൾ പറയുന്ന ചെറിയ കാര്യങ്ങൾ പോലും മനോഹരമാവുന്നത് ഒരു മടിയും കൂടാതെ അത് കേൾക്കാൻ ആളുണ്ടാവുമ്പോഴാണ്.

ഞാനിപ്പോൾ എന്റെ ദേവികുട്ടിയെ കാണാൻ രണ്ട് ദിവസം ആ കൂടെ നിൽക്കാൻ നാട്ടിൽ പോകുകയാണ്. ഞാനെന്താണ് എന്റെ ദേവികുട്ടിയ്ക്ക് കൊടുക്കുന്നത്? സാരിയോ? പൈസയോ? അതോ മറ്റു

വല്ല സാധനങ്ങളോ? ഏതൊക്കെ കടയിൽ കയറി ഞാൻ തിരഞ്ഞു എന്നറിയാമോ? എന്റെ ദേവികുട്ടിയ്ക്ക് കൊടുക്കാൻ മതിപ്പുള്ള ഒന്നും എന്റെ കണ്ണിനും, മനസ്സിനും തൃപ്തിയായി കണ്ടില്ല. അധികം ആർഭാടങ്ങൾ ഇഷ്ടമല്ലാത്ത കണ്ണ് പോലും എഴുതാത്ത ആ സുന്ദരിയ്ക്ക് ഞാനെന്താണ് കൊടുക്കുക? ഇപ്പോൾ ഞാൻ സ്വർണ്ണക്കടയിൽ നിൽക്കുകയാണ്. കമ്മലുകളും, വളകളും, മോതിരങ്ങളും ഒക്കെ നോക്കി ഒന്നും എന്റെ സുന്ദരിയുടെ ലാളിത്യത്തിന് പറ്റുന്നതല്ല. പെട്ടെന്നാണ് ഞാൻ കണ്ടത് ഒരു മാല. അതെനിക്കിഷ്ടായി. അത് ഞാൻ വാങ്ങി എന്റെ ദേവികുട്ടിക്കായി. ആ നിർമ്മല ഹൃദയവതിയായ എന്റെ ചേച്ചിയ്ക്ക് ഇതല്ലാതെ മറ്റൊന്നും എനിയ്ക്ക് കൊടുക്കാനില്ല. കുഞ്ഞുകുഞ്ഞു സ്വർണമണികളും, തുളസീമണികളും ഒന്നിടവിട്ട് കോർത്ത ഒരു തുളസിമാല. പത്ത് ഗ്രാമിലുള്ള നേർത്ത ഭംഗിയുള്ള ലാളിത്യത്തിന്റെ പ്രതീകമായ കൃഷ്ണതുളസിമാല.

●

മിഥ്യയും തഥ്യയും

രാവിലെ എട്ട് അൻപതിനുള്ള ഹാപ്പാ തിരുനൽവേലിയിൽ കയറി ഇരുന്നപ്പോഴാണ് സമാധാനമായത്. ഞാൻ വേഗം തന്നെ ജന്നലരികിലുള്ള സീറ്റിൽ സ്ഥാനമുറപ്പിച്ചു. മോൻ ഉറക്കം ശരിയാകാത്തതു കൊണ്ട് മുകളിലത്തെ ബർത്തിൽ കയറിക്കിടന്നു. ട്രെയിനിൽ ഉള്ളവരാരും എഴുന്നേറ്റിട്ടില്ല. എല്ലാവരും കമ്പിളി പുതച്ച് അതിനടിയിൽ സുഖസുഷുപ്തിയിൽ ആണ്. ഞാനിരിക്കുന്ന എതിർ വശത്തെ ബർത്തിൽ നിന്നും പുതപ്പിനടിയിലുള്ള ഒരു കുഞ്ഞിന്റെ അവ്യക്തമായ ഭാഷയിലുള്ള സംസാരം കേൾക്കാം.

സാധനങ്ങൾ എല്ലാം യഥാസ്ഥാനത്ത് വച്ച് രാജേട്ടനും രണ്ടാമത്തെ ബർത്തിൽ ഉറങ്ങാൻ കിടന്നതോടെ ഞാനും താഴത്തെ ബർത്തിൽ കിടന്നു. മോനെ കോളേജിൽ ചേർക്കാൻ കേരളത്തിലേയ്ക്ക് പോകുകയാണ്. ആദ്യമായാണ് മോൻ ഞങ്ങളെ പിരിഞ്ഞ് നിൽക്കുന്നത്.

എനിക്കൊരിക്കലും ഇഷ്ടമല്ലായിരുന്നു കേരളം വിട്ട് പോരാൻ. എന്നിട്ടും വിധി എന്നെ വിവാഹത്തിലൂടെ ഉത്തരേന്ത്യയിൽ എത്തിച്ചു. ഞാൻ പറഞ്ഞ് പറഞ്ഞ് മോനും കേരളം ഒരുപാടിഷ്ടമായി. അതു കൊണ്ടാണ് അവനും നാട്ടിൽ പഠിക്കണം എന്ന് പറഞ്ഞത്.

ഒരുപാട് നാളായി ഞാൻ നാട്ടിൽ പോയിട്ട്. ഭർത്താവിന്റെ

വീടിന്റെ ഭാഗം വയ്ക്കലും ഒക്കെ കഴിഞ്ഞതിനാൽ നാട്ടിൽ പോയി നിൽക്കാൻ പറ്റാത്ത അവസ്ഥയാണ്. പ്രവാസികളായ പലർക്കും അനുഭവിക്കേണ്ടി വരുന്ന ഒരു ദുരവസ്ഥയാണത്. നാട്ടും വീട്ടും വിട്ട് പോന്നു കഴിഞ്ഞാൽ പിന്നെ നമ്മൾ പുറത്ത് നിൽക്കേണ്ടവരാണ്. ചെരിപ്പും കുടയുമില്ലേ അതുപോലെയാണ്. കാലിന് ഏറ്റവും സംരക്ഷണം നൽകേണ്ട അവസരത്തിൽ സംരക്ഷണം നൽകുന്ന ചെരിപ്പിന്റെ സ്ഥാനം പുറത്ത്. മഴയും വെയിലും ഉള്ളപ്പോൾ മാത്രം ഉപയോഗിക്കാനെടുക്കുന്ന കുട, അതല്ലെങ്കിൽ അതിനെ ആര് ശ്രദ്ധിക്കാൻ? അതുപോലെയാണ് പ്രവാസികളായ ഞങ്ങളും. അങ്ങോട്ടേയ്ക്ക് ചെയ്യേണ്ടി വരുന്ന കാര്യം വരുമ്പോൾ മാത്രം നമ്മൾ തൊട്ടടുത്ത ആൾക്കാർ. ഇതു തന്നെ മോനെ ചേർക്കാൻ നാട്ടിൽ വരുന്ന കാര്യം പറഞ്ഞപ്പോഴേ കുടുംബത്തെ ചേട്ടത്തി വിളിച്ചു പറഞ്ഞു ആരെങ്കിലും വീട്ടിൽ വരുന്നു എന്ന് പറയുമ്പോഴേ എനിയ്ക്ക് പേടിയാണ്. ഗാഥ ഒരു കാര്യം ചെയ്യൂ ഗാഥയുടെ വീട്ടിൽ നിൽക്കു എന്ന്. ഞങ്ങൾക്കുള്ള കുടുംബ വീട് അവർക്കെഴുതി കൊടുത്ത ശേഷമുള്ള ആദ്യത്തെ നാട്ടിൽ പോക്കായിരുന്നു അത്.

കുടുംബ വീടിന് കുറച്ചകലെയായി താമസിക്കുന്ന മറ്റൊരു ചേട്ടത്തിയുടെ ഫോൺ "ഗാഥേ അതേയ് അവന് രണ്ട് മൂന്ന് ദിവസം അവധി കിട്ടുമ്പോൾ നിങ്ങൾ അവനെ അവിടേയ്ക്ക് കൊണ്ടുപോകണം കേട്ടോ."

"അവനങ്ങിനെ അധികം അവധി കിട്ടില്ല ഗംഗേച്ചി" എന്ന് പറഞ്ഞപ്പോൾ

"എന്തായാലും ഓണത്തിന് നാല് ദിവസം അവധി കിട്ടാതിരിക്കില്ല അപ്പോൾ നിങ്ങൾ കൊണ്ടുപോണം"

മറ്റുള്ള അവധി കിട്ടുമ്പോഴോ, ഓണത്തിന് അവധി കിട്ടുമ്പോഴോ അവനെ ഇവിടേയ്ക്ക് വിടണ്ട എന്ന് പറയാതെ പറയുകയായിരുന്നു അവർ. എന്റെ വീട്ടിൽ ചെല്ലുന്ന കാര്യം അറിയിച്ചപ്പോൾ ആങ്ങളയുടെ ഭാര്യയുടെ ഫോൺ

"അതേയ് ഗാഥേച്ചി നിങ്ങൾ ഇങ്ങോട്ട് വരണ്ട ഞങ്ങൾ മോന്റെ കോളേജിൽ വന്ന് നിങ്ങളെ കണ്ടോളാം."

സ്നേഹം അഭിനയിക്കാൻ പഠിച്ചില്ലെങ്കിലും കുഴപ്പമില്ല. സ്നേഹം അഭിനയിക്കുന്നവരെ തിരിച്ചറിയണം. അല്ലെങ്കിൽ നമ്മൾ ജീവിതത്തിൽ തോറ്റു പോകും.

എന്നിട്ടും ഓരോരുത്തർക്കും കൊടുക്കാനുള്ള സാധനങ്ങൾ വാങ്ങി വച്ചു. അവര് പഠിച്ച പള്ളിക്കൂടത്തിൽ അല്ലല്ലോ നമ്മൾ പഠിച്ചത്.

എതിരെയുള്ള ബർത്തിലെ പെൺകുട്ടി എഴുന്നേറ്റു. കുഞ്ഞപ്പോഴും നല്ല ഉറക്കമാണ്. എന്നോട് കുഞ്ഞിനെ ഒന്ന് ശ്രദ്ധിച്ചോളണം എന്നു പറഞ്ഞ് ആ കുട്ടി പ്രാഥമിക കാര്യങ്ങൾക്കായി പോയി. ഞാനാ കുഞ്ഞിന്റെ അരികിൽ പോയിരുന്നു. ആ പെൺകുട്ടി തിരികെ വന്ന ശേഷം എന്നെ നോക്കി നന്ദിസൂചകമായി ചിരിച്ചു.

പിന്നീട് അവളുടെ ചെയ്തികൾ ഞാൻ കൗതുകത്തോടെ നോക്കി കണ്ടു. അവൾ മുടിയഴിച്ചിട്ട് ചീകി ഒതുക്കി ഭംഗിയായി കെട്ടിവച്ചു. പിന്നെ ഏതോ ക്രീമെടുത്ത് മുഖത്തും കൈകളിലും പുരട്ടി. കണ്ണെഴുതി പൊട്ടുകുത്തി. കണ്ണാടിയിൽ നോക്കി മുഖം അങ്ങോട്ടും ഇങ്ങോട്ടും ചലിപ്പിച്ച് ഭംഗി ഉറപ്പു വരുത്തിയ പോലെ സ്വയം ചിരിച്ചു. പിന്നെ ശരീരമാസകലം പെർഫ്യൂം പൂശി. മുല്ലപ്പൂവിന്റെ ഗന്ധം അവിടമാകെ പരന്നു. അപ്പോൾ മുകളിലെ ബർത്തിൽ നിന്നും ഒരു സ്ത്രീ കൂടി ഇറങ്ങി വന്നു. ഒരു കുഞ്ഞിനെ കൂടി അവളുടെ കൈയ്യിൽ കൊടുത്തു. അവളാ കുഞ്ഞിനേയും ഉറങ്ങിക്കിടന്നിരുന്ന കുഞ്ഞിന്റെ അരികിൽ കിടത്തി.

ചായ കൊണ്ടു വന്നപ്പോൾ ഞാൻ വാങ്ങിയ കൂട്ടത്തിൽ അവൾക്കും അമ്മയ്ക്കും കൂടി വാങ്ങി കൊടുത്തു. എവിടേയ്ക്കാണെന്ന് ചോദിച്ചപ്പോൾ ഞാൻ പറഞ്ഞു തൃശ്ശൂർ. അവര് കൊല്ലത്തേയ്ക്കും. അവളുടെ ഭർത്താവ് രാജസ്ഥാനിൽ മിലട്ടറിയിൽ ആണ്. ഇപ്പോൾ കാശ്മീരിലേയ്ക്ക് ട്രാൻസ്ഫർ ആയി. പെട്ടെന്ന് പോകേണ്ടി വന്നതിനാൽ അദ്ദേഹത്തിന് ഇവരുടെ കൂടെ വരാനായില്ല. അതിനാൽ മുകളിലത്തെ ബർത്ത് അദ്ദേഹത്തിന്റേതായതിനാൽ കുറേ സാധനം അവിടെ വച്ചു. അതുകൊണ്ട് അവളും, ആ ഇരട്ട കുഞ്ഞുങ്ങളും അമ്മായിയമ്മയുടെ കൂടെ നാട്ടിൽ പോകുകയാണ്.

ഉച്ചയൂണിന്റെ സമയമായപ്പോൾ അവര് ഓർഡർ കൊടുത്ത പച്ചരി ച്ചോറും, പരിപ്പ് കറിയും കൊണ്ടുവന്നു. ഞങ്ങളും അപ്പോൾ കഴിക്കാനായി കൊണ്ടുവന്ന കുത്തരിച്ചോറും, മീൻ വറുത്തതും, തക്കാളിച്ചാറും, തോരനും, അച്ചാറും എടുത്തു. അപ്പോൾ ആ പെൺകുട്ടി എന്നോട് ചോദിച്ചു കുറച്ച് ചോറ് അവർക്ക് കൊടുക്കുമോ? . കുഞ്ഞുങ്ങൾക്ക് കൊടുക്കാനാണ്. പച്ചരി കഴിച്ചാൽ അമ്മായിയമ്മയ്ക്ക് വയറ്റിൽ വേദനയാണ്. "ഞാൻ സന്തോഷപൂർവ്വം ചോറും കറികളുംഅവർക്ക് നൽകി. ഇനി ഭക്ഷണം വെളിയിൽ നിന്നും വാങ്ങണ്ട ഞാനെപ്പോഴും രണ്ട് പേർക്കുള്ള ഭക്ഷണം കൂടുതൽ കരുതാറുണ്ട് എന്നും പറഞ്ഞു. പിന്നീട് ആ കുട്ടികളുടെ കൊഞ്ചലും ചിരിയും ഒക്കെയായി യാത്ര രസമുള്ളതായി. വൈകിട്ട് ഞാൻ കൊണ്ടുവന്നിരുന്ന ഗോതമ്പ് പൊറോട്ടയും, മുട്ട റോസ്റ്റും കഴിച്ച് എല്ലാവരും ഉറങ്ങാൻ കിടന്നു.

രാവിലെ ബണ്ണും ഏത്തപ്പഴവും കഴിച്ചു. ഉച്ചയ്ക്ക് അവരും ഞങ്ങളും

കൂടി ഞാൻ കൊണ്ടു വന്ന രസച്ചോറും, പപ്പടച്ചമ്മന്തിയും, ഇറച്ചി ഉലർത്തിയതും, പാവയ്ക്ക വറുത്തതും, അച്ചാറും കൂട്ടി ഊണ് കഴിച്ചു. ഒന്നരയായപ്പോൾ തൃശ്ശൂരെത്തി. ഞങ്ങളിറങ്ങുമ്പോൾ അവർ രണ്ടാളും കുഞ്ഞുങ്ങളുമായി വാതിൽ വരെ വന്നു. നിറകണ്ണുകളോടെ ഒരിയ്ക്കലും മറക്കില്ല എന്ന് പറഞ്ഞ് ഞങ്ങളുടെ നേരേ കൈവീശിക്കാണിച്ചു. ദീർഘദൂരയാത്രയുടെ മാത്രം പ്രത്യേകതയാണത്. യാത്ര ചെയ്യുമ്പോൾ വളരെയടുത്തവർ എന്ന് തോന്നിപ്പിക്കും വിധം അടുത്തിട്ട് പിന്നീടൊരിക്കലും കണ്ടുമുട്ടാതെ മറവിയിലേയ്ക്ക് എറിയപ്പെടുന്നവർ.

തൃശ്ശൂര് നിന്നും ടാക്സിയിൽ ഞങ്ങൾ ഗുരുവായൂരിലേയ്ക്ക് പോയി. അന്ന് രാജേട്ടന്റെ ജന്മദിനം കൂടിയായിരുന്നു. ഹോട്ടലിൽ ചെന്ന് മുറിയെടുത്ത് കുളിച്ച് വിശ്രമിച്ച ശേഷം നേരേ കണ്ണന്റെ നടയിലേയ്ക്ക്. വിവാഹം കഴിഞ്ഞ നാൾ മുതൽ രാജേട്ടന്റെ ജൻമദിനത്തിന് ഞാൻ പായസം വയ്ക്കാറുണ്ടായിരുന്നു. ഈ പ്രാവശ്യം ഗുരുവായൂര് വന്ന് കണ്ണന്റെ പായസം ശീട്ടാക്കാം എന്ന് കരുതി ചോദിച്ചപ്പോൾ ഇനി നാളെ രാവിലെയേ പായസം കിട്ടു എന്നറിഞ്ഞു. കണ്ണനെ തൊഴുമ്പോഴും എന്റെ മനസ്സിൽ അതൊരു സങ്കടായിരുന്നു. നാമം ജപിക്കുമ്പോഴും ഞാൻ മനസ്സിൽ ചോദിച്ചു. "എന്തേ കണ്ണാ പായസം കിട്ടാതെ പോയത്? ഇന്നത്തെ ദിവസത്തിന് പ്രത്യേകതയില്ലായിരുന്നെങ്കിൽ സാരമില്ലായിരുന്നു." പിന്നീട് ഞാൻ തൊഴുതിറങ്ങി നടക്കുമ്പോൾ കണ്ട കടയിൽ നിന്നും മിൽക്കി ബാർ വാങ്ങി തിരികെ നടന്ന് കിഴക്കേ നടയിലെ ഭണ്ഡാരപ്പെട്ടിയുടെ പുറത്ത് രണ്ട് മിഠായി വച്ച ശേഷം മനസ്സിൽ പറഞ്ഞു കണ്ണാ നിനക്ക് പായസം കഴിപ്പിച്ച് കഴിക്കാം എന്ന് കരുതീട്ട് നടന്നില്ല. എന്നാലും എന്റെ ഒരു സമാധാനത്തിന് വേണ്ടി ഇത് അങ്ങേയ്ക്കിരിക്കട്ടെ. പിന്നീട് ഒന്നു കൂടി തൊഴുത ശേഷം ഈ മധുരം നുണഞ്ഞ് തൃപ്തിപ്പെടാൻ പറഞ്ഞ് രാജേട്ടനും മോനും ഓരോ മിഠായി നൽകി.

വീണ്ടും റൂമിലെത്തി അച്ഛനും, മകനും മേൽമുണ്ട് മാറ്റി ഷർട്ട് ധരിച്ച് മമ്മിയൂരപ്പനെ തൊഴാനായി പോയി. ഗുരുവായൂർ ദേവിയെ തൊഴുത ശേഷം വടക്കോട്ട് നോക്കി നിന്ന് മമ്മിയൂരപ്പനെ തൊഴണം എന്നല്ലേ മതം. പിന്നീട് മമ്മിയൂർ ക്ഷേത്ര ദർശനവും കഴിഞ്ഞാലേ ഗുരുവായൂർ തൊഴൽ പൂർത്തിയാകൂ എന്ന് മുത്തശ്ശി പറഞ്ഞ് കേട്ട അറിവാണ്.

പിന്നീട് ഞങ്ങൾ മമ്മിയൂർ സദാശിവനെ കണ്ട് തൊഴുതു. അതിന് ശേഷം പാർത്ഥസാരഥി ക്ഷേത്രത്തിലും പോയി. അവിടെ അടുത്ത് തന്നെയാണ് തിരുപ്പതി ഭഗവാന്റെ ക്ഷേത്രമെന്നും ഓട്ടോക്കാരൻ പറഞ്ഞു. അത് കേട്ടപ്പോൾ അവിടേയ്ക്കും പോകണമെന്ന് വലിയ

ഒരാഗ്രഹം മനസ്സിലുദിച്ചു. അങ്ങനെ തിരുപ്പതി ഭഗവാന്റെ സന്നിധിയിലേയ്ക്ക്. നടയടയ്ക്കുമോ എന്ന് ഭയമുണ്ടായിരുന്നു. ചെന്നപ്പോൾ നടയടയ്ക്കാനുള്ള ഒരുക്കത്തിൽ ആയിരുന്നു. ഭഗവാനെ കണ്ട് ഭക്തിയോടെ തൊഴുതു നിൽക്കുമ്പോൾ പൂജാരിയദ്ദേഹം പറഞ്ഞു

"ദാ ഭഗവാന് ചാർത്തിയ കർപ്പൂരാ, മൂന്നാളും കഴിച്ചോളൂ" .

ഭഗവാന് നന്ദി പറഞ്ഞ് കർപ്പൂരം കഴിച്ച് കഴിഞ്ഞ് ഉപദൈവങ്ങളേയും തൊഴുത് രാജേട്ടനും, മകനും പുറത്തേയ്ക്കിറങ്ങി. എനിയ്ക്ക് ഒരിക്കൽ കൂടി ഭഗവാനെ കാണണം എന്ന് തോന്നി. തൊഴുത് തിരികെ പോകാനിറങ്ങിയപ്പോൾ

"അവിടെ നിക്കാ" എന്ന് പൂജാരിയദ്ദേഹം പറഞ്ഞു. പിന്നെ എന്റെയടുത്തേയ്ക്ക് വന്ന് "ഇത് കൂടി കൊണ്ടയ്ക്കോളൂ ഭഗവാന് നേദിച്ച ഗോതമ്പ് പായസാ വാങ്ങിക്കോളൂ" എന്ന് പറഞ്ഞ് ഒരു പൊതി നീട്ടി. ഞാൻ ശരിക്കും കരഞ്ഞു പോയി. പൂജാരിയദ്ദേഹത്തോട് വിവരങ്ങൾ പറഞ്ഞപ്പോൾ

"ഭഗവാന്റെ അനുഗ്രഹം ശരിക്കുണ്ട്. അവിടുന്ന് തന്ന്യാ ന്റെ മനസ്സിലും തോന്നിപ്പിച്ചത്. പായസം ചീട്ടാക്കാതെ ഇങ്ങനെ ആർക്കും നൽകുന്ന പതിവില്ല്യ. ഇനി വരുമ്പളും ഇവിടേം വരിക."

എന്റെ സന്തോഷത്തിന് അതിരില്ലായിരുന്നു. എന്റെ ഗുരുവായൂരപ്പന് നന്ദി പറഞ്ഞ് വീണ്ടും തിരുപ്പതി ഭഗവാനെ വണങ്ങി കഴിഞ്ഞപ്പോൾ നടയടച്ചു. പുറത്തേയ്ക്കിറങ്ങിയ ഞാൻ ഒന്ന് കൂടി കൊടിമരം നോക്കി തൊഴുത ശേഷം ഓട്ടോയിൽ കയറി. ഓട്ടോക്കാരനും, ലോഡ്ജിലെ ജീവനക്കാർക്കും, രാജേട്ടനും, മോനുമെല്ലാം ഞാൻ പായസം നൽകി. എന്റെ മനസ്സിലെ സങ്കടം കണ്ടിട്ടാവും എന്നെ ഭഗവാൻ തിരുപ്പതി ഭഗവാന്റെ നടയിൽ എത്തിച്ച് പായസം നൽകിയത്.

പിറ്റേ ദിവസം വീണ്ടും ഗുരുവായൂർ നടനേരേ നിന്ന് തൊഴുത ശേഷം കുഞ്ഞിനെ അവന്റെ കോളേജ് ഹോസ്റ്റലിൽ ആക്കി.

നാട്ടിലെത്തിയ ശേഷം അച്ഛനേയും, അമ്മമാരേയും, സഹോദരങ്ങളേയും കാണാതെ പോകുന്നത് ശരിയല്ലല്ലോ. അവിടെ നിന്നും ഞങ്ങളുടെ രണ്ടാളുടേയും വീട്ടിൽ നിന്നും ഏകദേശം മുക്കാൽ മണിക്കൂർ ദൂരമുള്ള സ്ഥലത്ത് വന്ന് ഒരു ഹോട്ടലിൽ മുറിയെടുത്തു. മറ്റുള്ളവരുടെ ഔദാര്യത്തിൽ അവരുടെ ദുർമ്മുഖം കണ്ട് ഒരു രാത്രി കഴിയുന്നതിലും എത്രയോ നല്ലതാണ് ഹോട്ടൽ മുറി. എവിടെ നിന്നാലും പൈസ കൊടുക്കാതെ നിൽക്കാറില്ല. ആ പണം ഹോട്ടലിൽ കൊടുത്താൽ എത്ര രാജകീയമായി നമ്മുടെ

ഇഷ്ടത്തിന് കഴിയാം. രാജേട്ടന്റെ ഒരു ചേട്ടനും, ചേട്ടത്തിയുണ്ട്. അവരൊരിക്കലും ഞങ്ങളോട് മറ്റുള്ളവരെപ്പോലെ സംസാരിക്കുകയും ദുർമ്മുഖം കാട്ടുകയും ഇല്ല. അവരറിഞ്ഞാൽ സമ്മതിക്കില്ല ഞങ്ങൾ ഹോട്ടലിൽ മുറിയെടുക്കാൻ. അവരുടെ വീട്ടിൽ നിൽക്കാൻ പറയും. മധുരമായ് പറയുന്ന വാക്കിനേക്കാൾ വേണ്ടത് മനസ്സറിഞ്ഞു തരുന്ന സ്നേഹമാണ്. അതാണാ ചേട്ടനും ചേട്ടത്തിയും. എന്റെ വിജി ചേച്ചിയും, ശ്രീരാമൻ ചേട്ടനും. അമ്മ ജീവിച്ചിരിക്കുമ്പോൾ കുടുംബത്ത് തന്നെ നിൽക്കണം എന്നാണ് രാജേട്ടന്. പിറ്റേന്ന് രാവിലെ തയ്യാറായി ഹോട്ടലിൽ പറഞ്ഞ് ഒരു ടാക്സി ഏർപ്പാടാക്കിയ ശേഷം പോകുന്ന വഴിക്കുള്ള രണ്ട് സഹോദരിമാരേയും കണ്ട് അവർക്കുള്ള സാരിയും നൽകി. അവിടെ നിന്നും നേരേ എന്റെ വീട്ടിൽപ്പോയി അച്ഛനേയും, അമ്മയേയും, ആങ്ങളയേയും, കുടുംബത്തേയും കണ്ടിട്ട് ഓരോരുത്തർക്കും കൊണ്ടു വന്നത് നൽകി. ഒരു ഹോട്ടലിൽ നിന്നും ബിരിയാണി പാഴ്സൽ വാങ്ങി മൂത്ത ചേട്ടന്റേയും ഗംഗേച്ചിയുടേയും വീട്ടിൽ വന്ന് അവർക്കുള്ള തുണിത്തരങ്ങളും, നാല് ബിരിയാണിയും കൊടുത്തു. പിന്നീട് നേരേ കുടുംബത്ത് വന്ന് അമ്മയും മറ്റെല്ലാവരുമായി ഞങ്ങൾ കൊണ്ടു വന്ന ഭക്ഷണം കഴിച്ച ശേഷം അവർക്ക് ഓരോരുത്തർക്കും തുണിത്തരങ്ങളും, പൈസയും നൽകി. ജോലിയുള്ള വിജി ചേച്ചിയേയും, ശ്രീരാമൻ ചേട്ടനേയും ഫോണിൽ വിളിച്ച് സംസാരിച്ച് അവർക്കായി കൊണ്ടുവന്നതും കുടുംബത്ത് ഏൽപ്പിച്ച ശേഷം രണ്ട് മണിക്കുള്ള ട്രെയിൻ കയറി നേരേ എറണാകുളത്തേയ്ക്ക്. അവിടെ നിന്നും ഓഘ യിൽ കയറി വീണ്ടും ഉത്തരേന്ത്യയിലേയ്ക്ക്.

ആ ടെയിനിൽ ഉണ്ടായിരുന്നത് അജ്മീർ ഹോജ പാപ്പയെ കാണാൻ പോകുന്ന ഒരു തീർത്ഥാടക സംഘം ആയിരുന്നു. അവരുടെ കൈയ്യിൽ അജ്മീറിലേയ്ക്കുള്ള നേർച്ച ഞാൻ നൽകിയപ്പോൾ പ്രായം കൂടിയ ഉമ്മച്ചി എന്റെ തലയിൽ കൈവച്ച് അറബിയിൽ എന്തോ ഓതി അനുഗ്രഹിച്ചു.

വണ്ടിയിൽ ഇരിക്കുമ്പോഴും ഞാൻ ചിന്തിച്ചു എന്താണ് രക്തബന്ധം എന്ന് പറയുന്നത്?. ആരാണ് ശരിക്കും നമ്മുടെ ബന്ധു?. രക്തബന്ധത്തിന്റെ വേലിക്കെട്ടുകൾക്കപ്പുറത്ത് വിശ്വാസ്യതയുടേയും സ്നേഹത്തിന്റേയും, പരസ്പര സഹകരണത്തിന്റേയും മുത്തുകൾ കൊണ്ട് നമ്മൾ കോർത്തെടുത്ത മാസ്മരികമായ ബന്ധമല്ലേ അപരിചിതരിൽ നിന്നും പരിചിതരായി മാറിയ നമ്മുടെ നല്ല കൂട്ടുകാർ ചിലപ്പോൾ രക്തബന്ധത്തേക്കാൾ വലിയവരാകും നമ്മുടെ അനുഭവത്തിൽ അവർ... അവരാണ് യഥാർത്ഥ ബന്ധുക്കൾ. അല്ലാതെ രക്ത

ബന്ധത്തിന്റേയും, കടമയുടേയും കടപ്പാടിന്റേയും പേര് പറഞ്ഞ് നമ്മളെ ചൂഷണം ചെയ്യുകയും, ആവശ്യ സമയത്ത് കുറ്റം പറഞ്ഞ് ഒഴിഞ്ഞുമാറുകയും ചെയ്യുന്നവർ രക്ത ബന്ധത്തിലെ രക്തത്തെ പോലും അശുദ്ധരാക്കുന്നവർ ആണ്. കൊതുകിന്റെ ജൻമം പോലെയുള്ളവരും ഉണ്ട്. കൊതുകിനെ കൊണ്ട് നമുക്കെന്തെങ്കിലും പ്രയോജനമുണ്ടോ? ഇല്ല. എന്നാലും അത് ആരോടും ഒരു മമതയും ഇല്ലാതെ എല്ലാവരുടേയും രക്തം കുടിക്കുകയും ചെയ്യും, എല്ലാവരിലും രോഗവും പരത്തി ഒന്നുമറിയാത്ത പോലെ നമ്മുടെ ചെവിയിൽ മൂളി നടക്കുകയും ചെയ്യും. അതുപോലെയുള്ള ബന്ധുക്കൾ ആണ് ഭൂരിഭാഗവും. അറിവ് എവിടെ നിന്നും നമുക്ക് കിട്ടും എന്നാൽ ഓരോരോ അനുഭവങ്ങളിൽ നിന്ന് മാത്രം നമുക്ക് കിട്ടുന്നതാണ് തിരിച്ചറിവ്. ആരിലും കൂടുതൽ വിശ്വാസം അർപ്പിക്കാതിരിക്കുക. ഒറ്റയ്ക്കാണെന്ന വിശ്വാസത്തിൽ ജീവിക്കുക. ആരും താങ്ങി നിർത്താൻ ഇല്ല എന്ന തിരിച്ചറിവാണ് പിന്നീട് ജീവിതത്തിൽ പറന്നുയരാൻ മനസ്സിന്റെ ചിറകുകൾക്ക് ശക്തി നൽകുന്നത്. സങ്കടങ്ങൾ നൽകിയ കാലത്തെ നാം മറക്കണം പക്ഷേ അത് നൽകിയ പാഠത്തെ നാം മറക്കരുത്. നമ്മൾ സ്നേഹിക്കുന്നവരെയല്ല നമ്മളെ സ്നേഹിക്കുന്നവരെയാണ് മനസ്സിലാക്കേണ്ടത്, അറിയേണ്ടത്, സഹകരിക്കേണ്ടത്. എന്തായാലും ഒരു തീരുമാനം എടുത്തു. അടുത്ത വരവിന് മുൻപ് നാട്ടിൽ ഒരു വീട് സ്വന്തമാക്കുക. കുഞ്ഞിന് അവധി കിട്ടുമ്പോൾ അവിടെ വന്ന് നിൽക്കാൻ അവസരം ഒരുക്കുക. മരത്തിന്റെ വേദന മനസ്സിലാക്കാതെ സ്വന്തം കാര്യം നോക്കുന്ന മരംകൊത്തിയെപ്പോലെയാണ് ബന്ധുക്കൾ എന്ന് അവകാശ വാദം ഉന്നയിക്കുന്നചിലർ. സ്വന്തം കാര്യങ്ങൾ നടത്തുമ്പോൾ മറ്റുള്ളവരുടെ മാനസികാവസ്ഥ അവർ നോക്കാറില്ല. ബന്ധവും നോക്കാറില്ല. സ്വത്തിന്റേയും, പണത്തിന്റേയും കാര്യത്തിൽ പ്രത്യേകിച്ചും.

“എന്താ നിന്റെ മുഖം വല്ലാതെ? “എന്ന് രാജേട്ടൻ ചോദിച്ചപ്പോൾ ആണ് ചിന്തകളിൽ നിന്നുണർന്നത്.

“ഒന്നുമില്ല” എന്ന് പറഞ്ഞ് ചുമലിളക്കി കാട്ടി.

ഇപ്പോഴാണ് മനസ്സിലാക്കുന്നത് ഒന്നുമില്ല എന്ന ഉത്തരത്തിൽ എത്രമാത്രം സങ്കടങ്ങൾ ആണ് ഓരോരുത്തരും മനസ്സിൽ ഒളിപ്പിച്ച വയ്ക്കുന്നത് . നാട്ടിൽ പോയി എല്ലാവരേയും കണ്ടതും, ഒരു ദിവസം പോലും നാട്ടിൽ നിൽക്കാൻ പറ്റാത്തതിന്റേയും സങ്കടങ്ങളും, പിരിമുറുക്കവും കൊണ്ടായിരിക്കാം ഞാൻ കൂടുതൽ സമയവും കിടക്കുക തന്നെയായിരുന്നു. സൈഡ് ബർത്തായിരുന്നത് കൊണ്ട് ഞങ്ങളുടെ ഇഷ്ടത്തിന് കിടക്കാമായിരുന്നു. പിറ്റേ ദിവസം രാത്രി

പന്ത്രണ്ടരയ്ക്കായിരുന്നു വണ്ടി ഞങ്ങൾക്കിറങ്ങാനുള്ള സ്റ്റേഷനിൽ എത്തുന്നത്. തിരികെ പോകുമ്പോഴത്തെ ഞങ്ങളുടെ ഭക്ഷണം ഷൊർണ്ണൂർ നിന്ന് വാങ്ങിയ ബ്രഡ്ഡും, നാടൻ ഏത്തപ്പഴവും ആയിരുന്നു.

ഞങ്ങളുടെ സ്റ്റേഷനിൽ ഇറങ്ങുന്നതിന് കുറച്ചുകലെയായപ്പോൾ തന്നെ സാധനങ്ങൾ പെറുക്കി വച്ച് ഡോറിന്റെ അടുത്ത് നിൽക്കു കയായിരുന്നു രാജേട്ടൻ. അപ്പോൾ അവിടെ ഇറങ്ങാനുള്ള ഒരാൾ പറഞ്ഞത്രേ ഈ സ്റ്റേഷനിൽ സ്റ്റോപ്പില്ല ഇനിയും രണ്ടേകാൽ മണിക്കൂർ കൂടി യാത്ര ചെയ്താലുള്ള സ്റ്റോപ്പിലേ നിർത്തു . പുതിയ നിയമം പ്രാബല്യത്തിൽ വന്നുത്രേ.

ആ സമയത്ത് സിഗ്നൽ കിട്ടാൻ വേണ്ടി വണ്ടി നിർത്തിയിട്ടു. പെട്ടെന്ന് വന്ന് രാജേട്ടൻ എന്നെ വിളിച്ചു. "ഗാഥേ ഈ സ്റ്റേഷ നിൽ സ്റ്റോപ്പില്ല. നമുക്കിവിടെ ഇറങ്ങാം. കുറച്ച് ദൂരമേയുള്ളൂ സ്റ്റേഷ നിലേയ്ക്ക്. ഇവിടെ ഇറങ്ങാനുണ്ടായിരുന്ന വേറൊരു കൂട്ടർ ഇവിടെ ഇറങ്ങി". ഉറങ്ങിക്കിടക്കുന്ന ഉമ്മച്ചിമാരെ ഒന്ന് നോക്കിയ ശേഷം വേഗം ഞാനും ട്രെയിനിൽ നിന്നും ഇറങ്ങി. പെട്ടെന്ന് ട്രെയിൻ ചലിക്കാൻ തുടങ്ങി. ട്രെയിൻ പോയി കഴിഞ്ഞ ശേഷം രണ്ട് പെട്ടി അദ്ദേഹം എടുത്തു. ഒരു പെട്ടിയും, എന്റെ ഹാൻഡ് ബാഗും, രാജേ ട്ടന്റെ കൂട്ടുകാരൻ പറഞ്ഞിട്ട് അവരുടെ വീട്ടിൽ നിന്നും എറണാകു ളത്ത് സ്റ്റേഷനിൽ കൊണ്ടു വന്നു തന്ന ബാഗും എടുത്ത് ഞാനും നടക്കാൻ തുടങ്ങി. അഞ്ച് ട്രാക്കുകൾ ഉള്ള വഴിയായിരുന്നു അത്. ഇരുവശത്തും കാടുകൾ. മെറ്റലിൽ കൂടി ട്രാക്കിന്റെ ഓരം ചേർന്നു ള്ള നടത്തം ദുഷ്കരമായിരുന്നു. വിചാരിച്ചതു പോലെയല്ലായിരുന്നു സ്റ്റേഷൻ വളരെ ദൂരെയായിരുന്നു. ഞങ്ങളുടെ കൂടയിറങ്ങി എന്ന് പറഞ്ഞ മനുഷ്യനെ പിന്നീട് കണ്ടതേയില്ല. ഇടയ്ക്ക് കാതടപ്പിക്കുന്ന ശബ്ദത്തോടെ ചീറിപ്പാഞ്ഞ് പോകുന്ന ട്രെയിനുകൾ. വല്ലാത്ത ഭയം തോന്നി. പെട്ടെന്നാണ് ഞങ്ങൾ നടക്കുന്ന ഭാഗത്തുള്ള ട്രാക്കിൽ ട്രെയിൻ വരുന്നതിന്റെ വെളിച്ചം കണ്ടത്. അത് കടന്നുപോയിട്ടേ നടക്കാൻ പറ്റൂ. ഞങ്ങൾ അത് വരുന്നത് നോക്കി നിന്നു. കുറേസമയം നിന്നിട്ടും ട്രെയിൻ വളരെ സാവധാനത്തിൽ ആയിരുന്നു വന്നിരു ന്നത്. അത് ഞങ്ങളുടെ കുറച്ച് പുറകിലായി നിർത്തി. അതിന്റെ ലോക്കോ പൈലറ്റ് ഞങ്ങളോട് ചോദിച്ചു,

"എന്താ ഈ അസമയത്ത് ഇവിടെ?

രാജേട്ടൻ കാര്യം പറഞ്ഞു.

അപ്പോൾ അദ്ദേഹം പറഞ്ഞു

"കുറച്ച് കൂടി മുന്നോട്ട് പോയാൽ വളവാണ്. അവിടെ ശ്രദ്ധി ക്കണം. ഗുഡ്സ് ട്രെയിൻ ആയതു കൊണ്ട് പുറകിൽ വീതി കൂടുതൽ ആയിരിക്കും. അതുകൊണ്ട് ഇപ്പോൾ നിൽക്കുന്നതിൽ നിന്നും കുറച്ച് കൂടി പുറകോട്ട് മാറി നിൽക്കണം. അല്ലെങ്കിൽ ട്രെയിൻ തട്ടും. പുറകോട്ട് മാറി നിൽക്കുമ്പോഴും ശ്രദ്ധിക്കണം. താഴെ നല്ല താഴ്ചയുള്ള കാടാണ്. "

അദ്ദേഹത്തിന് നന്ദി പറഞ്ഞ് ഞങ്ങൾ കുറച്ച് കൂടി പുറകോട്ട് മാറി നിന്നു. ആ നല്ല മനുഷ്യൻ ട്രെയിൻ ഓടിച്ച് പോയി.

അതും പോയി കഴിഞ്ഞപ്പോൾ മറ്റ് രണ്ട് ട്രാക്കുകളിൽ കൂടി രണ്ട് ട്രെയിനുകൾ ചീറിപ്പാഞ്ഞ് പോയി. അതിന് ശേഷം മറുവശം കടന്ന് ഞങ്ങൾ നടക്കാൻ തുടങ്ങി. അതും കുറച്ച് സമയത്തേയ്ക്ക് മാത്രം. പിന്നീട് രണ്ടാൾക്കും നടക്കാൻ വയ്യാത്ത സ്ഥിതിവിശേഷം ആയി. അപ്പോഴും ഞാൻ എന്റെ ഗുരുവായൂരപ്പനോടും, മമ്മിയൂരപ്പനോടും ചോദിച്ചു കൊണ്ടിരുന്നു

"ഭഗവാനേ ഇതെന്തൊരു പരീക്ഷണമാണ്. നിന്റെ നടയിൽ വന്ന് പ്രാർത്ഥിച്ച് ഞങ്ങളെ വേണ്ടാത്തവർക്ക് പോലും മനസ്സറിഞ്ഞ് എല്ലാം കൊടുത്തിട്ട് വന്നിട്ടും എന്തായിത്...?" . പെട്ടെന്നാണ് കഷ്ടിച്ച് ഒരാൾക്ക് താഴേയ്ക്കിറങ്ങാവുന്ന കുത്തനെ ഉള്ള വഴി കണ്ടത്. വളരെ ആയാസത്തോടെയിറങ്ങി. ഒരു ചെറിയ കല്ല് റോഡ് അവസാനിക്കു ന്ന ഭാഗമായിരുന്നു അത്. മണി മൂന്നായി ഒരു മനുഷ്യജീവി പോലു മില്ലാത്ത വിജനവീഥി. രാജേട്ടൻ തളർന്ന് താഴെയിരുന്നു. കൂട്ടുകാരെ ആരെയെങ്കിലും വിളിച്ച് വരുത്താം എന്ന് കരുതി നോക്കിയപ്പോൾ ഫോണിനും റെയിഞ്ചില്ല. ഞാനാകെ വിറയ്ക്കാൻ തുടങ്ങി. അപ്പോഴും ഞാൻ

"ദേവേന്ദ്രാദി സമസ്ത ദേവഗണവും വാഴ്ത്തും കൃപാവാരിധേ

ശ്രീകണ്ഠേശാഭജിപ്പവർക്ക് സകലം നൽകും പരബ്രഹ്മമേ

ഇപ്പോഴുള്ള വഞ്ചീ ചിത്രാ നൃവരൻ ദീർഘായുരാരോഗ്യമാ

ചന്ദ്രാവധി കാണുവാനടിയനും പതിക്കും കാരുണ്യമേകീടണേ... "

എന്ന വഞ്ചീശ മംഗളം ചൊല്ലി. ചന്ദ്രാവധി കാണാൻ അടിയന് കാരുണ്യമേകീടണേ എന്നാണ് വഞ്ചീശ മംഗളത്തിൽ. ഞാനതിൽ പതിക്കും എന്ന് കൂടി ചേർത്ത് ചൊല്ലി. വിധിയെ പോലും മാറ്റാൻ കഴിവുള്ള ആയുധം ആണല്ലോ പ്രാർത്ഥന.

പെട്ടന്നാണ് അവിടേയ്ക്ക് ഒരു ഓട്ടോ വന്നത്. ഞാൻ ബാഗെല്ലാം താഴെയിട്ട് കുഴഞ്ഞ കൈകളോടെ ഓട്ടോയ്ക്ക് നേരേ രണ്ട് കൈകളും പൊക്കി കാട്ടി. രാജേട്ടൻ ഒന്നിനും ആവാതെ കിതച്ച് തളർന്നിരുന്നു

പോയി.

ഓട്ടോ നിർത്തി അതിൽ ഡ്രൈവറുടെ സീറ്റിൽ രണ്ട് പേരുണ്ടായിരുന്നു. അവർ പറഞ്ഞു.

"ഭയപ്പെടേണ്ട. ഞങ്ങൾ സ്റ്റേഷന്റെ അവിടെ കൊണ്ടാക്കി മറ്റൊരു ഓട്ടോ ഏർപ്പാടാക്കിത്തരാം" .

തൂവെള്ള വസ്ത്രധാരികളായ അവർ തന്നെ പെട്ടിയെല്ലാം ഓട്ടോയ്ക്കകത്തേയ്ക്ക് വച്ചു. ഞങ്ങളെ സ്റ്റേഷനിലെ ഓട്ടോ സ്റ്റാന്റിൽ എത്തിച്ചു. പിന്നെ ഞാൻ അവരെ നോക്കി തൊഴുതപ്പോൾ " ഭഗവാന്റെ കൃപ എപ്പോഴും നിങ്ങളുടെ കൂടെയുണ്ട്" എന്ന് പറഞ്ഞ് ഞങ്ങൾ കൊടുത്ത പണം ഒന്നു നോക്കുക പോലും ചെയ്യാതെ വാങ്ങി അവർ പോയി. സ്റ്റേഷനിലെ ലൈറ്റിന്റെ പ്രഭയിൽ ഞാൻ അവരുടെ നെറ്റിയിൽ മഞ്ഞയും, ചുവപ്പും നിറമാർന്ന ഗോപിക്കുറികൾ കണ്ടു.

പിന്നീട് ഓട്ടോയിൽ കയറി വീട്ടിലേയ്ക്ക് പോകുമ്പോഴും എന്റെ മനസ്സിൽ ആ അസമയത്ത് മുന്നോട്ട് വഴിയില്ലാത്ത വിജനമായ വീഥിയിൽ വന്ന് ഞങ്ങളെ രക്ഷിച്ച തൂവെള്ള വസ്ത്രധാരികളായ ഗോപിക്കുറിയണിഞ്ഞ തേജസ്വികളായ ആ രണ്ട് പേർ എന്റെ ഗുരുവായൂരപ്പനും, മമ്മിയൂരപ്പനും തന്നെയല്ലേ.. അവരല്ലേ ആ ലോക്കോ പൈലറ്റിനും മനസ്സ് തോന്നി ട്രെയിൻ നിർത്തി ഞങ്ങളോട് മാറി നിൽക്കാൻ പറയിപ്പിച്ചത്? അല്ലെങ്കിൽ ആരെങ്കിലും അങ്ങനെ ട്രെയിൻ നിർത്തുമോ? രാജേട്ടനടക്കം പലർക്കും അത് മിഥ്യയായി തോന്നാം. എന്നാൽ എന്നെ സംബന്ധിച്ച് ഞാൻ വിശ്വസിക്കുന്ന അത് തഥ്യ തന്നെയാണ് തഥ്യ.

●

പേമെന്റ്
(payment)

"ആ ഈ കല്ലാണോ ചേച്ചി. ഇത് ഞാൻ കൊണ്ടു പൊയ്ക്കോളാം. ഇപ്പോൾ ഇതു പോലത്തെ നല്ല കല്ല് കിട്ടാനേ പ്രയാസ മാണ്. പണ്ട് കാലത്തെ കല്ലല്ലേ. അതാ ഇത്ര നല്ല രൂപഭംഗിയുള്ളത്. പച്ചപിടിച്ച് ആകെ വൃത്തികേടായി എന്നേ ഉള്ളൂ. നിങ്ങൾക്ക് കാശ് കൊടുക്കാതെ സ്ഥലം ഒഴിവാക്കി കിട്ടണം എന്നല്ലേയുള്ളൂ. ഞാൻ കൊണ്ടു പൊയ്ക്കോളാം"

"എടാ ചെറുക്കാ ഗോപാലാ ഞാനങ്ങിനെ ഒന്നും മോക്ഷത്തിന് കൊടുക്കാറില്ല. നിനക്കെന്റെ ശരിയായ സ്വഭാവം അറിയാഞ്ഞി ട്ടാണ്. രണ്ടാൾ പിടിച്ചാൽ പൊങ്ങാത്തത്ര ഭാരമുള്ള കല്ലാണത്. നീയായതു കൊണ്ട് ഒരു ഇരുന്നൂറ്റിയൻപത് രൂപ തന്നാൽ മതി. കാലാകാലത്തേയ്ക്ക് നിനക്ക് അലക്കാം."

"ശരി ചേച്ചി ഞാൻ ഞായറാഴ്ച വരാം അന്ന് പണിയില്ലാത്തതു കൊണ്ട് രണ്ട് കൂട്ടുകാരേയും കൂട്ടി വരാം."

ഞാനാലോചിക്കുകയായിരുന്നു അപ്പോൾ എന്റെ കച്ചവടവും ആ സ്ത്രീ ഉറപ്പിച്ചു. ഇനി എന്റെ വാസം ഏതോ കൽപ്പണിക്കാരന്റെ അലക്കുകല്ലായി അയാളുടെ വീട്ടിൽ.

ഞാനോർക്കുകയായിരുന്നു എന്നെ കുറിച്ച്. തമിഴ് നാട്ടിലെ വലിയ

മലനിരകളിൽ വളരെ സന്തോഷത്തോടെ, ഒത്തൊരുമയോടെ കഴിയുകയായിരുന്ന ഞങ്ങളെന്ന പാറക്കൂട്ടങ്ങളെ ഈ മനുഷ്യർ എന്ന് പറയുന്നവർ വെടി മരുന്ന് വച്ച് പൊട്ടിച്ച ശേഷം എന്നെയും എന്റെ സഹോദരങ്ങളേയും പല പല കഷണങ്ങൾ ആക്കി തെറിപ്പിച്ചു. അപ്പോൾ ഞങ്ങൾ അനുഭവിച്ചവ്യഥ.... ഞങ്ങളുടെ പുറത്ത് വളർന്നു നിന്നിരുന്ന മരങ്ങളും, വലിയ വൃക്ഷങ്ങളും എല്ലാം കടപുഴകി വീണു. പ്രകൃതിയുടെ ആവാസ വ്യവസ്ഥയെ തന്നെ മാറ്റിമറിക്കുന്ന ഒന്നായിരുന്നു അത്. കരിങ്കൽ ക്വാറി എന്ന പേരിൽ വലിയ കഷണങ്ങളായും, ചെറിയ കഷണങ്ങളായും ഇനം തരം തിരിച്ച് ചെറിയ കഷണങ്ങളെ യന്ത്രങ്ങളുപയോഗിച്ച് വീണ്ടും ചെറുതാക്കുകയും, പൊടിയാക്കുകയും ചെയ്ത് ലോറികളിൽ വിവിധ സ്ഥലങ്ങളിലേയ്ക്ക് കയറ്റി വിടുക. അങ്ങനെയാണ് ഞാൻ ഇവിടുത്തെ ശങ്കരനുണ്ണിയദ്ദേഹത്തിന്റെ വീടുപണിയുന്നതിനുള്ള കരിങ്കല്ലുകളുടെ കൂടെ ഇവിടെയെത്തിയത്.

വീട് പണിയുമ്പോൾ എന്നെ കണ്ട് കല്ലാശാരി പറഞ്ഞു

“നല്ല ലക്ഷണമൊത്ത കല്ലാണ് നമുക്കിവനെ രാകി വൃത്തിയാക്കി നട കല്ലായി ഉപയോഗിക്കാം”

അങ്ങനെ ഞാനാ വീടിന്റെ നട കല്ലായി. ഓരോ മുറികൾ പണിതു കഴിയുമ്പോഴും എനിയ്ക്ക് സന്തോഷമായിരുന്നു. എല്ലാവരും മുൻപിൽ കിടക്കുന്ന എന്നെ ചവിട്ടിയാണ് വീടിന്റെ ഉള്ളിലേയ്ക്ക് പോകുകയും പുറത്തേയ്ക്കിറങ്ങുകയും ചെയ്തിരുന്നത്. പിന്നീട് വീടിന് ചവിട്ടുപടി കെട്ടുന്ന നേരത്ത് എന്നെ അവിടെ നിന്നും എടുക്കുന്ന സമയത്ത് ശങ്കരനുണ്ണിയദ്ദേഹം നാണിയമ്മയോട് പറയുന്നത് കേട്ടു

“എടീ നാണ്യേ നമ്മുടെ അവസ്ഥ തന്നെ ഈ കരിങ്കല്ലിനും... ഈ വീടിന് ചവിട്ടുപടി കെട്ടുന്നതു വരെ അതായിരുന്നു നമ്മുടെ ചവിട്ടുപടി. എല്ലാവരുടേയും ചവിട്ടു കൊണ്ട് വീട് ഉയരത്തിലെത്താൻ ചവിട്ടിക്കയറാൻ ഉപയോഗിച്ചിരുന്നത്. നമ്മുടെ കാര്യവും അത് തന്നെയല്ലേ ? രണ്ടിടത്തേയും സഹോദരങ്ങൾ എല്ലാവരും നല്ല നിലയിൽ എത്തിക്കിട്ടാൻ മക്കൾ പോലും വേണ്ട എന്ന് കരുതി അവർക്കൊക്കെ വേണ്ടി അദ്ധ്വാനിച്ചിട്ട് അവരൊക്കെ നല്ല നിലയിലായി വയസ്സാം കാലത്ത് നമുക്കൊരു മകൻ പിറന്നപ്പോൾ നമ്മുടെ സ്വത്ത് ഇനി കിട്ടില്ല എന്ന് മനസ്സിലായപ്പോൾ നമ്മളും പുറന്തള്ളപ്പെട്ടു. അവരും കെട്ടി സ്വന്തമായി പുതിയ ചവിട്ടുപടി.”

“ഇത്രയും അനുഭവങ്ങൾ ഉണ്ടായിട്ടും മനസ്സിലായില്ലേ? നമ്മളൊക്കെ ചിലരുടെ കടകളാണ്. പഴക്കമേറുമ്പോൾ പുറന്തള്ളപ്പെടുന്നവർ, മറന്നു വയ്ക്കപ്പെടുന്നവർ. എന്തിനാ പഴയതൊക്കെ ഓർക്കുന്നത്?

അതിന് പുതുതായൊന്നും പറയാനില്ലല്ലോ. അതൊക്കെ അവസാനിച്ച കഥയല്ലേ? മനസ്സ് വിഷമിപ്പിക്കാതിരിക്കണം. നമുക്ക് പുതിയ കഥ തുടരാം."

പിന്നീടൊന്നും അദ്ദേഹം പറഞ്ഞില്ല. രാമുവിനെ വിളിച്ചു.

"എടാ രാമുവേ നീയീ കല്ല് അലക്കുന്നതിനായി ഉപയോഗിക്കാൻ പറ്റിയ വിധത്തിൽ ഒന്ന് ശരിയാക്കി വച്ചു താ" അങ്ങനെ ഞാൻ ശങ്കുണ്ണി യദ്ദേഹത്തിന്റേയും, നാണിയമ്മയുടേയും അലക്ക് കല്ലായി മാറി. ഇടയ്ക്കിടെ നാണിയമ്മ വലിയ മീൻ കൊണ്ടു വരുമ്പോൾ മീനിനെ എന്റെ പുറത്തിട്ട് തേയ്ക്കും. അതിനു ശേഷം നല്ല വാസന സോപ്പിട്ട് എന്നെ തേച്ച് കുളിപ്പിക്കുമ്പോൾ എനിയ്ക്ക് ഭയങ്കര സന്തോഷായിരുന്നു. അവരുടെ മകൻ മുകുന്ദൻ കളിച്ചു ക്ഷീണിച്ചു വരുമ്പോൾ എന്റെ പുറത്ത് കയറിയിരിക്കും.

കാലങ്ങൾ കടന്നുപോയി. മുകുന്ദൻ വളർന്നു. ജോലി കിട്ടി. വിവാഹവും കഴിഞ്ഞു. ഭാര്യ രേവതി. നല്ല സുന്ദരിയും സുശീലയുമായ കുട്ടി. അവർക്കൊരു പെൺകുഞ്ഞ് പിറന്നു. നയന. നയന മോൾ പിച്ചവച്ചു തുടങ്ങിയ സമയത്താണ് രേവതി ഒരുച്ച സമയത്ത് എന്റെ പുറത്തിട്ട് തുണിയലക്കി വെളുപ്പിച്ച് അവിടെ തന്നെയുള്ള കുളത്തിൽ തുണി ഉലച്ചു കഴുകാനായി ഇറങ്ങിയത്. തുണി ഉലച്ചു കൊണ്ട് നിൽക്കുമ്പോൾ ആണ് രേവതിയ്ക്ക് അപസ്മാരം വന്നത്. രേവതിയ്ക്ക് അപസ്മാരം ഉണ്ടാകുന്ന കാര്യം ഭർത്തൃവീട്ടിൽ പറഞ്ഞിട്ടില്ലായിരുന്നു. രേവതിയോട് എന്തോ കാര്യം ചോദിക്കാനായി കുളക്കടവിലേയ്ക്ക് വന്ന നാണിയമ്മ കണ്ടത് രേവതി കുളത്തിൽ കിടന്ന് പിടയ്ക്കുന്നതാണ്. രക്ഷിക്കാനായി കൈ നീട്ടിയ നാണിയമ്മയുടെ കൈയ്യിൽ രേവതി ബലമായി പിടിച്ചു. രണ്ടാളും ഒരുമിച്ച് കുളത്തിന്റെ ആഴങ്ങളിലേയ്ക്ക് പോയി. ഞാനിതെല്ലാം കണ്ട് എന്ത് ചെയ്യാൻ? ആരോടും പറയാനോ ചലിക്കാനോ സാധിക്കില്ലല്ലോ. വളരെ നേരം കഴിഞ്ഞാണ് ശങ്കരനുണ്ണിയദ്ദേഹവും, മുകുന്ദനും വിവരമറിഞ്ഞത്. അപ്പോഴേയ്ക്കും എല്ലാം കൈവിട്ട് പോയിരുന്നു.

പിന്നീട് നയനയെ നോക്കാൻ വേണ്ടി ഒരു സ്ത്രീയെ നിർത്തി സുഭദ്ര. അവർ ഭക്ഷണം പാകം ചെയ്യുകയും, നയനയെ നന്നായി നോക്കുകയും ചെയ്യുമായിരുന്നു. നയന മോൾക്ക് എല്ലാം അവരായിരുന്നു സുഭദ്ര. ഒരു രണ്ടാം വിവാഹത്തിന് മുകുന്ദനെ എല്ലാവരും പ്രേരിപ്പിച്ചു കൊണ്ടിരുന്നു. ഇനി വരുന്ന സ്ത്രീ നയനയെ നന്നായി നോക്കിയില്ലെങ്കിലോ എന്ന് ഭയന്ന് മുകുന്ദൻ രണ്ടാം വിവാഹത്തിന് വിസമ്മതിച്ചു. ആ സമയത്താണ് ശങ്കുണ്ണിയദ്ദേഹത്തിന് രോഗം കലശലായത്. അപ്പോൾ അദ്ദേഹം മുകുന്ദനെ അടുത്ത് വിളിച്ച്

പറഞ്ഞു. "നീ ഒരു കാര്യം ചെയ്യ് കുലവും, കുടുംബ മഹിമയും, സാമ്പത്തിക സ്ഥിതിയും, സൗന്ദര്യവും ഒന്നും നോക്കണ്ട. സുഭദ്ര നന്നായിട്ട് കുഞ്ഞിനെ നോക്കുന്നുണ്ടല്ലോ കുഞ്ഞിനും അവളെ മതി നീ അവളെ വിവാഹം കഴിക്ക്. അങ്ങനെയെങ്കിലും എന്നെ മനസ്സമാധാനത്തോടെ മരിയ്ക്കാൻ അനുവദിക്ക്. എനിക്കത് കാണണം". ശങ്കരനുണ്ണിയദ്ദേഹം പറഞ്ഞപ്പോൾ മനസ്സില്ലാഞ്ഞിട്ടും യോഗ്യതയിൽ നിലവിളക്ക് പോലുള്ള മുകുന്ദൻ കരിവിളക്ക് പോലുള്ള സുഭദ്രയെ അടുത്തുള്ള അമ്പലത്തിൽ വച്ച് താലി കെട്ടി. കുറച്ച് മാസങ്ങൾക്ക് ശേഷം ശങ്കരനുണ്ണിയദ്ദേഹം മരിച്ചു.

സുഭദ്രയ്ക്ക് ഒരു കുഞ്ഞ് പിറന്നതോടെ സുഭദ്രയുടെ യഥാർത്ഥ ജാത്യഗുണം പുറത്ത് വന്നു. പിന്നെ മെല്ലെ മെല്ലെ സുഭദ്ര ഭദ്രയായി പിന്നീട്, ഭദ്രകാളിയായി മാറി. പറഞ്ഞാൽ അനുസരിക്കാത്തവരെ പറഞ്ഞ് മനസ്സിലാക്കി മാറ്റിയെടുക്കാൻ പറ്റില്ലാലോ. മുകുന്ദൻ എത്ര ശ്രമിച്ചിട്ടും സുഭദ്ര വഴങ്ങിയില്ല. സമൂഹത്തിലുള്ള മാന്യതയോർത്തും, മറ്റുള്ളവർ അറിഞ്ഞാലുള്ള നാണക്കേട് ഓർത്തും കഴിവതും മുകുന്ദൻ ഒതുങ്ങിയത് സുഭദ്രയിലെ അഹങ്കാരിയെ കൂടുതൽ ഉൻമത്തയാക്കി. അവർ നയനയോടും വളരെ ക്രൂരമായി പെരുമാറിത്തുടങ്ങി

ഇളയമ്മയുടെ ക്രൂരത സഹിക്കവയ്യാതാകുമ്പോൾ നയനമോൾ എന്റെ പുറത്ത് കയറിയിരിക്കും. അവളുടെ അമ്മ രേവതി ഞാനാണെന്ന ധാരണയിൽ എല്ലാം എണ്ണിപ്പെറുക്കി പറഞ്ഞ് കരയും.

വീട്ടിലെ എല്ലാ പണികളും നയനയുടെ ചുമലിലായിരുന്നു. സുഭദ്ര തന്റെ മകൾ ലയനയെ കൊണ്ട് ഒരു പണിയും ചെയ്യിക്കാറില്ലായിരുന്നു. തന്നെപ്പോലെ തന്നെ അഹങ്കാരിയായിട്ടാണ് ലയനയെയും സുഭദ്ര വളർത്തിയത് -

നയന മോൾ കോളേജിൽ പഠിക്കുന്ന സമയത്താണ് കൂട്ടുകാരി കീർത്തിയുടെ സഹോദരൻ കിരണും ആയി ഇഷ്ടത്തിൽ ആയത്. പഠനം കഴിഞ്ഞപ്പോൾ കീർത്തിയുടെ വീട്ടുകാർ വിവാഹം ആലോചിച്ച് വന്നു. സുഭദ്രയ്ക്ക് എതിർപ്പായിരുന്നു. കാരണം നയനയുടെ അമ്മ രേവതിയുടെ സ്വത്ത് നയനയുടെ പേരിലായിരുന്നു. അതിൽ നിന്നും നല്ല ആദായം ആണ് ഉണ്ടായിരുന്നത്. എല്ലാം സുഭദ്ര കൈയ്യടക്കി വച്ചിരിക്കുകയായിരുന്നു. വിവാഹാലോചന വന്നപ്പോൾ തന്നെ കുബുദ്ധിയായ സുഭദ്ര ആധുനിക സൗകര്യങ്ങളുള്ള ഒരു അടുക്കളയും, ഒരു കിടപ്പ് മുറിയും കൂടി ഉണ്ടാക്കിച്ചു. തന്റെ മകൾ ലയനയ്ക്കാണ് വീടെന്നും അവൾക്ക് വേണ്ട സൗകര്യങ്ങൾ നേരത്തേ ചെയ്തു വയ്ക്കണം എന്ന് കരുതിയാണ് താനിതൊക്കെ ചെയ്യതെന്നും സുഭദ്ര

നയനയോട് പറഞ്ഞു. ആ പുതിയ മുറികളുടെ നിർമ്മാണത്തോടു കൂടി ഞാൻ അലക്ക് കല്ല് സ്ഥാനത്ത് നിന്നും വെറും കല്ലായി ശർക്കരമാവിൻ ചുവട്ടിലേയ്ക്ക് സ്ഥാനം മാറി. അപ്പോഴും നയന എന്റെ പുറത്ത് വന്നിരിക്കുമായിരുന്നു. അവളുടെ അമ്മ അവസാനം ഉപയോഗിച്ചതെന്ന് ആരോ പറഞ്ഞു കേട്ട അറിവാണ് ആ കുഞ്ഞു മനസ്സിൽ രേവതി എന്നിലുണ്ടെന്ന ധാരണ ഒന്നുമറിയാത്ത പ്രായത്തിൽ അവളുടെ ഉപബോധ മനസ്സിൽ കയറിക്കൂടിയത്. വളരുംതോറും എന്നോടുള്ള ഇഷ്ടവും കൂടി.

നയനയുടെ മനസ്സ് മനസ്സിലാക്കി നയനയും കിരണുമായുള്ള വിവാഹം മുകുന്ദൻ ഉറപ്പിച്ചു. കിരണിന്റെ സഹോദരി കീർത്തിയുടെ വിവാഹം കഴിഞ്ഞിട്ടിപ്പോൾ രണ്ട് വർഷം ആകുന്നു. മുകുന്ദന് കാസർകോട് നിന്നും ട്രാൻസ്ഫർ ആകാൻ ഇനിയും ആറ് മാസങ്ങൾ കൂടിയുണ്ട്. അത് കഴിഞ്ഞ് വിവാഹം.

വീട് പണി കൊണ്ട് ഒരു ഉപകാരം ഉണ്ടായി. നയനമോളുടെ വിഴുപ്പലക്കൽ പണി കുറഞ്ഞു. നയന വിവാഹം കഴിഞ്ഞ് പോയാൽ ആരാണ് വിഴുപ്പലക്കുക. അതുകൊണ്ട് അവർ ബുദ്ധിപൂർവ്വം തുണിയലക്കുന്ന യന്ത്രം വാങ്ങിച്ചു. അതെനിയ്ക്ക് സന്തോഷമായിരുന്നു. പാവം കുട്ടി ഒരുപാട് വിഴുപ്പലക്കി എല്ലാവരുടേയും.

നയന മോൾ പഴയതിലും സന്തോഷവതിയായിരുന്നു. കാരണം കിരൺ തന്നെ. കിരൺ അവളെ ദിവസവും വിളിക്കുകയും, നിനക്ക് ഞാനുണ്ടാവും മരണം വരെ എന്തൊക്കെ പ്രതിസന്ധി വന്നാലും കൈവിട്ട് കളയില്ല. എപ്പോഴും നിന്നെക്കുറിച്ചുള്ള വിചാരം ആണ് എന്നൊക്കെ പറയുമായിരുന്നു. അങ്ങനെ നയനയ്ക്കും എല്ലാം തുറന്ന് പറയാനും, സങ്കടങ്ങൾ ഇറക്കി വയ്ക്കാനും ഒരാളുണ്ടായി. നയനയുടെ സ്വന്തം ആള്. നാം ചിന്തിക്കുന്നതിലും, സ്വപ്നം കാണുന്നതിലും ഏറ്റവും നല്ല ചിന്തയും, സ്വപ്നവും ആണ് ഞാൻ ഒറ്റയ്ക്കല്ല ആത്മാർത്ഥതയുള്ള ഒരാളെങ്കിലും എന്റെ കൂടെ ഉണ്ട് എന്നുള്ളത്. അതാണ് ജീവിതത്തിലെ ഏറ്റവും വലിയ ധൈര്യം. ചിലരെ കണ്ടുമുട്ടുമ്പോൾ ആണ് നമ്മുടെ ജീവിതം മാറ്റിമറിക്കപ്പെടുന്നത്. ഓരോ വ്യക്തികളെ കണ്ട് മുട്ടുമ്പോഴും ഓരോപുതിയ പാഠം നാം പഠിച്ചു കൊണ്ടിരിക്കും. എപ്പോഴും നയന പ്രാർത്ഥിക്കാറുണ്ടായിരുന്നു നല്ലത് കാണാനും, ക്ഷമിക്കാൻ കഴിയുന്ന ഹൃദയത്തിന് വേണ്ടിയും, മോശം കാര്യങ്ങൾ മറക്കാൻ കഴിയുന്ന ചിന്തകൾക്ക് വേണ്ടിയും, വിശ്വാസം നഷ്ടപ്പെട്ട് പോകാതിരിക്കാനുള്ള മനസ്സാന്നിധ്യത്തിനു വേണ്ടിയും. നിസ്സഹായയായ അവൾക്കതിനല്ലേ കഴിയുമായിരുന്നുള്ളൂ...

സൗന്ദര്യം ആരേയും ആകർഷിക്കും. നല്ല വ്യക്തിത്വമാണ്

ഹൃദയത്തിൽ തൊടുന്നത്. കിരണിന്റെ ആ വ്യക്തിത്വം ആയിരുന്നു അവളുടെ ഹൃദയത്തിൽ തൊട്ടത്. അതോടെ നയന മാറുകയായിരുന്നു, സന്തോഷിക്കുകയായിരുന്നു, ജീവിക്കുകയായിരുന്നു, ജീവിതം ആസ്വദിക്കുകയായിരുന്നു.

കിരണിന്റെ സഹോദരി കീർത്തി പ്രസവിച്ചു. അച്ഛൻ ഇല്ലാത്തതു കൊണ്ട് നയനയെ സുഭദ്ര ഒരിടത്തേയ്ക്കും പോകാൻ അനുവദിക്കുമായിരുന്നില്ല. കീർത്തിയെ ഫോണിൽ വിളിച്ച് വിവരങ്ങൾ തിരക്കി. രണ്ട് ദിവസമായി കിരണിന് ഫോൺ ചെയ്യുമ്പോൾ ഒരു ഉത്സാഹം ഇല്ലാത്തതു പോലെ. കാരണം ആരാഞ്ഞപ്പോൾ കിരൺ പറഞ്ഞു.

“കുഞ്ഞിന്റെ ഇരുപത്തിയെട്ട് ചടങ്ങിന് വഴക്കം പോലെ തന്നെ എല്ലാം അമ്മ വീട്ടുകാർ ചെയ്യണ്ടേ. ? എന്റെ ഒരു വരുമാനം അല്ലേ ഉള്ളൂ. ഇപ്പോഴത്തെ സ്വർണ്ണത്തിന്റെ തീ പിടിച്ച വിലയും”

“സാരമില്ല എല്ലാം എങ്ങനെയെങ്കിലും നടക്കും, വിഷമിക്കാതെ.” എന്ന് പറഞ്ഞ് സമാധാനിപ്പിച്ചു.

ഇരുപത്തിയെട്ട് ചടങ്ങിന് ഒരാഴ്ച മുൻപ് നയന അച്ഛനോട് പറഞ്ഞ് കുറച്ച് പൈസ കിരണിന്റെ അക്കൗണ്ടിൽ ഇടീപ്പിച്ചു. അതിന് മുൻപേ കീർത്തിയോട് പറഞ്ഞു നയനയുടെ വകയായി കുഞ്ഞിന് ഒരു വള വാങ്ങാൻ. കീർത്തിയായിരുന്നു ഞാനിപ്പോൾ വീട്ടിലല്ലേ അതുകൊണ്ട് നീ കിരണേട്ടന്റെ അക്കൗണ്ടിൽ പണം ഇട്ടാൽ മതി എന്ന് പറഞ്ഞ് കിരണിന്റെ അക്കൗണ്ട് നമ്പർ തന്നത്.

അന്ന് വൈകിട്ട് കിരൺ വിളിക്കുന്ന സമയം കഴിഞ്ഞപ്പോൾ നയന കിരണിനെ വിളിച്ചു നോക്കി. ഞാൻ പിന്നെ വിളിക്കാം എന്ന് പറഞ്ഞ് കിരൺ മെസേജ് അയച്ചു.

അത്താഴം കഴിഞ്ഞ് ഉറങ്ങാൻ കിടന്നപ്പോൾ അച്ഛന്റെ ഫോൺ. മോളേ കിരൺ വിളിച്ചിരുന്നു പൈസ കൂടുതൽ ആണെങ്കിൽ കൈയ്യിൽ തന്നെ വച്ചാൽപ്പോരേ? എന്തിനാണ് പൈസയിട്ടതെന്ന്? മോള് പറഞ്ഞിട്ടാണെന്ന് ഞാൻ പറഞ്ഞു.

അച്ഛൻ ഫോൺ വച്ച് കഴിഞ്ഞപ്പോൾ കിരണിന്റെ ഫോൺ

“എനിയ്ക്കിഷ്ടമല്ല എന്നോട് ചോദിക്കാതെ എന്റെ അക്കൗണ്ടിൽ പണം ഇടുന്നത്. ഞാൻ വിചാരിച്ചിരുന്നെങ്കിൽ ഈ ജോലിയിൽ നിന്ന് ഒരുപാട് പൈസ ഉണ്ടാക്കുമായിരുന്നു. ഒരു കള്ളത്തരവും കാണിക്കുന്നത് എനിക്കിഷ്ടമല്ല. ഞാൻ തന്നോട് പ്രാരാബ്ധങ്ങൾ പറഞ്ഞതിന് സഹായിച്ചതാണോ? അതെനിക്കിഷ്ടമല്ല. തന്റെ വീട്ടുകാരെപ്പോലെയല്ല ഞാൻ.”

"കിരൺ കരുതുന്നതു പോലെയല്ല കാര്യങ്ങൾ. ആ ഉദ്ദേശ്യത്തിൽ അല്ല ഞാൻ പൈസ ഇട്ടത്."

"പിന്നെ താനെന്തുദ്ദേശ്യത്തിൽ ആണത് ചെയ്തത്? തന്നെ ഞാൻ സുഖിപ്പിച്ചതിനുള്ള പേമെന്റ് ആണോ അത്? താനും മറ്റ് സ്ത്രീകളെപ്പോലെ തന്നെ ഒരു വ്യത്യാസവുമില്ല."

കിരൺ ആ പറയുന്നത് കേട്ടപ്പോൾ ഞാൻ ഞെട്ടിപ്പോയി എന്തൊക്കെയാണീശ്വരാ! ഈ കേട്ടത്.

"തെരുവ് വേശ്യകളേക്കാളും തരം താണവളാണ് താൻ. അവർ വയറ്റിൽ പിഴപ്പിനുവേണ്ടി ശരീരം വിൽക്കുന്നു. താനോ രാസലീലയ്ക്കുള്ള സുഖം തന്നവന് പണം നൽകുന്നു."

കിരണിനി കൂടുതൽ സംസാരിക്കണ്ട എന്ന് പറഞ്ഞ് നയന ഫോൺ കട്ട് ചെയ്തു.

പിന്നെ അവൾ ഓടി എന്റെയടുത്ത് വന്നു. അവൾ പറഞ്ഞു. "കിരൺ വിവാഹ നിശ്ചയം കഴിഞ്ഞപ്പോൾ മുതൽ താനിനി എന്റെയാണ് എന്റെ എല്ലാമെല്ലാമാണ് എന്ന് പറഞ്ഞ് ഫോണിൽ കൂടി എന്റെ മനം കവർന്ന് താനിനി എന്റെ ഭാര്യയായി എന്ന് പറഞ്ഞ് ആദ്യം വശംവദയാകാതിരുന്നിട്ടും പിന്നീട് മനസ്സിനിണങ്ങിയ എന്റെ ഭാര്യയോടല്ലാതെ പിന്നെ ഞാനാരോടാണ് ഇതൊക്കെ പറയുക എന്ന് പറഞ്ഞ് മധുരവാക്കുകളിലൂടെ പ്രലോഭിപ്പിച്ച് വശപ്പെടുത്തി. ആദ്യമായി മനസ്സ് കീഴടക്കിയ പുരുഷനായ കിരണിനോടുള്ള അകമഴിഞ്ഞ സ്നേഹത്താൽ എതിർക്കാൻ കഴിയാതെ ബലഹീനയായ നയനയും, കിരണും ഫോണിലൂടെയുള്ള സംഭാഷണങ്ങളാൽ മനസ്സുകൊണ്ട് ഒരുമിച്ചു. മൈഥുനത്തിന്റെ ബാലപാഠങ്ങൾ മാത്രമറിയാമായിരുന്ന നയനയെ കിരൺ വിവിധ അദ്ധ്യായങ്ങൾ തന്നെ പഠിപ്പിച്ചു. കിരൺ ഒരിക്കലും തന്നെ വേദനിപ്പിക്കില്ല, ചതിക്കില്ല എന്ന് കരുതിയ നയനയും അയാൾക്കടിമയായി. സ്വർഗ്ഗജീവിതം ജീവിച്ചു രണ്ടാളും... ഞാൻ ആദ്യമായി കണ്ട നാൾ മുതൽ മറ്റാരോടും ഒരിക്കലും തോന്നിയിട്ടില്ലാത്ത ഇഷ്ടത്തോടെ ഇന്നുവരെ എന്റെ ജീവന്റെ ജീവനായി സ്നേഹിച്ചു പറഞ്ഞതെല്ലാം അനുസരിച്ച ആ കിരൺ ആണ് തന്നോടിപ്പോൾ ഇങ്ങനെ ചോദിച്ചിരിക്കുന്നത്? ഈശ്വരാ! ഇതിലും നികൃഷ്ടമായ ഒരു വാചകം ഇനി എന്റെ ജീവിതത്തിൽ കേൾക്കാനില്ല. ഭൂമി പിളർന്ന് സീതയെപ്പോലെ ഇല്ലാതായെങ്കിൽ. എങ്ങനെ തോന്നി കിരണിന് എന്നോടിത് പറയാൻ !ഞാൻ ശരിക്കും ആരാണെന്ന് എന്നേക്കാളധികം എന്നെ മനസ്സിലാക്കിയെന്ന് ഞാൻ കരുതിയിരുന്ന കിരൺ. കിരൺ പറഞ്ഞതിന് ഒപ്പം മനസ്സ് കൊണ്ട്

തെറ്റ് ചെയ്തു. അപ്പോൾ ഞാൻ ശരീരം കൊടുത്തിരുന്നെങ്കിലോ?... എന്തായിരുന്നു കിരൺ എന്നോട് പറയുക.

കിരണിന്എന്നോട് അൽപ്പമെങ്കിലും വാക്കുകളിൽ പറഞ്ഞ ആത്മാർത്ഥതയുണ്ടായിരുന്നെങ്കിൽ ഫോൺ ചെയ്ത് ചോദിക്കാമായിരുന്നില്ലേ നീയെന്തിനാണ് അച്ഛനെ കൊണ്ട് പണം ഇടീപ്പിച്ചത് എന്ന്. അപ്പോൾ ഞാൻ കാര്യം പറയുമായിരുന്നില്ലേ. എനിയ്ക്കത് ഇഷ്ടമില്ല എന്ന് പറയാരുന്നില്ലേ? അതിന് പകരം എന്നിലെ സ്ത്രീയെ ഇത്രയധികം അവഹേളിക്കണമായിരുന്നോ? ചില നേരത്തെ ചിലരുടെ ചില വാക്കുകൾ അഗ്നിയേക്കാൾ മനസ്സിനെ പൊള്ളലേൽപ്പിക്കുന്നവയാണ്. കിരണിന്റെ വാക്കുകളിലെ ഉമിത്തീയിൽ നീറിപ്പിടഞ്ഞ് വെന്തുരുകുകയാണെന്റെ മനസ്സ്. ഇണങ്ങിയാലും, പിണങ്ങിയാലും, കണ്ടാലും, കണ്ടില്ലെങ്കിലും സംസാരിച്ചാലും ഇല്ലെങ്കിലും പരസ്പരം മനസ്സിലാക്കുന്ന അറിയുന്ന ബന്ധമാണ് മനസ്സുകൾ തമ്മിലറിഞ്ഞ ആത്മാർത്ഥ സ്നേഹം. ആ ആത്മാർത്ഥതയെയാണ് ഇവിടെ ചോദ്യം ചെയ്യപ്പെട്ടിരിക്കുന്നത്. ഒഴുക്കുള്ള വെള്ളത്തിൽ അഴുക്ക് നിൽക്കില്ല എന്നതു പോലെ കളങ്കമില്ലാത്ത മനസ്സുള്ളവർക്കേ തുറന്ന് സംസാരിക്കാൻ പറ്റൂ. കിരണിന്റേത് കളങ്കമില്ലാത്ത മനസ്സാണ്. അതാണ് തുറന്ന് ചോദിച്ചത്. പക്ഷേ ആ തുറന്ന് ചോദ്യം അണ്ഡകടാഹത്തെ ആകെ പ്രകമ്പനം കൊള്ളിക്കുന്ന തരത്തിൽ ഒരു വെള്ളിടിയായാണ് എനിക്കനുഭവപ്പെട്ടത്. അതിൽ എന്റെ മനസ്സ് ഉടഞ്ഞ് നുറുങ്ങി ഇല്ലാതായി. കിരണിന്റെ അഭിമാനത്തിന് മൂല്യച്യുതി സംഭവിക്കുന്നു എന്ന തോന്നലിൽ എന്നിലെ സ്ത്രീത്വത്തെ ഇത്രയധികം അപമാനിക്കണമായിരുന്നോ? വിവാഹത്തിനു മുൻപേ ഈ രീതിയിലുള്ള സംസാരം. അപ്പോൾ വിവാഹം കഴിഞ്ഞാലോ? ഭയമാണെനിക്കിനി കിരണിനെ. നേടാൻ പ്രയാസമുള്ളതും നഷ്ടപ്പെടുത്തിയാൽ തിരിച്ചു കിട്ടാൻ പ്രയാസമുള്ളതുമായവയാണ് സ്നേഹവും, വിശ്വാസവും. അതാണിവിടെ ഞങ്ങളിൽ നഷ്ടമായത്. ഞാൻ കെട്ടിപ്പൊക്കി കൊണ്ടു വന്ന സ്വപ്നങ്ങളെല്ലാം ഒരു നിമിഷം കൊണ്ട് തകർന്നടിയുന്ന കണ്ണാടി മാളികയാണെന്നറിഞ്ഞത് കിരണിന്റെ ആ ഒറ്റ ഒരു വാചകത്തിൽ നിന്നാണ്. എനിക്കില്ലേ ആത്മാഭിമാനം എന്ന ഒന്ന്. അച്ഛനൊഴിച്ച് മറ്റുള്ളവരിൽ നിന്നെല്ലാം എനിയ്ക്ക് ഒരുപാട് അവഹേളനങ്ങളും, വിശ്വാസവഞ്ചനയും, ദുഃഖവും അനുഭവിക്കേണ്ടി വന്നിട്ടുണ്ട്. എന്നാൽ അവരെക്കാളൊക്കെ ഞാൻ വിശ്വസിച്ച എന്റെ കിരണിൽ നിന്നും കിട്ടിയ ഈ ആഘാതം അതെന്നെ പാടെ തകർത്തു കളഞ്ഞു. ജീവിതത്തിൽ ഒരാളെയേ മനസ്സ് കൊണ്ട് ഇഷ്ടപ്പെട്ടിട്ടുള്ളൂ. ആ ആളുടെ നിർബന്ധത്തിനും സ്നേഹത്തിനും വഴങ്ങിയാണ് ഞാൻ...

ജൻമം ജീവിതത്തിന്റെ തുടക്കമാണ്. സൗന്ദര്യം ജീവിതത്തിന്റെ ചിത്രവും. നല്ലൊരു സുഹൃത്തും, ജീവിത പങ്കാളിയും, ജീവിതത്തിന്റെ ഹൃദയവും. ആ ഹൃദയം ആണ് ഒരു തെറ്റിദ്ധാരണയുടെ പേരിൽ പേമെന്റ് എന്ന വാക്കിലൂടെഎനിയ്ക്കിവിടെ നഷ്ടമായിരിക്കുന്നത് പേമെന്റ് എന്ന വാക്കിനേയും ഞാൻ ഇപ്പോൾ ഭയപ്പെടുന്നു. ഹൃദയം ഇല്ലാതെ എങ്ങനെയാണ് ഞാൻ ജീവിക്കുന്നത്. ?"

"എന്റെ അമ്മേ എന്തിനെന്നെ ഇവിടെ ഉപേക്ഷിച്ചു പോയി. എന്നേക്കൂടി കൊണ്ടുപോകാമായിരുന്നില്ലേ? ഓർമ്മയായ നാൾ മുതൽ ഞാനനുഭവിക്കുന്ന ദു:ഖം കാണുന്നില്ലേ അമ്മേ?... മനസ്സ് വല്ലാതെ തളർന്നിരിക്കുമ്പോൾ നാം ഇഷ്ടപ്പെടുന്നവരുടെ ഒരു വാക്ക്, ഒരു നോട്ടം, ഒരു പുഞ്ചിരി അത് മതി സങ്കടം മാറാൻ. പക്ഷേ എനിയ്ക്കിവിടെ നഷ്ടമായത് എന്റെ ജീവനേക്കാളുപരിയായി ഞാനിഷ്ടപ്പെട്ടിരുന്ന എന്റെ കിരണിനെയാണ്."

നയന മോൾ കാൽ മുട്ടിൽ മുഖമണച്ച് പൊട്ടിക്കരഞ്ഞു. ചില സമയങ്ങളിൽ കല്ല് പോലും ആർദ്രമാവും എന്ന് പറയാറില്ലേ. എന്നിലെ ആ ആർദ്രത ഞാനറിഞ്ഞു.

മുഖമുയർത്തിയ നയന മോൾ മെല്ലെയെഴുന്നേറ്റ് ചുരുട്ടിപ്പിടിച്ചിരുന്ന സാരി എന്റെ മേലേയ്ക്കിട്ടു. എന്നിട്ട് ഈ ഫോണാണ് എല്ലാത്തിനും കാരണം എന്ന് പറഞ്ഞ് ഫോണിലെ സിം കാർഡ് ഊരിമാറ്റി ഒടിച്ചു. അതിന് ശേഷം ഫോൺ എന്റെ പുറത്തു വച്ച് മറ്റൊരു കല്ലെടുത്ത് ഇടിച്ച് പൊട്ടിച്ച ശേഷം കുളത്തിലേയ്ക്കെറിഞ്ഞു. പിന്നെ പൈപ്പിൻ ചുവട്ടിൽ വച്ചിരുന്ന അലൂമിനിയം ബക്കറ്റ് എടുത്ത് കൊണ്ടുവന്ന് അതെന്റെ പുറത്ത് കമിഴ്ത്തിവച്ചു. അതിൽ കയറി നിന്ന് സാരി കൊണ്ട് മാവിന്റെ കൊമ്പിൽ കുരുക്കിടാൻ തുടങ്ങി. "അരുത് മോളേ അരുത്" എന്ന് ഞാൻ വലിയ വായിൽ നിലവിളിച്ച് പറയുന്നത് കേട്ടെന്നതു പോലെ അവളെന്നെ നോക്കി നിർവികാരയായി പറഞ്ഞു.

"കിരൺ എനിയ്ക്ക് നൽകിയ സ്നേഹത്തിനും, സാന്ത്വനത്തിനും, ജീവിതസുഖത്തിനും എനിയ്ക്ക് കിരണിന് കൊടുക്കാനുള്ളത് മറ്റെല്ലാവരും വിലമതിക്കുന്ന പണമല്ല. ആർക്കും ഒരു വിലയും ഇല്ലാത്ത എന്റെ ജീവൻ ആണ്. അത് നാളെ കിരണിന് കിട്ടും എന്റെ പേമെന്റ്.

ജീവിതം അവസാനിപ്പിക്കാൻ തോന്നിയ ചില നിമിഷങ്ങൾ ഉണ്ടാവും. എന്നാൽ അതിൽ നിന്നും നമ്മെ പിന്തിരിപ്പിക്കുന്ന അത്ഭുതങ്ങളും ഉണ്ടാവും. നിങ്ങൾ എത്ര ആഗ്രഹിച്ചാലും ദൈവം അതിനനുവദിച്ചില്ല എന്നുണ്ടെങ്കിൽ ഓർത്തോളൂ നീ ആഗ്രഹിക്കുന്നത് തരാൻ ദൈവം ഒരുക്കമാണ്. കുറച്ച് സമയം കൂടി നീ കാത്തിരുന്നേ

മതിയാവൂ" എന്ന് പറഞ്ഞ് "വേണ്ട മോളേ വേണ്ട" എന്ന് ഞാൻ കേണപേക്ഷിക്കുന്നുണ്ടായിരുന്നു. ആ നിമിഷത്തിൽ ഞാനാഗ്രഹിച്ചു എനിയ്ക്കും മറ്റുള്ളവരോട് സംസാരിക്കാൻ നാവും, ശബ്ദവും ഉണ്ടായിരുന്നെങ്കിൽ!...പിടച്ചു കൊണ്ടിരുന്ന നയനമോളുടെ പിടച്ചിൽ അവസാനിച്ച് ആ ശരീരം നിശ്ചലമായി മാവിൻ കൊമ്പിലെ സാരിത്തുമ്പിൽ തൂങ്ങിക്കിടന്നു.

ഞായറാഴ്ച എന്നെ കൊണ്ടുപോകാൻ ഗോപാലൻ കല്ലാശാരിയും രണ്ട് കൂട്ടുകാരും വന്നു. അവരെല്ലാവരും കൂടി മണ്ണിൽ ആഴ്ന്നു കിടന്നിരുന്ന എന്നെ ഉയർത്തി വല്ലാതെ ആയാസപ്പെട്ട് ഉന്തുവണ്ടിയിൽ കയറ്റുമ്പോൾ സുഭദ്രയുടെ മോൾ ലയന ചോദിക്കുന്നത് കേട്ടു.

"അമ്മേ നയനേച്ചിയ്ക്ക് ഒത്തിരി ഇഷ്ടമുണ്ടായിരുന്ന കല്ലല്ലേ അത്. അതെന്തിനാ കൊടുത്തത്?".

"മിണ്ടാണ്ടിരുന്നോ അസത്തേ നീയ്. നിന്റെ പട്ടിക്കുട്ടിയെ പിടിക്കാൻ പോയി ആ കല്ലിൽ തട്ടിവീണ് എന്റെ കാലൊടിഞ്ഞത് കണ്ടിട്ടും നിനക്ക് മനസ്സിലായില്ലേ? എടീ ആ ചത്തവള് ഇപ്പോഴും ആ കല്ലേൽ കാണും. അവടമ്മയല്ലായിരുന്നോ ആ കല്ല്. അവളായിരിക്കും എന്റെ കാലൊടിച്ചത്. ആ നാശം കല്ല് ഇവിടുന്ന് കൊണ്ട് പോകട്ടെ."

ഗോപാലന്റെ കൈയ്യിൽ നിന്നും എന്റെ പേമെന്റ് വാങ്ങിക്കുന്ന സുഭദ്രയുടെയും ഗോപാലന്റെയും ഇടയിൽ കൂടി ഞാൻ കിടന്ന സ്ഥലം ഒന്നു കൂടി കാണാനുള്ള മോഹത്തോടെ ഞാൻ നോക്കുമ്പോൾ കണ്ടു സജലങ്ങളായ മിഴികളോടെ ചേർന്ന് നിന്ന് എനിയ്ക്ക് യാത്രാ മംഗളം നേരുന്ന അമ്മയും മകളും. രേവതിയും എന്റെ നയനമോളും.

എന്നെയും വഹിച്ച് ഉന്തുവണ്ടി നീങ്ങിയപ്പോഴും ഞാൻ ചിന്തിക്കുകയായിരുന്നു. കാലം തീർത്ത കഥയ്ക്കുള്ളിൽ തമിഴ് നാട്ടിലെ മലനിരകളിലെ വെറുമൊരു കല്ലായിരുന്ന ഞാനും ഒരു കഥാപാത്രമായി... കിട്ടിയ വേഷങ്ങൾ എല്ലാം വളരെ മനോഹരമായി ഞാൻ അഭിനയിച്ചു അല്ല ജീവിച്ചു... ആത്മാർത്ഥമായി ആടിയ വേഷങ്ങളിൽ എല്ലാം പരാജയത്തിന്റെ രുചിയായിരുന്നു. കൂടെ ആടിയവരിൽ പലരും പല വഴിക്കായി ആട്ടം അവസാനിപ്പിച്ച് പിരിഞ്ഞു പോയി. ഞാനിന്നും കാലം തീർത്ത കഥയിലെ ഒരു കഥാപാത്രമായിരിക്കുന്നു. എവിടെ എങ്ങനെ അവസാനിക്കും എന്നറിയാതെ യാത്ര തുടരുകയാണ് ഞാൻ.

●

അദ്ധ്യാപക ദിനം

ഏറ്റവും നല്ല അദ്ധ്യാപികയ്ക്കുള്ള ഉന്നത പുരസ്കാരം വാങ്ങുമ്പോഴും മനസ്സിൽ നന്ദി പറഞ്ഞത് എന്റെ ജയദേവൻ മാഷിനായിരുന്നു. ആ കാൽക്കൽ മനസ്സ് കൊണ്ട് നമസ്കരിച്ചിട്ടാണ് ഞാൻ പുരസ്കാരം ഏറ്റ് വാങ്ങിയത്.

നാളെയെങ്കിലും നാട്ടിൽ എത്തണം എന്നാണ് കരുതിയത്. പക്ഷേ ഒന്നും നടന്നില്ല. വീട്ടിൽ എത്തി അമ്മയേയും കൊണ്ട് അനിയത്തിയുടെ രണ്ടാമത്തെ കുഞ്ഞിന്റെ ചോറൂണിന് നാസിക്കിലുള്ള അംബാമാതായുടെ അമ്പലത്തിൽ എത്തേണ്ടിയിരുന്നു. ഞാനെത്തുമ്പോൾ അമ്മ തയ്യാറായി നിൽക്കുകയായിരുന്നു. അമ്മയ്ക്കിപ്പോൾ പ്രമേഹവും, രക്താതിമർദ്ദവും, ശ്വാസം മുട്ടലും, വാതത്തിന്റെ അസ്കിതയും ഒക്കെയുണ്ട്. ഇപ്പോൾ പോകണ്ട അവരിങ്ങോട്ട് വന്ന് കുഞ്ഞിനെ കാണിക്കാൻ വേണ്ട ഏർപ്പാട് ഞാൻ ചെയ്യാം എന്ന് പറഞ്ഞിട്ടും അമ്മ സമ്മതിച്ചില്ല. അമ്മയ്ക്ക് കുഞ്ഞിനെ കണ്ട് അമ്പലത്തിൽ വച്ച് ഒരു പിടി ചോറ് വാരിക്കൊടുക്കണമത്രേ... അമ്മയുടെ നിർബന്ധം എല്ലാം എന്റെയടുത്താണ്. ഞാൻ എതിർത്തൊന്നും പറയാറില്ലല്ലോ.

എന്നെ ഒരു കാരണവശാലും നാട്ടിൽ വിടില്ല എന്ന വാശിയാണ് അമ്മയ്ക്ക്. എന്റെ ജീവിതത്തിലെ നല്ല പ്രായം എല്ലാം അവസാനിച്ചു.

കേന്ദ്ര ഭരണപ്രദേശമായതു കൊണ്ട് അറുപത് വയസ്സ് വരെ ജോലിയിൽ തുടരാം. ഇനിയും ആറ് വർഷങ്ങൾ കൂടി...

മൂന്ന് അനിയത്തിമാരിൽ ഏറ്റവും ഇളയവളാണ് ചാരു. അവളും ഭർത്താവും നാസിക്കിലാണ്. അവൾക്ക് രണ്ട് കുട്ടികൾ. അതിൽ ഇളയ മോന്റെ ചോറൂണാണ്.

പോകാനിറങ്ങിയപ്പോൾ ആണ് അമ്മ ചോദിച്ചത് "സ്മിജേ നീയാ മാലയെടുത്തോ?".

"എടുത്തമ്മേ" എന്ന് പറഞ്ഞിട്ടും അമ്മയ്ക്ക് വിശ്വാസമായില്ല. അതപ്പോൾ തന്നെ കാണണം. ഞാനത് ബാഗിൽ നിന്നെടുത്ത് അമ്മയുടെ കൈയ്യിൽ കൊടുത്തപ്പോൾ അമ്മ ആ ഡബ്ബ തുറന്ന് നോക്കി ഉറപ്പ് വരുത്തി. ഞാൻ പിടിച്ചോളാം എന്ന് പറഞ്ഞ് കൈയ്യിൽ തന്നെ വച്ചു.

ടാക്സിയിൽ ഇരുന്നപ്പോഴും അമ്മയത് കൈയ്യിൽ നിന്നും മാറ്റിയില്ല. ഞാനാണ് വാങ്ങിയതെങ്കിലും അമ്മയ്ക്ക് എന്നെ വിശ്വാസമില്ലാത്തതു പോലെ. സാരമില്ല ഇതൊക്കെ എത്ര കണ്ടിരിക്കുന്നു.

അമ്പലത്തിൽ എത്തുമ്പോൾ നാസിക്കിൽ തന്നെയുള്ള ചിത്രയും, ചിത്തിരയും ഒന്നും എത്തിയിട്ടില്ല. അത് പരാതിയായി ചാരു പറയുമ്പോൾ അമ്മ പറഞ്ഞു അവർക്ക് വരാൻ പറ്റാതിരുന്നിട്ടല്ലേ?. പിന്നെ ചോറൂണിന്റെ തിരക്കായി. ചാരുവിന്റെ ഭർത്താവ് മാധവിന്റെ അച്ഛനും, അമ്മയും, സഹോദരിയും ഉണ്ടായിരുന്നു. അമ്മ കുഞ്ഞിന് ചോറ് വാരി കൊടുത്ത ശേഷം തുണിത്തുമ്പിൽ കെട്ടിവച്ചിരുന്ന ഡബ്ബ എടുത്ത് തുറന്ന് അതിൽ നിന്നും മാലയെടുത്ത് കുഞ്ഞിന്റെ കഴുത്തിൽ അണിയിച്ചു കൊണ്ട് പറഞ്ഞു.

"ഇത് അമ്മമ്മയുടെ വക കണ്ണന്"

ചാരു ഉടൻ തന്നെ എന്നോട് ചോദിച്ചു

"ചേച്ചി കുഞ്ഞിന് ഒന്നും കൊണ്ട് വന്നില്ലേ?" വിളറി നിന്ന എന്നോടായി അമ്മ പറഞ്ഞു.

"നീയെന്താ സ്മിജേ കുന്തം പോലെ നിൽക്കുന്നത്? എന്തെങ്കിലും കുഞ്ഞിന് കൊടുക്കൂ."

ഈ പ്രാവശ്യം എങ്കിലും ഒരുപാട് പൊട്ടി വിളക്കിച്ചേർത്ത മാല ഒന്ന് മാറിയെടുക്കണം എന്ന് കരുതി സ്വരുപിച്ച് വച്ചിരുന്ന പണം യാത്രയല്ലേ ഇരിക്കട്ടെ എന്ന് കരുതി ബാഗിൽ എടുത്ത് വച്ചിരുന്നു. അതിൽ നിന്നും രണ്ടായിരത്തിന്റെ നോട്ടെടുത്ത് ചാരുവിന്റെ കൈയ്യിൽ കൊടുത്തപ്പോൾ ചാരുവിന്റെ മുഖം മാറി. അമ്മയുടെ ചോദ്യവും.

"രണ്ടായിരം ഉലുവയോ?! നിനക്ക് നാണമില്ലേ? അല്ലെങ്കിലും അവളിപ്പോൾ പിശുക്കിയാ" എന്ന പറച്ചിലും.

ചാരുവിന്റെ പ്രസവച്ചിലവും, ഇരുപത്തിയെട്ട് കെട്ടിന് കുഞ്ഞിന് മാലയും, വളയും, കാൽത്തളയും എല്ലാം ഉണ്ടാക്കി കൊടുത്ത് വിട്ട് ചോറൂണിന് മാലയും വാങ്ങിയിട്ട ഞാൻ ആരുമല്ലാതായി, ഒന്നും കൊടുക്കാത്തവളായി. തികട്ടി വന്ന സങ്കടം അടക്കിയിട്ടും നിറഞ്ഞു വന്ന കണ്ണുകൾ ആരും കാണാതിരിക്കാൻ അൽപ്പം മുന്നോട്ട് നടന്ന് നടനേരേ നിന്ന് തൊഴാൻ പോകുന്നതുപോലെ പോയി. മനസ്സിന് താങ്ങാവുന്നതിലും അധികം സങ്കടങ്ങൾ ഉണ്ടായാൽ നമ്മൾ അറിയാതെ മാറിപ്പോകും. ഒന്നുകിൽ വെറുപ്പും ദേഷ്യവുമായി പുറമേ പ്രതിഫലിക്കും. അല്ലെങ്കിൽ മൗനം കൊണ്ട് സ്വയം കീഴടങ്ങും. ആ മൗനത്തിലാണ് ഞാനിപ്പോൾ ജീവിക്കുന്നത്. അമ്മയോടും, സഹോദരങ്ങളോടും എന്ത് വെറുപ്പും, വിദ്വേഷവും കാട്ടാൻ.?

അമ്മയ്ക്ക് പിന്നെ ചിത്രയേയും ചിത്തിരയേയും കാണണം. മുഖം വീർപ്പിച്ചിട്ടാണെങ്കിലും ചാരുവും ഞങ്ങളുടെ കൂടെ വന്നു. അവിടെ ചെന്നപ്പോൾ അവർക്കും ഓരോരോ ആവശ്യങ്ങൾ. അമ്മ പറഞ്ഞു

"നിനക്ക് ജോലിയുള്ളതല്ലേ നീയല്ലാതാരാ അവരുടെ ആവശ്യങ്ങൾ നിറവേറ്റാൻ ചെയ്ത് കൊടുക്കു."

ചിത്രയുടെ മോൾക്ക് എന്റെ കൈയ്യിലെ ചുവന്ന കല്ലിന്റെ മോതിരം കണ്ടപ്പോൾ അതവൾക്ക് വേണം.

കൊടുത്തു. ചിത്തിരയ്ക്ക് തുണി കൂടിയിട്ട് വയ്ക്കാൻ സ്ഥലമില്ല. മൂന്ന് അലമാരിയുള്ളത് കൂടാതെ ഒരെണ്ണം കൂടി വാങ്ങണമത്രേ അതിനും പൈസ കൊടുത്തു കഴിഞ്ഞപ്പോഴാണ് അടുത്ത കാര്യം അവരെല്ലാം തയ്യാറായി ഇരിക്കുകയാണ്. കുറേ നാളായി സായിബാബയുടെ അടുത്ത് പോയിട്ട്. എല്ലാവർക്കും കൂടി ഷിർദ്ദിയ്ക്ക് പോകാമെന്ന്. വേറെ ഒരു കാറ് കൂടി വിളിച്ചാൽ മതി. ഞങ്ങൾ വന്ന കാറും ഉണ്ടല്ലോ എന്ന്. എന്റെ മനസ്സിൽ ഒരു കൊള്ളിയാൻ മിന്നി. അമ്മ അങ്ങനെ തന്നെയാവാം എന്ന് പറഞ്ഞ് കിടന്നുറക്കമായി. ഞാൻ എന്ത് ചെയ്യാൻ സമ്മതിക്കാതെ നിർവ്വാഹമില്ലല്ലോ...

പിറ്റേ ദിവസം എല്ലാവരും കൂടി ഷിർദ്ദിയ്ക്ക്. സായിബാബയുടെ ദർശനം കഴിഞ്ഞ് തിരികെ ചിത്രയുടെ വീട്ടിൽ എത്തി.

പിറ്റേദിവസം രാവിലെ വീണ്ടും ഖാൻ വേലിലേയ്ക്ക്. കൈയ്യിലുണ്ടായിരുന്ന പണം മുഴുവനും തീർന്നു. ഇനി ടാക്സിക്കാരന് കൊടുക്കണമെങ്കിൽ കടം വാങ്ങണം. പലിശയ്ക്ക് പണം കൊടുക്കുന്ന മാർവാഡിയെ വിളിച്ച് പറഞ്ഞു പണം അടുത്ത ഫ്ലാറ്റിലെ മധുമതി

ബാബിയെ ഏൽപ്പിക്കാൻ. തിരികെ വീട്ടിലെത്തി ബാബിയോട് പണം വാങ്ങി ടാക്സിക്കാരന് കൊടുത്തു. ടീച്ചർ ഇനിയും ഇതുപോലെ പോകേണ്ടി വരുമ്പോൾ തന്നെത്തന്നെ വിളിക്കണം എന്ന് പറഞ്ഞ് അയാൾ പോയി. വന്നയുടനേ തന്നെ അമ്മ ഭക്ഷണം ഉണ്ടാക്കാൻ പറഞ്ഞിട്ട് കയറിക്കിടന്നു. മുഷിഞ്ഞ തുണികളെല്ലാം എടുത്ത് ലോൺട്രി ബോക്സിലിട്ട് ബാഗ് വൃത്തിയാക്കിയ ശേഷം ഞാൻ കുളിച്ച് വന്ന് വിളക്ക് കൊളുത്തി. പിന്നെ കഞ്ഞിയും, പയറും അടുപ്പിൽ വച്ച ശേഷം പെട്ടെന്ന് ചൊല്ലാവുന്ന ഒന്ന് രണ്ട് നാമങ്ങൾക്കൊപ്പം സങ്കടമോചന ഗണപതി സ്തോത്രവും ചൊല്ലി തീർന്നപ്പോൾ തന്നെ രണ്ട് കുക്കറും വിസിലടിച്ചു. വേഗം ക്ഷമ പറഞ്ഞ് എഴുന്നേറ്റ് അടുക്കളയിൽ പോയി. അത്താഴം കാലാക്കി അമ്മയെ വിളിച്ചപ്പോൾ ആണ് അമ്മയുടെ ചോദ്യം "നമ്മൾ ഇവിടെ എത്തിയ കാര്യം നീ അവരെ മൂന്നാളേയും വിളിച്ച് പറഞ്ഞുവോ? തമ്പുരാട്ടിയ്ക്ക് അവാർഡ് ഒക്കെ കിട്ടിയപ്പോൾ അഹങ്കാരം ആയി അല്ലേ? ഞങ്ങളെ ആരേയും വേണ്ടാന്ന് തോന്നുണ്ടോ? ഇനിയും പഴയ പോലെ എന്തെങ്കിലും മോഹവും വച്ചാണ് നടക്കുന്നതെങ്കിൽ അതൊരിക്കലും നടക്കില്ല സ്മിജേ നിനക്ക് പ്രായം എത്രയായീന്നാ? അവൻ പണ്ടേ കെട്ടി. ഇപ്പോൾ ജീവിച്ചിരിക്കുന്നുണ്ടോ എന്ന് തന്നെ ആർക്കറിയാം?"

"അമ്മേ!"

എന്ന് സങ്കടത്തോടെ വിളിച്ചു. ഈശ്വരാ! അമ്മയ്ക്കെങ്ങിനെ തോന്നുന്നു ഇങ്ങനെയൊക്കെ പറയാൻ. ? തിങ്ങി നിറഞ്ഞ സങ്കടവുമായി നേരേ വിളക്കണച്ച് എടുത്തു വയ്ക്കാനായി പോയി. നന്നായി ജ്വലിച്ച നിൽക്കുന്ന തിരിനാളം കണ്ടപ്പോൾ ഓരോ ദീപം തെളിഞ്ഞു കത്തുമ്പോഴും അതിന്റെ ഉള്ളിലും ഉണ്ട് ആരും കാണാതെ എരിഞ്ഞു കൊണ്ടിരിക്കുന്ന ഒരു തിരി. അതുപോലെയാണ് ചില മനസ്സുകളും. മറ്റുള്ളവർക്ക് മുൻപിൽ ഹൃദ്യമായി ചിരിച്ച് ജീവിക്കുമ്പോഴും ഉള്ളിൽ കരഞ്ഞു കൊണ്ടിരിക്കുന്ന അഥവാ എരിഞ്ഞ് കൊണ്ടിരിക്കുന്ന ഒരു മനസ്സ്. വേഗം വിളക്കെടുത്ത് വച്ചു. അല്ലെങ്കിൽ അമ്മ കണ്ടാൽ ഇത്രയും സമയമായിട്ട് വിളക്കെടുത്ത് വയ്ക്കാത്തതിനും തുടങ്ങും.

അനിയത്തിമാരെ മൂന്നുപേരേയും വിളിച്ച് എത്തിയ വിവരം പറഞ്ഞപ്പോൾ അമ്മ ഫോൺ വാങ്ങി സംസാരിച്ചു. അതിന് ശേഷമാണ് അമ്മ അത്താഴം കഴിച്ചത്. പാത്രങ്ങൾ എല്ലാം മോറി വച്ച് അടുക്കള തുടച്ച് വൃത്തിയാക്കി വന്ന് കട്ടിലിലെ ഷീറ്റുകളും മാറ്റി വിരിച്ച ശേഷം അമ്മയ്ക്കുള്ള മരുന്ന് കൊടുത്ത് ഉറങ്ങാൻ കിടന്നു.

എത്രനേരം തിരിഞ്ഞും മറിഞ്ഞും കിടന്നിട്ടും നിദ്രാ ദേവി കടാക്ഷിക്കാതെ അകന്നു തന്നെ നിന്നു.

അപ്പോഴും പ്രാർത്ഥിച്ചുകൊണ്ടിരുന്നു ഈശ്വരാ.! അദ്ദേഹത്തിന് ഒരാപത്തും വരുത്തരുതേ. ആയുസ്സോടെ ഉണ്ടാവണേ. പിന്നീട് മെല്ലെ മെല്ലെ ഓർമ്മകളിലേയ്ക്ക് ഊളിയിട്ടു.

അമ്മയും നാല് പെൺമക്കളും. ഇളയ കുട്ടിയെ പ്രസവിച്ച ദിവസം അച്ഛൻ വീട്ടു വിട്ടു പോയതാണ്. അച്ഛന് ആൺകുട്ടി വേണമെന്നായിരുന്നത്രേ. ഓരോ നാട്ടുകളിൽ പോയി തുണി കച്ചവടമായിരുന്നു അച്ഛന്. ആ വകയിൽ ഉണ്ടായ ബന്ധത്തിലുള്ള തമിഴത്തിയുടെ കൂടെയുണ്ട് അച്ഛൻ എന്നൊരു ശ്രുതിയുമുണ്ട്. എന്തായാലും പിന്നീട് അച്ഛൻ ഞങ്ങളെ തേടി വന്നിട്ടില്ല. അമ്മ പിന്നീട് ഓരോരോ വീടുകളിൽ പോയി പണിയെടുത്താണ് ഞങ്ങൾ ജീവിച്ചിരുന്നത്. സ്കൂളിൽ നിന്ന് വന്നാൽ ഞാനും പാത്രം കഴുകാനും, മുറ്റമടിക്കാനും ഒക്കെ അമ്മയെ സഹായിക്കാൻ പോകുമായിരുന്നു. പത്താം ക്ലാസ്സിൽ എനിയ്ക്ക് ഫസ്റ്റ് ക്ലാസ് ഉണ്ടായിരുന്നു. തുടർന്ന് പഠിപ്പിക്കാൻ അമ്മയ്ക്ക് പറ്റില്ലായിരുന്നു. ആ സമയത്താണ് അമ്മയ്ക്ക് നടുവ് വേദന വന്ന് പണി ചെയ്യാൻ വയ്യാതായത്. അങ്ങനെ വീട്ടുപണികൾ പോയി. പിന്നീട് അമ്മ നിലക്കടലയും, കടലയും ഒക്കെ വറുത്ത് റോഡരികിൽ വച്ച് വിൽക്കാൻ തുടങ്ങി. കൂടെ കുറച്ച് ദൂരെ മാറിയിരുന്ന് ഞാനും വിൽക്കുമായിരുന്നു കടലയും, കപ്പലണ്ടിയും.

മാർക്ക് ലിസ്റ്റ് വാങ്ങാൻ ചെന്നപ്പോൾ ആണ് പുതുതായി ജോലി കിട്ടി വന്ന മലയാളം മാഷ് എന്നെ വിളിച്ചത്. നാന്നൂറ്റിപതിനഞ്ച് മാർക്കുണ്ടായിരുന്നു. മാഷ് കണ്ടത്രേ ഞാൻ കപ്പലണ്ടി കച്ചവടം നടത്തുന്നത്. ഇനി പഠിക്കുന്നില്ല എന്ന് പറഞ്ഞപ്പോൾ മാഷൊന്നും പറഞ്ഞില്ല. എന്നോട് പൊയ്ക്കോള്ളാൻ പറഞ്ഞു.

രണ്ട് ദിവസം കഴിഞ്ഞപ്പോൾ ജയദേവൻ മാഷ് വീട്ടിൽ വന്നു. അമ്മയോട് എന്നെ പഠിപ്പിക്കുന്ന കാര്യം പറഞ്ഞു. അമ്മ കഴിവില്ലെന്ന് പറഞ്ഞു. അച്ഛൻ ഉപേക്ഷിച്ച് പോയ ശേഷം അമ്മയ്ക്ക് എല്ലാവരോടും ദേഷ്യമായിരുന്നു. മാഷിനോടും അമ്മദേഷ്യപ്പെട്ടു. "ഞാനും അവളും കച്ചവടം നടത്തിയിട്ടും ചിലവ് കഷ്ടിയാ. എന്റെ വരുമാനം ഇല്ലാതാക്കിയിട്ട് മാഷ് തരുമോ ചിലവിന്?"

മാഷ് സൗമ്യനായി പറഞ്ഞു

"തരാം. സ്മിജയെ പഠിക്കാൻ വിടൂ. നല്ല കഴിവുള്ള ഒരു കുട്ടിയുടെ ഭാവി ഇല്ലാതാക്കരുത്... ഞാൻ തരാം കപ്പലണ്ടി കച്ചവടത്തിൽ നിന്നും നിങ്ങൾക്ക് കിട്ടുന്ന പണം" അപ്പോൾ ഭദ്രകാളിയായി നിന്നിരുന്ന അമ്മ ശാന്തസ്വരൂപിണിയായി.

മറ്റുള്ളവരുടെ വിഷമം കാണുമ്പോൾ ഉള്ളിൽ ഒരു നൊമ്പരം

പൊടിയുന്നുവോ അവിടെ നൻമയുണ്ട്, ദൈവമുണ്ട്. ആ ദൈവമായിരുന്നു എനിയ്ക്ക് മാഷ്.

അങ്ങനെ ഞാൻ പ്രീഡിഗ്രിയ്ക്ക് ചേർന്നു. പിന്നെ ഡിഗ്രിയ്ക്ക് കണക്ക് ഐച്ഛിക വിഷയമായെടുത്ത് പഠിച്ചു. മാഷെന്നെ ബി. എഡ്ഡിന് വിട്ടു. ആ സമയത്താണ് മാഷെന്നോട് പറഞ്ഞത് "വീട്ടിലും ഒരുപാട് പ്രാരാബ്ധങ്ങൾ ഉണ്ടായിരുന്നു. കുടുംബ സ്വത്ത് ഉണ്ടായിരുന്നതുകൊണ്ട് കാര്യങ്ങൾ എല്ലാം ഭംഗിയായി നടന്നു. അതിൽ കുറച്ച് വിറ്റ് രണ്ട് സഹോദരിമാരേയും വിവാഹം ചെയ്തയച്ചു. ഇനി ബാധ്യതകൾ ഒന്നുമില്ല. അമ്മയും, അച്ഛനും സമ്മതിച്ചിട്ടുണ്ട്. സ്മിജ എപ്പോഴാണ് എന്റെ മനസ്സിൽ കയറിയതെന്നറിയില്ല. ഭാര്യയെ കുറിച്ച് ചിന്തിക്കുമ്പോൾ സ്മിജയാണ് മനസ്സിൽ."

എനിയ്ക്കും അങ്ങനെ തന്നെ മാഷിനോട് ആരാധന കലർന്ന ഒരിഷ്ടമുണ്ടായിരുന്നു പ്രീഡിഗ്രി കാലം തൊട്ടേ അതുണ്ടായിരുന്നു മറ്റാരോടും തോന്നാത്ത ഇഷ്ടം. നന്ദി കേടാവുമോ? മാഷെന്ത് വിചാരിക്കും? എന്നൊക്കെ ഓർത്താണ് പറയാതിരുന്നത്. പിന്നെ പേടിയും. മാഷത് പറഞ്ഞപ്പോൾ ഞാനൊരു മഴനിലാപ്പക്ഷിയായി മാറി. സ്നേഹം... മനസ്സുകളെ കോർക്കുന്ന ഒരു കാണാചരട് കൊടുക്കൽ വാങ്ങലുകളില്ലാതെ, ലാഭനഷ്ടങ്ങളില്ലാതെ ഹൃദയം ഹൃദയത്തെ അറിയുന്ന നേര്. സ്നേഹം ആത്മാവിന്റെ ഭാഷയാണ്. ഇതിനോളം മാധുര്യമുള്ള ഒരു വികാരം ഇല്ല. സങ്കടം വരുമ്പോഴും, സന്തോഷം വരുമ്പോഴും പങ്ക് വയ്ക്കുന്ന മധുരമാണ് ആത്മാർത്ഥ സ്നേഹം. ആ സന്തോഷത്തിന്റെ മധുരത്തിൽ ആയിരുന്നു ഞങ്ങൾ രണ്ടാളും.

ബി. എഡ്ഢ് പാസ്സായി മാഷ് പറഞ്ഞതു പോലെ ഓരോരോ ടെസ്റ്റുകൾ എഴുതുന്ന സമയത്താണ് അമ്മ പണ്ട് വീട്ടു പണി ചെയ്തിരുന്ന വർഗീസ് മുതലാളിയുടെ മകൾ സോണിയ ചേച്ചി നാസിക്കിൽ നിന്നും വന്നത്. അവരുടെ പുതുതായി തുടങ്ങുന്ന സ്കൂളിൽ എനിയ്ക്ക് ജോലി നൽകാം. അമ്മയും അനിയത്തിമാരും കൂടി പോന്നോളൂ അമ്മ അവരുടെ വീട്ടുകാര്യങ്ങളും, രണ്ട് കുഞ്ഞ് മക്കളേയും നോക്കിയാൽ മതി എന്ന മോഹന വാഗ്ദാനം അമ്മയെ വിളിപ്പിച്ച് അവർ നൽകി. അവരുടെ സ്ഥലത്തുള്ള ചെറിയ വീട്ടിൽ ആണ് ഞങ്ങൾ താമസിച്ചിരുന്നത്. അച്ഛൻ പുറപ്പെട്ട് പോയ ശേഷം മുതലാളി വാടക ഒന്നും വാങ്ങാതെയാണ് ഞങ്ങളെ പാർപ്പിച്ചിരുന്നത്.

ആ സമയത്താണ് അമ്മയോട് മാഷെന്നെ വിവാഹം കഴിക്കുന്ന കാര്യം സംസാരിച്ചത്. അമ്മയത് പാടെ അവഗണിച്ചു. ഇത്രനാളും എന്നെ പഠിപ്പിച്ചതിന്റേയും, ഞങ്ങൾക്ക് മാസാമാസം തന്നിരുന്നതിന്റേയും ചില വെത്രയായി എന്ന കണക്ക് പറഞ്ഞാൽ മതി അത്

തിരികെ തരാം. ഞങ്ങളുടെ ഒരേയൊരു പ്രതീക്ഷ അവളാണ് അവള് വേണം താഴെയുള്ളതുങ്ങളേയും കരകയറ്റാൻ. അതുകൊണ്ട് മേലാൽ ഒരു ബന്ധവും വയ്ക്കരുത് എന്ന് പറഞ്ഞ് മാഷിനെ മടക്കി അയച്ചു. എന്നെ വീട്ടുതടങ്കലിലും.

പിന്നീട് ഞാൻ മാഷെ കണ്ടിട്ടില്ല. നന്ദികേടിന്റെ ഏറ്റവും വലിയ പര്യായം ആയി മാറി എന്റെ അമ്മ. ചില മനുഷ്യർ അങ്ങനെയാണ്. പാലം കടക്കുവോളം നാരായണ! നാരായണ! പാലം കടന്നാൽ കൂരായണ, കൂരായണ.

നാസിക്കിൽ ഉള്ള സോണിയ ചേച്ചിയുടെ പുതിയ സ്കൂളിൽ ടീച്ചറായി ജോലി ചെയ്യാൻ തുടങ്ങി. അമ്മ അവരുടെ ഒന്നും മൂന്നും വയസ്സുള്ള കുഞ്ഞുങ്ങളെ നോക്കുകയും, വീട്ടിലെ വേണ്ട കാര്യങ്ങൾ ചെയ്ത് കൊടുക്കുകയും ചെയ്തു. അവരുടെ ഔട്ട് ഹൗസിൽ തന്നെ താമസ സൗകര്യവും തന്നു.

അനിയത്തിമാർ മൂന്ന് പേരും പഠിക്കാൻ മടിച്ചികളായിരുന്നതു കൊണ്ട് പത്താം ക്ലാസ്സിൽ പഠിപ്പ് നിർത്തി. പിന്നെ മൂന്നാളും തയ്യൽ പഠിക്കാൻ പോയി. ആ സ്കൂളിൽ നിന്നുകൊണ്ട് തന്നെ ഞാൻ യുപി എസ്സിയുടെ ടെസ്റ്റ് എഴുതി പാസ്സായി ഖാൻവേൽ കേന്ദ്ര ഗവൺമെന്റ് സ്കൂളിൽ അദ്ധ്യാപികയായി കയറി. പിന്നീട് അനിയത്തിമാരെ ഓരോരുത്തരെയായി വിവാഹം ചെയ്തയച്ചു. അതിന് ശേഷം അമ്മയെ നാസിക്കിൽ നിന്ന് ഖാൻവേലിലേയ്ക്ക് എന്റെ കൂടെ കൊണ്ടു പോന്നു. അമ്മയ്ക്കും അനിയത്തിമാർക്കും വേണ്ടി ജീവിച്ച ഉഴവുകാള യായിരുന്നു ഞാൻ. എന്റെ ജീവിതത്തെ കുറിച്ച് ആരും ചോദിച്ചതും ഇല്ല, ചിന്തിച്ചതും ഇല്ല. എന്നെ അവർ കടമകളുടെയും, കടപ്പാടുകളു ടേയും ചങ്ങലപ്പൂട്ടിട്ട് പൂട്ടിയിരിക്കുകയായിരുന്നു. എന്റെ മനസ്സിലെ സ്നേഹത്തിന്റേയും, സങ്കടത്തിന്റേയും കടലിരമ്പം മാത്രം ആരും അറിഞ്ഞില്ല. ചില ദുഃഖങ്ങൾ സ്വകാര്യതകളാണ്. പങ്ക് വച്ചാൽ വില കുറഞ്ഞ് പോയേക്കാവുന്ന അവനവന്റെമാത്രം സ്വകാര്യതകൾ. കൂടെ പിറന്നിട്ടും കൂടപ്പിറപ്പായി നിൽക്കാത്തവരുണ്ട്. അതായിരുന്നു എന്റെ അനിയത്തിമാർ. അമ്മയോടും സഹോദരിമാരോടും ഞാനെന്ത് കാണിക്കാനാണ്?...

മാഷിൽ നിന്നകറ്റിയപ്പോഴേ മനസ്സ് മരിച്ച് കഴിഞ്ഞു. എങ്കിലും ജീവിച്ചിരിക്കുന്ന ശരീരത്തിന്റെ മുഖത്ത് ഒരു ചിരി ഒട്ടിച്ച് വച്ചിരി ക്കണം. കൊല്ലാതെ കൊന്നവരോട് തോറ്റ് പോയിട്ടില്ല എന്ന് കാണിക്കാൻ വേണ്ടിയെങ്കിലും. തലയിലെ മുടികൾ ഓരോന്നായി വെളുത്ത് തുടങ്ങി. ഇപ്പോഴാണ് കറുപ്പിന് അഴകുണ്ട് എന്ന സത്യം മനസ്സിലായത്.

ഇനി ഈ ജീവിതത്തിൽ ഒരേ ഒരാഗ്രഹമേയുള്ളൂ. എന്റെ മാഷിനെ കണ്ടെത്തണം. കുടുംബമായി ജീവിക്കുകയാണെങ്കിലും ഒരേ ഒരു പ്രാവശ്യം എന്റെ മരണത്തിന് മുൻപ് കാണണം. എനിയ്ക്ക് കിട്ടിയ എല്ലാ പുരസ്കാരങ്ങളും ആ കാൽക്കൽ സമർപ്പിക്കണം. ഞാൻ മാഷിനെ ചതിച്ചിട്ടില്ല എന്ന് ബോധ്യപ്പെടുത്തണം. ഇനിയുള്ള ജീവിതത്തിൽ ആകെ എനിയ്ക്ക് വേണ്ടി ചെയ്യാൻ ചിന്തിക്കുന്നത് ഈ ഒരു കാര്യം മാത്രമാണ്. ഇനിയും ഒരു കൽപവൃക്ഷം പോലെ

ഒറ്റത്തടിയായി കുടുംബത്തിലുള്ളവർക്ക് ഫലം നൽകി എത്ര നാൾ?.

എഴുന്നേറ്റ് അലമാരി തുറന്ന് ഇതുവരെ ആരും കാണാതെ സൂക്ഷിച്ച മാഷിന്റെ ഫോട്ടോ എടുത്ത് നോക്കി. നിറം മങ്ങിത്തുടങ്ങിയ ചിരിക്കുന്ന മാഷിന്റെ മുഖം നെഞ്ചോട് ചേർത്ത് നിന്നു. അങ്ങനെ നിൽക്കുമ്പോൾ മഴയിൽ നനഞ്ഞ ഞാനെന്ന രാത്രിയെ മാഷെന്ന പുലരി പുൽകി ഒന്നാകുന്നതു പോലെ തോന്നും. പിന്നെ നെടുവീർപ്പുതിർത്തു കൊണ്ട് ആ ഫോട്ടോ ഭദ്രമായി യഥാസ്ഥാനത്ത് വച്ചു. ക്ലോക്കിൽ സമയം നോക്കിയപ്പോൾ നാല് മണി. ഇനി ഉറങ്ങാൻ കഴിയില്ല. ക്ലാസ്സിലേയ്ക്കുള്ള ടീച്ചിംഗ് നോട്ട്സ് തയ്യാറാക്കാനിരുന്നു. അഞ്ച് മണിയായപ്പോൾ കുളിച്ച് വിളക്ക് കൊളുത്തി ആദിത്യഹൃദയം ചൊല്ലിയ ശേഷം അടുക്കളയിലേയ്ക്ക്.

ദിവസങ്ങളും, മാസങ്ങളും കൊഴിഞ്ഞ് പൊയ്ക്കൊണ്ടിരുന്നു. അമ്മയിപ്പോൾ വല്ലാതെ ക്ഷീണിതയാണ്. ബാക്കിയുള്ള മൂന്ന് മക്കളും തിരക്ക് പറഞ്ഞ് ഒന്ന് കാണാൻ കൂടി വരാറില്ല. അതിന്റെ ദേഷ്യം മുഴുവൻ എന്നോട് തീർക്കും. അമ്മയ്ക്ക് അസുഖം കൂടിയപ്പോൾ ഞാൻ ലീവെടുത്ത് കൂടെ നിന്നു. അനിയത്തിമാർ ഭർത്താക്കൻമാരുടെ ജോലി, മക്കളുടെ പഠിത്തം ഇതൊക്കെ പറഞ്ഞ് അമ്മയെ നോക്കാനുള്ള ഉത്തരവാദിത്തത്തിൽ നിന്നും ഒഴിവായി. ചേച്ചിയ്ക്ക് കുടുംബം ഇല്ലാത്തതു കൊണ്ട് ഞങ്ങളുടെ വിഷമം മനസ്സിലാവില്ല എന്ന് കൂടി ചേർത്തു.

ആശുപത്രി കിടക്കയിൽ വച്ച് അമ്മ എന്നോട് എന്തൊക്കെയോ അവ്യക്തമായി പറഞ്ഞു. ഒന്ന് മാത്രം മനസ്സിലായി. ഇപ്പോഴാണ് അമ്മയ്ക്ക് എന്റെ ജീവിതം നഷ്ടപ്പെടുത്തിയതിൽ കുറ്റബോധം. ഇനിയെന്തിന്?. കടമയുടേയും കടപ്പാടിന്റേയും പേര് പറഞ്ഞ് ഓരോന്നും ചെയ്യേണ്ട സമയത്ത് ചെയ്യാതെ... സാരമില്ല. എന്നെപ്പോലുള്ള ജൻമങ്ങൾ വളർത്ത് മൃഗങ്ങളെപ്പോലെ പാഴ്ജൻമങ്ങൾ ആണ്. മറ്റുള്ളവരുടെ ഇഷ്ടത്തിനും താൽപ്പര്യത്തിനും കൂട്ടിലാക്കി കെട്ടിയിട്ട് അവയിൽ നിന്നും ലഭിക്കുന്ന വരുമാനം സ്വായത്തമാക്കാനുള്ള

സ്വാർത്ഥത മാത്രം ഏവർക്കും. ഞാനും മറ്റുള്ളവർക്ക് വേണ്ടി ഉഴവു കാളയെപ്പോലെ പണിയെടുത്ത്, പണിയെടുത്ത് അവസാനം മരണം എന്ന കശാപ്പുകാരന്റെ അറവുശാലയിൽ എത്തിപ്പെടേണ്ട പാഴ് ജൻമം.

അമ്മ മരിച്ചു. വിവരം അറിയിച്ചു കഴിഞ്ഞപ്പോൾ ആണ് ചിത്രയും, ചിത്തിരയും, ചാരുവും വന്നത്. മുക്തിധാമിലെ ക്രിമിറ്റോറിയത്തിൽ ആയിരുന്നു അടക്കം. പിറ്റേ ദിവസം തന്നെ അവര് മൂന്നു പേരും തിരക്കിയത്അമ്മയ്ക്ക് ഞാനുണ്ടാക്കിയിട്ടിരുന്ന മാലയും, വളയും, മോതിരവും, കമ്മലും ആണ്. ഞാനതെടുത്ത് കൊടുക്കുന്നതിനു മുൻപ് തന്നെ അവരതെടുത്ത് പങ്ക് വച്ചു. കമ്മലും, മോതിരവും കിട്ടിയ ചാരു വീണ്ടും മുഖം വീർപ്പിച്ചു. പിന്നെ ആർക്കും നിൽക്കാൻ സമയമില്ലാത്തതു കൊണ്ട് അഞ്ചിന്റെ അന്ന് തന്നെ ചടങ്ങ് തീർത്ത് അവര് മൂന്ന് പേരും കൈയ്യിൽ കിട്ടിയതൊക്കെ എടുത്ത് മടങ്ങി. ചിത്തിര അമ്മയുടെ സാരിയും ഒക്കെ വാരിഎടുക്കുന്നത് കണ്ടു. കൂട്ടത്തിൽ എന്റെ നല്ല സാരികളും.

ഒറ്റയ്ക്കായപ്പോഴാണ് അമ്മയുടെ വില മനസ്സിലായത്. വഴക്ക് പറയുമായിരുന്നെങ്കിലും അമ്മ ഒരു ബലം തന്നെയായിരുന്നു. പറയാനും അറിയാനും ഒരാളുണ്ടാകുന്നത് അത്ര ചെറിയ കാര്യം അല്ല. നഷ്ടപ്പെടുമ്പോഴാണല്ലോ നാം അവരുടെ വില മനസ്സിലാക്കുന്നത്.

സ്കൂളിൽ പുതുതായി സോഗ്ര എന്ന് പേരുള്ള ഒരു മലയാളി കുട്ടി ടീച്ചറായി വന്നു. നാടും വീടും ഒക്കെ ചോദിച്ചപ്പോൾ ആണറിഞ്ഞത് അവിടെ തൃക്കോവിലിലെ അറയ്ക്കൽ വീട്ടിലേതാണെന്ന്. എന്റെ സഹപാഠിയായിരുന്ന മീനാക്ഷിയുടെ മകളായിരുന്നു സോഗ്ര. അവളുടെ കൈയ്യിൽ നിന്നും മീനാക്ഷിയുടെ ഫോൺ നമ്പർ വാങ്ങി.

വീട്ടിൽ വന്നശേഷം ആദ്യം ചെയ്തത് മീനാക്ഷിയെ വിളിക്കുകയായിരുന്നു. അവളുമായി വിശേഷങ്ങൾ ഒക്കെ പറയുന്ന കൂട്ടത്തിൽ അവൾ ജയദേവൻ മാഷിന്റെ കാര്യം പറഞ്ഞു. അമ്മയും, അച്ഛനും മരിച്ച ശേഷം മാഷ് മാഷിന്റെ നാട്ടിലുള്ളതെല്ലാം വിറ്റ് തൃക്കോവിലിലേയ്ക്ക് പോന്നു. മാഷ് പണ്ട് വാടകയ്ക്ക് താമസിച്ചിരുന്ന വീട് തന്നെ വാങ്ങി. ഇതുവരെ വിവാഹം കഴിച്ചിട്ടില്ല. റിട്ടയർമെന്റിന് ശേഷം കുട്ടികൾക്ക് അറിവ് പകർന്ന് കൊടുത്തും, നാട്ടുകാര്യങ്ങൾ ചെയ്തും എല്ലാവരുടേയും പ്രിയപ്പെട്ട മാഷായി ജീവിക്കുന്നു.

കേട്ടപ്പോൾ ഞാൻ വീണ്ടും മാഷിന്റെയാ പ്രായം മറന്ന പ്രണയിനിയായി മാറി. ഒന്നിനും വേണ്ടിയല്ല. ഈ വൈകിയ വേളയിൽ എങ്കിലും മാഷിനെ കാണണം. എനിയ്ക്ക് ലഭിച്ച ഓരോ പുരസ്കാരങ്ങളും

മാഷിന്റെ കാൽക്കൽ സമർപ്പിച്ച് ആ കാലുകളിൽ കെട്ടിപ്പിടിച്ച് മതിയാവോളം കരയണം. മാഷ് അനുവദിച്ചാൽ വി. ആർ. എസ് എടുത്ത് ഇനിയുള്ള കാലമെങ്കിലും ഒരു ജീവിതം കെട്ടിപ്പടുക്കണം.

നാട്ടിൽ പോകാനുള്ള ടിക്കറ്റ് കിട്ടിയത് സെപ്റ്റംബർ അഞ്ച് അദ്ധ്യാപക ദിനത്തിൽ തന്നെയാണ്. ബോംബെയിൽ നിന്നും വെളുപ്പിന് രണ്ട് മണിക്കായിരുന്നു ഫ്ലൈറ്റ്. നേരം വെളുപ്പാകുന്നത് വരെ എയർപോർട്ടിൽ ഇരുന്നു. രാവിലെ ടാക്സി വിളിച്ച് തൃക്കോവിലിലെ മാഷിന്റെ ആ വീട്ടിലേയ്ക്ക്. വീടിന്റെ വാതിൽക്കൽ ടാക്സി നിന്നപ്പോൾ മനസ്സാകെ പെരുമ്പറ മുഴക്കുകയായിരുന്നു. ആകാംക്ഷയോടെ വീട്ടിലേയ്ക്ക് നോക്കി പുറത്താരേയും കണ്ടില്ല. മെല്ലെ വിറയ്ക്കുന്ന കാലടികളോടെ അതിനേക്കാളും ഉച്ചത്തിൽ മിടിക്കുന്ന ഹൃദയത്തോടെ നടന്ന് ചെന്ന് വാതിൽക്കൽ തൂക്കിയിട്ടിരിക്കുന്ന മണിയുടെ ചരടിൽ പിടിച്ച് വലിച്ചു. കുറച്ച് കഴിഞ്ഞപ്പോൾ ഒരു സ്ത്രീ ഇറങ്ങി വന്നു. മാഷെ കാണാൻ വന്നതാണെന്ന് പറഞ്ഞപ്പോൾ അകത്തേയ്ക്ക് വരാൻ പറഞ്ഞു. മാഷിന്റെ തന്നെ മുഖഛായയുള്ള അവർ മാഷിന്റെ സഹോദരിയാണെന്ന് മനസ്സിലായി. അവരുടെ പുറകേ ചെല്ലുമ്പോൾ കണ്ടു കട്ടിലിൽ കിടക്കുന്ന മാഷെ. മാഷിന്റെ കട്ടിൽ കാൽക്കൽ ഉള്ള ഭിത്തിയിൽ എൻലാർജ് ചെയ്ത എന്റെ പഴയ ഫോട്ടോ.

മെല്ലെ കട്ടിലിന്റെ അരികിൽ ചെന്നപ്പോൾ മാഷെന്നെ നോക്കി. ആയാസപ്പെട്ട് കണ്ണുകൾ ഒന്നു കൂടി വിടർത്തി നോക്കിയ ശേഷം മനസ്സിലായ പോലെ എന്റെ കൈയ്യിൽ പിടിച്ചു. ആ മുഖം ആകെ വിജ്യംഭിച്ചു. അവ്യക്തമായി സ്മിജ എന്ന് പറഞ്ഞു. അപ്പോൾ ആയമ്മ പറഞ്ഞു ഏട്ടന് ഒരാഴ്ചയായി സുഖമില്ലാതെ ആശുപത്രിയിലായിരുന്നു. രണ്ട് ദിവസമേ ആയുള്ളൂ വീട്ടിൽ വന്നിട്ട്. ഇന്ന് രാവിലെ മുതൽ തീരെ സുഖമില്ല. ആരെയെങ്കിലും വിളിപ്പിച്ച്ആശുപത്രിയിൽ പോകാം എന്ന് പറഞ്ഞിട്ട് കുറച്ച് കിടന്നാൽ മാറിക്കോളും എന്ന് പറഞ്ഞ് പോകാൻ കൂട്ടാക്കുന്നില്ല. വല്ലാതെ പരിക്ഷീണനാണ്. അവർ ഒരു ഗ്ലാസ്സിൽ കൊണ്ടു വന്ന കരിക്കിൻ വെള്ളം കൊടുക്കാൻ പോയപ്പോൾ വായ തുറന്നില്ല. എന്നെത്തന്നെ നോക്കുകയാണ്. ഞാൻ വേഗം ഗ്ലാസ്സ് വാങ്ങി സ്പൂണിൽ കോരിക്കൊടുത്തപ്പോൾ മുഴുവനും കുടിച്ചു. സങ്കടം സഹിക്കവയ്യാതെ ഞാനാ കാൽക്കൽ വീണ് പൊട്ടിക്കരഞ്ഞു. ആയമ്മയുടെ അയ്യോ ഏട്ടാ എന്നുള്ള അലറിക്കരച്ചിൽ ആണ് എന്നെ ഞെട്ടിച്ചത്. ഞാൻ നോക്കുമ്പോൾ എന്റെ മാഷ്... തകർന്ന് പോയി ഞാൻ. കിട്ടിയ പുരസ്കാരങ്ങളുടെ ചെറിയബാഗ് കട്ടിലിന്റെഓരത്ത് കാൽക്കൽ ആയി വച്ച് എന്റെ മാഷിന്റെ നെറ്റിയിൽ അമർത്തി ചുംബിച്ചശേഷം ഹൃദയം നുറുങ്ങുന്ന

വേദനയോടെ വീണ്ടും ആ കാൽക്കൽ നമസ്കരിക്കുമ്പോൾ ആയമ്മ ചോദിച്ചു ഏട്ടന്റെ സ്മിജ ?... അതേയെന്ന് തലയാട്ടി കൊണ്ട് ഒരിയ്ക്കൽ കൂടി ശ്വാസം നിലച്ച ആ മുഖത്തേയ്ക്ക് നോക്കിയ ശേഷം അവിടെ നിൽക്കാൻ ശക്തിയില്ലാതെ പുറത്തേയ്ക്കിറങ്ങുമ്പോൾ ആരൊക്കെയോ അവിടേയ്ക്ക് വരുന്നുണ്ടായിരുന്നു.

നടക്കുന്നതിനിടയിൽ വേച്ച് പോയി. ഒരു വിധം റോഡിലെത്തി അതുവഴി വന്ന ഓട്ടോയിൽ കയറിയിരുന്നു. എവിടേയ്ക്കാണെന്ന് ചോദിച്ചപ്പോൾ ബസ്സ്റ്റാൻഡ് എന്ന് പറഞ്ഞ് കണ്ണടച്ചു.

സ്റ്റാൻഡിൽ എത്തി "ഇറങ്ങുന്നില്ലേ?" എന്ന് ചോദിച്ച് തിരിഞ്ഞ് നോക്കിയപ്പോൾ ആണ് ഓട്ടോക്കാരൻ കണ്ടത് മൂക്കിൽ നിന്നും വായിൽ നിന്നും രക്തം ഒലിച്ചിറങ്ങി തല ഒരു വശത്തേയ്ക്ക് ഒടിഞ്ഞതു പോലെ നിശ്ചലയായ സ്മിജയെ.

ജയദേവൻ മാഷിന്റെ ഒപ്പം ആരോടും അനുവാദം വാങ്ങാതെ ഒരു നിമിഷമാത്രയിലെ നിശ്ശബ്ദ ഹൃദയാഘാതത്തിലൂടെ (Silent Heart Attack) മരണത്തിലേയ്ക്ക് കൂട്ടു പോയിരുന്നു സ്മിജ. ഇനിയൊരു ജൻമുണ്ടെങ്കിൽ എന്ന സങ്കൽപ്പത്തിലേയ്ക്ക് മാറ്റിവച്ച അനേകം സ്വപ്നങ്ങളും ആയി ജീവിക്കുന്നവരാണ് ചില മനുഷ്യർ. ആ ചിലരിൽ രണ്ട് അദ്ധ്യാപകരായിരുന്നു അദ്ധ്യാപക ദിനത്തിൽ തന്നെ അടുത്ത ജൻമത്തിലേയ്ക്ക് കൈപിടിച്ച് പോയ സ്മിജയും, സ്മിജ വരാനായി കാത്തിരുന്ന സ്മിജയുടെ ജയദേവൻ മാഷും.

●

www.ingramcontent.com/pod-product-compliance
Lightning Source LLC
LaVergne TN
LVHW100812051026
849519LV00006B/2054
* 9 7 8 9 3 9 0 4 0 4 1 4 8 *